कॉफी कॅन इन्व्हेस्टिंग

कॉफी कॅन इन्व्हेस्टिंगची प्रशंसा

''जीवनात साध्य करता येतील अशी स्वप्ने पाहून 'बचत आणि गुंतवणूक' या मार्गे त्यांच्या परिपूर्तीसाठी संपत्ती कशी निर्माण करावी याविषयी हे पुस्तक वस्तुनिष्ठ, वास्तवाधारित आणि विवेकी मार्गदर्शन करते. सगळ्यात महत्त्वाचे म्हणजे फी, कमिशन यासाठी खिसा हलका करणे, बाजाराच्या वर्तनाविषयीचे अंदाज बांधणे, वेगवेगळ्या ॲसेट्समध्ये चुकीची गुंतवणूक करणे आणि ओव्हरट्रेडिंग (सट्टेबाजी) यांच्यामुळे मोठेच नुकसान होणे या गोष्टी टाळाव्या कशा, हे या पुस्तकातून शिकावयास मिळेल. भारतात आज प्रचंड मोठ्या संख्येने मध्यम वर्ग आणि उच्च-मध्यम वर्ग निर्माण होत आहे. त्यांनी तर हे पुस्तक वाचलेच पाहिजे असे आहे.''
— अविनाश के. दीक्षित, जॉन जे. एफ शेरर्ड, प्रिन्स्टन विद्यापीठातील अर्थशास्त्राचे ज्येष्ठ प्राध्यापक

''पोर्टफोलिओची उभारणी आणि संपत्तीचे व्यवस्थापन यांसाठी धोरणी सल्ला भारतात मिळणे अवघडच आहे. भारतीय बाजारपेठेतील हीच पोकळी प्रस्तुत पुस्तक भरून काढते. विवेकाने पैसे गुंतवायचे असतील आणि निवृत्तीनंतर समाधानी जीवन जगायचे असेल त्याने हे पुस्तक जरूर वाचावे.'' — संजय बक्षी, साहाय्यक प्राध्यापक, मॅनेजमेंट डेव्हलपमेंट इन्स्टिट्यूट (गुरगाव)

'अनयुज्वल बिलिअनेर्स' या पुस्तकाची प्रशंसा

''काही महान भारतीय कंपन्यांनी कॉर्पोरेट जगतात यश कसे मिळवले आणि ते करता करता गुंतवणूकदारांसाठी कसा भरपूर पैसा निर्माण केला त्याची कहाणी सौरभ मुखर्जी यांनी या पुस्तकात विश्लेषणात्मक पद्धतीने मांडली आहे.'' — जॉन के., अर्थशास्त्राचे प्राध्यापक, लंडन स्कूल ऑफ इकॉनॉमिक्स.

''कॉर्पोरेटच्या असामान्य यशाची रेसिपी 'जुन्या'च मूल्यांवर आधारित असते हे सौरभच्या या पुस्तकातून दृष्टोत्पत्तीस येते.'' — अशोक वाधवा, ग्रूप सीईओ- अंबित होल्डिंग्ज

'''अस्थिर' सेन्सेक्सला सातत्याने हरवण्यासाठी 'स्थिर'बुद्धी कशी मदतीस येते याचे अत्यंत माहितीपूर्ण आणि आश्वासक स्पष्टीकरण.'' — रमा बिजापूरकर, लेखिका आणि व्यवस्थापन सल्लागार

''मुखर्जींचे हे पुस्तक खूपच आतली माहिती देत असून त्याचे वाचनही सहजसोपे आहे.''
— फायनान्शिअल एक्स्प्रेस

'''मुखर्जी हे इन्व्हेस्टमेंट बँकिंग क्षेत्रातल्या अत्यंत अभ्यासू लेखकांपैकी एक आहेत.'' — मिंट

''सामायिक सूत्र किंवा विश्लेषणात्मक चौकटींद्वारे यशस्वी व्यवसायांचे वर्णन करणारी पुस्तके भारतात दुर्मीळ आहेत. त्या छोट्या संग्रहात ही एक भरच आहे असे म्हणावे लागेल.''
— मनीलाइफ

''हे पुस्तक केवळ जिंकणाऱ्या कंपन्यांची यादीच देत नाही तर या कंपन्यांच्या इतिहासाचाही मागोवा घेते.'' — द हिंदू बिझिनेस लाइन

कॉफी कॅन इन्व्हेस्टिंग

प्रचंड संपत्तीकडे घेऊन जाणारा
कमी जोखमीचा मार्ग

सौरभ मुखर्जी
रक्षित रंजन
प्रणब उनियाल

अनुवाद : सविता दामले

MANJUL

मंजुल पब्लिशिंग हाउस

First published in India by

MANJUL

Manjul Publishing House

Corporate and Editorial Office

• 2nd Floor, Usha Preet Complex, 42 Malviya Nagar,
Bhopal 462 003 – India

Sales and Marketing Office

•C-16, Sector 3, Noida, Uttar Pradesh 201301, India
Website: www.manjulindia.com

Distribution Centres

Ahmedabad, Bengaluru, Bhopal, Kolkata, Chennai,
Hyderabad, Mumbai, New Delhi, Pune

Marathi translation of *Coffee Can Investing:*
The Low-Risk Road to Stupendous Wealth

First published in Portfolio by Penguin Random House India 2018

This edition first published in 2023
Second impression 2023

ISBN: 978-93-5543-331-2

Marathi translation: Savita Damle

Printed and bound in India by Manipal Technologies Limited

अनुक्रमणिका

प्रस्तावना

मी पस्तीस वर्षांपासून वित्त व्यवसायात काम करत असलो तरी योजनाबद्ध रीतीने बचत आणि गुंतवणूक करण्याचा जाणीवपूर्वक प्रयत्न मात्र मागील वीस वर्षांपासून करीत आहे. प्रारंभी, गुंतवणुकीसाठी मी 'संपत्ती व्यवस्थापकां'च्या (वेल्थ मॅनेजर्सच्या) सल्ल्यावर अवलंबून राहत असे पण लवकरच माझ्या लक्षात आले की त्यातील बहुतेकांचे लक्ष माझ्या संपत्तीकडे नसून त्यांच्या स्वतःच्याच संपत्तीकडे असते. त्यामुळे साधारणतः पंधरा वर्षांपूर्वी मीच माझे एक घरगुती 'ऑफिस' स्थापन केले आणि त्यात माझ्या परिचित अशा निवडक चार्टर्ड अकाउंटंट्स आणि चार्टर्ड फायनान्शिअल अॅनॅलिस्ट अशा मंडळींना घेतले. तथापि, भारतीय बाजारपेठेत योग्य त्या किमतीस आणि योग्य प्रकारे रचलेल्या अशा गुंतवणूक साधनांचा एवढा अभाव आहे की माझी आहे ती संपत्ती राखावी आणि त्यात भर घालावी यासाठी माझ्या या घरगुती 'कचेरीस' ही निवडताना खूपच चोखंदळपणा दाखवावा लागत होता.

या पार्श्वभूमीवर, चार वर्षांपूर्वी 'अंबित कॅपिटल' यांच्या संशोधक चमूने त्यांचा पहिला वहिला कॉफी कॅन पोर्टफोलिओ (शेअर्स आदी गुंतवणुकीचा संग्रह) प्रकाशित केला तेव्हा मला प्रचंड कुतूहल वाटले. उच्च दर्जाचे शेअर्स एक गठ्ठ्याने विकत घ्यायचे आणि मग दहा वर्षे त्यांच्याकडे ढुंकूनही पाहायचे नाही ही संकल्पना प्रारंभी तरी माझ्या गळी उतरली नाही. परंतु लवकरच माझ्या कानी येऊ लागले की माझे मित्र या प्रकारची गुंतवणूक करू लागले आहेत. प्रारंभी 'अंबित कॅपिटल' यांनी हा पोर्टफोलिओ खाजगी ग्राहकांना सल्लागार-तत्त्वावर देऊ केला होता. म्हणजे गुंतवणूक निधी हे ग्राहक त्यांच्या स्वतःच्याच नावांवर गुंतवणार होते परंतु अंबितचे संपत्ती व्यवस्थापक त्यांना कुठला शेअर निवडायचा यात मदत करणार होते. त्यानंतर 'द अनयुज्वल बिलिअनेर्स' हे सौरभचे पुस्तक बाजारात आले आणि ऑगस्ट, 2016मध्ये प्रकाशित झाल्या झाल्या हातोहात खपले तेव्हा अंबित कॅपिटल यांनी सेबी-नियंत्रित पीएमएस (पोर्टफोलिओ मॅनेजमेंट सर्व्हिसेस) या सेवेच्या अंतर्गत लोकांना 'कॉफी कॅन पोर्टफोलिओ' द्यावयास सुरुवात केली. या त्यांच्या योजनेतील

पहिल्या गुंतवणूकदारांत मी होतो. त्यानंतर कॉफी कॅन पोर्टफोलिओने मला खूपच प्रभावी परतावे दिले आहेत, त्या परताव्यात फार उतारचढावही होत नाहीत आणि खर्चही कमीच आहे. मला वाटते की तुम्हालाही हाच अनुभव येईल.

कॉफी कॅन पोर्टफोलिओ ही संकल्पना भारतीय शेअर बाजारातील देशांतर्गत शोधाचे उदाहरण असेल तर एक्स्चेंज ट्रेडेड फंड (ईटीएफ)[1] ही संकल्पना अमेरिकेतून आयात केलेली आहे.

सध्या या संकल्पनेचे भारतात मोठेच आकर्षण निर्माण झाले आहे. भारतीय शेअर बाजार जसजसा प्रगल्भ होत जाईल, त्यावरील नियंत्रण, संस्थात्मकता आणि स्पर्धात्मकता वाढेल तेव्हा लार्ज कॅप म्यूच्युअल फंडांच्या व्यवस्थापकांना शेअर बाजाराहून अधिक परतावा मिळवण्यासाठी अधिक धडपड करावी लागेल. (लार्ज कॅप कंपन्या म्हणजे मोठ्या, अनुभवी आणि ज्यांचा शेअरचा भाव खूप जास्त आहे अशा कंपन्या.) त्यामुळे बहुतेक गुंतवणूकदारांसाठी कमी फी लावणारे 'लार्ज कॅप ईटीएफ' विकत घेणे हा खर्च कमी करणारा मार्ग ठरेल, ज्या योगे ते भारताच्या उभरत्या अर्थव्यवस्थेच्या विकासात भाग घेऊ शकतील.

लार्ज कॅप स्टॉक्सचे फंड शेअर बाजाराहून उत्तम परतावे पूर्वी देत असले तरी त्यासाठी खास व्यवस्थापक नेमून आणि त्या फंडांचे सक्रिय व्यवस्थापन करून यापुढेही ते खात्रीने शेअर बाजाराहून जास्त परतावा देतील असे होणार नाही. परंतु भारतातील स्मॉल कॅप फंडांच्या अवकाशात मात्र सक्रिय व्यवस्थापनास भरपूर संधी असून आपल्याकडे बरेच गुणवान फंड व्यवस्थापकही आहेत. ते नव्या, उभरत्या कंपन्यांत गुंतवणूक करून सातत्याने असामान्य परतावे देऊ लागले आहेत. या फंड व्यवस्थापकांकडे केवळ चांगल्याच कंपन्या (चांगल्या म्हणजे ज्या कंपन्यांचे प्रवर्तक आपले भांडवल योग्य प्रकारे लावत आहेत) शोधण्याची क्षमता तर आहेच पण अधिक महत्त्वाचे म्हणजे त्या कंपन्या स्वच्छ आहेत असेही ते बघतात. (स्वच्छ म्हणजे त्या कंपन्यांच्या आर्थिक ताळेबंदांत आणि हिशोबात त्यांच्या व्यवसायाचे खरे आणि न्याय्य प्रतिबिंब पडते अशा कंपन्या.) अंबित कॅपिटलचा चमू 'गुड अँड क्लीन फंड' अशा कंपन्यात पैसे गुंतवतो त्यामुळे तीन वर्षांपूर्वी मी त्या फंडात पैसे गुंतवले.

---

1 ईटीएफ हा अशा शेअर्सचा संच असतो ज्यात एस अँड पी (स्टँडर्ड अँड पुअर), सीएनएक्स निफ्टी किंवा बीएसई सेन्सेक्स अशा एखाद्या इंडेक्सचे शेअर्स असतात. ईटीएफचे सौद्यांचे मूल्य त्यांच्यातील स्टॉक्सच्या निव्वळ मालमत्ता मूल्यावर (नेट ॲसेट व्हॅल्यूवर) आधारित असते. हा एखादा म्यूच्युअल फंडासारखाच असून आपण त्याची खरेदी-विक्री दिवसभरात बदलत्या भावाने कधीही करू शकतो असेही आपल्याला वाटेल. ईटीएफची तपशीलवार माहिती प्रकरण 3मध्ये देण्यात आली आहे. (स्रोत- मनी कंट्रोल)

इक्विटी शेअर्समध्ये गुंतवणूक करण्याचे हे तीन विभिन्न दृष्टिकोन आहेत. त्यामुळे वाढीचे उद्दिष्ट ठेवून आपण भारतीय कंपन्यांचा पोर्टफोलिओ निर्माण करणार असू तर त्यात लार्ज कॅपसाठी ईटीएफचा वापर, लार्ज आणि मिड कॅपसाठी कॉफी कॅन इन्व्हेस्टिंगसारखे कमी खर्चाचे, जरासे ताठरच धोरण आणि स्मॉल-मिड कॅपसाठी दक्षतापूर्वक निवडलेला स्टॉक या सगळ्यांचा मिळून आधारभूत पाया बनला पाहिजे. अवचित प्रसंग आला तर आपण सर्वच जण काही पैसे बाजूला ठेवतो तर त्यासाठी माझे ठामपणे म्हणणे असे आहे की ते पैसे सरकारी बाँड्समध्ये आणि अत्यंत काटेकोरपणे चालवलेल्या लिक्विड फंडांमध्येच गुंतवले पाहिजेत. जेव्हा 'अवचित प्रसंगासाठी'चा निधी हा विषय येतो तेव्हा जीवनानेच मला शिकवले आहे की ती गुंतवणूक पटकन रोखीत आणता आली पाहिजे तसेच ते पैसे पूर्ण सुरक्षिततही असले पाहिजेत.

सौरभ मुखर्जी, रक्षित रंजन आणि प्रणब उनियाल हे अंबित कॅपिटलमध्ये जवळजवळ मागची दहा वर्षे काम करत आहेत. वित्त-व्यावसायिक म्हणून त्यांचा विकास माझ्या डोळ्यांसमोरच झालेला आहे. अंबितमध्ये आवेशयुक्त गरमागरम चर्चा घडता घडता त्यांचे वित्त व्यवस्थापन तत्त्वज्ञान हळूहळू कसे उत्क्रांत झाले आहे हे पाहण्याचा आणि त्या संकल्पना प्रत्यक्षात आणण्यासाठी भारतातील अत्यंत चाणाक्ष गुंतवणूकदारांसमोर त्या ते कशा सादर करतात हेही पाहाण्याचा बहुमान मला मिळाला आहे. हे अत्यंत शानदारपणे लिहिलेले पुस्तक म्हणजे त्यांचा संपत्ती व्यवस्थापनाबद्दलचा दृष्टिकोन तुमच्या समोर मांडण्याचा एक प्रयत्नच आहे. यात कमीतकमी तांत्रिक शब्द असून पटकन समजणारी अशी भरपूर उदाहरणे अभ्यासादाखल दिली आहेत. हे पुस्तक वाचण्याचा आनंद आपण घ्याल आणि तुमच्या पोर्टफोलिओतून अधिक उत्तम परतावा मिळवाल अशी आशा व्यक्त करतो.

मुंबई
डिसेंबर, 2017

अशोक वाधवा
ग्रूप सीईओ, अंबित

कृतज्ञता

ऑगस्ट, 2016मध्ये सौरभ सीएनबीसी स्टुडिओत असताना 'कॉफी कॅन इन्व्हेस्टिंग' म्हणजेच कमी धोक्याचा परंतु प्रचंड संपत्ती निर्माण करण्याचा मार्ग ही संकल्पना आम्हाला सुचली. सौरभने 'द अनयुज्वल बिलिअनेर्स' हे विक्रमी खपाचे पुस्तक लिहिले आहे, त्या पुस्तकावर आधारित असा सहा भागांचा एक कार्यक्रम सीएनबीसीने आखला होता आणि त्या कार्यक्रमासाठी तो रेकॉर्डिंग करत होता. सौरभ आणि सीएनबीसीची संवादक लता वेंकटेश हे दोघे एशियन पेंट्सचे तत्कालीन अधिकारी जलज दाणी यांची त्या कार्यक्रमात प्रतिक्षा करत होते. तेव्हा 'द अनयुज्वल बिलिअनेर्स'मधील लेखावर बोलता बोलता लता सहज म्हणाली की, चांगले म्यूच्युअल फंड ओळखणे हे चांगले शेअर्स ओळखण्याहून अधिक कठीण झाले आहे. त्यानंतर सौरभ कचेरीत परतले आणि त्यांनी लता वेंकटेश यांचे वाक्य आम्हाला ऐकवले तेव्हा आम्ही आश्चर्यचकितच झालो. म्हणजे, त्यांच्यासारख्या व्यवस्थित माहिती मिळवणाऱ्या शेअर बाजार निरीक्षकांनाही शेअर बाजारात पैसे गुंतवावे कसे असा प्रश्न पडत असेल तर मग सर्वसामान्य गुंतवणूकदाराबद्दल काय बोलणार? रोजच्या जगण्याच्याच प्रश्नांचा दबाव लोकांवर पडलेला असताना माहिती-नियमांच्या या जंजाळातून आणि भारतात गुंतवणूक करताना समोर येणाऱ्या चित्रविचित्र प्रलोभनांतून वाट काढणं त्यांना खरोखरच जमेल का? आमच्या डोक्यात या संकल्पनेचे बीज रोवले गेले आणि त्याचे पुढे जाऊन हे पुस्तक झाले, त्यासाठी लता वेंकटेश यांचे आम्ही आभार मानतो.

आम्हाला वाटते की बहुतेक लोक भरपूर पैसे कमवायचे या हेतूने गुंतवणूक करत नसून मुलांच्या शिक्षणासाठी आणि स्वतःच्या निवृत्ती-पश्चातच्या आर्थिक तरतुदीसाठी करत असतात. तसेच स्वतःची स्वप्ने पुरी करण्यासाठीही करत असतात. मग ते स्वप्न अगदी साधेसुधे म्हणजे चांगला टीव्ही घेण्यासारखे असो किंवा हिमालयात एखादा रिसॉर्ट विकत घेण्यासारखे भव्यदिव्य असो. गुंतवणूक प्रक्रियेत ध्येये आणि स्वप्ने ही मध्यवर्ती असतात यावर आमचा बराच काळ विश्वास

असला तरी अश्विन बी. छाब्रियाचे एक अप्रतिम पुस्तक 'द ॲस्पिरेशनल इन्व्हेस्टर: इन्व्हेस्टिंग इन द पर्स्युट ऑफ वेल्थ अँड हॅपिनेस'[1] (2015) हे आमच्या वाचनात आले तेव्हा त्यातूनच आम्हाला समजले की, जीवनाची ध्येये आणि आपली विविध ॲसेट्समधील गुंतवणूक या दोन गोष्टी आपण एकमेकींशी जोडू शकतो. त्यामुळे श्री. अश्विन छाब्रिया यांचे आम्ही बौद्धिक देणे लागतो. ते अशाच प्रकारचे उत्तमोत्तम लेखन करत राहातील अशी आशाही करतो. लॉस एंजेलिस येथील 'कॅपिटल' नामक अवाढव्य गुंतवणूक कंपनीचे संस्थापक दिवंगत रॉबर्ट किर्बी यांनी तीस वर्षांपूर्वी लिहिलेल्या एका छोट्या टिपणात ही कॉफी कॅन पोर्टफोलिओची संकल्पना मांडली होती.[2] पुस्तकाच्या शीर्षकावरूनच समजते की कॉफी कॅन पोर्टफोलिओ हा विषय या पुस्तकाच्या केंद्रस्थानी आहे. व्यवहारी नजरेतून बघायचे तर अंबितचे ग्राहक आणि आम्ही स्वतः यांचेसाठी 'कॉफी कॅन इन्व्हेस्टिंग' ही पद्धती आयुष्य पार बदलून टाकणारी ठरली आहे. रॉबर्ट यांचे आम्ही खूपच मोठे बौद्धिक स्तरावरील देणे लागतो. आज हे पुस्तक वाचण्यासाठी ते हयात असते तर आम्हाला खूप आनंद झाला असता.

चांगल्या पुस्तकांचा गाभा बनू शकेल अशा संकल्पना बऱ्याच लोकांकडे असू शकतात तथापि, लाखो लोकांपर्यंत या संकल्पनांना नेण्यासाठी त्याचे प्रत्यक्ष पुस्तकात रूपांतर करावे लागते. त्यासाठी लागणारे स्रोत बहुतेक लोकांकडे नसतात. (त्यात आम्हीही आलोच.) अंबित कॅपिटल या संस्थेतील दिवेश मेहता, सुदीप पै, किस्ले उपाध्याय, करण खन्ना आणि प्रशांत मित्तल या सर्वांनी आम्हाला संशोधनात पाठिंबा आणि साहाय्य केले नसते तर आम्हाला कदाचित हे 'कॉफी कॅन इन्व्हेस्टिंग' हे पुस्तक लिहिताही आले नसते. सार्वजनिक सुट्ट्या आणि रजा यांच्याकडे न बघता या सर्व सद्गृहस्थांनी कित्येक महिने या पुस्तकासाठी कष्ट घेतले आणि त्यांचा अमूल्य वेळ या पुस्तकात गुंतवला म्हणून आम्ही त्यांच्या ऋणात आहोत.

भारतीय अर्थव्यवस्था कशी बदलते आहे आणि त्याचा प्रभाव देशातील गुंतवणूक-दृश्यावर कसा पडतो आहे याविषयीचे बहुतांश संशोधन अंबितच्या आर्थिक टीमकडून आम्हाला मिळाले. या टीममधील ऋतिका मानकर, सुमित शेखर आणि अदिती सिंग यांचे आम्ही आभार मानतो. त्यांनीच निराकार आर्थिक संकल्पनांचे रूपांतर गुंतवणुकीच्या सुसंगत उत्पादनांत केले.

अंबित कॅपिटल येथील आमचे संपादक जस्टीन जॉर्ज यांनी व्याकरणाच्या चुका असलेले आमचे हस्तलिखित सुधारण्यात बराच काळ व्यतीत केला. अंबितचे फॉरमटिंगचे गुरू शारोझ खान यांनी आमच्या कच्च्या 'स्केचेस'चे रूपांतर व्यवस्थित

1 अश्विन छाब्रिया, द ॲस्पिरेशनल इन्व्हेस्टर, पोर्टफोलिओ, पेंग्विन, 2015

2 https://thetaoofwealth.files.wordpress.com/2013/03/the-coffee-can portfolio.pdf

चार्ट्समध्ये केले आणि त्यांना आमच्या लेखनाहून अधिक ताकदीचे बनवले. अंबित कॅपिटलचे सुधांशू नाहता यांनी सर्व प्रकरणे आणि शेकडो चार्ट्स सलगपणे लेखनमालिकेत बांधले जावेत यासाठी अथक प्रयत्न केले. या मंडळींविना हे पुस्तक इतके प्रवाही नक्कीच बनू शकले नसते.

देशातील सर्वोत्तम गुणवत्तेला आपल्याकडे ओढून घेण्यासाठी आणि नंतर ती राखून ठेवण्यासाठी दमदार अशी भारतीय कंपनी उभारणे आणि तिचे व्यवस्थापन करणे हे काही खायचे काम नाही. त्यानंतर त्या गुणवंतांना अशा प्रकारच्या बौद्धिक साहसात काम करण्यासाठी फावला वेळ देणे हे तर भारतात कुणी ऐकलेलेदेखील नाही. भारतात तसे कुणीच करत नाही. त्यामुळे आम्ही अंबितचे मुख्य कार्यकारी अधिकारी आणि उपमुख्य कार्यकारी अधिकारी अनुक्रमे अशोक वाधवा आणि राहुल गुप्ता यांचे मनापासून आभार मानतो. त्यांनी आम्हाला केवळ नोकरीच दिली नाही तर त्याहूनही काहीतरी मोठे करण्याची संधीही दिली.

मागील सत्तर वर्षांच्या काळात भारत सरकार आणि त्याच्याशी संबंधित संस्थांनी या सकारात्मक बदलास प्रोत्साहन दिले असे क्वचितच दिसून आले असले तरी याच टीकात्मक कालखंडातल्या मागील दशकात सिक्युरिटीज अँड एक्स्चेंज बोर्ड ऑफ इंडिया (सेबी) यांनी नजरेत भरेल असे काम केले. वित्त सेवा उद्योगाने प्रचंड तीव्र मोर्चेबांधणी करूनही सेबीने छोट्या गुंतवणूकदारांच्या वतीने वारंवार हस्तक्षेप केला. उद्योगातील सहभागी म्हणून आम्हाला सेबीच्या या हस्तक्षेपांचा नेहमीच फायदा झाला असे नसले तरी आम्ही व्यक्तिशः छोटे गुंतवणूकदारच असल्याने आम्हाला सेबीप्रति कृतज्ञता वाटते कारण आपल्या जीवनातील ध्येये साध्य करण्यासाठी ज्यांना शेअर बाजारात गुंतवणूक करायची होती त्या किरकोळ (रिटेल) गुंतवणूकदारांसाठी भारतीय शेअर बाजारात सेबीनेच स्थान निर्माण केले.

पेंग्विन रँडम हाउसमधील लोहित जगवानी यांनी 'द अनयुज्वल बिलिअनेर्स' या पुस्तकाचे संपादन केले होते. 'कॉफी कॅन इन्व्हेस्टिंग'च्या प्रकाशन प्रक्रियेत त्यांनी आम्हाला मार्गदर्शन केले. एक उत्कृष्ट संपादक म्हणून सौरभ त्यांना एवढे का मानतो ते त्या वेळेस आमच्या चांगलेच लक्षात आले. एखाद्या पुस्तकाला आकार आणि दिशा कशी द्यावी हे लोहितला चांगलेच समजते त्यामुळे ते पुस्तक केवळ ग्रंथालयाच्या फळीवर धूळ खात पडलेला विद्वज्जड ग्रंथ याच स्वरूपात राहत नाही तर व्यापक स्तरावरील वाचकांना समजून घेण्यास सुलभ होते आणि वाचनानंदही अनुभवता येतो. या कार्यात लोहितने आम्हाला खूपच मदत केली म्हणून त्याचे आभार मानतो तसेच भविष्यात अधिकाधिक बौद्धिक साहसांत त्याच्याशी सहकार्य करता येईल याची आतुरतेने वाट पाहतो.

हे आभार प्रदर्शन संपवण्याआधी आम्हाला आमच्या जीवनातील सर्वांत महत्त्वाच्या व्यक्तींचे आभार मानायचे आहेत- शर्बनी मुखर्जी, रुहानी सूद- रंजन

आणि दिव्या उनियाल अशी त्यांची अनुक्रमे नावे आहेत. (सौरभ, रक्षित आणि प्रणब यांच्या पत्नी). आम्ही कित्येक आठवडे या कामातच होतो तेव्हा त्यांनी आमच्या व्यावसायिक आणि कौटुंबिक जबाबदाऱ्या निभावल्या. त्याचप्रमाणे साप्ताहिक सुट्टीचा बहुमोल काळही आम्हाला लेखनासाठी वापरू दिला. शनिवार-रविवारच्या भल्या सकाळच्या त्या काळातच आमच्या चांगल्या लेखनातील काही लेखन करून झाले असेल. आपण या कामात मग्न असताना कुणीतरी आपल्याहून शहाणी आणि कणखर अशी व्यक्ती पाठीशी राहून किल्ला लढवते आहे हा दिलासा मनाला होताच.

प्रणब उनियाल यांना त्यांचे आईवडील - कांता आणि अभय उनियाल - यांचेही आभार मानायचे आहेत, त्यांनीच त्यांच्यासाठी मार्गदर्शकाचे काम केले. तसेच या पुस्तकात सादर केलेल्या संकल्पना त्यांचे मित्र शैलेंद्र त्रिपाठी आणि अमन द्विवेदी यांनी ऐकून घेतल्या आणि त्यावर आपापली मते व्यक्त केली म्हणून त्यांचेही आभार त्यांना मानावयाचे आहेत.

रक्षित रंजन यांना त्यांचे आईवडील - डॉ. सविता रंजन आणि डॉ. के. के. रंजन - यांचे आभार मानायचे आहेत, त्यांनीच त्यांना भरपूर पाठिंबा आणि उत्तेजन दिले.

आम्हाला हे पुस्तक लिहिताना जेवढा आनंद झाला तेवढाच आनंद तुम्हाला वाचतानाही व्हावा अशी आशा करतो. आपण आपल्या प्रतिक्रिया Coffeecan@ambit.co. या ईमेलवर आम्हाला कळवू शकता.

संक्षिप्त शब्दांची यादी

एआयएफ	अल्टर्नेट इन्व्हेस्टमेंट फंड
एएमएफआय	असोसिएशन ऑफ म्यूच्युअल फंड्स इन इंडिया
एयूएम	ॲसेट्स अंडर मॅनेजमेंट
बीटूबी	बिझनेस टू बिझनेस
बीटूसी	बिझनेस टू कंझ्युमर
बीपीएस	बेसिस पॉइंट्स
बीएसई	बॉंबे स्टॉक एक्स्चेंज
सीएजीआर	कंपाउंडेड ॲन्युअल ग्रोथ रेट
सीसीपी	कॉफी कॅन पोर्टफोलिओ
सीएफआय	कॅश फ्लो फ्रॉम इन्व्हेस्टिंग
सीएफओ	कॅश फ्लो फ्रॉम ऑपरेशन्स
सीडब्ल्यूआयपी	कॅपिटल वर्क इन प्रोग्रेस
डीसीएफ	डिस्काउंटेड कॅश लो
ईबीआयडीटीए	अर्निंग बिफोर इंटरेस्ट, डेप्रिसिएशन, टॅक्स ॲंड अमोर्टायझेशन
ईबीआयटी	अर्निंग्ज बिफोर इंटरेस्ट ॲंड टॅक्स
ईएमआय	इक्वेटेड मंथली इन्स्टॉलमेंट
ईटीएफ	एक्स्चेंज ट्रेडेड फंड
एफ ॲंड ओ	फ्युचर्स ॲंड ऑप्शन्स
एफडी	फिक्स्ड डिपॉझिट्स
जीडीपी	ग्रॉस डोमेस्टिक प्रॉडक्ट
आयएमएफ	इंटरनॅशनल मॉनेटरी फंड

आयएनव्हीआयटी	इन्फ्रास्ट्रक्चर इन्व्हेस्टमेंट ट्रस्ट
एम अँड ए	मर्जर्स अँड एक्विझिशन्स
एमएफ	म्यूच्युअल फंड
एमटीएम	मार्क टू मार्केट
एनसीडी	नॉन कन्व्हर्टिबल डिबेंचर्स
एनसीआर	नॅशनल कॅपिटल रिजन
एनडीए	नॅशनल डेमोक्रेटिक अलायन्स
एनओआय	नॉन ऑपरेटिंग इन्कम
एनएसई	नॅशनल स्टॉक एक्स्चेंज
पी/बी मल्टीपल	प्राइस बुक व्हॅल्यू मल्टिपल
पी/ई मल्टिपल	प्राइस/ अर्निंग्ज मल्टिपल
पीएटी	प्रॉफिट आफ्टर टॅक्स
पीबीआयटी	प्रॉफिट बिफोर इंटरेस्ट अँड टॅक्स
पीईजी रेशो	पी/ई डिव्हायडेड बाय एक्स्पेक्टेड अर्निंग्ज ग्रोथ ऑफ अ स्टॉक
पीएमएस	पोर्टफोलिओ मॅनेजमेंट सर्व्हिस
आरईआयटी	रिअल इस्टेट इन्व्हेस्टमेंट ट्रस्ट
आरओए	रिटर्न ऑन अॅसेट्स
आरओसीई	रिटर्न ऑन कॅपिटल एम्प्लॉइड
आरओई	रिटर्न ऑन इक्विटी
सेबी	सिक्युरिटीज अँड एक्स्चेंज बोर्ड ऑफ इंडिया
एसपीव्ही	स्पेशल पर्पज व्हेइकल
टीएसआर	टोटल शेअरहोल्डर रिटर्न्स
यूएलआयपी	युनिट लिंक्ड इन्शुरन्स प्लॅन
वायटीएम	यील्ड टू मॅच्युरिटी

ओळख

"आपण काय करत आहोत ते माहीत नसते म्हणूनच जोखीम उद्भवते."
–वॉरन बफे[1]

शनिवारी दुपारी, एखाद्या खाजगी क्षेत्रातील बँकेच्या सर्वसाधारण शाखेला भेट दिलीत तर बहुतेक रिलेशनशिप मॅनेजर मंडळी आर्थिक उत्पादनांचे पॅकेजेस ग्राहकांना विकताना तुम्हाला आढळून येतील. ही कृत्रिम इन्स्ट्रुमेंट्स असतात आणि एकाहून अधिक आर्थिक ॲसेट्सची पॅकेजच्या स्वरूपातली मालकी तुम्हाला देऊ करतात. परंतु आपण त्या आर्थिक ॲसेटमध्ये थेट गुंतवणूक केल्यावर आपल्याला ज्या संधी मिळाल्या असत्या त्या या पॅकेज रूपातल्या ॲसेटमध्ये मिळत नाहीत. तसेच, हे रिलेशनशिप मॅनेजर काय बोलतात हे तुम्ही लक्षपूर्वक ऐकलेत तर कळेल की त्यात खराखुरा प्रांजळ सल्ला फारच कमी आहे आणि बहुतांश भाग हा आर्थिक सल्ल्याच्या आवरणाखाली झाकलेले विक्रीचे साहित्यच आहे. भारतातील आर्थिक मध्यस्थांनी दिशाभूल करून विकलेल्या मोठ्या उदाहरणांपैकी एक उदाहरण आहे ते म्हणजे युनिट लिंक्ड इन्शुरन्स प्लॅन (युलिप) हेच!

युलिपची उत्पादने लोकांच्या गळी उतरवावी लागतात त्यामुळे ती विकण्यासाठी भरपूर कमिशन एजंटांना द्यावे लागते. म्हणजे ग्राहक स्वेच्छेने ही उत्पादने विकत घेत नाहीत, त्यासाठी रिलेशनशिप मॅनेजर मंडळींना त्यांना चुचकारावे लागते. त्यातून मिळणारे भरपूर कमिशन हेच त्यामागचे सत्य असते. या युलिपचा कार्यकाळ कित्येक दशकांत विखुरलेला असल्याने उत्पादक मंडळींना ग्राहकांकडून त्यांच्या न कळत खूपच मोठे ब्रोकरेज कमिशन हे सुरुवातीलाच घेऊन टाकणे शक्य होते. (पूर्वी तर हे कमिशन पहिल्या वर्षाच्या हप्त्याच्या रकमेच्या 40 ते 60 टक्के असायचे) आणि तरीही तुम्हाला निखळ परतावा चांगलाच मिळेल असे आश्वासनही हे लोक

1 'द थ्री इसेन्शिअल वॉरन बफे कोट्स टू लिव्ह बाय – फोर्ब्ज, 20 एप्रिल, 2014 मधील लेखातून

देत असतात. हलान, साने आणि थॉमस यांनी या विषयाचा अभ्यास करून अंदाज व्यक्त केला आहे की या युलिप योजनांमध्ये ग्राहक पुढील पैसे न भरू शकल्यामुळे त्या रद्द झाल्या, त्यामुळे भारतीय गुंतवणूकदारांचे 1.5 लाख कोटी रुपयांहून (अमेरिकी 23 बिलिअन डॉलर्सहून – होय बिलिअनच) अधिक नुकसान झाले. हे असे झाले त्यामागचे कारण म्हणजे या युलिप्समध्ये एकदाच नव्हे तर पुढील वर्षांतही गुंतवणूक करणे अनिवार्य आहे[1] हे गुंतवणूकदारांना सांगितलेच नव्हते. त्यामुळे गुंतवणूकदारांनी पुढल्या वर्षांत पैसे भरले नाहीत तेव्हा त्यांच्या आधी गुंतवलेल्या रकमा जप्त करण्याची मुभा विमा कंपन्यांना मिळाली. दिशाभूल करून केलेली विक्री ही बाब दुर्दैवाने आजही भूतकाळात जमा नाही. भारताच्या आर्थिक सेवा क्षेत्राचे हे कु–वैशिष्ट्य आजही दिसून येते.

दक्ष गुंतवणूकदार स्वतःचे वाचन करून अशा चुकीच्या विक्रीच्या सापळ्यात अडकणे टाळतो. तथापि, वाचन करावे म्हटले तरी पुस्तकांच्या कुठल्याही चांगल्या दुकानात जाऊन पाहिले असता 'गुंतवणूक' या विषयावरचे भारतीय संदर्भातले चांगले पुस्तक आढळणे हे सोपे काम नाही असेच दिसून येते. जागतिक गुरूंनी लिहिलेल्या महान पुस्तकांची अजिबात टंचाई नसली, त्यातून भारतीय ग्राहकांना आपला गुंतवणुकीचा पोर्टफोलिओ कसा उभारावा याची माहिती मिळत असली तरी जागतिक साहित्याचे भारताच्या बाबतीतले औचित्य मर्यादितच ठरते. यास प्रामुख्याने तीन घटक कारणीभूत ठरतात.

सगळ्यात पहिले म्हणजे भारतीय कुटुंबांच्या पोर्टफोलिओत सोन्यासारखी प्रत्यक्ष संपत्ती आणि स्थावर मालमत्ता यांचे मोठेच वर्चस्व असते. आरबीआयने हल्लीच नेमलेल्या एका समितीने मत दिले आहे की भारतीय गुंतवणूकदारांची 88 टक्के संपत्ती ही सोने आणि स्थावर मालमत्ता यांच्या स्वरूपात आहे.[2] जगातील अन्य कुठल्याही मोठ्या अर्थव्यवस्थेत हे वर्चस्व दिसून येत नाही. त्यातही समस्या अशी की रोखक्षमता कमी, भावनिक गुंतवणूक आणि गैरसोयीचा भांडवली लाभ कर (कॅपिटल गेन टॅक्स) यांच्यामुळे अशा आधीपासूनच्या गुंतवणुकीतून बाहेर पडणे गुंतवणूकदारांना कठीण होते. त्यातच, भारतातील शेअर बाजारातील गुंतवणूक संस्कृती ही केवळ दोन दशकेच जुनी आहे. दुसरे म्हणजे भारतीय भांडवल बाजारांवरील नियमनात्मक देखरेख अद्यापि हळूहळू उत्क्रांत होत आहे तसेच

---

1 मोनिका हलान, रेणुका साने आणि सुसान थॉमस यांनी केलेला अभ्यास : भारतात जीवन विम्याच्या पॉलिसी दिशाभूल करून विकल्याने ग्राहकांना झालेल्या नुकसानीचा अंदाज : संस्था– इंदिरा गांधी इन्स्टिट्यूट ऑफ डेव्हलपमेंट रिसर्च, मुंबई, एप्रिल, 2013

2 रिझर्व्ह बँक ऑफ इंडिया, रिपोर्ट ऑफ द हाउसहोल्ड फायनान्स कमिटी, 24 ऑगस्ट, 2017, https://www.rbi.org.in/Scripts/ PublicationReportDetails.aspx?UrlPage=ID=877CH13.

भारतीय कंपन्यांच्या आर्थिक अहवालातही अनियमितता असते यामुळे सर्वसामान्य गुंतवणूकदाराला व्यवस्थित माहिती घेऊन निर्णयावर येणे अवघड ठरते. तिसरे म्हणजे काही विकसित देशांतील शेअर बाजारांत जशा दीर्घ काळ आघाडीवर राहाणाऱ्या काही महान कंपन्या आहेत तशा भारतीय शेअर बाजारात खूप कमी आहेत. अंबित कॅपिटलने केलेल्या अभ्यासात पुढील मुद्दा स्पष्ट दिसून येतो. म्हणजे एखाद्या क्षेत्रातील आघाडीची आजची कंपनी आहे ती पाच वर्षांनतरही तशीच राहील ही संभाव्यता केवळ 15 टक्के असते. याचा अर्थ असा की बीएसई 500 कंपन्यांपैकी 85 टक्के कंपन्या काही काळाने सर्वसामान्यपणाकडे झुकू लागतात. खरे सांगायचे तर एखादी 'महान'कंपनी पाच वर्षांनंतर त्या क्षेत्रातील मागे पडलेली कंपनी बनण्याची शक्यता 25 टक्के असते. निफ्टीदेखील दर दशकात साधारणपणे 50 टक्के कंपन्या मंथन करून वेगळ्या करते. (विकसित बाजारपेठांत हे प्रमाण 25 टक्क्यांच्या आसपास असते तर उदयास आलेल्या अन्य मोठ्या बाजारपेठांत हे प्रमाण 30 ते 40 टक्के असते.) आणखी सांगायचे म्हणजे मार्केट कॅपच्या पटावरून खाली घसरण्याची मोठ्या, यशस्वी कंपन्यांची प्रवृत्ती केवळ निफ्टीपुरती मर्यादित नसते. भारतातील पोर्टफोलिओ उभारणी आणि गुंतवणूक यांच्या मार्गदर्शकाने या वैशिष्ट्यांकडे लक्ष द्यायला हवे. असा मार्गदर्शक बनणे हे या पुस्तकाचे ध्येय आहे.

हे पुस्तक दोन प्रकारे वाचता येईल. एखाद्या श्रीमंत व्यावसायिक अथवा उद्योजकाने पुस्तकातील एकेक प्रकरण ओळीने वाचून काढावे आणि आपल्या पोर्टफोलिओत इक्विटी आणि बाँड्स- दोन्ही ठेवावे. अशा वाचकांना खास वाचायची प्रकरणे म्हणजे प्रकरण 1 (श्री. तलवार यांचे अनिश्चित भविष्य), प्रकरण 7 (हे सगळे एकत्रच जोडणे) आणि प्रकरण 8 (तुमचा स्वतःचा आर्थिक आराखडा तुम्हीच बनवा) किंवा मग उच्च दर्जाचा इक्विटी पोर्टफोलिओ बनवण्यासाठी ज्यांना अधिक सखोल मार्गदर्शन हवे आहे त्यांनी लक्षपूर्वक असे प्रकरण 2 (कॉफी कॅन इन्व्हेस्टिंग), प्रकरण 5 (मुंगी साखरेचा रवा), प्रकरण 6 (सबुरी आणि गुणवत्ता यांची जोडी कशी जुळते) ही वाचावीत. तसेच कॉफी कॅन पोर्टफोलिओ कसे काम करतो हे पाहाण्यासाठी संलग्नक (अपेंडिक्स 1) वाचावे.

प्रकरण १

श्रीयुत तलवार यांचे अनिश्चित भविष्य

“झाड लावण्याची सर्वांत उत्तम वेळ वीस वर्षांपूर्वीच होती आणि त्यानंतरची सर्वोत्तम वेळ कुठली असेल तर ती ही आत्ताचीच की!”

–पुरातन चिनी म्हण

आनंदसोहळ्याची आणि जुन्या स्मृतीत हरवून जाण्याची संध्याकाळ

अगदी उत्तर भारतीय मापदंड लावूनही जून महिन्यातली ती संध्याकाळ वाजवीहून अधिक उष्णच होती. पारा 42 अंश सेल्सिअसशी घोटाळत होता. संध्याकाळच्या गर्दीच्या वेळेशी सुसंगत अशा रीतीने नोएडाकडून सर्व दिशांना जाणारे सगळे रस्ते गाड्यांच्या बंपरला बंपर टेकेल अशा गर्दीने ठप्प झालेले होते. तथापि, दिल्ली–आग्रा महामार्गापासून पाचच मिनिटे अंतरावरील ‘अविरल गृह संकुला’च्या फ्लॅट क्र. 901 मध्ये राहाणारे तलवार कुटुंब मात्र एक खास संध्याकाळ साजरी करण्यात मग्न होते.

योगेश तलवार यांच्या मुलाला बारावीच्या बोर्ड परीक्षेत उत्तम यश मिळाले होते. ते यश साजरे करण्यासाठी जमलेल्या छोट्याशा गोतावळ्याकडे बघून योगेश तलवार आनंदाने हसले. रोनितला 93 टक्के मिळून तो वर्गात तिसरा आला होता. ही वेळ आनंद साजरा करण्याची होती. जमलेले सर्वच नातेवाईक रोनितचे भविष्य उज्ज्वल असल्याची ग्वाही देत होते. 1967 साली प्रदर्शित झालेल्या ‘द ग्रॅज्युएट’ या सदाबहार चित्रपटातील दृश्याची आठवण येईल अशा प्रकारे नातेवाईक आणि स्नेहीजन यांनी त्या तरुण मुलाचे अभिनंदन केले आणि त्याने आयुष्यात पुढे काय करावे याविषयीचे स्वतःचे विचारही त्यास ऐकवले. त्या ‘सुपरहिट’ चित्रपटातील

पदवीधर मुलाचं काम डस्टीन हॉफमन यांनी केलं आहे. या चित्रपटामुळे ते रातोरात 'स्टार' बनले आणि त्यांच्या नावाची ऑस्कर पारितोषिकासाठी पहिलीवहिली शिफारस तेव्हाच झाली. खरोखरच त्या लक्षवेधी दशकाचे मर्मच जणू त्या चित्रपटाने पकडले होते.

आपल्या मुलाच्या भविष्याविषयीचे ते आनंदी अंदाज ऐकता ऐकता का कोण जाणे पण श्री. तलवार यांना किंचित अस्वस्थता आली होती. त्या सगळ्या गडबड-गोंधळातही त्यांना जाणवत होतं की काहीतरी कुठंतरी खटकतं आहे पण आपल्या या बेचैनीचे नक्की कारण काय, याकडे त्यांना बोट दाखवता येत नव्हतं. सगळे पाहुणे गेल्यावर ते त्यांची आवडती सिंगल माल्ट व्हिस्की घेऊन घराच्या बाल्कनीत बसले तेव्हा त्यांचं मन हळूहळू स्वतःच्या करिअरचं सिंहावलोकन करू लागलं. त्यांनी आसपासच्या गगनचुंबी इमारतींकडे पाहिलं. त्यातील बहुतेक इमारती अर्धवट तयार झालेल्या अवस्थेत होत्या. बांधकाम विकसकांनी मध्येच काम सोडून दिलेल्या दिसत होत्या त्या. - हेच तर आहे ते ग्रेटर नोएडा. श्री. तलवार यांचे मन त्यांच्या प्रतिष्ठित अशा कॉर्पोरेट करिअरचा आढावा घेऊ लागलं.

त्यांनी शिक्षणात उत्तम कामगिरी केली होती. पूर्वी आंध्र प्रदेशात परंतु सध्या तेलंगणात असलेल्या वरंगळ येथील उत्तम दर्जाच्या प्रादेशिक इंजिनिअरिंग कॉलेजातून त्यांनी इंजिनिअरिंगची पदवी घेतली होती आणि नंतर ते गुरगाव येथील मॅनेजमेंट डेव्हलपमेंट इन्स्टिट्यूट (एमडीआय) या प्रतिष्ठित बिझनेस स्कूलमध्ये पुढील अभ्यास पूर्ण करायला गेले होते. एमडीआय संस्थेतून त्यांनी मिळवलेली एमबीए पदवी आणि आधीची भरभक्कम शैक्षणिक कामगिरी यांच्यामुळे योगेश तलवार यांना एका मोठ्या आंतरराष्ट्रीय कंपनीत वर्षाला 2 लाख रुपये या आकर्षक पगाराची चांगली नोकरीही लगेच मिळाली होती. त्या काळात त्यांच्या डोळ्यांत मोठमोठी स्वप्ने होती आणि सारं जगच जणू आपण जिंकणार असंच त्यांना वाटू लागलं होतं. ते साल 1990 असलं तरी अगदी कालच घडल्यासारख्या घटना वाटत होत्या तेव्हाच्या.

त्यानंतरची वर्षे पाखराचे पंख लावून उडाली परंतु 1991नंतरच्या खळबळजनक कालखंडातही श्री. तलवार यांनी ढोबळ मानाने योग्य गोष्टी केल्या. सुरुवातच करायची तर त्यांनी एका चुणचुणीत, हुशार मुलीशी लग्न केलं. त्यांची पत्नी कुसुम नोएडातील खाजगी शाळेत शिक्षिका होती. त्यांची मुले- आकांक्षा आणि रोनित दोघंही हुशार, मेहनती आणि चांगल्या वर्तणुकीची होती. आकांक्षा बंगलोर येथे बायोटेक्नॉलॉजीमध्ये पदव्युत्तर शिक्षण घेत होती तर रोनित इंजिनिअरिंगच्या प्रवेश परीक्षेच्या निकालाची वाट पाहत होता. श्री. तलवार यांचे जीवन आता स्थिरस्थावर झाले असले तरी त्यांना आत खोल कुठेतरी बेचैनी जाणवत होती.

जसजशी वर्षं गेली तसतशी- किंवा खास करून मागच्या चार ते पाच वर्षांत त्यांना वाटू लागलं होतं की आपण मागची पंचवीस वर्षे कॉर्पोरेट करिअरमध्ये खूप

कष्ट केलेले असले तरी क्षमतेपेक्षा आपण कमीच साध्य करू शकलो आहोत. त्यांनी नोकरीस सुरुवात केली तेव्हा स्वतःला म्हटलं होतं की मी चाळिसाव्या वर्षी निवृत्ती घेईन. मग त्या चाळीसचे पंचेचाळीस झाले होते आणि आता तर ते पन्नाशीला आले होते, तरीही एवढे कष्ट घेऊनही त्यांना आर्थिकदृष्ट्या खूपच असुरक्षित वाटत होतं. म्हणजे बिझनेस स्कूलमधून पदवी घेऊन बाहेर पडताना जेवढं वाटत होतं तेवढंच असुरक्षित आताही वाटत होतं.

त्यांनी 1990 साली कामाला सुरुवात केली तेव्हा भारत उदारीकरणासाठी आपली दारं उघडण्याच्या बेतात होता. खाजगी कंपनीत नोकरी करण्यासाठी ती वेळही चांगलीच होती. सार्वजनिक क्षेत्रातील कंपन्यांत नोकरी धरलेल्या काही मित्रांहून त्यांची करिअर चांगलीच पुढे गेली होती. वार्षिक पगारवाढही चांगलीच होती. पहिल्या काही वर्षांत तरुण योगेशना बचत वगैरे करण्याची गरजच पडली नाही. त्यांनी त्यांचं उत्पन्न नवीन बाइक, प्रवास, नातेवाईक-मित्रमंडळींसोबत फिरायला जाणे यावर व्यतीत केलं. ते उदार अंतःकरणाचे होते, मित्रांच्या पाठीशी वेळेला उभे राहाणारे होते. परंतु दिलेली बहुतेक कर्जे कधीच परत आली नाहीत. मग 1995 साली वयाच्या अठ्ठाविसाव्या वर्षी त्यांचा विवाह झाला. पण त्यामुळे त्यांची जीवनशैली फार काही बदलली नाही. त्यानंतर आकांक्षाचा जन्म 1996 साली झाला तेव्हा कुठे कुसुमला आणि त्यांना जाणीव झाली की आपल्याला आता आर्थिक 'ढाल' उभारायला हवी आहे.

आकांक्षाचा जन्म झाल्यानंतर काही दिवसांतच तलवारांनी पहिली बचत ठेव बँकेत ठेवली. त्यानंतरची बरीच वर्षे बचत ठेवी हीच त्यांची आवडती गुंतवणूक होती. मग हे तलवार जोडपे शक्य होईल तेव्हा कुसुमसाठी सोन्याचे दागिने विकत घेऊ लागले. सोने विकत घेण्यात पारंपरिक शहाणपण होतंच (किंमत नक्की वाढेल असा विश्वासू साठा) त्याशिवाय आकांक्षा लग्नाच्या वयात येईल तेव्हाही ते उपयोगी पडणार होतं. त्यांचे काही मित्र शेअर्समध्ये पैसे गुंतवत होते परंतु 1991 आणि 2004 या काळात भारतीय शेअर बाजारात सातत्याने शेअर्सच्या किमती कृत्रिमपणे वाढवण्याचे घोटाळे (प्राइस रिगिंग स्कॅम्स) होत होते त्यामुळे तलवार शेअर्समधील गुंतवणूकदारांना चक्क 'जुगारी' समजू लागले होते. बहुतेक सुशिक्षित भारतीयांप्रमाणे त्यांनाही शेअर बाजार म्हणजे अंधारलेली अज्ञात जागा आहे असं वाटत होतं. खरं सांगायचं तर मित्रांनी शेअर बाजारात मोठमोठ्या रकमा गमवलेल्याच्या बातम्याच अधूनमधून त्यांच्या कानांवर येत होत्या.

1999 साली तलवारांनी नोएडा येथे त्यांचा पहिला फ्लॅट विकत घेतला. हा निर्णय त्यांनी आईवडिलांच्या आग्रहाखातर घेतला होता. आईवडिलांनी तर काय, योगेश यांच्या जीवनातील तीन मोठ्या निर्णयांकडे त्यांना ढकलून जणू 'हॅट ट्रिक'च साधली होती. ते निर्णय होते लग्न, मुले आणि आता हे घर. आपल्या मुलाचं

वयाच्या अवघ्या बत्तिशीत स्वतःचं घर झालं याचा त्यांना कोण अभिमान होता! कारण त्यांना स्वतःला वयाच्या पन्नाशीतच घर घेणं शक्य झालं होतं. गृहकर्ज घेऊन योगेशनी घर विकत घेतलं त्या काळात व्याजाचा दर 13 ते 14 टक्के इतका उच्च होता. त्याच्या हप्त्यांमुळेच तर या दांपत्याला त्यानंतर कित्येक वर्षे सगळ्या हौसा, मौजा बाजूला ठेवून हातातोंडाशी गाठ असं जीवन जगावं लागलं होतं. त्यांना तर घर घेण्यासाठी बचत ठेवीही मोडाव्या लागल्या होत्या. परिणामतः तिशीचा पूर्ण काळ त्यांची सर्व बचत स्थावर मालमत्तेतच गुंतून पडली होती.

सुदैवाने नंतरच्या वर्षांत व्याजाचे दर उतरले आणि तलवारांचा पगारही वाढला. दरमहाच्या हप्त्याचं ओझं कमी झाल्यावर कुटुंबाने सुटकेचा निश्वास टाकला आणि तलवार यांनाही बचतीस पुन्हा सुरुवात करता आली. मग ते बचत ठेव या जुन्याच सखीकडे पुन्हा वळले. पण या वेळेस तलवार थोडे अधिक आक्रमकही बनले होते. 2000 सालानंतरच्या भारतात तर त्यांनी चक्क शेअर्सही विकत घेतले. त्यांच्या कचेरीतील छोट्या गटाच्या सामुदायिक शहाणपणावर आधारित हा निर्णय त्यांनी घेतला होता. त्या काळात स्टॉक्समध्ये पैसे गुंतवणे याचा अर्थ 'ट्रेडिंग' असाच होता. जास्त कालावधीसाठी शेअर्स ठेवून देण्याची संकल्पनाच नव्हती. म्हणजे लोक शेअर्स विकत घ्यायचे, त्यावर घारीसारखी नजर ठेवायचे आणि किंमत वर गेली रे गेली की विकून टाकायचे. वरच्या किमतीला स्टॉकमधून बाहेर पडण्यास 'कला' असं संबोधलं जात होतं आणि त्यामुळे कचेरीत स्वतःची बढाई मारण्याचा हक्क प्राप्त होत होता. श्री. तलवार यांना स्टॉकमध्ये गुंतवणुकीची नशा खूपच आवडली. परंतु का कोण जाणे, त्यांचा पोर्टफोलिओ काही फार वाढला नाही. शेअर ब्रोकरने लावलेले खूप जास्त कमिशन (ब्रोकरेज) आणि कचेरीतील कानोकानी बातम्यांवर विश्वासून सतत खरेदीविक्री केलेल्या शेअर्समुळे तलवारांच्या पोर्टफोलिओमध्ये वारंवार होणारा बदल याचा अर्थ या सगळ्या भानगडीत खरे पैसे त्या ब्रोकरनेच कमावले असं म्हणता आलं असतं. त्या काळातील ब्रोकरेज सौद्याच्या मूल्याच्या एक टक्क्याहून अधिक असायचं.

त्यानंतर बाजारात तेजी आली. योगेश यांचा शेअर्सचा पोर्टफोलिओ छोटा असला तरी त्यांच्या घराचे मूल्य मात्र प्रचंडच वाढले कारण या काळात शेअर्स आणि स्थावर मालमत्ता यांच्या किमती कायच्या काय वाढल्या. परंतु याचा अर्थ त्यांच्याकडील प्रत्यक्ष रोख रकमेत वाढ झाली असा नव्हता कारण ते स्वतः त्या किंमत वाढलेल्या घरात राहत होते आणि घर विकण्याचा तर त्यांचा मुळीच इरादा नव्हता. परंतु तरी आपण 'करोडपती' झालोत ही भावना तर मनाला नक्कीच गुदगुल्या करणारी होती. मग त्यांच्या अधिक श्रीमंत मित्रांप्रमाणे त्यांनीही खाजगी बांधकाम विकसकांना कर्ज देण्यास सुरवात केली. हे कर्ज देण्याचे खाजगी जाळे आयकर अधिकाऱ्यांच्या नजरेस पडणार नाही अशा प्रकारे चालत

होते. महिन्याला 2.5 टक्के व्याज हे तलवारांनी उभ्या आयुष्यात आत्तापर्यंत केलेल्या कुठल्याही अन्य गुंतवणुकीच्या तोंडात मारणारे होते. हे आपल्याला आधी का सुचले नाही म्हणून त्यांनी स्वतःलाच दोनचार शिव्याही घातल्या होत्या. दिलेला पैसा नेहमीच परत येत होता आणि कर्ज घेणाऱ्या बिल्डरांची तर रांगच लागलेली होती.

ॲसेटचा प्रकार म्हणून तलवारांना स्थावर मालमत्ता फार आवडू लागली. त्या काळात देशभरात लोक स्थावर मालमत्ता विकत घेत होते आणि अधिक श्रीमंत होत होते, त्यामुळे ही संधी त्यांना हातची जाऊ द्यायची नव्हती. बँकाही स्थावर मालमत्तेच्या किमतीच्या 90 टक्के कर्ज देण्यास इच्छुक होत्या याचा अर्थ मालमत्तेच्या किमतीत 50 टक्के वाढ झाली तर प्रत्यक्षात केल्या गुंतवणुकीवर 500 टक्के परतावा मिळाल्यासारखे होते. (मालमत्तेच्या किमतीतली वाढ 50 टक्के होणार याची तलवार यांना खात्रीच होती.) त्यामुळे अविरल गृह संकुलातील राहत्या फ्लॅटखेरीज त्यांनी आणखी एक फ्लॅट नोएडा येथेच 'एंपायर अपार्टमेंट्स' या आलिशान, गगनचुंबी इमारतींच्या संकुलात घेतला. त्याचेच बांधकाम सध्या चालू होते. देशाच्या राजधानीच्या प्रदेशात सध्या तेजी चालली होती त्यामुळे नोएडा आणि गुरगावमध्ये गगनाला भिडणाऱ्या टोलेजंग इमारतींचे पेव फुटल्याचे प्रत्यक्ष नजरेस पडू लागले होते. श्री. तलवार यांची आशा आता फारच बळावली. त्यांना वाटू लागलं की सरतेशेवटी आता भारताचं कण्हणं संपलं आणि तो खरोखरच तेजाने तळपू लागला आहे.

पण एके दिवशी ही वाहती गंगा आटली. सगळ्यात अगोदर 2008 साली जानेवारी ते नोव्हेंबर या काळात शेअर बाजार गडगडला. निफ्टी 55 टक्क्यांनी घसरली. या फटक्यात तलवारांच्या जवळजवळ सगळ्याच पोर्टफोलिओची पार धूळधाण उडून गेली. कारण बहुतेक स्टॉक्स हे सहकारी आणि ब्रोकर यांच्याकडून मिळालेल्या बातम्यांवर आधारित भाव वाढल्यावर चटकन विकून टाकणे (स्पेक्युलेशन) या आधारावर विकत घेतले होते. तरीही त्यांची आशा कमी झाली नाही कारण त्यांची बहुतांश संपत्ती स्थावर मालमत्तेत गुंतलेली होती. उलट शेअर बाजार कोसळलेला पाहून भारतीय स्थावर मालमत्ता अजेय आहे यावरचा त्यांचा विश्वास फारच पक्का झाला - शेवटी काय, तर त्यांचे मित्र कालरा यांनी म्हटल्यानुसार घर म्हणजे अशी मालमत्ता होती जिची किंमत घरांची टंचाई असलेल्या या मायदेशात वाढणं अटळच होतं. तर स्टॉक म्हणजे काय नुसता कागदाचा तुकडा- त्याला एक ठरावीक मूल्य असं काहीच नव्हतं. त्यानंतर तलवारांनी शपथ घेतली की आपण शेअर बाजारात कधीच पैसे गुंतवायचे नाहीत. त्यांनी तर स्थावर मालमत्तेतली गुंतवणूक दुप्पट केली म्हणजे एंपायर अपार्टमेंटमध्ये घेतलेल्या फ्लॅटचा पुढला हप्ता भरून टाकला.

तथापि, लवकरच, स्थावर मालमत्तेचं इंजीनही रुळावरून खाली घसरू लागलं. त्याच्या पहिल्या खुणा 2013 साली घरांच्या किमती एकाच ठिकाणी जाऊन स्थिर झाल्या तेव्हा दिसू लागल्या. भारतीय गुंतवणूकदारांनी तोवर घरांच्या किमती जवळजवळ दर महिन्यास वाढत जाताना पाहिल्या होत्या आणि ही किमतीत वाढ सातत्याने होणारच असं त्यांनी मुळी गृहीतच धरल्यात जमा होतं. किमती एकाच जागी तुंबल्यामुळे तलवारांना अस्वस्थता आली असली तरी वृत्तपत्रांत येत होतं की हा मागणीतला मंदपणा तात्पुरता आहे त्यामुळे तलवारांच्या मनात भीती निर्माण झालेली नव्हती. स्थावर मालमत्तेचे तज्ज्ञ (म्हणजे बांधकाम विकसक आणि घरे विकणारे एजंट) हे आर्थिक चॅनेलवर येऊन सांगू लागले की हा केवळ काही काळाचा प्रश्न आहे, त्यानंतर घरांच्या किमती पुनश्च वाढू लागणार आहेत.

परंतु दुदैवाने ही मागणीतील मंदी 2013 ते 2017 एवढा जादाच काळ टिकली आणि किमतीही कुठल्या ना कुठल्या प्रकारे साधारण त्याच पातळीवर राहिल्या. बांधकाम विकसक 2015 सालापासूनच घेतलेलं कर्ज फेडण्यात खाडे करायला लागले कारण त्यांचे किमती वाढवून ठेवलेले फ्लॅट्स विकत घेण्यास ग्राहकच येईनासे झाले होते ना. आता तलवारांना दोन प्रकारे धक्का बसला. एक म्हणजे त्यांनी या बिल्डरांना दिलेले कर्जाऊ पैसे अडकले आणि एंपायर अपार्टमेंट्समध्ये त्यांनी बुक केलेल्या फ्लॅटमध्येही पैसे अडकले. जो फ्लॅट त्यांना 3 वर्षांत हातात मिळणार होता त्याचं आता सहावं वर्ष चाललं होतं आणि अजूनही ते काम पूर्ण होण्यासाठी भरपूर विलंब लागेल असंच दिसत होतं. बिल्डरने फ्लॅटच्या किमतीच्या 95 टक्के रक्कम त्यांच्याकडून वसूल केली होती तरीही त्याच्याकडे प्रकल्प पूर्ण करण्यासाठी पैसे नव्हते. दुर्दैवाने नोएडामध्ये अशी खंडीभर तरी प्रकरणे सहज असतील. बिल्डरसोबतची दीर्घकालीन कायदेशीर लढाई ते अन्य फ्लॅट-खरेदीदारांसह लढू लागले होतेच पण त्याशिवाय त्यांच्या हातात करण्यासारखं दुसरं काहीच उरलं नव्हतं. अशा प्रकारे शेअर बाजार आणि स्थावर मालमत्ता या दोन्हींत केलेलं धाडस त्यांच्या चांगलंच अंगाशी आलं होतं आणि करिअरचा उतरता काळ सुरू होत असताना तीव्र आर्थिक फटका मात्र बसला होता.

त्यांनी आणखी एक पेग भरून घेतला आणि टीव्ही लावला. भारताने पाच वर्षांपूर्वी पाकिस्तानच्या विरुद्ध जिंकलेला एकदिवसीय आंतरराष्ट्रीय सामना पुन्हा दाखवत होते. परंतु तलवारांचं मन मात्र दुसरीकडेच कुठेतरी भरकटत होतं. ते आता पन्नास वर्षांचे झाले होते आणि आणखी दहा वर्षांचा नोकरीचा कार्यकाळ त्यांच्या समोर उभा होता. घरातील गुंतवणुकीखेरीज त्यांच्यापाशी बचत ठेवी आणि सोने यांच्यातली गुंतवणूक होती. त्यांनी काही विमा पॉलिसीही घेतल्या होत्या पण त्यांचे नक्की मूल्य काय हे त्यांना अद्यापही पूर्ण समजलेले नव्हते. त्यांच्या निवृत्तीनंतर समजा, ते आणि कुसुम आणखी तीस वर्षे जगले तर त्यांना आरामाचं आयुष्य

कंठण्यासाठी कर वजा जाता कमीतकमी 30 लाख रुपये दरवर्षी मिळायला हवे होते. वर्षाला तीस लाख असे तीस वर्षांहून अधिक काळ मिळत राहाण्यासाठी लागणारी रक्कम काही थोडीथोडकी नव्हती. ''मला त्यासाठी कमीतकमी 9 कोटी रुपये लागतील. एवढे पैसे मी आणणारतरी कुठून?'' तलवारांच्या मनात आलं.

टीव्हीवरील भारतीय इनिंग्जप्रमाणेच त्यांची करिअरदेखील शेवटच्या दहा ओव्हर्समध्ये प्रवेश करत होती त्यामुळे आता मोजून मापून खेळणे भाग होते. ते कसे काय त्या कमी वेळात बरंच काही करू शकणार होते? टीव्हीवरील भारतीय टीमने या शेवटच्या मंद ओव्हर्ससाठी महेंद्र सिंग धोनीने जोरदार फटकेबाजी करावी म्हणून त्याला राखीव ठेवलेलं दिसत होतं. पण तलवारांच्या या मंद गती ओव्हर्सच्या काळात त्यांच्या वतीने बॅटिंग करायला कोण येणार होतं? हाच प्रश्न त्यांना सातत्याने सतावत होता.

ते आणखी एक पेग पेल्यात ओतणार तेवढ्यात कुसुम खोलीत आली आणि म्हणाली, ''आता पुरे झालं नाही का? हातात स्कॉच घेऊन अंधारात एकटंच बसून काय होणार आहे? चला, आपण आता झोपू या आणि उद्या सकाळी गरमागरम कॉफी पिता पिता बोलू या, चला.'' तलवारांनी नि:श्वास सोडला. त्यांची पत्नी नेहमीच त्यांच्याहून अधिक स्थितप्रज्ञ व्यक्ती होती.

श्री. तलवार यांचा जीवनालेख– एका वरिष्ठ अधिकाऱ्याची सर्वसाधारण जीवनरेषा

श्री. संघवी यांच्या समस्याही तलवार यांच्यासारख्याच बऱ्याचशा होत्या परंतु त्यांच्याकडे शून्ये अधिक होती!

नोएडा हे केवळ तलवारांसारख्या हजारो यशस्वी अधिकाऱ्यांच्याच रहिवासाचं ठिकाण नाहीये तर तिथेच जवळजवळ 2500 कारखानेही मालाचे उत्पादन करीत आहेत. तिथे 700च्या आसपास कापड कंपन्या होत्या, त्यांपैकी मुकेश संघवी यांची

कंपनी जुन्या कंपन्यांपैकी एक होती. हे संघवी कुटुंब कित्येक पिढ्यांपासून कापड कारखाने चालवत होतं. पिढ्यान्‌पिढ्या व्यवसायात काढल्याने त्यांचा संपत्तीचा कुंभ वाढलाच होता परंतु सध्या त्यांच्या व्यवसायाला बांगलादेशाकडून तीव्र स्पर्धा अनुभवावी लागत होती. (तिथे कामगारांचं वेतन भारतीय कामगारांच्या वेतनाच्या एक तृतीयांश होतं.) त्यावर कडी म्हणून की काय पण संघवी कुटुंबाला जाचक कामगार कायदे आणि करपद्धती यांना सामोरं जावं लागत होतं. त्यातच त्यांच्या कंपनीला हल्लीच बरंच कर्ज झालं होतं त्यामुळे दोन संघवी बंधू आणि त्यांची बहीण अशा तिघांनी आपला व्यवसाय बुडीत काढण्याचं ठरवलं होतं.

त्या प्रत्येकाला नवीन कुठलातरी धंदा किंवा व्यवसाय करायचा होता परंतु मुकेश संघवींना एक गोष्ट अगदी स्पष्ट होती. ती म्हणजे वयाच्या पंचावन्नाव्या वर्षी त्यांना फार काही उड्या मारायच्या नव्हत्या. आत्तापर्यंत जमवलेल्या संपत्तीच्या बळावर त्यांना शांतपणे जीवन जगायचं होतं. त्यांची ती संपत्ती काही थोडीथोडकी नव्हती. ढोबळ अंदाजानं त्यांच्याकडे एकूण 25 कोटी रुपयांच्या निवासी आणि व्यापारी स्थावर मालमत्ता, सोने, बचत ठेवी, शेअर्स होते; शिवाय कंपनी बंद करतानाही त्यांना भरपूर रोख रक्कम मिळणार होती.

तथापि, त्यांना हेही माहीत होतं की त्यांची विद्यमान जीवनशैली चालू ठेवायची असल्यास त्यांना खूपच मोठी वार्षिक रक्कम लागणार होती. त्यांना दोन मुलगे आणि एक मुलगी होती. मोठा मुलगा सुजय पंचवीस वर्षांचा असून तो त्यांच्या मित्राच्या औषध कंपनीत व्यवस्थापकाचं काम करत होता. उरलेली दोन मुले म्हणजे तेवीस वर्षांचा निर्मेश आणि वीस वर्षांची कोमल हे अनुक्रमे अमेरिका आणि इंग्लंड येथे शिकायला होते. या कुटुंबाला चांगल्याचुंगल्या गोष्टी वापरायला आवडत होत्या. दरवर्षी ते तीनदा परदेशवाऱ्या करायचे आणि त्यांच्या आलिशान जर्मन गाड्या एक वर्षाआड बदलायचे. आता आपण व्यवसाय करणं सोडून दिलं तर हा जमवलेला निधी आपल्या कुटुंबाच्या गरजा भागवण्यासाठी पुरा पडेल का या विचाराने ते बेचैन झाले होते, त्यांना कसली खात्री वाटत नव्हती. शेवटी काय, तर त्यांचा वर्षाचा कौटुंबिक खर्च 1.5 ते 2 कोटी एवढा होता आणि आणखी तीस वर्षे तो चालूच ठेवायचा म्हटलं तर त्यांना कमीत कमी 50 कोटींचा निधी लागणार होता.

आत्तापर्यंत संघवींच्या उत्पन्नाचा एकमेव स्रोत म्हणजे कंपनीकडून त्यांना मिळणारा लाभांश आणि फर्मचे संचालक म्हणून ते घेत असलेला पगार हे होते. मागील काही वर्षांत त्यांच्या पत्नीने बरेच दागिने केले होते, शिवाय त्यांच्याकडे काही व्यापारी गाळे आणि मालमत्ताही होत्या. स्थानिक हुंडी बाजारात ते खूपच सक्रिय होते. यात लोक एकमेकांना विनातारण कर्ज देतात आणि त्यावर जवळजवळ 25 टक्के व्याज सालाना मिळवतात. (आयकर- अधिकाऱ्यांचा डोळा चुकवून हे व्यवहार होतात.)

मागील वर्षांत संघवी शेअर बाजारात बरेच खेळले होते. ते मुळात स्वभावानेच जुगारी होते त्यामुळे आक्रमकतेने खेळायला त्यांना आवडत असे. खरं सांगायचं तर संघवी फ्युचर्स आणि ऑप्शन्स बाजारात सौदे करायचे आणि शेअर्समध्ये लिव्हरेज्ड पोझिशन्स घ्यायचे (म्हणजे कर्ज काढून शेअर्समध्ये पैसे गुंतवायचे.) जानेवारी, 2008 मध्ये तेजीच्या चक्राच्या अगदी कळसावर असताना त्यांच्याकडची मालमत्ता 150 कोटी रुपयांची होती. परंतु नोव्हेंबर 2008च्या सुमारास ती एवढी खाली गेली की ते दिवाळखोरीच्या उंबरठ्याशी जाऊन पोहोचले. त्यामागचं कारण म्हणजे त्यांच्या दलालांनी त्यांच्यावर केलेले मार्जिन कॉल्स हेच होते. (मार्जिन कॉल्स म्हणजे ग्राहकाच्या खात्यातले पैसे ठरावीक पातळीच्या खाली गेले की शेअर दलाल त्यांना अधिक पैसे भरायला सांगतात.) त्यानंतर त्यांनी शपथ घेतली की ही चूक आपण कधीच करायची नाही. पण त्यामुळे मार्च 2009 ते नोव्हेंबर 2010 या काळात निफ्टीत 145 टक्क्यांची तेजी आली तेव्हा त्यांची सोन्यासारखी संधी हुकली. या काळात आपल्या मित्रांनी कमावलेले पैसे पाहून ते चरफडू लागले. त्यामुळे मे 2014मध्ये नरेंद्र मोदी पंतप्रधानपदी आल्यावर संघवींनी ठरवले की आता शेअर बाजारात परत जाण्याची वेळ झालेली आहे.

ती तेव्हाची गोष्ट होती पण आता व्यवसाय बंद केल्यावर आणि लाभांश निघून गेल्यावर संघवी डोकं खाजवू लागले की निवृत्तीची उरलेली वर्षे, कुटुंबाचे राहणीमान आणि मुलांचे शिक्षण केवळ 25 कोटींच्या किरकोळ रकमेवर कसे पूर्ण करायचे?

श्री. संघवी यांचा जीवन आलेख छोट्या व्यवसाय मालकाची सर्वसामान्यतः आढळणारी जीवनरेखा

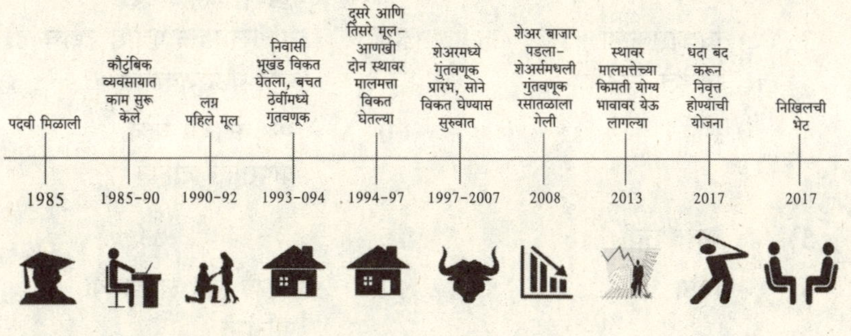

निखिल नामक सल्लागाराचा प्रवेश

दुसऱ्या दिवशी सकाळी गरम गरम मसाला चहाचे वाफाळते कप, पोहे आणि फळे खाता खाता नवऱ्याला कसली चिंता सतावते आहे हे कुसुमने समजून घेतले.

ती त्यांना म्हणाली की आपले शेजारी कृष्णन हे हल्लीच एका संपत्ती व्यवस्थापन कंपनीतील आर्थिक सल्लागाराला भेटले आहेत आणि त्यांना त्यांच्याकडून उपयुक्त माहिती मिळाली आहे. मग तिने कृष्णन दांपत्यालाही नाश्त्यासाठी बोलावलं तेव्हा त्यांनी तलवारांना निखिल बॅनर्जी या एका प्रतिष्ठित संपत्ती व्यवस्थापन कंपनीच्या वरिष्ठ रिलेशनशिप मॅनेजरचं नाव सांगितलं. मग निखिल तलवारांना भेटायला आले तेव्हा त्यांनी सोबत लॅपटॉप आणला होता. त्यात एक फायनान्शिअल प्लॅनिंगचे सॉफ्टवेअर पॅकेज होते. ही भेट तीन तासांहून अधिक काळ चालली आणि त्यातून निघालेले निष्कर्ष म्हणजे तलवारांच्या दृष्टीने साक्षात्कार व्हावा तसेच होते.

निखिल तलवारांना म्हणाले की आपल्याला वाटतं त्याहून सत्य परिस्थिती वेगळीच असते त्यामुळे सगळ्या गोष्टी मोघम बोलण्याऐवजी संख्यारूपात आणायच्या. समोर प्रत्यक्ष संख्या असल्या की आपल्याला हे बरे की ते बरे- याचा फरक करणे सोपेही जाते. म्हणून मग त्या दोघांनी मिळून पहिली गोष्ट काय केली असेल तर ती म्हणजे तलवारांची निव्वळ संपत्ती काय आहे ती आकड्यांत मोजली.

सारणी 1 : श्री. तलवार यांचा वैयक्तिक ताळेबंद

	मालमत्ता	**लाखांमध्ये किंमत**	**माहिती**
1)	घर 1	250	नोएडा येथील राहते घर
2)	घर 2	150	एम्पायर अपार्टमेंट मध्ये खरेदी केलेले घर
3)	विकासकांना दिलेले कर्ज	85	यातील फक्त पन्नास टक्केच परत येऊ शकतात
4)	सोने	60	सौ. तलवार यांचे वापरातले दागिने
5)	बचत ठेवी	25	
6)	विमा	12	एकूण सात लाखाच्या पॉलिसी
7)	रोकड	5	
8)	शेअर्स	5	
	एकूण मालमत्ता	**592**	

	देणी	लाखांत किंमत	माहिती
1)	घर क्रमांक 2 साठी कर्ज	130	कर्जावरील व्याज 9.5%
2)	वाहन कर्ज	11	कर्जावरील व्याज 12%
	एकूण देणी	**141**	
	निव्वळ मालमत्ता	**451**	(एकूण मालमत्ता वजा एकूण देणे)

स्रोत : अंबित कॅपिटल

त्यानंतर त्यांनी त्यांच्या पोर्टफोलिओने मागील 27 वर्षांत त्यांना किती परतावा मिळवून दिला तो मोजून पाहिला. त्यांनी त्या आकड्यांचे अगदी पद्धतशीरपणे विभाग पाडले त्या योगे तलवारांना प्रत्येक श्रेणीतील मालमत्तेने त्यांच्यासाठी किती परतावा निर्माण केला ते समजले, (सारणी 2 पाहा). तेव्हा ते निष्कर्ष पाहून तलवारांना धक्काच बसला. 'वेटेड अॅव्हरेज' या पद्धतीने त्यांना केवळ दर साल 4% परतावा या मागील 27 वर्षांत मिळाला होता.

सारणी 2 : श्री. तलवार यांचा पोर्टफोलिओ आणि 1990 या सालापासून मिळालेला वार्षिक परतावा

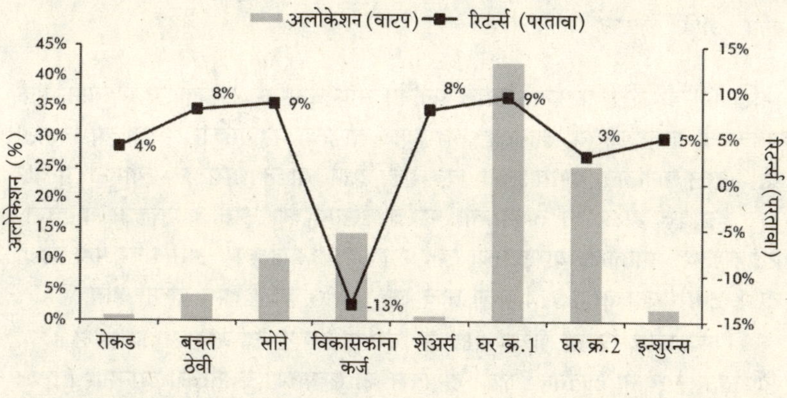

स्रोत : अंबित कॅपिटल : (घर 2 याच्यावरील परतावा हे लेखन केले तेव्हाच्या पुनर्विक्रीच्या बाजारातील मूल्यावर आधारित आहे.)

ते पाहून तलवार तर डोकं धरूनच बसले. परंतु आता भूतकाळ मागे टाकायला हवा, निखिल त्यांना दिलासा देऊ लागले. पण त्याच वेळेस ते असंही म्हणाले की तलवार जर त्यांच्या चुकांपासून शिकणार नसले तर त्यांच्या समोरील भविष्य अधिकच अनिश्चित होईल. त्यामुळे आता सर्वांत महत्त्वाचं हे की पोर्टफोलिओतून कशा प्रकारचा परतावा हवा आहे हे तलवारांनी आता ठरवले पाहिजे. हवा तो परतावा मिळवणे हेच येत्या वर्षांत त्यांनी मनाशी धरलेल्या आर्थिक उद्दिष्टांचे काम असेल. मग निखिल यांच्या मार्गदर्शनाखाली तलवारांनी त्यांची मुख्य आर्थिक उद्दिष्टे लिहून काढली. (सारणी क्र. 3 पाहा)

सारणी 3 : तलवारांची आर्थिक उद्दिष्टे आणि त्यांचे सध्याचे मूल्य

	उद्दिष्ट	लाखांत किंमत (आजच्या भावांनुसार)	ध्येयपूर्तीचे वर्ष
1.	आकांक्षाचे उच्चशिक्षण	80	2021
2.	रोनितचे उच्चशिक्षण	80	2025
3.	आकांक्षाचा विवाह	70	2024
4.	रोनितचा विवाह	70	2028
5.	हॉलिडे होम खरेदी	100	2027
6.	चारचाकी वाहन खरेदी	10	दर तीन वर्षांनी
7.	परदेश प्रवास	5	दर वर्षी

स्रोत : अंबित कॅपिटल

निखिलनी ही उद्दिष्टे फायनान्शिअल प्लॅनिंग सॉफ्टवेअरवर टाकली तेव्हा त्यांना एक महत्त्वाची तरतूद करावी लागली, ती म्हणजे वाढत्या महागाईची. सध्याच्या किमती या पुढील काळात महागाईच्या चक्रवाढ दराने वाढत असतात त्यामुळे प्रत्यक्ष खर्च करायची वेळ येते तेव्हा त्या फारच गैरसोयीच्या ठरतील एवढ्या वाढतात. उदाहरणार्थ, आकांक्षाच्या लग्नाचा खर्च आज 70 लाख रुपये असेल तर महागाईचा दर 8 टक्के धरला तर 2024 मध्ये तोच खर्च 1.20 कोटी रुपये होणार होता.

महागाईचा तलवार यांच्या रोख रकमेच्या पुंजीवर केवढा वाईट प्रभाव पडेल हे त्या सॉफ्टवेअरने त्यांना दाखवलं. त्यानं दाखवलं की सध्याच्या बचतीच्या दरानुसार (उत्पन्न वजा खर्च) आणि त्यांच्या गुंतवणुकीवरील परताव्यानुसार ते साठाव्या वर्षी निवृत्त होतील

तेव्हा त्यांचे राहणीमान अचानकपणे खूपच खालच्या स्तरावर येऊ शकते. त्यांच्या आर्थिक उद्दिष्टांचा खर्च तर दर वर्षाला 8 टक्के महागाई दरामुळे सतत वाढतोच आहे तर त्यांचा आत्ताचा पोर्टफोलिओ मात्र मागील 27 वर्षे केवळ 4 टक्के सालाना वाढत आहे, तो वाढून वाढून फार तर 6 ते 8 टक्के होऊ शकेल. त्यामुळे वरील सारणीत दाखवलेली आर्थिक उद्दिष्टे पूर्ण करायची असल्यास तलवारांना त्यांच्या तुटपुंज्या निवृत्तिपश्चातचा निधी उपसावा लागेल, मग निवृत्तीनंतर जे जीवन त्यांना पत्नीसह जगण्याची इच्छा आहे त्या जीवनाच्या गुणवत्तेशी फारच तडजोड करावी लागेल.

सॉफ्टवेअर पहिल्यांदा चालवून पाहिलं तेव्हा दिसलं की तलवारांना सर्व आर्थिक उद्दिष्टे पूर्ण करायची असतील तर त्यांच्या पोर्टफोलिओने कर वजा जाता आजपासून वर्षाला 21% परतावा द्यायला हवा. या प्रकारचा परतावा तर तलवारांच्या आवाक्याच्या पूर्ण बाहेरच होता. मग निखिलनी पुन्हा एकदा सॉफ्टवेअर चालवलं. या वेळेस त्यांनी परदेश प्रवासांची, गाड्या बदलण्याच्या वर्षांची संख्या कमी केली तसंच हॉलिडे होम खरेदीचा खर्चही घेतला नाही. तेव्हा आवश्यक तो परतावा 16 टक्क्यांवर आला. आत्तापर्यंतचा पगार आणि बोनस यातून त्यांना ठरावीकच अपेक्षा करता येत असल्यामुळे यापुढे ते आपली बचत किती शहाणपणाने गुंतवू शकतात यावर त्यांचं भविष्य अवलंबून असणार आहे हे तर उघडच होतं.

त्यांनी एक काळ असाही पाहिला होता जेव्हा त्यांच्या गुंतवणुकीवर त्यांना 80 टक्के इतका जास्त परतावा मिळाला होता परंतु सरतेशेवटी सरासरी पाहता हा परतावा केवळ 4 टक्के एवढ्या निराशादायक पातळीवर घसरला होता. आता काय करावं हे त्यांना सुचतच नव्हतं. पुढील दहा वर्षे गुंतवणूक करून वर्षाला 16 टक्के करपश्चात परतावा देईल असं काही असेल यावर त्यांचा विश्वासच बसत नव्हता.

तलवारांच्या समस्येवरील तोडगा : इक्विटीच्या ताकदीचा वापर

निखिलनी तलवारांना सांगितलं की इक्विटीत पैसे न गुंतवण्याची चूक तुमच्या हातून झाली. तलवारांची बोटं शेअर्समध्ये पोळली होती त्यामुळे आता त्यात पैसे लावणे त्यांना जुगार खेळण्यासारखेच धोक्याचे वाटत होते. कारण आत्तापर्यंत शेअर्समध्ये त्यांना कधीच पैसे मिळाले नव्हते. त्यावर निखिल त्यांना म्हणाले की तुम्ही मूळ शास्त्रातच चुका केल्यात. एक म्हणजे तुम्ही खूपच जास्त ट्रेडिंग केलंत. त्यांनी ते किती केलं हे मोजून पाहिलं तर तलवारांनी सरासरी एक शेअर चारच महिने जवळ ठेवला तसेच त्यांची शेअर्समधली 80 टक्के गुंतवणूक एक वर्षाहून अधिक काळ कधी राहिलीच नव्हती. या सततच्या खरेदी- विक्रीमुळे त्यांचे शेअर ब्रोकरच खूश होत होते कारण दरवर्षी त्यांच्या पोर्टफोलिओच्या सात टक्के रक्कम त्यांना कमिशन म्हणून मिळत होती.

निखिल त्यांना म्हणाले की अशा प्रकारची गुंतवणुकीची पद्धत असेल तर तुम्हाला कसा परतावा मिळणार? तुमची दुसरी चूक अशी झाली की तुम्ही गुंतवणूक नियमितपणे केली नाहीत. कायम त्या बाजारातली वेळ साधत बसलात. त्यामुळे शेअर बाजारात पैसे लावून स्वस्थ बसण्याऐवजी तुम्ही संधी दिसेल त्यानुसार त्यात आतबाहेर करत गेलात. परिणाम असा झाला की बाजार वर जाऊ लागला की तुम्ही आत येत होता आणि बाजार खाली जाताना त्यातून बाहेर पडत होता. इक्विटीची बाजारपेठ खूपच चंचल असते त्यामुळे त्यातून सातत्याने परतावा हवा असल्यास त्यात पैसे गुंतवलेले ठेवणे हाच एकमेव मार्ग आहे. ज्यांना यातले फारसे माहीत नाही त्यांच्यासाठी सांगायचे तर शेअर बाजाराची चंचलता याचा अर्थ शेअर्सच्या किमतींत किती बदल होतील याविषयी जोखीम आणि अनिश्चितता असणे. ढोबळ मानाने सांगायचे तर शेअरचा भाव छोट्या कालावधीसाठी नाट्यपूर्णरीत्या वर किंवा खाली असा जाऊ शकतो.[1] त्यामुळे निखिल यांचा तलवारांना संदेश तर स्पष्टच होता. बरेचदा असे घडते की आपल्याला अपेक्षा नसताना शेअर्सची किंमत वाढते पण तरी ते सर्वच्या सर्व सारख्या प्रमाणात वाढत नाहीत.

सुदैवाने निखिलनी तलवारांना असंही सांगितलं होतं की आपला मार्ग सुधारण्यासाठीची अजूनही वेळ गेलेली नाही. अद्यापि, निवृत्त होण्यास तुम्हाला दहा वर्षे आहेत आणि इक्विटीला आपली जादूची करामत दाखवण्यासाठी पुरेसा वेळ अजूनही हाताशी आहे. 1979मध्ये निर्मिती झाल्यापासून बीएसई सेन्सेक्सने 15.8 टक्के दराने चक्रवाढ परतावा दिला आहे. शेअर्स दक्षतेने निवडणाऱ्या मंडळींनी तर या काळात अधिक जास्त कमावले आहेत. हा 15 टक्के परतावा (करपश्चातचा निव्वळ परतावा कारण शेअर्सना दीर्घकालीन भांडवली लाभ कर शून्य असतो.) मिळत असताना तलवारांनी याच काळात त्यांच्या पोर्टफोलिओपासून करपूर्व 4 टक्के असा ऐतिहासिक परतावा मिळवला होता.

यातील फरक अधोरेखित करण्यासाठी आणि चक्रवाढीची ताकद दाखवण्यासाठी म्हणून निखिलनी त्यांना प्रत्येक मालमत्ता श्रेणीत 1 लाख रुपये 1990 साली म्हणजे ज्या वर्षी त्यांनी करिअर सुरू केली तेव्हापासून गुंतवले असते तर त्याचे अंतिम मूल्य आज काय झाले असते तेही दाखवले. (पुढील सारणी पाहा).

---

1 'Volatility', Investopedia, http://bit.ly/1H51f4r.

सारणी 4 : 1990 साली 1 लाख विविध मालमत्ता श्रेणीत गुंतवले असते तर 2017 साली झालेले त्याचे मूल्य (करपूर्व)

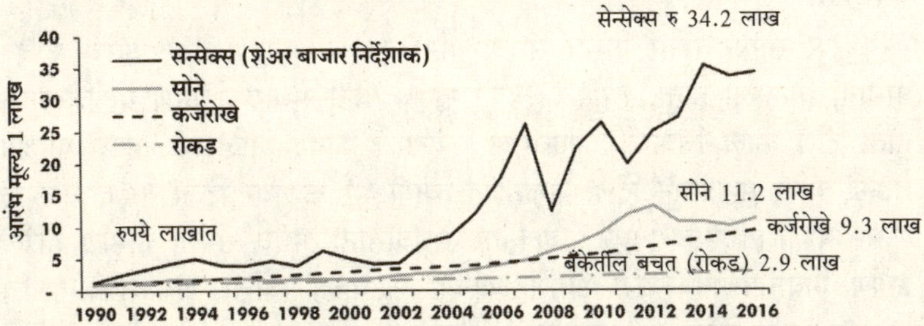

स्रोत- अंबित कॅपिटल

भेट संपली तेव्हा तलवारांचे संपूर्ण मतपरिवर्तन झालं होतं. आपण केलेल्या चुका त्यांना समजल्या होत्या आणि शेअर बाजारातील दीर्घकालीन गुंतवणुकीचे लाभही समजले होते. त्यांनी शपथ घेतली की यापुढे आपण एक चिकाटी धरणारा आणि शिस्तप्रिय इक्विटी गुंतवणूकदार व्हायचे. तसे केल्याने त्यांच्या निव्वळ संपत्तीचे त्यांनी मागील वर्षांत जे नुकसान केले होते ते भरून निघेल अशी निखिलने त्यांना खात्री दिली होती. तलवारांनी मान्य केलं की ते त्यांच्या एकूण निधीपैकी 80 टक्के दीर्घकालीन इक्विटी पोर्टफोलिओमध्ये टाकतील. (गुंतवणुकीची श्रेणी आत्तापर्यंत त्यांच्याकडे जवळजवळ नसल्यातच जमा होती.) तलवारांची ध्येये पूर्ण होण्यासाठी आणि त्यांच्याकडे निवृत्तिपश्चातचा व्यवस्थित निधी जमा होण्यासाठी निखिलने बनवलेल्या योजनेची तपशीलवार परीक्षा या पुस्तकाच्या अंतिम प्रकरणात आपण करू.

निखिल संघवींना भेटला :

निखिलनी संघवींसाठीदेखील हीच फायनान्शिअल प्लॅनिंगची आकडेमोड केली. त्यांच्या गुंतवणुकीच्या आक्रमक शैलीमुळे शेअर बाजारात त्यांचा पार धुव्वा उडाला होताच, त्याशिवाय त्यांनी व्यापारी गाळेही पुष्कळ विकत घेतले होते पण त्यातले बहुतेक आता रिकामेच पडलेले होते. जे भाडे त्यांना मिळेल अशी हमी मिळाली होती ते मिळाले तर कधीच नव्हते आणि या गाळ्यांच्या गुंतवणुकीतून बाहेर पडणे हेही आता अवघड होऊन बसले होते. त्यांनी हुंडी बाजारात दिलेले कर्जही आता अडकून बसले होते कारण अर्थव्यवस्थेत हल्लीच आलेल्या मंदीमुळे त्यांच्या स्वतःच्या कापड धंद्याबरोबरच विविध उद्योगक्षेत्रांतील छोट्या आणि मध्यम व्यवसायावर दुष्प्रभाव पडला होता. 2013नंतर स्थावर मालमत्ता क्षेत्रात

आलेल्या मंदीमुळे तर शहरातील बहुतेक अर्थपुरवठादारांचा खेळता पैसा आटला होता. त्यामुळे या कर्जांना ना कुणी खरेदीदार मिळत होता ना त्यातून बाहेर पडता येत होते.

खरं सांगायचं तर मिस्टर संघवी यांना त्यांच्या गुंतवणुकीवर फारच क्वचित परतावा मिळाला होता, त्यामुळे त्यांना खूपच मोठी सुधारणा करणे गरजेचे झाले होते. दीर्घ काल चिकाटीने गुंतवणूक करण्याचे फायदे निखिलनी खूपच परिश्रम घेऊन त्यांना समजावून दिले. सगळ्यात त्यांनी भर कशावर दिला तर दीर्घ काळ शेअर बाजारात पैसे गुंतवून ठेवले तर संघवींसाठी भरीव संपत्ती निर्माण होईल आणि निवृत्तिपश्चात त्यांना आणि त्यांच्या कुटुंबाला त्यांची जीवनशैली तशीच टिकवून ठेवता येईल. तलवारांकडे निखिलने जे संभाषण केलं ते आणि संघवींशी केलेलं संभाषण यांत खूपच साम्य होतं. खरं तर दोघांच्या आर्थिक दर्जात पुष्कळ फरक असूनही तसं घडलं होतं. संघवींना त्यांची आर्थिक उद्दिष्टे साध्य करण्यासाठी निखिलनी सुचवलेल्या योजनेचा तपशीलवार विचार आपण अंतिम प्रकरणात करणार आहोत.

आपण सगळेच चुका करतो

तलवार आणि संघवी यांनी गुंतवणुकीबाबतीत प्राथमिक चुका समानच केल्या होत्या. त्यामुळे एक तर त्यांच्याकडील संपत्ती कमी झाली होती किंवा तिच्यापासून मिळणारा परतावा मिळायला हवा त्याहून खूप कमी मिळाला होता. आपल्यातील बहुतेक जण गुंतवणूक करताना ज्या सात मूलभूत चुका करतो त्या खाली दिल्या आहेत.

गुंतवणुकीचे स्पष्ट ध्येय किंवा योजना नसणे : आपण कुठे चाललो आहोत हेच माहीत नसेल तर बहुधा आपण चुकीच्याच जागी पोहोचण्याची शक्यता असते. गुंतवणूक करायला प्रारंभ करताना हीच सगळ्यात मोठी चूक बहुतेक गुंतवणूकदार करतात. गुंतवताना आपल्या जीवनातील ध्येये/उद्दिष्टे काय आहेत हे ते अजिबात लक्षात घेत नाहीत. त्यांची बहुतेक गुंतवणूक ही मनात आलं आणि केलं अशी असते आणि ती कुणीतरी दिलेल्या टीपवर आणि बाजारातील अफवेवर अवलंबून असते. आपली जीवनध्येये काय आहेत यांची यादी करणे आणि ती पूर्ण करण्यासाठीचा आर्थिक आराखडा बनवणे हे अत्यंत महत्त्वाचे आहे. आपल्या उद्दिष्टांना आर्थिक आराखड्याचा आधार देण्यात तुम्ही जेवढा उशीर कराल तेवढीच ही उद्दिष्टपूर्ती तुमच्यासाठी कठीण कठीण होत जाईल. संघवींबद्दल बोलायचं तर त्यांचा पोर्टफोलिओ म्हणजे केवळ पैसा भरलेला एक हंडा होता आणि आक्रमक जुगार खेळण्यासाठीच त्यांनी तो वापरला. जेव्हा त्यांनी कंपनी विकली तेव्हा त्यांच्या

लक्षात आलं की आपल्या पोर्टफोलिओला कसलातरी हेतू आणि उद्दिष्ट असण्याची गरज आहे. तो हेतू म्हणजे त्यांच्या निवृत्तीनंतर त्यांचे आणि कुटुंबाचे भरणपोषण आधीसारखेच चालू ठेवणे.

खूप जास्त प्रमाणात आणि खूप जास्त वारंवारतेने ट्रेडिंग (खरेदीविक्री) करणे : बरेच लोक शेअर्समध्ये अतीजास्त ट्रेडिंग अति जास्त वेळा करतात त्यामुळे त्यांना दीर्घकालीन गुंतवणुकीचे लाभ मिळत नाहीत आणि विविध मालमत्तांमधील गुंतवणूकही विवेकी ठरत नाही. गुंतवणुकीत सातत्याने खरेदीविक्री केल्याने आणि बदल केल्याने परतावा कमी होतो तसेच व्यवहारांचा खर्च वाढतो. (हाच शेअर दलाल आणि वित्तसल्लागारांचा उत्पन्नाचा स्रोत असतो.) गुंतवणूक खरेदी करणे आणि विकणे यांत मजा असेलही परंतु दीर्घकालीन संपत्ती निर्मितीचा लाभ हवा असेल तर चिकाटी हीच गुरुकिल्ली कामी येते. तलवारांच्या लक्षात आलं की त्यांच्या परताव्याचा बराचसा भाग या ट्रेडिंगपायीच नाहीसा होत होता आणि त्यामुळे त्यांचा ब्रोकरच श्रीमंत होत होता.

विविधतेचा अभाव : वेगवेगळ्या श्रेणींतील मालमत्ताची जोखीम आणि परताव्याची संभाव्यता वेगवेगळी असते. त्यामुळे आपल्या पोर्टफोलिओत विविधता आणणे हे फार महत्त्वाचे आहे कारण त्या योगे विशिष्ट मालमत्ता श्रेणीत बसलेला धक्का सहन करण्याची तुमची क्षमता वाढते. अधिक स्पष्ट सांगायचे तर वेगवेगळ्या श्रेणींतील मालमत्तांमध्ये पुरेसे वैविध्य आणले की दीर्घकालीन संपत्ती निर्मिती शक्य होते. श्री. तलवार यांनी केवळ स्थावर मालमत्ता याच श्रेणीत संपत्ती ठेवली (म्हणजे स्थावर मालमत्ता विकत घेणे आणि बांधकाम विकसकांना कर्जे देणे) याचा अर्थ असा झाला की जेव्हा स्थावर मालमत्ता क्षेत्रात मंदीचे वारे आले तेव्हा त्यांची अवस्था बिकट झाली. त्याचसोबत अति जास्त विविधता आणि खूपच वेगवेगळे स्टॉक्स/फंड यांच्यात गुंतवणूक करणे याचाही परताव्यावर नकारात्मक परिणाम होतो.

जास्त कमिशन आणि फी : गुंतवणुकीवर अधिक जास्त फी दीर्घ काळ देत राहण्याने तुमच्या पोर्टफोलिओच्या कामगिरीवर मोठाच प्रभाव पडतो. फी आणि ब्रोकरेज म्हणून दरवर्षी तुम्ही पैसे देता तेही तुमच्या गुंतवणुकीच्या परताव्यासोबत वर्षाला चक्रवाढीने वाढत जातात. बरेचदा सल्लागार मंडळी अधिक खर्चीक फंड अथवा अधिक खर्चीक सल्लागारी सेवा तुम्हाला सुचवतात. परंतु या जास्तीच्या खर्चास बळी पडून तुमचा परतावा कमी होऊ देऊ नका. खर्चाचे गुणोत्तर वाजवी असणारे फंडच निवडणे अत्यंत महत्त्वाचे आहे. तलवारांचा निधी विमा योजनांत पैसे गुंतवल्यामुळे खूपच कमी झाला होता कारण त्यातील बहुतेक योजनांचा खर्चच प्रचंड जास्त होता.

अल्पावधीतच परताव्याच्या मागे लागणे : बहुतेक गुंतवणूकदार आपल्या गुंतवणुकीवर उच्च परतावा मिळवण्याच्या मागे असतात परंतु त्यामागे किती जोखीम दडलेली आहे याचा त्यांना जराही पत्ता नसतो. उच्च परतावा देणारा ॲसेट विकत घेण्याचा प्रस्ताव खूपच भुरळ घालणारा असला तरी भूतकालीन परतावा आणि/अथवा सध्याचा उच्च परतावा ही काही भविष्यातही तसाच परतावा मिळत राहील याची हमी नसते. त्यामुळे संपूर्ण चित्र काय आहे याचे अवलोकन केले पाहिजे आणि आपल्या गुंतवणुकीसोबत आपण काय जोखीम पत्करतो आहोत याचे भानही ठेवले पाहिजे. श्री. तलवार आणि श्री. संघवी या दोघांनाही हाव सुटली आणि ते अनुक्रमे बांधकाम विकसक आणि हुंडीवर कर्ज देणे या अल्पकालीन उच्च परताव्याच्या मागे लागले. त्यामुळे दिवस पालटल्यावर त्यांच्या गुंतवणुकीला मोठेच खिंडार पडले.

शेअर बाजारातील अचूक वेळ साधणे : बाजार एका रेषेत कधीच हालचाल करत नाही. तो मुळातच फार चंचल असतो. विशिष्ट क्षणाला बाजारातील कल दाखवणारे वेगवेगळ्या प्रकारचे दर्शक असले तरी याचा अर्थ असा नव्हे की बाजारात नक्की कधी प्रवेश करायचा आणि त्यातून नक्की कधी बाहेर पडायचं हे आपण अगदी अचूकपणे सांगू शकू. एखादा माणूस बाजाराचा उच्चतम बिंदू आणि न्यूनतम बिंदू पकडू शकेल हाच मुळी मोठा गैरसमज आहे. बाजारातील अचूक वेळ साधण्याच्या प्रयत्नांत संघवींनी कित्येक कोटी रुपये गमावले. आपल्या सर्वांप्रमाणे त्यांनाही शेअर बाजाराने शिकवले की त्याच्याशी खेळ खेळू लागलात तर अंतिमतः तुम्ही पैसे गमवताच.

महागाई आणि कर यांच्याकडे दुर्लक्ष : बहुतेक गुंतवणूकदार ढोबळ परताव्यावर डोळा ठेवतात पण खरा परतावा प्रत्यक्षात काय मिळतोय याकडे बघतच नाहीत. आपल्या गुंतवणुकीवरील प्रत्यक्ष परताव्याकडे पाहावयाचे असल्यास आपल्याला महागाई आणि कर यांच्या परिणामाची तरतूद करावी लागते किंवा ते वजा करावे लागतात. तलवारांना त्यांच्या इक्विटीवर फार काही परतावा मिळालाच नाही कारण त्यांचा गुंतवणुकीचा काळ वर्षापेक्षाही कमीच होता. त्याचा अर्थ असा होता की त्यांनी त्यात जे काही पैसे कमवले त्यातूनही करस्वरूपात 15 टक्के जातच होते. शिवाय या दोघा सद्गृहस्थांनी सोन्यात गुंतवणूक करून ठेवली होती कारण सोने हा एक महान ॲसेट आहे अशीच त्यांची भावना होती. परंतु महागाईचा दर लक्षात घेता सोन्यातूनही त्यांना फार काही मिळालं असं दिसून आलं नाही. तलवारांनी 1990 साली नोकरीला लागल्यापासून महागाईचा दर पाहिला तर सोन्याने केवळ 2 टक्केच परतावा वर्षाला दिलेला दिसत होता.

सारणी 5 : महागाईची तरतूद केल्यानंतर सोन्याने खूपच कमी परतावा दिलेला दिसून येतो. (गुंतवलेली रक्कम 1 लाख रुपये.)

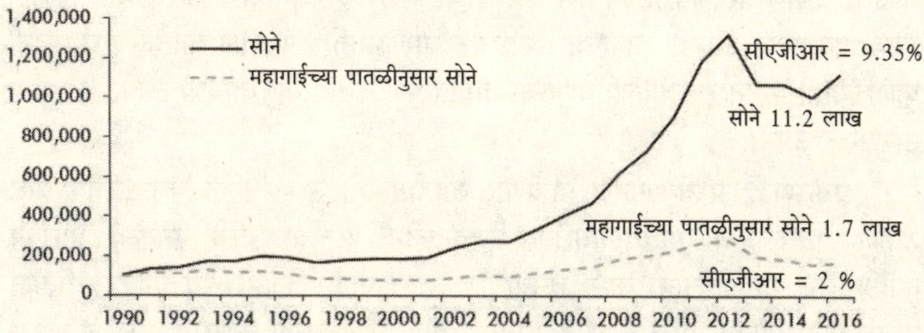

स्रोत - अंबित कॅपिटल

कॉफी कॅनचा वचननामा (मॅनिफेस्टो)

बहुतेक भारतीय लोक शेअर्समध्ये अजिबातच गुंतवत नाहीत. जे कुणी गुंतवतात तेही धरसोड पद्धतीने गुंतवतात. त्याचा परिणाम असा होतो की ज्या अत्यंत शक्तिमान अशा ॲसेटमुळे दीर्घकालीन फायदा लाभतो त्या फायद्यापासून हे सुखवस्तू भारतीय वंचितच राहतात.

इक्विटीच्या किमतीत खूप चढउतार होतात हे मान्य केलं तरी त्यातून मिळणारे लाभ हे वाजवीहून अधिकच भरपाई करतात. त्याशिवाय ही चंचलता कधीकधी अतिशयोक्त दाखवली जाते. जो बचतकर्ता पुढील वीस ते तीस वर्षांसाठी निधी उभारू इच्छित असतो त्याला दोन ते तीन वर्षांच्या काळातील किमतीतले चढउतार फार काही त्रस्त करीत नाहीत. तुमच्या गुंतवणुकीसाठी जेवढा कालावधी अधिक तेवढी तुमच्या गुंतवणूक पोर्टफोलिओत इक्विटीची टक्केवारी अधिक केली पाहिजे. त्यामुळे गुंतवणूकदारांना सांगितलं जातं की तुम्ही शेअर्समधली गुंतवणूक 5 टक्क्यांवरून वाढवून 75 टक्के करा तेव्हा त्यांना आश्चर्याचा धक्काच बसतो. तरीही वीस वर्षांचा कालावधी पाहता शेअर बाजारातील चंचलता लक्षात घेऊनही परताव्यातील फरक प्रचंड थक्क करणारा ठरतो. एका गुंतवणूकदाराने 5000 रुपये इक्विटीत घालून 95000 रुपये कर्जरोख्यात गुंतवले. (त्याचा अंदाज होता की त्यातून अनुक्रमे 15% आणि 7.5% चक्रवाढ व्याजाने परतावा मिळेल) तेव्हा त्याच्याकडे वीस वर्षांनी 4.85 लाख रुपयांचा निधी तयार झाला. परंतु त्यानं इक्विटीत 75000 रुपये गुंतवले असते आणि 25000 रुपये कर्जरोख्यात गुंतवले असते तर त्याच गुंतवणूकदाराकडे 20 वर्षांत 13.3 लाखांचा निधी तयार झाला असता.

या भारतदेशी कुठलीही चुकीची जोखीम न घेता आणि तुमच्या ब्रोकरला अथवा आर्थिक मध्यस्थांनाच फक्त श्रीमंत न बनवता पैसे मिळवण्याचा आणि मोठ्या प्रमाणावर संपत्ती निर्माण करण्याचा एक पूर्ण वेगळाच असा मार्ग पुढील काही प्रकरणांत आम्ही आपल्या समोर मांडणार आहोत. यातील बहुतेक सर्व पद्धती कुणाच्याही मनात सहजगत्या येणाऱ्या आहेत पण तरीही खूपच कमी लोकांनी त्यांना अनुसरलं आहे.

प्रकरण 2 मध्ये आपण पाहाणार आहोत की उत्पन्नातील भूतकालीन वाढ आणि गुंतवलेल्या भांडवलावरील भूतकालीन परतावा यांचे सातत्य पारखून कॉफी कॅन पोर्टफोलिओ कसा बनवावा? असा पोर्टफोलिओ सर्व कालावधींतील परताव्याचे मापदंड ओलांडून पुढे जातो, अगदी तणावाच्या काळात एकूणच शेअर बाजार गटांगळ्या खात असतानाही कौतुकास्पदरीत्या चांगली कामगिरी करतो. (उदा : 2008 सालचे लेहमन ब्रदर्स कोसळल्याचे संकट) जर दहा वर्षांहून अधिक काळ काहीही न बदल करता पैसे गुंतवणूक करून ठेवलेत तर हा पोर्टफोलिओ भारतातील बेंचमार्क स्टॉक मार्केट इंडेक्स म्हणजेच सेन्सेक्सपेक्षाही अधिक जास्त परतावा देतो अशी आकडेवारी आहे.

खर्चाचा परिणाम पोर्टफोलिओच्या मूल्यावर काय होतो हे आपण **प्रकरण 3 मध्ये** पाहणार आहोत. त्याच प्रकारे भारतात आणि जगात म्यूच्युअल फंडांची उत्क्रांती कशी झाली तेही आपण पाहणार आहोत. त्याचसोबत आपण सक्रिय (ॲक्टिव्ह) आणि निष्क्रिय (पॅसिव्ह) फंडांविषयीही शिकणार आहोत. जागतिक स्तरावर आपल्याला दिसून येते की सक्रिय फंडांकडून निष्क्रिय फंडांकडे गुंतवणुकीचा मोठा प्रवाह चालला आहे. यामागचे कारण म्हणजे सक्रिय फंड आता परताव्याच्या बाबतीत सगळ्यांना पहिल्यासारखे मागे टाकेनासे झालेत आणि निष्क्रिय फंड त्यांच्याहून खूपच स्वस्त मिळत आहेत. भारतात आपल्याला दिसून येतं की लार्ज कॅप फंड हे सेन्सेक्सहून अधिक कामगिरी करण्याचे दिवस आता नाहीसेच झाल्यात जमा आहेत. तरीही ते अद्यापि, त्यांच्या जागतिक समवर्ती फंडांच्या तुलनेने अधिक फी आकारत आहेत. या प्रकरणात आपण 'थेट' म्यूच्युअल फंडांचे आगमन आणि 'सल्लागार मंडळ' विरुद्ध 'वितरण' याविषयीही शिकणार आहोत.

प्रकरण चारमध्ये, आपण स्थावर मालमत्तेविषयी चर्चा करणार आहोत. बहुतेक भारतीयांच्या पोर्टफोलिओत या ॲसेट श्रेणीचा सिंहाचा वाटा असतो. लोकप्रिय समजूत काहीही असली तरी निवासी स्थावर मालमत्ता दीर्घ काळात पाहता खूपच वाईट परतावा देतात हे आपल्याला दिसून येते. या ॲसेट श्रेणीचे आणखीही काही तोटे आहेत तेही आपण बघू- व्यवहाराचा उच्च खर्च, रोखतरलता खूपच कमी आणि निराशाजनक करदायित्व. त्यासोबतच भारतातील निवासी घरांच्या

किमती बुडबुड्यांसारख्या असल्याने यात भविष्यातला बराच काळ कमीच परतावा मिळणार असे दिसून येते. व्यापारी गाळे ही त्या मानाने भारतातली आश्वासक ॲसेट श्रेणी वाटते.

भारतातील लार्ज कॅप कंपन्यांना मागे टाकून पुढे जाण्याची छोट्या कंपन्यांकडे किती शक्यता असते याचे पृथक्करण आपण **प्रकरण 5मध्ये** करणार आहोत. रालोआ सरकारने काळ्या पैशावर केलेल्या बहुआयामी हल्ल्यामुळे बचत आता दृश्य मालमत्तेऐवजी आर्थिक मालमत्तेकडे वळल्याचे प्रत्यक्ष दिसून येते आहे. त्याचा परिणाम छोट्या व्यवसायांवर विपरीत होत आहे. (शेअर बाजारात नाव झालेल्या आणि घराघरांत नाव माहीत झालेल्या मोठ्या कंपन्यांच्या तुलनेने असे होत आहे.) या पार्श्वभूमीवर छोट्या कंपन्यांनी अधिक चांगली कामगिरी करण्यासाठी आपण दोन घटकांचे पृथक्करण करून पाहू – एक म्हणजे त्यांच्याकडे मोठ्या कंपन्यांहून अधिक वेगाने नफा निर्माण करण्याची क्षमता पाहिजे आणि दुसरे म्हणजे छोट्या कंपन्या आकाराने वाढतात तसा त्यांचा 'शोध'च शेअर बाजाराला लागतो.

केलेली गुंतवणूक चिकाटीने ठेवून दिल्यामुळे (उच्च दर्जाचे शेअर्समध्ये एक वर्षाहून जास्त काळ गुंतवणूक ठेवून देण्यामुळे) गुंतवणूकदारांना चंचलतेची कमी पातळी सहन करावी लागून अद्वितीय परतावा कसा मिळतो हे आपण **प्रकरण सहामध्ये** पाहणार आहोत. अंतःप्रेरणेने अमुक शेअर वर चढेल किंवा खाली उतरेल असे वाटले तरी अंतःप्रेरणा या शब्दातच सूचित होते की गुंतवणुकीचे क्षितिज छोटे असले की सट्टेबाजीचा मोह होतो मग त्यात आपण ज्या कंपनीत पैसे गुंतवू पाहत आहोत तिच्या गुणवत्तेचा विचार करायची गरज भासत नाही. परंतु आपल्या विश्लेषणानुसार समजते की अगदी छोट्या कालावधीसाठीदेखील उच्च दर्जाच्या स्टॉक्समध्ये गुंतवणे हेच निरोगी परताव्यासाठी गरजेचे असते.

आत्तापर्यंत आपण जे शिकलो त्याचा वापर करून तलवार आणि संघवी यांच्यासाठी चांगल्या गुणवत्तेचा पोर्टफोलिओ निर्माण करण्यासाठी काय करावे हे आपण **प्रकरण सातमध्ये** पाहाणार आहोत. जीवनध्येये आणि गुंतवणूक यांची सांगड घालण्यासाठी आर्थिक नियोजन किती महत्त्वाचे आहे याचा अभ्यास आपण या प्रकरणात करू. कॉफी कॅन पोर्टफोलिओज, एक्स्चेंज ट्रेडेड फंड, स्मॉल कॅप फंड्स आणि लिक्विड फंड्स यांचे योग्य ते मिश्रण करून आपण तलवार आणि संघवी यांना देऊ, त्यायोगे ते दोघेही आर्थिकदृष्ट्या सुरक्षित भविष्याची आशा बाळगू शकतील.

अंबित फायनान्शिअल प्लॅनिंग टूलचा वापर करून तुमच्यासाठी आर्थिक आराखडा बनवण्यासाठी आधीच्या प्रकरणांत आपण काय काय शिकलो याचा आढावा सरतेशेवटी आपण **प्रकरण आठमध्ये** घेणार आहोत.

या प्रकरणातल्या लक्षात ठेवायच्या गोष्टी :

1) सगळ्यात महत्त्वाचे म्हणजे गुंतवणूकदाराने आपली उद्दिष्टे काय आहेत ते आधी व्यवस्थित ठरवले पाहिजे आणि त्यावर विचार करून एक आर्थिक आराखडा तयार केला पाहिजे. हे केल्यामुळे गुंतवणूकदाराची आर्थिक उद्दिष्टे आणि पोर्टफोलिओमध्ये कुठल्या प्रकारची जोखीम घेतली पाहिजे त्याची सांगड घालणे शक्य होते.

2) जुन्या जमान्यातील शहाणपणाला अनुसरून बचत ठेवी, स्थावर मालमत्ता आणि सोने यांच्यात खूप जास्त गुंतवणूक न करणे फार महत्त्वाचे आहे. दीर्घ काळाचा विचार करता या मालमत्ता श्रेणी परताव्याच्या दृष्टीने इक्विटीहून खूपच कमी कामगिरी करतात आणि गुंतवणूकदाराच्या संपत्तीची हानी करतात.

3) दीर्घ काल टिकणारा परताव्याचा इक्विटी हाच सर्वांत शक्तिमान चालक ठरतो. तथापि, गुंतवणूकदारांनी चिकाटी धरली पाहिजे आणि गुंतवणुकीत योजनाबद्धता आणली पाहिजे. तसंच दलाली आणि आर्थिक मध्यस्थांच्या फिया कमीच ठेवल्या पाहिजेत.

प्रकरण २

कॉफी कॅन इन्व्हेस्टिंग

''खरोखरच कुठल्याही गुंतवणूकदाराची मुख्य समस्या आणि सर्वांत वाईट शत्रू तर तो स्वतःच असतो.''

–बेंजामिन ग्राहम, द इंटेलिजंट इन्व्हेस्टर, (1949)[१]

गुंतवणूकविषयक समस्येची व्यवस्थित आखणी करताना

सर आयझॅक न्यूटन हे अत्यंत चाणाक्ष व्यक्ती होते. परंतु चाणाक्ष भौतिकशास्त्रज्ञ असणे आणि चाणाक्ष गुंतवणूकदार असणे यांत खूप फरक असतो. दुर्दैवाने ते न्यूटनना खूपच जोरदार ठेच लागूनच शिकावे लागले. बेंजामिन ग्राहम यांच्या 'द इंटेलिजंट इन्व्हेस्टर' या सुप्रसिद्ध पुस्तकातील मजकुरात भर घालून आणि त्याविषयी स्वतःचे भाष्य करून जेसन झ्वाइगने नवीन आवृत्ती काढली तेव्हा त्यात त्यांनी साउथ सी कंपनीत न्यूटन यांनी धाडसी गुंतवणूक केली त्याचा किस्सा समाविष्ट केला आहे.

1720 सालच्या वसंत ऋतूत सर आयझॅक न्यूटन यांच्याकडे द साउथ सी कंपनी या इंग्लंडमधल्या तत्कालीन उत्तम कंपनीचे शेअर्स होते. एकदा, शेअर बाजाराची चंचलता हाताबाहेर चाललेली पाहून हा महान भौतिकशास्त्रज्ञ म्हणाला, ''मी एक वेळ आकाशातील ग्रहताऱ्यांची हालचाल मापू शकतो पण शेअर बाजारातील लोकांचा वेडेपणा मोजू शकत नाही.'' मग न्यूटननी आपले साउथ सी कंपनीचे शेअर्स 100 टक्के फायदा खिशात घालून 7000 पौंडांना विकून टाकले.

---

1 हार्पर बिझनेस, 2013ची आवृत्ती

परंतु त्यानंतर थोड्याच महिन्यांत बाजारातील अनावर उत्साहाचा संसर्ग होऊन न्यूटननी पुन्हा एकदा अधिक जास्त किमतीला तेच शेअर्स विकत घेऊन बाजारात प्रवेश केला. पण तसे करताना त्यातच ते 20000 पौंड गमावून बसले. (2002-03 या काळात पाहता हे पौंड 30 लाखांहून जास्त भरतात.) त्यानंतर त्यांच्या उर्वरित जीवनात 'साउथ सी' हे शब्दही त्यांच्या समोर उच्चारायचे नाहीत अशी तंबी त्यांनी लोकांना देऊन ठेवली होती.

सर आयझॅक न्यूटन यांचा हा अठराव्या शतकातला अनुभव आणि भारतातल्या शेअर बाजारातील गुंतवणूकदारांचा विसाव्या सहअनुभव यांत काही फारसा फरक नाही. न्यूटन हे काही 'ढ' होते अशातला तर भागच नाही. तसंच तलवार आणि संघवी हेदेखील 'ढ' लोक नव्हते. तेही बुद्धिमान लोक होते. न्यूटननी कॅल्क्युलस शोधून काढला आणि अत्यंत महत्त्वाचा असा गतीचा कायदा शोधून काढला. परंतु या छोट्याशा किश्श्यावरून समजतं की ते काही चलाख गुंतवणूकदार नव्हते कारण त्यांना त्यांच्या भावनांवर काबू मिळवता आला नाही आणि गर्दीच्या तर्कहीनतेसोबत तेही वाहात गेले.

दोन सोप्या प्रश्नांच्या उत्तरांवर इक्विटीमधील गुंतवणुकीचे यश लटकलेले असते. : मी कुठला स्टॉक विकत घेऊ? आणि विकत घेतलेला स्टॉक किती काळ माझ्या जवळ ठेवू? प्रश्न सोपे आहेत पण उत्तरे सोपी नाहीत.

मुंबईत सामाजिक भेटीगाठींच्या कार्यक्रमात नेहमी चर्चिला जाणारा विषय असतो तो म्हणजे कुठले शेअर्स विकत घ्यावेत किंवा विकावेत? या प्रश्नाचे उत्तर देणारे लोक बहुधा पुढील विधाने करतात : ''मी 12 महिन्यांपूर्वी 'क्ष' शेअर्स विकत घेतले आणि आता त्यांची किंमत जवळजवळ दुप्पट झाली आहे.'' किंवा ''तुम्ही 'क्ष' कंपनीचे शेअर्स आज विकत घ्या कारण पुढील सहा महिन्यात त्यांची किंमत चांगली वाढेल.''

कुठले शेअर्स विकत घ्यावेत आणि किती काळ ठेवावेत या गुंतवणुकीवरील चर्चेचा ना तलवारांना फायदा झाला, ना संघवीना फायदा झाला ना सर आयझॅक न्यूटनना फायदा झाला.

भारतातील बहुसंख्य इक्विटी गुंतवणूकदारांच्या दृष्टीने गुंतवणूक हे फारच गुंतागुंतीचे प्रकरण असते. त्यांच्या भोवती केवळ 'बनचुके' सल्लागार असतात म्हणूनच नव्हे तर ते चुकीचे गुंतवणूक सिद्धान्त आत्मसात करतात किंवा त्यांना ते पढवले जातात. हेही त्यामागचे कारण असते. त्यातील सर्वत्र आढळणारा एक सिद्धान्त म्हणजे शेअर बाजारात उत्तम परतावा मिळवायचा असेल तर अधिक मोठी जोखीम घ्यायला हवी. अशा चुकीच्या समजुतीमुळे गुंतवणूकदारांच्या मनामध्ये सट्टेबाजी आणि गुंतवणूक यांतील फरक अंधूक बनतो. कारण मग ते क्षणिक घटनांना प्रतिसाद देऊन स्वतःचे भांडवल गमावतात आणि मधल्यामधे दलालांची संपत्ती मात्र वाढवतात.

खरे 'सट्टेबाज' पण जे स्वतःला चुकीने गुंतवणूकदार समजतात आणि म्हणवून घेतात ते एखाद्या कंपनीचे शेअर्स विकत घेतात कारण तसे त्यांच्या मित्राच्या मित्राने सांगितलेले असते की अमुक एका कंपनीच्या शेअरची किंमत वर जाईल. किंवा ते स्मॉल कॅप स्टॉकमध्ये, सायक्लिकल स्टॉकमध्ये (म्हणजे देशाच्या अर्थव्यवस्थेअनुसार ज्या कंपन्यांची वाढ कमी जास्त होते अशा कंपन्या) अथवा बिटन डाउन स्टॉकमध्ये (म्हणजे अचानक शेअर्सची किंमत कमी झाली म्हणून) सौदे करतात पण पैसे गुंतवण्यापूर्वी ती कंपनी काय करते, तिचा प्रवर्तक किती प्रामाणिक आणि सक्षम आहे, या गुंतवणुकीत जोखीम काय आहे याची कसलीही माहिती ते घेत नाहीत. या सट्टेबाजांना बाजारातील अन्य गुंतवणूकदारांपेक्षा कसलाही अधिक फायदा मिळत नाही आणि माहितीबद्दल म्हणाल तर प्रत्यक्षात व्यावसायिक फंड व्यवस्थापकांपेक्षा त्यांच्याकडे कमीच माहिती असते. त्यामुळे दीर्घ काळात ते जेवढे पैसे कमावतात त्याहून जास्त गमावतात. सर आयझॅक न्यूटन, तलवार आणि संघवी हे सगळे सट्टेबाज होते, त्यामुळे त्यांच्या असाहाय्यतेचा फायदा घेणाऱ्या स्टॉकब्रोकर्सनी त्यांच्या या दोषांचा भरपूर फायदा घेत त्यांची संपत्ती लुटली.

महान गुंतवणूकदारांनी सांगितलेले गुंतवणुकीचे तत्त्वज्ञान

''ज्ञानात केलेल्या गुंतवणुकीचे व्याज सर्वाधिक मिळते.''
–बेंजामिन फ्रँकलिन (1706–90)

तर सांगायचं तात्पर्य असं की आपण सट्टेबाजांना मागेच ठेवलं आणि ज्यांनी सबुरी कशी धरायची याचा पद्धतशीर विचार केला आणि शेअर बाजारात भरपूर पैसे कमावले अशांचे म्हणणे ऐकून घेतले तर त्यांच्याकडून आपल्याला काय शिकायला मिळतं?

शेअर्सधारकांना 2007 साली लिहिलेल्या बर्कशायर हाथवेजच्या पत्रात वॉरन ई. बफे लिहितात,[1] की मला अशा कंपन्यांत पैसे गुंतवायला आवडतात ज्यांचा 1) व्यवसाय काय आहे ते मला कळते. 2) दीर्घकालीन अर्थव्यवस्थेच्या दृष्टीने पाहता त्यांचे उद्योगातील स्थान सोयीचे असते. 3) त्यांचे व्यवस्थापन सक्षम आणि विश्वासार्ह असते आणि 4) त्यांच्या शेअर्सच्या किमतीचा टॅग वाजवी असतो. खऱ्याखुऱ्या महान व्यवसायापाशी दीर्घ काळ टिकून राहील अशी संरक्षक ढाल असावी लागते जिच्यामुळे गुंतवलेल्या भांडवलावरील उत्कृष्ट परताव्याचे संरक्षण होईल. उच्च परतावा मिळवणाऱ्या कुठल्याही कंपनीच्या 'गढी'वर स्पर्धकांचा वारंवार हल्ला होईल ही गतिमान भांडवलशाहीत काळ्या दगडावरची रेघच असते. उद्योगजगताच्या इतिहासात अशा प्रकारच्या कित्येक झगमगत्या कंपन्यांच्या संरक्षक

1 वॉरन ई. बफे- बर्कशायर हाथवे इंक, 2007चा वार्षिक अहवाल- स्रोत http://www.berkshirehathaway.com/letters/2007ltr.pdf.

भिंती केवळ भ्रम ठरल्या आणि त्यामुळे स्पर्धकांना त्या ओलांडता आल्या अशी उदाहरणे खच्चून भरलेली आहेत. 'सातत्याने टिकून राहणारी संरक्षक ढाल हाच आपला निकष असल्याने उद्योगक्षेत्रातील ज्या कंपन्यांना वेगवान आणि सातत्याने बदलत्या परिस्थितीला सामोरे जावे लागते अशा कंपन्यांना आपण जमेत धरू शकत नाही. भांडवलशाहीचा 'कल्पक, सर्जनशील विध्वंस' हा समाजाच्या भल्यासाठी असला तरी त्यामुळे गुंतवणुकीच्या शाश्वतीस धोका पोहोचतो. जी संरक्षक भिंत सातत्याने नवी बांधावी लागते ती संरक्षक भिंतच नव्हे असे सरतेशेवटी आपल्या लक्षात येते. कारण स्थिर उद्योगातील दीर्घकालीन स्पर्धात्मक फायदा हीच गोष्ट आपण कुठल्याही व्यवसायात शोधत असतो.'

'गुंतवणूकदाराने विकत घेतलेले शेअर्स किती काळ ताब्यात ठेवावेत,' या विषयावर मत व्यक्त करताना वॉरन बफे यांनी 1988 साली शेअर्सधारकांना उद्देशून लिहिलेल्या बर्कशायर हाथवेच्या पत्रात म्हटले की, जेव्हा आपण असामान्य व्यवस्थापनाकडून चालवल्या गेलेल्या असामान्य उद्योगाचे शेअर्स विकत घेऊन त्यांचे अंशतः मालक बनतो तेव्हा ते शेअर्स आपल्याकडे किती काळ ठेवावेत याचे उत्तर माझ्या मते "कायमचे ठेवून द्या," असेच असेल. कंपन्यांनी चांगली कामगिरी केली की जे लोक घाईघाईने शेअर्स विकून फायदा रोखीत कमवतात पण सदैव निराश करणाऱ्या कंपन्यांचे शेअर्स मात्र तसेच ठेवून त्यातील नुकसान प्रत्यक्षात कधीच सोसत नाहीत अशांच्या अगदी विरुद्ध वर्तन आपण करायचे असते. पीटर लिंच अशा वर्तनाचे वर्णन अत्यंत अचूक शब्दांत करताना म्हणतात की तसे केल्याने आपण फुले तोडून टाकतो आणि तणालाच पाणी घालत बसतो.

'बफे - द मेकिंग ऑफ ॲन अमेरिकन कॅपिटलिस्ट' या 1995 साली लिहिलेल्या पुस्तकात रॉजर लोवेनस्टाईन म्हणतात, "बफे यांची गुंतवणूक शैली अगदी व्यवस्थितपणे शिकता येण्यासारखी आहे." तथापि, यात एक अंतर्विरोध आहे. या अंतर्विरोधाचा एक भाग असा की लोक 'साधेपणा' ला 'सोपेपणा' समजण्याचा गोंधळ करतात. बफे यांची पद्धत अगदी सरळसोट होती आणि त्या अर्थाने ती 'साधी' होती. पण समजून घेण्यास साधी असली तरी प्रत्यक्षात आणण्याच्या दृष्टीने तिला 'सोपी' म्हणता आलं नसतं. कोका कोलासारख्या कंपन्यांचे मूल्य ठरवताना कित्येक वर्षांच्या अनुभवाचे शहाणपण त्याच्या मागे होतं. तेव्हाही तिथे एक अंतःप्रेरणेसारखा सापेक्ष घटक हजर होताच. (बर्कशायर हाथवे यांची 1981-90च्या दशकातील सर्वाधिक गुंतवणूक कोका कोलामध्ये होती.) बफे यांनी जे केलं म्हणजे अहवाल आणि ट्रेड जर्नल्स वाचणे हे तर छोटा गुंतवणूकदारही करू शकतो. पण त्यांना तीव्रतेने वाटत होतं की रोजच्या जीवनातील शहाणपण येथे कामी येत नाही. शहाणा माणूस बाजारात गुंतवू शकत होताच.[1] पण त्याने ग्राहम आणि डॉड यांनी

1 या ठिकाणी आम्हीच हे शब्द ठळक केलेले आहेत.

गुंफलेल्या चौकटीबाहेर जाता कामा नये. परंतु बऱ्याच लोकांचा कल हेकटपणे या सगळ्या गोष्टी खूप गुंतागुंतीच्या करून टाकण्याकडे असतो.

आकाश प्रकाश हे 'अमान्सा कॅपिटल' या सिंगापूर स्थित परदेशी गुंतवणूक संस्थेचे प्रवर्तक आणि मुख्य कार्यकारी अधिकारी आहेत. भारतात गुंतवणूक करण्यावर त्यांचा जोर असतो. सौरभने 2014 साली लिहिलेल्या 'गुरूज ऑफ केऑस' या पहिल्या पुस्तकात या आकाश प्रकाश यांनी आपले गुंतवणूक-तत्त्वज्ञान समजावून सांगितले आहे. ते म्हणतात- "ज्या कंपन्या चालवणाऱ्या लोकांवर आपण विश्वास ठेवू शकतो अशाच कंपन्यांत पैसे गुंतवले पाहिजेत हेच आमचे कायमचे धोरण राहिले आहे. भांडवल कुठल्या कुठल्या कामांसाठी ते लावतात यावरून हा विश्वास निर्माण होतो. भामटे लोक चोरी आणि चुकीची हिशोबपद्धती यांखेरीज भांडवल चुकीच्या ठिकाणी वापरून तुमच्या डोळ्यांत धूळफेक करू शकतात. भारतासारख्या वातावरणात जिथं तुमच्या समोर चांगल्या संधींची रेलचेल असते तिथं आपण भांडवल योग्य ठिकाणी न लावणाऱ्या कंपन्यांत पैसे गुंतवले तर आपल्याला कधीच व्यवस्थित परतावा मिळणार नाही. दुसरे म्हणजे आमचा ठाम विश्वास आहे की चांगल्या व्यवस्थापकीय टीम्स तुमच्यासाठी विविध पर्याय खुले करतात, त्या जबरदस्ती कधीच करत नाहीत. भारतासारख्या वातावरणात चलाख व्यवस्थापक भरपूर संपत्ती निर्माण करतात. त्यामुळे 'विकत घेणे' या निर्णयाहूनही अधिक महत्त्वाचे म्हणजे विकत घेऊन ते शेअर्स तुम्ही किती काळ जवळ ठेवता हीच असते. मॉर्गन स्टॅन्ले कर्तृत्वाच्या कळसावर होते तेव्हा आमच्याकडे 14 टक्के इन्फोसिसचे शेअर्स होते आणि त्या निर्णयासाठी मी मुख्यत्वेकरून कारणीभूत होतो. इन्फोसिसचे शेअर्स विकत घेण्यामागे फार श्रेय वगैरे घेण्याची गरज आहे असं मला वाटत नाही. आम्ही ते घेऊन बराच काळ ठेवून दिले हीच त्याची विश्वासार्हता होती. एखाद्या स्टॉकची किंमत विचित्र पातळीवर पोहोचते, त्या कंपनीच्या व्यावसायिक वातावरणात मूलभूत बदल घडून येतात किंवा कंपनीच्या वाढीबद्दलच्या दृष्टिकोनात काहीतरी महत्त्वाचा बदल घडून आल्याचे दिसून येते असे जोवर होत नाही तोवर आमच्याजवळील शेअर्स न विकण्याकडेच आमचा कल असतो. आमचे मत असे आहे की भारतात अशा कंपन्यांची संख्या खूपच मर्यादित आहे ज्यात सगळ्या गोष्टी लायनीत लागलेल्या असतात- म्हणजे चांगला व्यवसाय, सक्षम आणि नीतिमान व्यवस्थापन, व्यवस्थापनाशी संवादाचे खुले मार्ग अशा गोष्टी जिथं हजर असतात त्यामुळे असे योग्य मिश्रण झालेल्या कंपन्या इतक्या वारंवारतेने येथे दिसून येत नाहीत."

वॉरन बफे, आकाश प्रकाश, संजय भट्टाचार्य आणि के. एन. सुब्रमण्यम यांसारख्या महान गुंतवणूकदारांकडून आम्ही मिळवलेले शिक्षण हेच आहे की इक्विटीतून सातत्याने चांगला परतावा मिळवण्यासाठी आपण उच्च दर्जाच्या कंपन्यांत पैसे गुंतवले पाहिजेत आणि त्यानंतर बराच काळ शांत बसून राहिले पाहिजे.

(कधीकधी खूपच जास्त काळ शांत बसून राहावे लागते.) या काळात शेअर्सचे भाव कुठे जात आहेत यावरून आपली झोप उडता कामा नये.[1]

कॉफी कॅन पोर्टफोलिओ : अनिश्चिततेच्या कमी शक्यतेसह भरभक्कम परतावा

जगातील सर्वांत मोठ्या मालमत्ता व्यवस्थापन कंपन्यांपैकी एक अशा 'कॅपिटल ग्रूप' नामक कंपनीचे मुख्यालय लॉस एंजेलिस येथे आहे. त्यांच्याकडे व्यवस्थापनासाठी आलेल्या मालमत्तेचे मूल्य 1.4 ट्रिलिअन अमेरिकी डॉलर्सहून अधिक आहे. 1961-70 च्या दशकाच्या अखेरीस कॅपिटल ग्रूपने 'कॅपिटल गार्डिअन ट्रस्ट' या नावाने आणखी एक संस्था काढली. श्रीमंत व्यक्तींना पारंपरिक गुंतवणूक सल्ला-सेवा देणे हा या नव्या संस्थेचा उद्देश होता. रॉबर्ट किर्बी यांनी 1965 साली कॅपिटल संस्थेत नोकरी पत्करली ती कॅपिटल गार्डिअन ट्रस्टमध्ये मुख्य गुंतवणूक व्यवस्थापक या पदावर होती. त्यात त्यांना प्रचंड श्रीमंत ग्राहकांना गुंतवणूक सल्ला द्यायचा होता आणि त्यांच्या पोर्टफोलिओचे व्यवस्थापन करायचे होते. त्यानंतर जवळजवळ वीस वर्षांनी त्यांनी एक उल्लेखनीय टिपण लिहिलं. त्या टिपणाद्वारे त्यांनी 'कॉफी कॅन इन्व्हेस्टिंग'ची संकल्पना जगासमोर आणली.

1984 सालच्या[2] या टिपणात किर्बींनी त्यांच्या एका महिला ग्राहकाच्या पतीचा किस्सा लिहिला आहे. त्या गृहस्थांनी किर्बींनी सुचवलेल्या शेअर्समध्ये 5000 अमेरिकी डॉलर्सची प्रत्येकी गुंतवणूक केली होती. परंतु किर्बींनी पुढे स्वतःजवळचे शेअर्स विकले तरी त्यांनी ते शेअर्स विकले नव्हते. म्हणजे किर्बींनी सांगितलेले शेअर्स विकत घ्यायचे परंतु नंतर ते विकायचे नाहीत ही प्रक्रिया त्यांनी चालूच ठेवल्यावर जवळजवळ दहा वर्षांनी त्या ग्राहकाकडे प्रचंड संपत्ती जमा झालेली होती. मुख्यत्वेकरून झेरॉक्स नामक कंपनीचे प्रचंड शेअर्स जमा होऊन त्यांची किंमत 8 लाख अमेरिकी डॉलर्स झाल्याने ही संपत्ती जमा झाली होती. तेव्हा 'विकत घ्या आणि विसरून जा' धोरणाने प्रभावीत झालेल्या किर्बींनी 'कॉफी कॅन पोर्टफोलिओ' हे नवीन नामकरण या संकल्पनेचे केले. त्यातील 'कॉफी कॅन' ही कल्पना त्यांनी अमेरिकेत युरोपिअनांनी वसाहत केल्यानंतर लगेचच्या काळातून घेतली होती. त्या काळात बँकांचा मोठ्या प्रमाणात उदय झालेला नसल्याने लोक आपल्या अमूल्य वस्तू कॉफी कॅनमध्ये ठेवून गालिचाखाली लपवून ठेवायचे.

---

1 या विषयावर भारतातील महान गुंतवणूकदारांचे तपशीलवार मत वाचण्यासाठी कृपया 'गुरूज ऑफ केऑस : मॉडर्न इंडियाज मनी मास्टर्स' हे 2014 साली प्रकाशित झालेले पुस्तक वाचा.

2 रॉबर्ट जी. किर्बी, द कॉफी कॅन पोर्टफोलिओ, 1984, https:// thetaoofwealth.files.wordpress.com/2013/03/the-coffee-can portfolio.pdf

कॉफी कॅन पोर्टफोलिओची संकल्पना अगदी अचानकच धनलाभ झाल्यासारखी किर्बींनी व्यक्त केलेली असली तरी त्यामागील मध्यवर्ती संकल्पना ही होती की खरोखर श्रीमंत बनण्यासाठी गुंतवणूकदाराने विवेकी बुद्धी वापरून पोर्टफोलिओ तयार करावा आणि दीर्घ काळ त्यास हातही लावू नये. ही संकल्पना जेवढी शक्तिमान आहे तेवढीच ती गहनही आहे. कारण कुठल्याही कष्टाळू आणि बुद्धिमान गुंतवणूकदाराची सहज प्रेरणाच असते की आपला पोर्टफोलिओ अधिकाधिक आदर्श कसा राहील हे निर्धारित वेळेनंतर- साधारणतः वर्षातून एकदा पाहणे. त्यामुळे दहा वर्षे एखादा पोर्टफोलिओ न बघता तसाच ठेवणे हे गुंतवणूकदारांसाठी फारच कठीण होऊन बसते. जेव्हा पोर्टफोलिओतील स्टॉक्स खालच्या किमतीला गळपटू लागतात तेव्हा किरकोळ गुंतवणूकदाराला हस्तक्षेप करण्याचा मोह आवरणे कठीण जाते तर त्याच वेळेस व्यावसायिक गुंतवणूदारास वाटते की आपल्या पोर्टफोलिओतील काही शेअर्स व्यवस्थित कामगिरी करत नसतील तर हस्तक्षेप करणे ही आपली विश्वस्त या नात्याने जबाबदारी आहे. परंतु या उलट किर्बींचे मत आहे की गुंतवणूकदाराने हा पोर्टफोलिओ हात न लावता तसाच सोडून दिला तर तो कल्पनेहून खूपच अधिक पैसे कमवू शकतो.

किर्बींच्या 1984च्या 'कॉफी कॅन इन्व्हेस्टिंग'वरील टिपणाने प्रभावीत झालेल्या अंबित कॅपिटलच्या विश्लेषकांनी पाच वर्षांपूर्वी ठरवलं की आपण भारतीय शेअर गुंतवणूकदारांसाठी कॉफी कॅन पोर्टफोलिओ तयार करायचा.

कॉफी कॅन पोर्टफोलिओ भारतात आला

भारतीय संदर्भात पाहायचं तर आपण एक साधीशी रचना वापरून कॉफी कॅन पोर्टफोलिओ तयार केला आहे. आम्ही गुंतवणुकीचे सरळसाधे निकष वापरून दहा ते पंचवीस उच्च गुणवत्तेचे स्टॉक्स निवडले आणि त्यानंतर हा पोर्टफोलिओ मुळीच हात न लावता दहा वर्षांसाठी ठेवला. आमच्या ग्राहकांसाठी केलेल्या जुन्या आणि विद्यमान पोर्टफोलिओ व्यवस्थापनाचा आढावा घेताना आमच्या लक्षात आले की हा साधासुधा मार्गच सातत्याने लक्षवेधी निकाल देत आला आहे. खास करून या पोर्टफोलिओने सातत्याने बेंचमार्क ओलांडला आहेच पण त्याशिवाय जेव्हा व्यापक स्तरावर बाजारात तणावाचे दिवस असतात तेव्हाही याने अत्यंत चांगली कामगिरी केलेली आहे.

कॉफी कॅन पोर्टफोलिओने दिलेल्या परताव्याचा तपशीलवार अभ्यास करण्यापूर्वी आपण गुंतवणुकीसाठी साधेसुधे निकष कुठले वापरले ते आधी पाहू. सुरुवातीलाच सांगायचं तर भारतात अंदाजे 5000 कंपन्या शेअर बाजारात नोंदल्या गेलेल्या आहेत. तर ज्यांचे मार्केट कॅपिटलायझेशन (एकूण शेअर्सची संख्या गुणिले शेअर्सचा बाजारभाव) कमीतकमी 100 कोटी रुपये आहे अशा कंपन्यांपुरता

आपण आपला शोध मर्यादित ठेवू कारण याहून लहान आकाराच्या कंपन्यांच्या माहितीची विश्वासार्हता तपासता येत नाही. मार्केट कॅप शंभर कोटी रुपयांच्या वर असलेल्या साधारणपणे 1500 कंपन्या भारतातील शेअर बाजारात नोंदणीकृत आहेत. मग आम्ही अशा कंपन्या शोधल्या ज्यांनी मागील दशकातली विक्री वर्षाला कमीतकमी दहा टक्के वाढवली होती, त्याचबरोबर वापरलेल्या भांडवलावर करपूर्व नफा कमीतकमी 15% मिळवला होता.

रिटर्न ऑन कॅपिटल एम्प्लॉइड (ROCE) म्हणजे गुंतवलेल्या भांडवलावरील परतावा का हवा असतो? कंपनी आपले भांडवल वेगवेगळ्या मालमत्तांत गुंतवते त्यातूनच रोख रकमेचा प्रवाह आणि नफा निर्माण होतो. कंपनीने एकूण लावलेले भांडवल हे इक्विटी (समभाग) आणि कर्ज यातून आलेले असते. (ROCE = रिटर्न ऑन कॅपिटल एम्प्लॉइड) म्हणजेच गुंतवलेल्या भांडवलावरील परतावा हा असा एक निकष असतो जो कंपनीने वापरलेल्या भांडवलाची कार्यक्षमता तपासतो. या परताव्याचे मोजमाप 'व्याज आणि करापूर्वी'चे उत्पन्न अशांच्या ठिकाणी आणि वापरलेले भांडवल (कर्ज आणि शेअर्सधारकांनी लावलेले पैसे) हे छेदाच्या ठिकाणी घेऊन येणारे गुणोत्तर या स्वरूपात असते. हा रेशो जेवढा जास्त असतो तेवढी कंपनीची भांडवल वापरण्यातील कार्यक्षमता जास्त असते.

15% आरओसीई का असायला हवा? आम्ही हा निकष पंधरा टक्के कमीतकमी असलाच पाहिजे असे म्हणतो कारण आम्हाला वाटते की भांडवलाची किंमत वसूल करण्यासाठी एवढा कमीतकमी परतावा हवाच. ना-जोखीम दर (हा भारतात आठ टक्के आहे.) यास इक्विटीच्या जोखमीचा[1] 6.5 ते 7 टक्के प्रीमिअम लावला तर येणारी रक्कम म्हणजे भांडवलासाठी खर्च असते. हा इक्विटी जोखीम प्रीमिअम मोजताना तो चार टक्के (अमेरिकेतील दीर्घकालीन इक्विटी जोखीम प्रीमिअम) + 2.5 टक्के हे भारताच्या पतधारणेचे त्यात जोडले जातात. (ही पतधारणा बीबीबी अशी 'स्टँडर्ड अँड पुअर' संस्थेअनुसार आहे.) एखाद्या देशाची पतधारणा या जोखीम प्रीमिअमवर परिणाम करते. जेवढी पतधारणा जास्त (उदा : एएए किंवा एए) याचा अर्थ त्या देशामध्ये अधिक चांगले आर्थिक स्थैर्य आहे. त्यामुळे त्या त्यामुळे त्या देशात पैसे गुंतवण्याचा जोखीम प्रीमिअम कमी असतो. उलट परिस्थितीत उलट घडते.

वर्षाला दहा टक्के उत्पन्न वाढीचा निकष का लावायचा? भारताच्या नॉमिनल जीडीपीची वाढ मागील दहा वर्षांत सरासरी 13.8 टक्के एवढी आहे. नॉमिनल जीडीपी वाढ ही वास्तविक जीडीपी वाढीपेक्षा वेगळी असते कारण तिच्यात महागाईची तरतूद केलेली नसते. सोप्या शब्दात सांगायचं तर जीडीपीची विद्यमान

---

1 बचत ठेवीसारख्या जोखीमरहित परताव्याहून उच्च परतावा इक्विटीत पैसे गुंतवल्यामुळे मिळावा असे गुंतवणूकदाराला अपेक्षित असते. त्यास इक्विटी जोखीम प्रीमिअम असे म्हणतात.

बाजारभावाशी तुलना केली (जीडीपी याचा अर्थ देशाच्या सीमेच्या आत एका विशिष्ट कालावधीत निर्माण झालेल्या सर्व तयार वस्तू आणि सेवा यांची पैशातील किंमत) तर भारतामध्ये कामकाज करणारी एखादी विश्वासू कंपनी म्हणूनच निदान तेवढी विक्री तरी दर वर्षी करू शकली पाहिजे. तथापि फारच कमी नोंदणीकृत कंपन्या म्हणजे आमच्या तपासणी खालच्या तेराशेपैकी केवळ नऊ कंपन्याच हे साध्य करू शकत होत्या. त्यामुळे आम्ही हा निकष खाली करून दहा टक्क्यांवर आणला. म्हणजेच आम्ही अशा कंपन्या शोधू लागलो त्यांनी लागोपाठ दहा वर्षे दहा टक्के सालाना उत्पन्नात वाढ दाखवली आहे.[1]

आर्थिक सेवा देणाऱ्या कंपन्यांमध्ये आम्ही ROE आणि विक्रीत वाढ यांचे निकष पुढीलप्रमाणे बदलले :

15 टक्के ROE (इक्विटीवरील परतावा) : आम्ही इक्विटीवरील परतावा[2] हा सेटवरील परताव्यापेक्षा[3] अधिक पसंत केला. कारण बँका आणि (अन्य सावकार) यांची विशिष्ट इक्विटी भांडवल पायावर अधिक उत्पन्न विशिष्ट काळात निर्माण करण्याची क्षमता किती आहे याचे हे न्याय्य मोजमाप आहे.[4]

कर्ज देण्यात वाढ 15% : भारतातील नॉमिनल जीडीपी ग्रोथ ही मागील दहा वर्षांत सरासरी 13.8 टक्के आहे त्यामुळे कमीतकमी 15 टक्के कर्ज देण्यात वाढ असेल तर त्यातून व्यवसायाच्या विभिन्न चक्रांतूनही कर्ज देण्याची बँकेची क्षमता कळते. भरभक्कम कर्जदाते आणि बँकाच व्यवसाय चक्रातील मंदीचा काळ व्यवस्थित पार करतात कारण कर्ज देण्याची अधिक संधी, कर्ज घेणाऱ्याचे मूल्यमापन करण्याची क्षमता आणि उधार रक्कम वसूल करण्याची क्षमता असे स्पर्धात्मक फायदे त्यांच्याकडे असतात. त्यामुळे ते बाजारातील वाटा वाढवून किंवा मंदीच्या काळातही कार्यरत राहाणाऱ्या क्षेत्रांना अधिक कर्ज देऊन ते आपली वाढ नफाक्षमतेने करतात

---

1 या ठिकाणी नोंद करणे महत्त्वाचे आहे की ज्या कंपन्यांनी त्यांची विक्री दहा वर्षांच्या काळात वार्षिक चक्रवाढीने कमीतकमी दहा टक्के वाढवली आहे त्या कंपन्या आम्हाला नको होत्या तर ज्या कंपन्यांनी ओळीने दहा वर्षे अशी दर वर्षी कमीत कमी दहा टक्के विक्रीत वाढ दाखवली आहे अशा कंपन्या आम्हाला हव्या आहेत.

2 आरओई म्हणजे इक्विटीवरील परतावा हा 'कंपनी कर' दिल्यानंतरचा नफा असतो आणि तो शेअर धारकांच्या इक्विटीच्या टक्केवारीत मोजला जातो.

3 आरओए म्हणजेच रिटर्न ऑन ॲसेट्स. याच्यामुळे व्यवस्थापन टीम कंपनीची मालमत्ता वापरून उत्पन्न निर्माण करण्यात किती कार्यक्षम आहे ते कळते. आरओए मोजायचा असल्यास तो कंपनीचा नफा (कंपनी टॅक्स दिल्यावर) भागिले एकूण ॲसेट्स यातून मिळतो.

4 एखाद्या बँकेचे ॲसेट्स म्हणजे त्यांचे इक्विटी भांडवल अधिक कर्जाऊ घेतलेली रक्कम. त्यामुळे केवळ आरओईकडे न पाहाता आरओएकडे पाहिले तर आपल्याला बँकेची कर्ज देऊन नफा कमवण्याची क्षमता कळेलच पण त्याशिवाय बँकेने किती रक्कम कर्जाऊ घेतले पाहिजे हे देखील नक्कीचे अंदाज बांधता येतील.

सारणी 6 : कॉफी कॅन पोर्टफोलिओने सर्वच्या सर्व सतरा आवर्तनांत बेंचमार्क इंडेक्सहून भरीव कामगिरी केलेली दिसून येते.

प्रारंभ	शेअर्सची संख्या	सीसीपी प्रारंभ		सीसीपी शेवट		सीसीपी टीएसआर	सेन्सेक्स टीएसआर	सेन्सेक्सहून जास्तीची
वर्ष	#	तारीख	मूल्य (रु.)	तारीख	मूल्य (रु.)	सीएजीआर	सीएजीआर	कामगिरी
2000	5	जुलै 00	500	जून 10	3831	22.60%	16.00%	6.60%
2001	6	जुलै 01	600	जून 11	9798	32.20%	20.50%	11.70%
2002	8	जुलै 02	800	जून 12	7631	25.30%	20.20%	5.10%
2003	9	जुलै 03	900	जून 13	10117	27.40%	20.20%	7.20%
2004	10	जुलै 04	1000	जून 14	16880	32.70%	19.70%	12.90%
2005	9	जुलै 05	900	जून 15	6659	22.20%	16.10%	6.00%
2006	10	जुलै 06	1000	जून 16	6376	20.40%	11.40%	9.00%
2007	15	जुलै 07	1500	जून 17	9030	19.70%	9.30%	10.30%
2008	11	जुलै 08	1100	जून 17	6471	21.80%	11.80%	10.00%
2009	11	जुलै 09	1100	जून 17	5657	22.70%	11.50%	11.20%
2010	7	जुलै 10	700	जून 17	2621	20.80%	10.10%	10.70%
2011	14	जुलै 11	1400	जून 17	3105	14.20%	10.30%	3.90%
2012	22	जुलै 12	2200	जून 17	6650	24.80%	13.80%	10.90%
2013	18	जुलै 13	1800	जून 17	5709	33.50%	13.70%	19.70%
2014	17	जुलै 14	1700	जून 17	3424	26.30%	8.20%	18.10%
2015	20	जुलै 15	2000	जून 17	2772	17.70%	6.50%	11.20%
2016	17	जुलै 16	1700	जून 17	2009	18.10%	15.30%	2.80%
2017**	12	जुलै 17**	1200	उपलब्ध नाही	उपलब्ध नाही	उपलब्ध नाही	उपलब्ध नाही	उपलब्ध नाही

*स्रोत : ब्लूमबर्ग, कॅपिटलाईन, अंबित कॅपिटल, टीप : सुरुवातीचा पोर्टफोलिओ रुपये शंभरचे सर्व स्टॉक्समध्ये समान वितरण दाखवतो तसेच हे स्टॉक्सही त्या वर्षाच्या सीसीपीमध्ये समाविष्ट होण्याच्या दर्जाचे आहेत. दरवर्षी एक जुलैला पोर्टफोलिओ चालू झालेला आहे. 2007 सालापासूनच्या सर्व पोर्टफोलिओचे सीएजीआर परतावे 30 जून 2017पर्यंत मोजलेले आहेत. (सीएजीआर म्हणजे कंपाऊंड ॲन्युअल ग्रोथ रेट – चक्रवाढ वार्षिक वाढीचा दर) * या सारणीतील सीसीपी परतावा आणि सेन्सेक्स परतावा यांची मोजणी टीएसआर म्हणजे टोटल शेअर होल्डर रिटर्न याचा वापर करून केली आहे. त्यात सीसीपी आणि सेन्सेक्स या दोन्हींचे लाभांश धरलेले आहेत.*

*** 2017ची आवृत्ती 1 जुलै 2017 रोजी सुरू झाली त्यामुळे तिचा परतावा मोजता आला नाही.*

आता आपण निकालाकडे पाहू. कॉफी कॅन पोर्टफोलिओकडे आपण 1991च्या माहितीपर्यंत मागे जात तपशीलवार पाहिले तर असे दिसून येते की अशा पोर्टफोलिओने सर्वकालीन बेंचमार्क्सना मागे टाकले आहे. या पोर्टफोलिओने तणावयुक्त काळातही कौतुकास्पद कामगिरी केली आहे. (म्हणजे लेहमन अरिष्टाच्या काळात 2008 साली एकूणच शेअर बाजार पार कोसळला होता तेव्हाही त्याने चांगली कामगिरि केली आहे) याचा अर्थ, काहीही बदल न करता एक दशकभर गुंतवणूक तशीच ठेवली तर हा पोर्टफोलिओ एवढा परतावा निर्माण करतो की तो बेंचमार्कपेक्षा भरीव असतो. (या बाबतीत या पोर्टफोलिओने वार्षिक 11.9 टक्क्यांच्या चक्रवाढीने बेंचमार्कला मागे टाकले.)

पुढल्या सारणीमध्ये आपण या कॉफी कॅन पोर्टफोलिओच्या सतरा ऐतिहासिक आवर्तनांच्या कामगिरीचे विश्लेषण केले आहे. यातील प्रत्येक पोर्टफोलिओ दहा वर्षांपर्यंत जवळच ठेवून दिला होता. म्हणजे क्युम्युलेटिव्ह किंवा संचयी गुंतवणुकीची एकशे पंचवीस वर्षे धरू. मेडियन पोर्टफोलिओ परतावा[1] (चक्रवाढीने वार्षिक स्तरावर मोजलेला) भरभक्कम म्हणजे ऐतिहासिकदृष्ट्या 24 ते 25 टक्के राहिला आहे मग त्या गुंतवणूकदारांचा शेअर्स सांभाळण्याचा काळ तीन वर्षे इतका कमी असो अथवा दहा वर्षे इतका मोठा असो. एवढेच नव्हे तर कॉफी कॅन पोर्टफोलिओत शेअर बाजाराची चंचलता अत्यंत कमी पातळीवर दिसली आहे आणि ती या सर्व कालावधींच्या वार्षिक परताव्यात दिसली आहे. गुंतवणूकदारांनी आपल्या एकूण मालमत्तेत इक्विटीला खूप मोठे स्थान द्यावे ही आवश्यक अट त्यासाठी आहे.

अधिक तांत्रिक भाषेत सांगायचं तर वरील सारणीमागील संख्यांचे विश्लेषण करताना दिसून येते की मागील 17 वर्षांत दोन स्टँडर्ड डेव्हिएशन्समध्ये (म्हणजे सरासरीपासून अधिकाधिक किती विचलन होऊ शकते त्या म्हणजेच 95 टक्के संभाव्यतेच्या काळामध्ये) कॉफी कॅन पोर्टफोलिओचा परतावा तीन वर्षे आणि अधिक अशा सर्व धारण काळासाठी सकारात्मकच राहिला आहे आणि धारण काळ पाच वर्षे व अधिक असल्यास वार्षिक नऊ टक्क्यांहून अधिक राहिला आहे. सोप्या शब्दात सांगायचे तर ऐतिहासिक माहितीअनुसार कॉफी कॅन पोर्टफोलिओ आपल्याला सकारात्मक परतावा देण्याची 95 टक्के संभाव्यता दर्शवितो परंतु तो कमीतकमी तीन वर्षे जवळ ठेवला पाहिजे. तो कमीतकमी पाच वर्षे ठेवला तर नऊ टक्क्यांहून अधिक परतावा देण्याची शक्यता 95 टक्के वाढते.

---

1 मेडियन याचा अर्थ परताव्याचा मध्य बिंदू. हा असा असतो जिथून खाली आणि वर जाण्याची सारखीच संभाव्यता असते.

सारणी 7 : कॉफी कॅन पोर्टफोलिओचा परतावा शेअर जवळ ठेवण्याच्या विविध काळामध्ये ('क्ष' अक्ष पाहा) भरभक्कम होता आणि या परताव्यात चढउतार मर्यादित होते. हे उभ्या रेषांच्या उंचीवरून कळते. त्यातून परताव्यातील दोन स्टँडर्ड डेव्हिएशन्स (म्हणजे 95 या मध्यबिंदूवरील खात्रीचे विराम) कळतात.

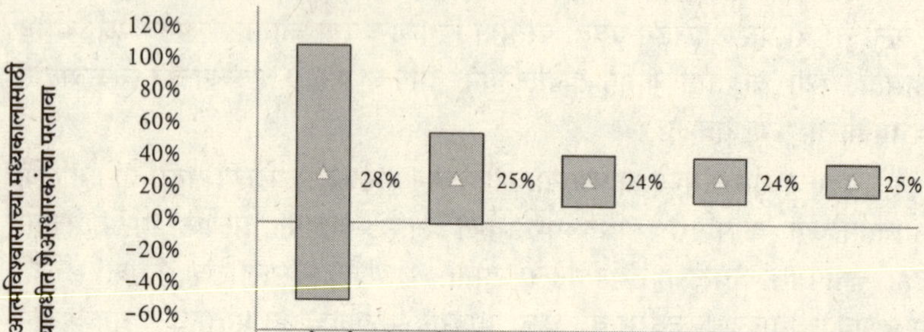

	1ले वर्ष	3रे वर्ष	5वे वर्ष	7वे वर्ष	10वे वर्ष
95%च्या वरच्या सीमेसाठी	99%	50%	38%	37%	34%
मिडियन	20%	24%	23%	24%	25%
△ मिन	28%	25%	24%	24%	25%
. 95%च्या खालच्या सीमेसाठी	-43%	-1%	9%	12%	16%

स्रोत – अंबित कॅपिटल अणि ब्लुमबर्ग

टीप : या ठिकाणी जुलै 2000 ते जून 2017 हा काळ विचारात घेतला आहे. गुंतवणुकीचा परीघ साप्ताहिक रोलिंग आधारावर आहे. उदाहरणार्थ, एका वर्षाच्या परताव्यातील स्टँडर्ड डेव्हिएशन हे 6008 एक-वर्षीय परताव्यांच्या स्टँडर्ड डेव्हिएशनचा विचार करून काढण्यात आले आहे. (सर्व सीसीपी आवृत्त्यांसाठी) त्यात 01/07/2000 ते 01/07/2001, 08/07/2000 ते 08/07/2001 अशा आवर्तनांचा ओळीने समावेश आहे.

24 ते 25 मध्यबिंदूवरील सीएजीआर पोर्टफोलिओचे महत्त्व अधोरेखित करण्यासाठीच सांगत आहोत की 26 टक्के वार्षिक परताव्याचा दर असेल तर या पोर्टफोलिओचा आकार दहा वर्षांत दसपट वाढतो, वीस वर्षांत 100 पट वाढतो आणि तीस वर्षांत 1000 पट वाढतो.

कॉफी कॅन पोर्टफोलिओ इतके चांगले काम का करतो?

"पुरातन रोमनांना पराभव होण्याची सवय लागली होती. इतिहासातील महान साम्राज्यांच्या राज्यकर्त्यांप्रमाणे ते जरी छोट्या छोट्या एकेक दिवसाच्या चकमकींत अधूनमधून हरत असले तरी एकंदरीत लढाई

जिंकत होते. जे साम्राज्य एखादा विपरीत प्रहारही सहन करून उभे राहू शकत नाही ते कसले साम्राज्य?''

– युवाल नोह हरारी, सॅपियन्स : अ ब्रीफ हिस्ट्री ऑफ ह्युमनकाइंड (2011)[1]

बऱ्याच इतिहासकारांचे मत असते की एखाद्या राज्याचे अथवा साम्राज्याचे महानपण 'ते किती काळ टिकले?' यावरून ठरवले पाहिजे. साम्राज्य किती काळ टिकले आणि ते किती टिकण्यासारखे होते, या निकषाद्वारे पहिले महान साम्राज्य म्हणजे पर्शियन साम्राज्य असे म्हणता येते. ख्रिस्तपूर्व 550 साली स्थापन झालेले हे साम्राज्य जवळजवळ 200 वर्षे टिकले. त्यानंतर ख्रिस्तपूर्व 330 साली दारियस तिसरा याचा अलेक्झांडर द ग्रेटने पराभव केला. तथापि, दीर्घकालीन अस्तित्त्व हा महान साम्राज्याचा निकष धरला तर रोमन साम्राज्य हे बहुधा जगातील सर्वांत महान साम्राज्य ठरण्याची शक्यता आहे. रोममध्ये मुख्य ठाणे असलेले पहिले रोमन रिपब्लिक ख्रिस्तपूर्व 100 ते इ.स. 400 एवढी वर्षे टिकले तर या रिपब्लिकचे वंशज साम्राज्य चक्क 1400 वर्षे टिकले आणि 1453 मध्ये ओटोमान तुर्कांसमोर त्यांचे पतन झाले. या साम्राज्याचा प्रभाव इतका सर्वव्यापी आहे की ज्या भाषेत आम्ही हे इंग्रजी पुस्तक लिहिले आहे ती लिपी, तसेच प्रकाशक आणि आम्ही लेखक यांच्यातील करारनाम्यामागे उभी असलेली कायदेप्रणाली तसेच 'चक्रवाढीची गणितीय संकल्पना' हे सगळे सगळे थोड्याबहुत प्रमाणात रोमन साम्राज्याकडूनच आलेले आहे असे म्हणता येईल.

शेअर बाजारात पैसे गुंतवण्याचा जेव्हा संबंध येतो तेव्हा कंपनीच्या महानतेची व्याख्या अशी मोजली जाते, ''कंपनीची वाढण्याची क्षमता आणि त्याच वेळेस संरक्षक भिंती दीर्घ काळ टिकवून ठेवण्याची क्षमता जेवढी अधिक तेवढी ती कंपनी मोठी.'' यामुळेच या महान कंपन्यांना कित्येक दशके खूप अधिक आर्थिक कामगिरी करून दाखवता येते.

आपला स्पर्धात्मक लाभ दहा ते वीस वर्षे (वा त्याहून अधिक) टिकवून ठेवण्याचे अंगभूत गुण असलेल्या कंपन्या कुठल्या ते शोधून काढण्याचे दोन निकष वापरून गुंतवणुकीचे कॉफी कॅन तत्त्वज्ञान उभारण्यात आले आहे. कारण कॉफी कॅन पोर्टफोलिओ जी महानता शोधतो ती तात्पुरती किंवा अल्पकालीन गुणवत्ता नसते. ही महानता एका तिमाहीच्या निकालापासून दुसऱ्या तिमाहीच्या निकालापर्यंत बदलत नसते. खरे सांगायचे तर महान कंपन्या या अवघड आर्थिक परिस्थितीतूनही

1 प्रकाशक हार्पर कॉलिन्स, 2015

तरून जातात. त्यांची वाढ देशांतर्गत अथवा जागतिक वाढीवर अवलंबून नसते. त्या आर्थिक मंदीच्या चक्रातूनही प्रगती करतात. ग्राहकांच्या पसंतीत हळूहळू होणारे बदल, स्पर्धकांत अथवा आपल्या व्यवसायाच्या कामकाजाच्या पैलूत होणारे बदल यांच्यामुळे या महान कंपन्यांचे काम ठप्प होत नाही. त्यांच्या व्यवस्थापकीय टीमकडे अशी धोरणे असतात जी त्यांच्या स्पर्धकांपेक्षा अधिक उत्तम कामगिरी करतात. या महान कंपन्या ही धोरणे वापरून स्वतःला स्पर्धकांपेक्षा वेगळ्या स्तरावर नेतात. जसजसा काळ जातो तशा त्या आपल्या चुकातून शिकतात आणि स्पर्धकांना खूपच मागे टाकतात. बरेचदा अशा कंपन्या कमी लवचीक आहेत असे वाटते. तथापि त्या ताठरपणा आणि आत्मसंतुष्टता यांतील फरक ओळखतात. योग्य पाऊल टाकण्यासाठी त्या योग्य वेळ शोधत असतात. हे सगळे गुण सर्वसामान्य कंपन्यांमध्ये फारच क्वचित आढळतात.

महानता ओळखण्यासाठी महसुलातील वाढ आणि आरओसीई (ROCE म्हणजे गुंतवलेल्या भांडवलावरील परतावा) हे आर्थिक निकष का निवडावेत?

1994 साली सदर्न कॅलिफोर्निया विद्यापीठात दिलेल्या व्याख्यानात बर्कशायर हाथवे चे उपाध्यक्ष चार्ली मुंगर म्हणाले, ''दीर्घ काळ पाहाता, एखादी कंपनी ज्या उद्योगक्षेत्रात असते, त्या उद्योगक्षेत्राच्या एकूण परताव्याहून जास्त परतावा मिळवू शकत नाही.''

त्यांना असे म्हणायचे होते की दीर्घ काळात कुठल्याही कंपनीचा शेअर जो परतावा देईल तो त्या कंपनीने आपल्या व्यवसायात गुंतवलेल्या भांडवलावर मिळवलेल्या परताव्याहून जास्त असू शकत नाही

त्यांनी हे उदाहरणाने समजावून दिले – एखादा व्यवसाय चाळीस वर्षांच्या काळामध्ये भांडवलावर 6 टक्के परतावा मिळवतो आणि तुम्ही त्याचा शेअर अगदी चाळीस वर्षे धरून ठेवलात तर तुम्हाला सहा टक्के परताव्याहून फार वेगळा परतावा मिळणार नाही. म्हणजे तुम्ही मुळात तो खूपच कमी किमतीला घेतलेला असला तरी नाही.

याउलट एखाद्या व्यवसाय धंद्यात गुंतवलेल्या भांडवलावर वीस ते तीस वर्षांमध्ये 18% परतावा मिळवत असेल तर तो जरी तुम्ही महाग वाटणाऱ्या किमतीला विकत घेतलात तरी तुम्हाला त्याचे परिणाम खूप चांगले मिळतील.

सारणी 8 : दीर्घ कालावधीत सेन्सेक्समधील परताव्यात एकूण परताव्यातील वाढीचे प्रतिबिंब पडलेले दिसते.

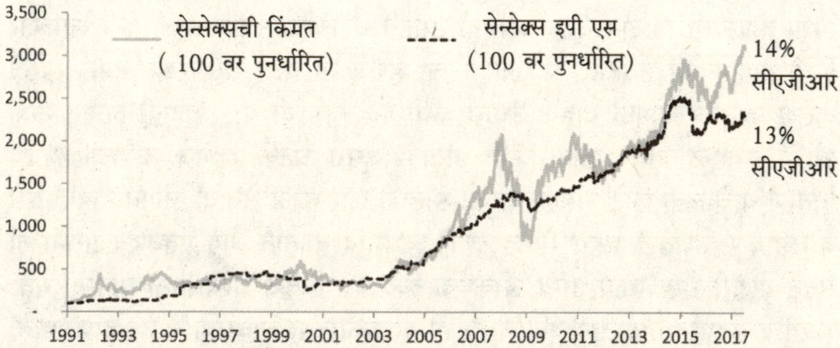

स्रोत: अंबित कॅपिटल, ब्लूमबर्ग, एस इक्विटी

शेअर्सच्या किमती वाढवणारा उत्पन्न हा मोठा घटक आहे हे मान्य केल्यावर पुढील प्रश्न असा आहे की या उत्पन्नात वाढ कशामुळे होते? कुणालाही सामान्यतः वाटेल की 'उत्पन्नात वाढ' हा स्वतंत्र निकष आहे म्हणजे आपण जेवढ्या वस्तू अथवा सेवा जास्त विकू शकू तेवढा जास्त महसूल आपल्याला मिळेल आणि तेवढा अधिक फायदा आपण करू शकू.

परंतु उत्पन्नात वाढ हा स्वतंत्र निकष मानण्याऐवजी आपण तो दोन स्वतंत्र निकषांचे फलित आहे असे मानले तर ते अधिक उपयुक्त ठरेल. त्यातला एक निकष म्हणजे व्यवसायात गुंतवलेल्या भांडवलात वाढ आणि दुसरा निकष म्हणजे गुंतवलेल्या भांडवलावर परतावा मिळवण्याच्या क्षमतेत वाढ म्हणजेच (ROCE) मध्ये वाढ. परिणामतः 'उत्पन्नात वाढ' ही एक तर गुंतवलेल्या भांडवलाची वाढ आणि (ROCE) त्याच पातळीवर ठेवून अशी होऊ शकते अथवा कामकाजातील कार्यक्षमतेद्वारे (ROCE) मध्ये वाढ करून परंतु कंपनीचे भांडवल त्याच पातळीवर ठेवूनदेखील होऊ शकते.

याच धर्तीवर, म्हणायचे तर भांडवलावरील परताव्यावर आधारित तीन प्रकारचे व्यवसाय असतात असे वॉरन बफे यांनी शेअर्स धारकांना लिहिलेल्या 2007 सालच्या पत्रामध्ये लिहिले आहे.

कमी भांडवलाची गरज असलेले परंतु उच्च उत्पन्न मिळवणारे व्यवसाय : याचे पहिले उदाहरण म्हणजे 'सीज कँडीज'सारखा व्यवसाय. ही कँडी आणि चॉकलेटच्या दुकानांची कॅलिफोर्निया येथील एक शृंखला असून तिची मालकी बफे यांचेकडे आहे. अशा प्रकारच्या व्यवसायांना अधिक उच्च परतावा मिळावा यासाठी मिळालेला सगळाच्या सगळा नफा कंपनीतच गुंतवण्याची गरज नसते. तसेच, या कंपनीची

'वस्तूची किंमत ठरविण्याची शक्ती' पाहता सीज कँडीजचे उत्पन्न वाढतच जाते परंतु त्यात वाढीव भांडवल घालण्याची गरज भासत नाही. अशा प्रकारे तुलनेने कमीच भांडवल गुंतवूनही कंपनीला उच्च परतावा सातत्याने मिळत राहतो. साधारणपणे अशा कंपन्यांसाठी दोन घटक उपयुक्त ठरतात जे त्यांच्या कामकाजासाठी लागणारे निधी कमीतकमी ठेवतात. पहिला घटक म्हणजे या वस्तू रोख रक्कम देऊन खरेदी केल्या जातात त्यामुळे ग्राहक उधारी कधी फेडेल याची वाट पाहावी लागत नाही आणि त्यामुळे उधार खाती कमी होतात. दुसरा घटक म्हणजे उत्पादन आणि वितरण यांचे चक्र छोटे असते त्यामुळे साठाही फार काळ ठेवावा लागत नाही. असे व्यवसाय सरतेशेवटी भरपूर रोकड देणारे व्यवसाय बनतात. मग गुंतवणूकदारांना ती सतत येणारी रोख रक्कम अन्य आकर्षक व्यवसाय विकत घेण्यासाठी वापरता येते. भारतीय संदर्भात हिंदुस्तान युनिलिव्हर ही या प्रकारच्या व्यवसायाचे उदाहरण आहे.

भांडवल वाढण्याची आणि व्यवस्थित ROCE मिळण्याची गरज असणारे व्यवसाय : बफे म्हणतात की असे व्यवसाय शोधून काढणे फारच कठीण असते. साधारणपणे कंपन्यांना आपले उत्पन्न वाढण्यासाठी जास्तीचे भांडवल घालावे लागते. कारण वाढत्या व्यवसायाला खेळते भांडवल लागते जे विक्रीतील वाढीच्या प्रमाणात वाढते. तसेच फिक्स ॲसेट्समध्ये गुंतवणुकीचीही गरज निर्माण होते. जोवर ते टिकाऊ स्पर्धात्मक फायदा घेत असतात तोवर त्यांनी घातलेल्या वाढीव भांडवलावर आकर्षक परतावा मिळत राहतो त्यामुळे हे व्यवसाय गुंतवणुकीचा सुयोग्य पर्याय म्हणून उभे राहातात. या प्रकारच्या व्यवसायाचे उदाहरण आहे एचडीएफसी बँक. सौरभ मुखर्जी यांनी लिहिलेल्या 'द अनयुज्वल बिलिअनेर्स' या उत्तम खपाच्या पुस्तकात वर्णन केल्यानुसार मार्च 1995 साली एचडीएफसी बँकेचा आयपीओ आला. त्यात घातलेल्या एका रुपयाची किंमत आज (एप्रिल, 2016) मध्ये 134 रुपये झालेली आहे. याचा अर्थ, त्यांचा CAGR 26 टक्के आहे. या अप्रतिम कामगिरीच्या केंद्रस्थानी पुढील गोष्टी आहेत : अ) जोखमीचे भान ठेवणारी संस्कृती जी उच्च जोखीम न स्वीकारता निकोप परतावा मिळवण्यावर लक्ष देते. ब) या बँकेची अंतर्गत संरचना अशी आहे की जी सातत्याने बँकेला 'रोकड व्यवस्थापन' आणि कमी किमतीच्या ठेवी अशा बँकिंग क्षेत्रातील मुख्य कामामध्ये नवे नवे विचार आणण्यास मदत करते. क) एचडीएफसी या महान ब्रँडची ताकद.

ज्या व्यवसायांना भांडवल घालावे लागते पण ते भांडवलावर परतावा कमी मिळवतात असे व्यवसाय : बफे यांच्या मते हे वाईट प्रकारचे व्यवसाय असतात. जो वेगाने वाढतो, ज्याला वाढ निर्माण करण्यासाठी भरीव भांडवल लागते पण एवढा पैसा घालूनही त्यानंतर तो खूपच कमी पैसा कमावतो किंवा मुळीच कमावत नाही. भारतीय टेलिकॉम क्षेत्र हे मागील दशकातले याचे मोठे उदाहरण आहे. यातील कंपन्यांना टिकणारे स्पर्धात्मक लाभ निर्माण करणे कधीच शक्य झाले नाही.

भारतातील टेलिकॉम क्षेत्र हे मागील दशकामध्ये काहीच्या काहीच वाढले. (आर्थिक वर्ष 2002-17 या काळात 70 लाख टेलिकॉम ग्राहकांमध्ये वाढ होऊन ती 120 कोटी एवढी झाली म्हणजेच सीएजीआर 41 टक्क्यांनी वाढली). उद्योगातील नेता भारती एअरटेल यांनी त्यांचा मार्केटचा वाटा (ग्राहक संख्या लक्षात घेता) 20 ते 24 टक्के ठेवला. अशा भरीव वाढीसाठी प्रचंड भांडवली गुंतवणूक घालावी लागली. (ज्यात त्यांच्या भारतीय टेलिकॉम उत्पन्नाचाही समावेश होता.) आर्थिक वर्ष 2007 ते 17 या काळात भारती एअरटेल अन्य कोणावरही आपल्या व्यवसायासाठी अवलंबून नव्हती. त्यामुळे त्यांना कामकाजासाठी लागणाऱ्या रकमेपेक्षा भांडवली गुंतवणुकीसाठीच भरपूर रोकड घालावी लागत होती. एवढी गुंतवणूक करून आणि ग्राहकसंख्येमध्ये एवढी मोठी वाढ होऊन ही कंपनी केवळ 13 टक्के चक्रवाढीचे उत्पन्न त्यांच्या भारतीय टेलिकॉम उद्योगाला देऊ शकली. म्हणजे त्यांचे उत्पन्न आर्थिक वर्ष 2007मध्ये चार हजार कोटी रुपये होते ते आर्थिक वर्ष 2017 मध्ये 9900 कोटी रुपयांच्या तोट्यात गेले. परिणामतः (कुणावरही अवलंबून न राहाणाऱ्या व्यवसायाच्या आर्थिक बाबींचा विचार करता) करपूर्व आरओसीई 28 टक्क्यांवरून घसरून दशकभरात 7 टक्क्यांवर आला. अशा व्यवसायांची भांडवलाची भूक कधीच भागत नाही. त्यांच्या वाढीच्या मागे जे गुंतवणूकदार जातात त्यांच्या नशिबी दीर्घ काळात संपत्तीचा विनाशच आला आहे. भारती एअरटेलच्या शेअरचा भाव ऑगस्ट 2017 मध्ये दहा वर्षांपूर्वीच्या भावाच्या दोन टक्के खालीच होता.

पेज इंडस्ट्रीज : महान कंपनीच्या उदाहरणाचा अभ्यास

जॉकी (अंतर्वस्त्रे आणि आरामशीर वस्त्रे) आणि स्पीडो (पोहण्याची वस्त्रे) यांच्या मुख्य फ्रँचायझीचा ताबा पेज इंडस्ट्रीजच्या हातात आहे. खाली दर्शवलेल्या सारणीअनुसार मागील पंधरा वर्षे (आर्थिक वर्ष 2002-17) या कंपनीने सातत्याने वर्षाला 10 टक्क्यांच्या वरच उत्पन्नात वाढ दर्शवली आहे आणि गुंतवलेल्या भांडवलातली (आरओसीईमधील) वाढही वर्षाला 15 टक्क्यांहून अधिक दर्शवली आहे. वार्षिक चक्रवाढीने पाहता मागील पंधरा वर्षांत पेजचे उत्पन्न 31 टक्के चक्रवाढीने वाढले आहे आणि उत्पन्न 41 टक्के चक्रवाढीने वाढले आहे. त्यामुळे गुंतवलेल्या भांडवलावरील सरासरी परतावा चक्क 55 टक्के एवढा झाला आहे.

वॉरन बफे यांनी वर्गवारी पाडलेल्या व्यवसायांनुसार पेज इंडस्ट्रीज हे अशा व्यवसायाचे आदर्श उदाहरण आहे, ज्यात भांडवल वाढते आणि ते चांगले उत्पन्न मिळवते. मागील दहा वर्षांत पेजने रोजच्या कामकाजात निर्माण झालेल्या रोखीच्या सरासरी 50 टक्के रोख रक्कम आपल्या मुख्य व्यवसायात गुंतवलेली आहे. आपली उत्पादनक्षमता वाढवण्यासाठी त्यांनी फिक्स्ड ॲसेट्समध्ये पैसे गुंतवले आहेत. तसे करूनही या कंपनीने भांडवलावरील परतावा (आरओसीई) तसाच ठेवला

सारणी 9 : पेज इंडस्ट्रीजचा गुंतवलेल्या भांडवलावरील परतावा आणि उत्पन्नातील वाढ ही मागील 15 वर्षे सातत्याने झालेली आहे.

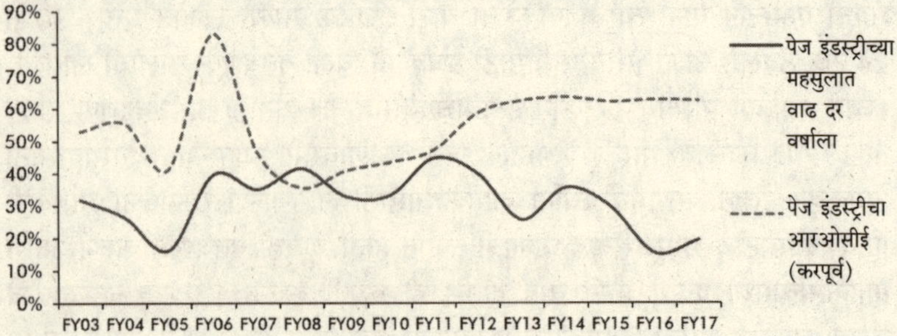

स्रोत : अंबित कॅपिटल, कंपनी, ब्लूमबर्ग

आहे किंवा वाढवलाही आहे. याचा अर्थ असा की त्यांनी पुनर्गुंतवणूक केलेल्या भांडवलावरदेखील यशस्वीपणे आणि सातत्याने निकोप परतावा मिळवला आहे.

सारणी 10 : पेज इंडस्ट्रीज यांनी भांडवली खर्च (कॅपेक्स) आणि लाभांश यांच्याकडे सातत्याने मागील दशकात पैसे वळवले आहेत.

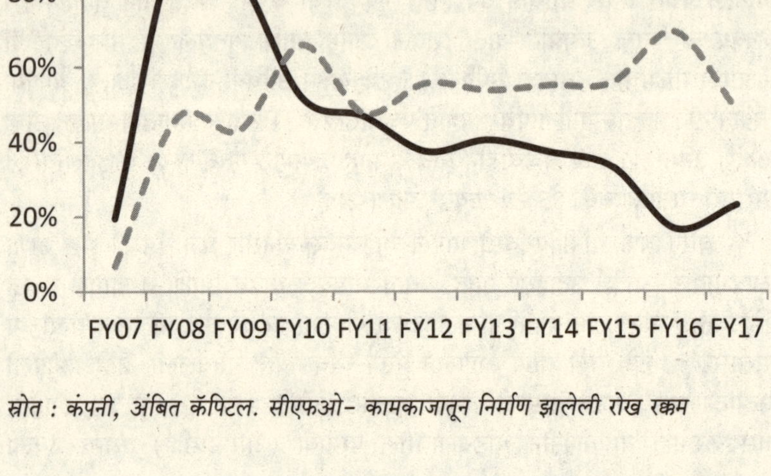

स्रोत : कंपनी, अंबित कॅपिटल. सीएफओ– कामकाजातून निर्माण झालेली रोख रक्कम

सारणी 11 : पेज इंडस्ट्रीजने लाभांश देण्याचा रेशो आणि डेट/इक्विटी रेशो हा विवेकीपणे मागील दशकभरात योग्य पातळीवर राखला आहे.

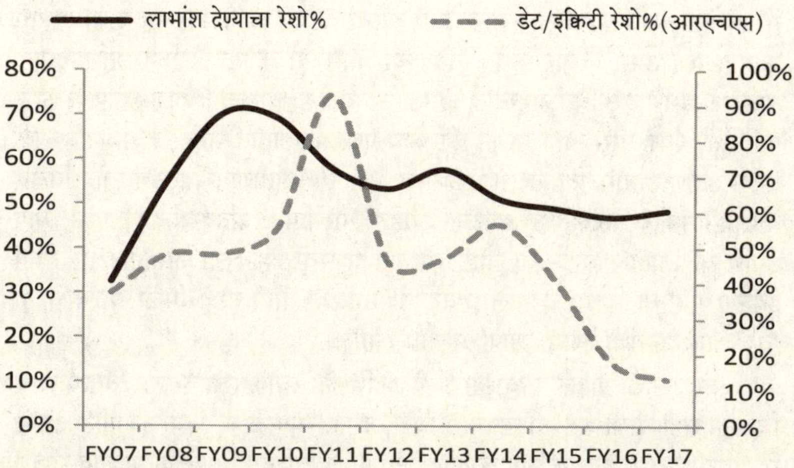

स्रोत : कंपनी, अंबित कॅपिटल

परिणामतः पेजच्या शेअरची किंमतही मागील दशकभरात वर्षाला 45 टक्के अशी चक्रवाढीने वाढली आहे. (जुलै 2007 ते जुलै 2017). अधिक महत्त्वाचे म्हणजे जरी शेअरचा पीई रेशो (प्राइस टू अर्निंग रेशो) याचा दर 2007 मध्ये 27 वेळा वाढला आणि 2017 मध्ये तर 70 वेळा वाढला. (पीई रेशोतल्या पुष्कळदा बदलत्या वाढीमुळे चक्रवाढीने वर्षाकाठी 10 टक्के वाढ झाली.) त्यामुळे कंपनीने या दशकात चक्रवाढ परतावा 32 टक्के दिला. त्यामुळे पेजच्या शेअरच्या भावाची 80 टक्के कामगिरी या उत्पन्नातील वाढीलाच द्यावी लागेल. उर्वरित 20 टक्के पीई रेशोच्या वारंवार बदलास द्यावी लागेल. थोडक्यात सांगायचं तर पेजच्या शेअरच्या भावाची कामगिरी ही मुख्यत्वेकरून तिच्या निकोप परताव्यामुळे घडून आलेली आहे. पीई रेशोत पुनःपुन्हा झालेल्या बदलामुळे नाही.

तर, एकाच श्रेणीतील केवळ एकच ब्रँड असताना आणि ज्यांनी जॉकीची मास्टर फ्रँचायझी 1960च्या दशकात घेतली होती असे असोसिएटेड ॲपरल्स तसेच व्हीआयपी, रूपा, टीटीके टँटेक्स, ट्रायम्फ, इनॅमोर आणि लव्हेबल लिंगरी यांच्यासारखे देशी स्पर्धक आणि हेन्स, बेनेटन, फ्रूट ऑफ द लूम, यूएसपीए, फ्लुक, लासेन्झा आणि टॉमी हिलफिगरसारखे विदेशी स्पर्धक असतानाही पेजला हे कसे शक्य झाले?

आता अंतर्वस्त्रे बनवणे हे रॉकेट सायन्स थोडंच आहे असा कुणीही विचार करील. तसंच ही अंतर्वस्त्रे बाहेर प्रदर्शनार्थ निदान भारतात तरी अद्यापि ठेवली जात नाहीत. मग असे असताना जेव्हा लोक ही अंतर्वस्त्रे वापरतात किंवा रोजच्या संभाषणात त्याविषयी बोलले जाते तेव्हा त्यांचा ब्रँड हा काही फार महत्त्वाचा असतो काय? परंतु असा विचार करा : आपल्या बाहेरच्या कपड्यांपेक्षाही आरामदायक अंतर्वस्त्रे असणे हे अधिक महत्त्वाचे असते. अंतर्वस्त्रे ही चांगली दणकट आणि टिकाऊ पाहिजेत. एवढे पुरेसे नाही म्हणून की काय पण अंगकाठीत फरक, हवामानविषयक घटक आणि आरामदायकतेच्या प्रकाराला दिलेल्या पसंतीबाबतीतले भारतीय विचार या गोष्टी नक्कीच परदेशांपेक्षा वेगळ्या आहेत. परिणामतः अंतर्वस्त्रांचे डिझाइन, माप आणि कापडातील घटक या गोष्टी भारतात यशस्वी व्हायच्या असतील तर त्यात इथल्या गोष्टींचा विचार व्हायला हवा. या सगळ्या गोष्टी योग्य मिळाल्या तरच तो 'वर' आहे अन्यथा त्यास 'शाप' म्हणावं लागेल.

जर एखाद्या ग्राहकाने विशिष्ट शैली आणि ब्रँड स्वीकारला तर तो /ती त्यालाच चिकटून राहाण्याची शक्यता खूपच अधिक असते. त्यामुळे वस्तूच्या दर्जातील आणि डिझाइनमधील सातत्य विशिष्ट कालावधीत आणि विशिष्ट भौगोलिक प्रदेशात राखणे हे त्या ब्रँडच्या दृष्टीने महत्त्वाचे ठरते, अन्यथा संतुष्ट ग्राहकही निघून जाऊ शकतो. सरतेशेवटी, नव्या उत्पादनांचा सतत येणारा प्रवाह हा वितरकांना आणि घाऊक दुकानदारांना सक्रिय ठेवतो आणि त्यांचे कंपनीतील स्वारस्यही टिकून राहाते. एकच उत्पादन वर्षामागून वर्षे विकत राहणे कंटाळवाणे होऊ शकते. ग्राहकांना अंतर्वस्त्रे विकत घेताना छान वाटावे यासाठी सर्व श्रेणींतील उत्पादनांत नव्याने आणलेली डिझाइन आणि आधीच्याच उत्पादनांचे बदललेले रंग उपयुक्त ठरतात. भारतातल्या खूप कमी कपड्यांच्या ब्रँड्सकडे हे सगळे घटक असतात.

आपले संरक्षक घटक मजबूत करण्याकडे दीर्घ काळ ही कंपनी खूपच लक्ष देत होती. पेजचा जॉकीसोबतचा प्रवास 1959 साली प्रथम सुरू झाला. पेज इंडस्ट्रीजचे प्रवर्तक असलेल्या जेनोमल कुटुंबाच्या चार पिढ्या यांनी अंतर्वस्त्रांच्या व्यवसायावर लक्ष केंद्रित केलेलं होतं आणि त्यांना अन्य कुठल्याही क्षेत्राकडे आपलं लक्ष विचलित करायचं नव्हतं. परिणामतः भारतातील अन्य प्रवर्तकांनी आपल्याकडील जास्तीचे भांडवल अन्य ठिकाणी वळवले, त्यामुळे त्यांचा गुंतवलेल्या भांडवलावरील परतावाही कमी झाला. पण पेजने मात्र भांडवल कुठे लावायचं याविषयीची शिस्त मागील दोन दशके व्यवस्थित पाळली. तसेच आपली वाढ व्हावी या उद्देशाने इक्विटी आणि कर्ज या निधीच्या दोन स्रोतांतील समतोल पाळण्यातही पेजने उत्तम दक्षता दाखवली. (खालील सारण्या पाहाव्यात) भांडवली खर्चाचे निर्णय (कॅपेक्सचे निर्णय) घेताना पेज ते व्यवसाय वाढ आणि विस्तार याविषयी व्यवस्थित अंदाज बांधूनच घेते. बाजारपेठेचा विस्तार आणि नव्या बाजारपेठेत प्रवेश करणे, उत्पादन खर्च कमी करण्यासाठी नवीन तंत्रज्ञानाचा

शोध घेणे, सॉफ्टवेअरमध्ये गुंतवणूक, खर्च कमी करण्याचा लाभ मिळवण्यासाठी मागील काही प्रक्रियांचे एकत्रीकरण करणे या सर्व गोष्टींचा या अभ्यासात समावेश होतो.

सारणी 12 : पेजचे निधी उभारण्याचे स्रोत – आर्थिक वर्ष 2007 ते 17 – अंतर्गत अधिक निधी–

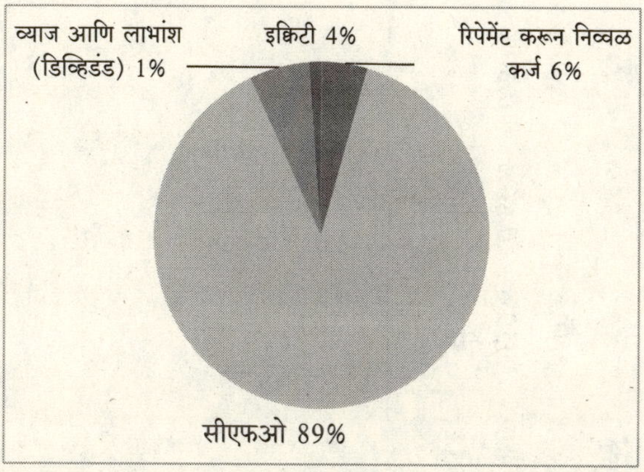

स्रोत : कंपनी, अंबित कॅपिटल, सीएफओ : कॅश फ्लो फ्रॉम ऑपरेशन्स (कामकाजातून निर्माण होणारी रोख रक्कम)

सारणी 13 : पेजने आर्थिक वर्ष 2007 ते 17 या काळात निधीचा केलेला वापर– भांडवली खर्च+लाभांश यादी

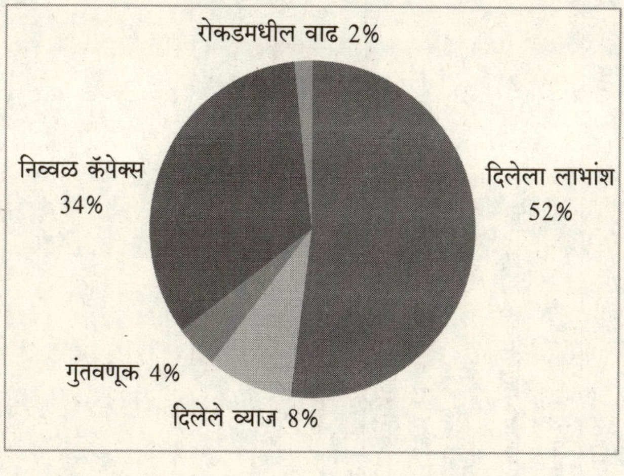

स्रोत: कंपनी, अंबित कॅपिटल

सारणी 14 : पेजच्या ताळेबंदात कुठल्याही कामासाठी न ठेवलेली अशी स्वतंत्र रोख रक्कम नाही.

माहिती	FY09	FY10	FY11	FY12	FY13	FY14	FY15	FY16	FY17
समकक्ष रोकड (रु.)	*103*	*30*	*26*	*31*	*56*	*35*	*44*	*86*	*727*
निव्वळ मालमत्तेच्या टक्केवारीशी	*11.09%*	*3%*	*2.10%*	*1.90%*	*2.10%*	*1.20%*	*1.10%*	*1.60%*	*3.10%*
भांडवल गुंतवलेल्या टक्केवारीशी	*8%*	*1.90%*	*1.10%*	*1.40%*	*1.50%*	*0.80%*	*0.80%*	*1.40%*	*2.80%*
लाभांश (डीडीटी)*सह पॅटच्या टक्केवारीशी	*70%*	*69%*	*58%*	*53%*	*58%*	*51%*	*49%*	*47%*	*48%*

स्रोत: कंपनी, अंबित कॅपिटल

** डीडीटी म्हणजे डिव्हिडंड डिस्ट्रिब्युशन टॅक्स (लाभांश वितरण कर)*

तेवीस वर्षांच्या कामकाजाच्या काळात पेजने आपण आणि आपले स्पर्धक यांतील अंतर सातत्याने वाढवले आहे आणि किंमत ठरविण्याच्या अधिकाराशी कुठलीही तडजोड न करता सातत्याने बाजारपेठेतील वाटा वाढविला आहे. पुढील घटक वापरून त्यांनी आपली संरक्षक तटबंदी मजबूत केली हेच त्यांच्या यशाचे गमक आहे. :

'उत्पादनातील कौशल्य' हा त्यांचा सर्वांत मोठा स्पर्धात्मक लाभ आहे. अंतर्वस्त्रे हा मनुष्यबळावर आधारित मोठा उद्योग आहे. त्यामध्ये स्वयंचलित यंत्रांना फारसे स्थान नाही. त्यामुळे व्यवसाय वाढतो तसतशी मनुष्यबळ व्यवस्थापनाची गरज वाढते. पेज यांच्या अनेक स्पर्धकांना कामगारांचा असंतोष अथवा कामगारसंख्येत शंभर टक्के घट होऊन कंपनी बंद पडणे अशा प्रकाराला सामोरे जावे लागले परंतु पेजने कामगारांची घटती संख्या 12 ते 13 टक्क्यांहून कधीच अधिक होऊ दिली नाही. त्यासाठी त्यांनी पुढील पावले उचलली- अ) क्षमताविस्तार मोजून मापून करणे त्यासाठी एका फॅक्टरीमध्ये 1500 पेक्षा अधिक कामगार न ठेवणे. त्यामुळे युनिअनबाजीची जोखीम कमी होते. ब) स्त्री कामगारांना नेमण्यावर अधिक भर देणे. (भारतीय पुरुषांपेक्षा भारतीय महिला युनिअनबाजी कमी करतात असा ऐतिहासिक दाखला आहे). क) कामगारांना त्यांची जीवनशैली राखण्यासाठी साहाय्य केले जाते तसेच कार्यक्षमतेची पातळी वाढावी यासाठी या कामगार वर्गाला नियमितपणे प्रशिक्षण दिले जाते. कामकाजातील कार्यक्षमता वाढवून आणि संशोधन-विकसन (RD) यांच्याद्वारे उच्च दर्जाची वस्तू बनवून या पैलूंकडे लक्ष देण्यात येते.

नावीन्यपूर्ण मार्केटिंग, रिटेलिंग आणि वितरण यांची भरभक्कम आघाडी पेजने उभारली आहे. रूपासारख्या ज्या मोठ्या स्पर्धकांनी 'घाऊक वितरण व्यवस्था' स्वीकारली आहे तसे यांनी केले नाही. याऐवजी त्यांनी खास वितरकांचे जाळे निर्माण केले. या वितरकांनी (मॉम अँड पॉप स्टोअर्स इत्यादींनी) आपल्या उत्पादनासाठी अधिक मागणी (पुश बेस्ड डिमांड)[1] निर्माण करावी म्हणून त्यांना नियमितपणे प्रोत्साहने दिली जातात. त्यात भर म्हणजे पेजने 350 हून अधिक अशा आपलाच ब्रांड विकणाऱ्या दुकानांचे जाळे उभारले आहे. (ही दुकाने 2020 सालापर्यंत 1000 पेक्षा अधिक करण्याचे त्यांचे लक्ष्य आहे.) त्यामुळे, जी नवीन उत्पादने ठेवण्यास 'मॉम अँड पॉप शॉप' फारशी इच्छुक नसतात तिथे ठेवता येतील. परंतु हीच उत्पादने नंतर लोकप्रिय झाली की ते ठेवायला तयार असतात. त्याशिवाय ही कंपनी अगदी नियमितपणे आयटीच्या (माहिती तंत्रज्ञानाच्या) पायाभूत सुविधांत पैसे गुंतवत असते, त्यामुळे त्यांना मागणीचा अंदाज मिळतो, खेळत्या भांडवलाच्या चक्रात सुधारणा करता येते आणि ग्राहकांच्या पसंतीत हळूहळू झालेल्या बदलांना प्रतिसाद देता येतो.

---

1 पुश बेस्ट डिमांड याचा अर्थ किरकोळ विक्रेत्यांनी ही उत्पादने घ्यावीत म्हणून वितरक सक्रियपणे सहभाग घेतात. ते किरकोळ विक्रेत्यांनी मागणी केली की पुरवले एवढ्यावरच थांबत नाहीत.

जाहिरातीप्रति पेजचा दृष्टिकोन वेगवेगळ्या पैलूंनी पाहता अगदी एकमेवाद्वितीय आहे असेच म्हणावे लागेल. म्हणजे उच्च परिणाम साधणाऱ्या जाहिरात मोहिमा, स्टोअरच्या आतील जाहिरातीवर जोरदार भर, जाहिरातीत कॉकेशिअन मॉडेलचा सातत्याने वापर, (या मॉडेलमुळे हा ब्रँड आंतरराष्ट्रीय आहे असे ग्राहकांच्या मनावर बिंबते.) आणि किंमतीबाबतची कडक शिस्त (अजिबात डिस्काउंट्स वगैरे न देणे).

जॉकी इंटरनॅशनल, यूएसए यांच्याशी गेनोमल यांचे घनिष्ट संबंध हा पेजचा सर्वांत मोठा धोरणात्मक ॲसेट आहे. कारण जॉकी, यूएसए यांच्यासाठी पेज इंडस्ट्रीज हा आता त्यांचा सर्वांत मोठा फ्रँचायझी आहे. तर गेनोमल यांच्यासाठी भारत ही खूप मोठी बाजारपेठ असून ती आकाराने वाढती आहे. (अधिकाधिक ग्राहकांना जॉकीची उत्पादने घ्यायची असतात.) तसेच ती अधिकाधिक खोलवर जातही आहे. (स्त्रियांसाठी लेगिंग्ज आणि लहान मुलांची अंतर्वस्त्रे असे नवनवे विभाग.) अमेरिकेत जॉकीने आणलेल्या नवनव्या प्रकारांचा अंदाज घेणे आणि ते भारतासारख्या सतत वाढत्या बाजारपेठेत आणणे हा फॉर्म्युला 1995 सालापासून पेजसाठी योग्य कानमंत्र ठरला आहे आणि पुढील बऱ्याच काळापर्यंत तो चालेल असेच दिसते.[1]

कॉफी कॅन पोर्टफोलिओकडे परत : पोर्टफोलिओत सतत बदल करण्याचे तोटे

कॉफी कॅन पोर्टफोलिओचे सर्वांत महत्त्वाचे वैशिष्ट्य म्हणजे मोठ्या कंपन्या कुठल्या ते ओळखण्यासाठी ते दोन निकष वापरते (गुंतवलेल्या भांडवलावरील परतावा 15 टक्क्यांच्या वर आणि उत्पन्नातील वाढ 10 टक्के) एवढेच नव्हे तर त्यानंतर ते या कंपन्यांचे शेअर्स दहा वर्षांसाठी जवळ ठेवून देते. खरं सांगायचं तर या दहा वर्षांत कॉफी कॅन पोर्टफोलिओ आपल्याकडील शेअर्समध्ये कसलाच बदल करीत नाही. बऱ्याच वाचकांना ही बाब एवढी विचित्र वाटेल की ते आमच्यावर बेजबाबदारीचा शिक्काच मारून मोकळे होतील.

गुंतवणुकीच्या पोर्टफोलिओला दीर्घ काळ हातच न लावण्यामागे तशीच प्रबळ कारणे आहेत याची आम्हाला खात्री आहे. खरे तर पोर्टफोलिओ सारखा बदलणे हे दीर्घकालीन गुंतवणुकीच्या मूळ तत्त्वाच्या अगदी विरुद्ध जाते. रॉबर्ट किर्बीच्या मूळ कॉफी कॅन संरचनेचे ते मूलभूत तत्त्व होते. मोठमोठ्या कंपन्यांच्या शेअर्सनी बनलेल्या पोर्टफोलिओत सारखे बदल का करायचे नाहीत यामागील महत्त्वाची कारणे पुढीलप्रमाणे आहेत :

1 या लक्षवेधी कंपनीविषयी अधिक जाणून घ्यायचे असल्यास कृपया 'द अनयुज्वल बिलिअनेर्स'चे प्रकरण 5 पाहावे.

दीर्घ काळ लाभला तर नफ्याची संभाव्यता खूपच वाढते : हे आपल्याला चांगलेच समजले आहे की ॲसेट श्रेणी म्हणून इक्विटीमध्ये अल्प काळात प्रचंडच चढउतार होत असतात. उदाहरणार्थ, सेन्सेक्स जेव्हा मागील 25 वर्षांत चक्रवाढीने 15 टक्क्यांहून अधिक वाढतो तेव्हा अधूनमधून असेही अल्प कालावधी आलेले असतात जेव्हा त्याची पातळी खूपच खाली गेलेली असते. उदाहरणार्थ, 2008 साली जानेवारीमध्ये बाजार कळसाला पोहोचला असताना एखादा गुंतवणूकदार त्यात शिरला असला तर पुढील 12 महिन्यांत गुंतवणुकीचे मूल्य 60 टक्क्यांहून घटलेले त्याला पाहावे लागले असते. अशा प्रकारे, दीर्घ कालावधीचा परीघ समोर असेल तर इक्विटी गुंतवणुकीतून नफा कमवण्याची शक्यता खूप उच्च असते परंतु तेच आपण कमी कालावधीसाठी म्हणू शकत नाही. विख्यात अमेरिकन धोरणतज्ज्ञ मायकेल मोबुसा यांनी 'मोअर दॅन यू नो,'[1] या आपल्या पुस्तकात हीच संकल्पना अमेरिकी इक्विटीसंदर्भात साधी आकडेमोड करून सांगितली आहे. आपण तेच उदाहरण इथे भारतीय इक्विटीच्या संदर्भात वापरू शकतो.

मागील 30 वर्षांत सेन्सेक्समधील वाढ ही वार्षिक चक्रवाढीच्या नियमाने 14.5 टक्के झाली आहे तर या परताव्यातील स्टँडर्ड डेव्हिएशन (जे बाजाराच्या चंचलतेचे माप आहे) ते 28.6 टक्के आहे. आता परताव्याची आणि स्टँडर्ड डेव्हिएशनची ही मूल्ये वापरून आपण परताव्याचे वितरण समान प्रमाणात होईल असे गृहीत धरले तर (हे गृहीतक घेतल्याने आकडेमोड सोपी होणार आहे.) एक दिवसाच्या काळात सकारात्मक परतावा मिळण्याची शक्यता 51.2% मिळते. कालखंडाचा परीघ जसजसा विस्तारतो तसतशी आर्थिक आणि व्यावसायिक चक्र फिरत असताना सकारात्मक परतावा मिळण्याची संभाव्यता वर जाते. कालखंडाचा परीघ 10 वर्षे इतका वाढला तर सकारात्मक परताव्याची संभाव्यता 70 टक्के होते.

---

1 मायकेल जे. मोबुसा लिखित 'मोअर दॅन यू नो : फाइंडिंग फायनान्शिअल विस्डम इन अनकन्व्हेन्शनल प्लेसेस, कोलंबिया युनिव्हर्सिटी प्रेस, 2006

सारणी 15 : भारतातील (सेन्सेक्समधील) इक्विटी गुंतवणुकीतील लाभांची संभाव्यता शेअर्स जवळ ठेवण्याच्या काळानुसार वाढते. (हा अभ्यास मार्च, 1987 ते मार्च, 2017 असा तीस वर्षांच्या कालावधीतील आहे.)

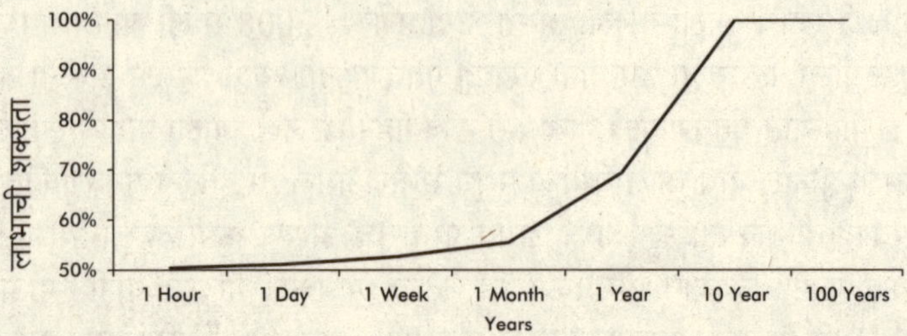

स्रोत : ब्लुमबर्ग, अंबित कॅपिटल

नोंद: मायकेल मोबुसा यांनी अमेरिकन शेअर बाजाराच्या संदर्भात केलेल्या अशाच कामावरून वरील आलेखाची प्रेरणा मिळाली आहे.

चक्रवाढीची शक्ती : शेअर्सचा पोर्टफोलिओ दहा वर्षे किंवा अधिक काळ असल्यास चक्रवाढीच्या शक्तीला तिची जादू करायला वेळ मिळतो. जास्त काळ हाताशी असल्यास त्या पोर्टफोलिओत जिंकणाऱ्या स्टॉक्सचे वर्चस्व होते तर हरणारे स्टॉक्स कमी कमी होत शेवटी प्रभावहीन होऊन जातात. अशा प्रकारे जेत्यांचे सकारात्मक योगदान हे पराभूतांच्या नकारात्मक वजाबाकीपेक्षा कित्येक पटींनी अधिक होते, त्यामुळे आपल्या पोर्टफोलिओच्या चक्रवाढीची ताकद उत्तम वाढते. हा मुद्दा या ठिकाणी साधी आकडेमोड करून आपण लक्षात घेऊ. असा विचार करा की आपल्याकडे एक काल्पनिक पोर्टफोलिओ आहे. त्यात केवळ दोनच स्टॉक्स आहेत. यातील एक स्टॉक्स 'अ' हा वर्षाला 26 टक्क्यांनी वाढला तर दुसरा म्हणजे 'ब' स्टॉक हा त्याच म्हणजे 26 टक्के दराने वर्षाला कमी झाला. एकूण पाहाता आपण 50–50 टक्क्यांचा स्ट्राइक दर धरला हे तर आहेच पण आपण जेत्याचा सकारात्मक आणि पराभूताचा नकारात्मक परतावा यांच्यातही साम्य ठेवले.

खालील सारणीत आपण या पोर्टफोलिओची प्रगती दहा वर्षांच्या कालखंडात काय झाली ते पाहू. काळ जसजसा पुढे गेला तसतसा स्टॉक 'ब' एवढा खाली गेला की त्याचे काही मूल्यच उरलं नाही. तर पोर्टफोलिओचे मूल्य स्टॉक 'अ'च्या मूल्याशी समांतर जाऊ लागलं. गृहीत धरलेला स्ट्राइक दर 50 टक्के असून आणि हरणे व जिंकणे यांच्या स्तरातही समानता असूनही पोर्टफोलिओत झालेली निकोप वाढ या दहा वर्षांच्या काळात 17.6 टक्के दिसून येते. हा परतावा खूपच चांगला आहे. या उदाहरणावरून कळते की पुरेसा वेळ चक्रवाढीच्या जादूसाठी आपण दिला तर ही चक्रवाढ किती शक्तिमान ठरते.

सारणी क्र. 16 : 50 टक्के स्ट्राइक दर असलेला हा काल्पनिक पोर्टफोलिओ असून त्याच्या नकारात्मक–सकारात्मक परताव्यातही समानता आहे.

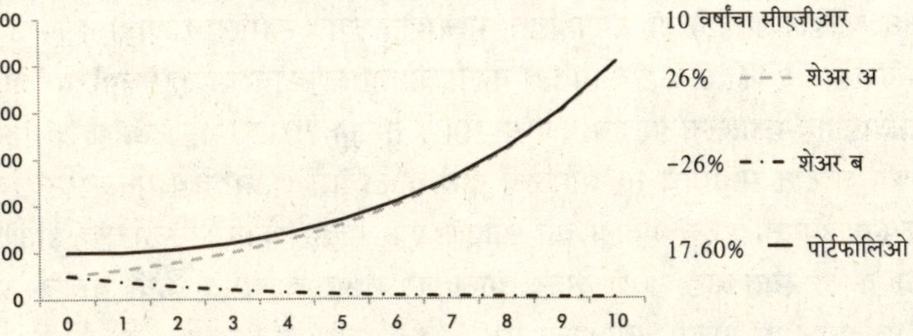

स्रोत : अंबित कॅपिटल

नकोशा सल्ल्यामुळे निर्माण होणाऱ्या नकारात्मकतेचा प्रभाव नाहीसा करणे : गुंतवणुकीच्या निर्णयात विघ्ने आणणारा आवाज नष्ट करण्याचा सर्वांत प्रभावी मार्ग म्हणजे शेअर्समध्ये पैसे गुंतवून ते दीर्घ काळ ठेवणे हाच होय. बरेचदा खूप खोल रुजलेले मानसिक मुद्दे या शहाणपणाच्या सल्ल्यावर मात करताना दिसतात. बाजारपेठेतल्या कोलाहलाकडे दुर्लक्ष करणे हे बोलायला सोपे असले तरी त्या कोलाहलाच्या मानसिक परिणामावर मात करणे हे कठीण असते. गुंतवणूकदारांना अशी एक प्रक्रिया हवी असते ज्या योगे ते हा कोलाहल कमी करू शकतील. त्यामुळे त्यांना तर्कशुद्ध निर्णय घेणे सोपे होईल. उदाहरणादाखल आपण पाहू की पेजच्या स्टॉकच्या किमतीने अल्पकालीन निराशेला दीर्घावधीत कसे तोंड दिले आणि सरतेशेवटी मार्च, 2007 ते जून, 2017 या काळात अत्यंत लक्षणीय अशी वार्षिक 45 टक्के चक्रवाढ कशी दाखवली. (खाली सारणी पाहा.)

सारणी 17 : पेजच्या स्टॉकची किंमत मार्च, 2007 आणि जून 2017 या काळात वार्षिक 45 टक्के इतक्या लक्षणीय चक्रवाढीने वाढली.

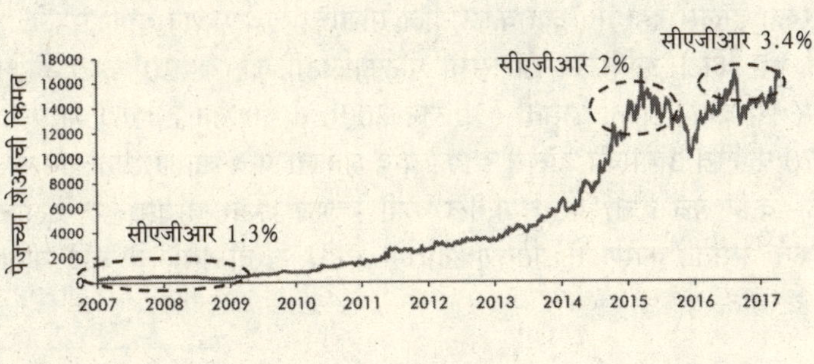

स्रोत : ब्लुमबर्ग, अंबित कॅपिटल

तथापि, वरील आलेखात आपल्याला मागील दहा वर्षांत असेही काही बराच काळ चाललेले कालखंड दिसत आहेत ज्या काळात पेजच्या शेअरच्या भावाने लक्षणीय परतावा निर्माण केलेला नव्हता. (वरील सारणीत त्या कालखंडांभोवती वर्तुळ काढले आहे.) या कालखंडात भाव होते त्याच स्तराला राहूनही पेजने उर्वरित कालखंडात एवढी उत्कृष्ट कामगिरी केली की गुंतवणुकीवरचा दहा वर्षांच्या वार्षिक चक्रवाढीने मिळालेला परतावा (मार्च 2007 ते जून 2017) 45 टक्के झाला. अगदी सोप्या शब्दांत सांगायचे तर यामुळेच दीर्घ काळ पैसे शेअर्समध्ये गुंतवून ठेवण्याची कल्पना उपयुक्त ठरते. एकदा का आपण एक महान शेअर ओळखला आणि तो दीर्घ काळ स्वतःकडे ठेवणे शक्य झाले तर शेअर बाजारात कधी यायचं आणि कधी जायचं हा विचार करण्याची गरज राहत नाही. परंतु जेव्हा आत किंवा बाहेर जाण्यायेण्याची इच्छा धराल तेव्हा गुंतवणुकीच्या निर्णयामागच्या मूलभूत तत्त्वांऐवजी शेअर बाजारातील कोलाहलाला बळी पडण्याचा धोका निर्माण होणारच.

सौद्यांचा खर्च : स्टॉक्सचा पोर्टफोलिओ दहा वर्षांहून अधिक काळ ठेवला तर फंड व्यवस्थापकाला अल्पावधीत शेअर्स खरेदी-विक्रीच्या मोहाला बळी पडावे लागत नाही. या मार्गाने सौद्यांचा खर्चही कमी होऊन एकूण पोर्टफोलिओच्या परताव्यात दीर्घ काळात वाढच होते. आपण ही गोष्ट उदाहरणाने समजावून घेऊ. कल्पना करा की तुम्ही 10 कोटी अमेरिकन डॉलर्स एका काल्पनिक पोर्टफोलिओमध्ये 30 जून 2006 रोजी गुंतवलेत. आणखी असे गृहीत धरा की तुम्ही या पोर्टफोलिओतले 50 टक्के शेअर्स वर्षभरात विकता आणि दुसरे नवे विकत घेता. (याचा अर्थ असा की विशिष्ट शेअर्समध्ये तुम्ही साधारणतः दोन वर्षे पैसे गुंतवलेले असतात.) हा पोर्टफोलिओ सेन्सेक्स या इंडेक्सच्या चक्रवाढ दराने वाढतो. तुम्ही दहा वर्षांत केलेल्या प्रत्येक सौद्याचा खर्च आणि दलाली 100 बेस पॉइंट्स (बीपीएस) आहे असे धरा, तर मग हा पोर्टफोलिओ दहा वर्षांच्या काळात चक्रवाढीच्या गतीने 13.3 टक्के दराने वाढेल. पण आपण त्या पोर्टफोलिओला हातच लावला नसता तर त्याच पोर्टफोलिओने चक्रवाढ गतीने 14.5 टक्के वार्षिक परतावा दिला असता. याचा अर्थ असा की साधारण अंतिम निधीच्या 9 टक्के म्हणजे या बाबतीत 35 लाख अमेरिकन डॉलर्स दहा वर्षांच्या काळातील सौद्यांचा खर्च म्हणून बाहेर पडले. अशा प्रकारे 10 कोटी अमेरिकन डॉलर्सचा पोर्टफोलिओ जो 38.20 कोटी मिलिअन डॉलर्स 10 वर्षांत झाला असता (30 जून 2006 ते 30 जून 2016) हा प्रत्यक्षात 34.70 कोटीच अमेरिकी डॉलर्स इतका वाढू शकला याच कारण सातत्याने केलेली खरेदी-विक्री हेच होते. परताव्यातील कमी म्हणजे शेअर बाजारातील दलालांची मिळकत असते. कारण ते गुंतवणूकदारांना त्यांचे खरेदी-विक्रीचे सौदे करण्यास मदत करतात.

मग मूल्यांकनाचे काय? योग्य वेळेस शेअर्स खरेदी करणे आणि विकणे हेच गुंतवणुकीतील अत्यंत कौशल्याचे काम नव्हे काय?

उच्च दर्जाच्या कंपन्यांचे शेअर्स मागील दशकात कित्येक पटींनी वाढले त्यामुळे या कंपन्यांचे शेअर्स चालू किमतीला विकत घेतले तर त्यांच्या स्टॉकचा परतावा टिकून राहील अशी चिंता गुंतवणूकदारांनी करावी का? आमचे उत्तर ''मुळीच चिंता करू नये'' असेच आहे. या पुस्तकाच्या संलग्नक क्र. 5मध्ये आम्ही दाखवले आहे त्यानुसार आपण मागील 3, 5 अथवा 10 वर्षांकडे पाहिले तर भारतीय शेअर बाजार तेजीच्या टप्प्यांत असो वा मंदीच्या टप्प्यात असो, सगळ्या पुरावा एकाच दिशेने बोट दाखवतो. ते म्हणजे सुरुवातीच्या किमती काहीही असल्या तरी भारतातील दीर्घ काळातील परताव्यावर त्याचा खूपच कमी परिणाम होतो.

प्रारंभकाळातील मूल्यांकन आणि दीर्घ काळ शेअर्समध्ये गुंतवणूक ठेवल्यामुळे मिळणारा परतावा यांच्यात संबंध नाही हे भारताच्या बाबतीत सत्य ठरते.

युजीन फेमा आणि केनेथ फ्रेंच हे नोबेल पारितोषिक विजेते अर्थशास्त्रज्ञ आहेत, तसेच ते शिकागो विद्यापीठाच्या बूथ स्कूल ऑफ बिझनेसमध्ये प्राध्यापकही आहेत. त्यांनी 'व्हॅल्यू प्रीमिअम' (मूल्याधारित जास्तीची किंमत) या संकल्पनेची 1992 साली व्याख्या केली. त्यानुसार, आपण जोखमीशी जुळवून घेतलेला परतावा हा निकष लावतो तेव्हा काही ग्रोथ स्टॉक्स[1] असतात तर काही व्हॅल्यू स्टॉक्स असतात. या व्याख्येअनुसार, ज्यांचा पी/ ई मल्टिपल कमी असतो असे स्टॉक्स ज्यांचा पी/ ई मल्टिपल उच्च असतो त्यांच्याहून अधिक जास्त जोखमीशी जुळवून घेतलेला परतावा देतात. (कमी पी/ई मल्टिपल याचा अर्थ असे शेअर्स जे आज स्वस्त किमतीला मिळत असले तरी भविष्यात त्यांची किंमत वाढू शकते तर उच्च पी/ई मल्टिपल याचा अर्थ असे शेअर्स जे आज महाग मिळत आहेत पण भविष्यात त्यांची किंमत कमी होऊ शकते.)

तथापि, आपले वरील विश्लेषण सुचवते की भारतीय शेअर बाजारात कमी पी/ई मल्टिपलवर आधारित गुंतवणूक करण्यामुळे गुंतवणूकदारांचे परताव्याचे

---

1 व्हॅल्यू स्टॉक हा असा स्टॉक असतो जो त्याचा मूलभूत पाया (लाभांश, उत्पन्न आणि विक्री) बळकट असूनदेखील तुलनेने कमी किमतीला मिळतो. गुणात्मक गुंतवणूक करणाऱ्यांच्या दृष्टीने तो योग्यतेहून कमी किमतीला असतो. तर ग्रोथ स्टॉक म्हणजे अशा कंपनीचे शेअर्स ज्यांची किंमत बाजाराच्या तुलनेने वरच्या दरावर वाढते. स्रोत : http://www.investopedia.com/terms

स्वरूप बदलत नाही.[1] गुणात्मक गुंतवणुकीच्या या विश्लेषणावरून हे स्पष्ट होते की भारतीय बाजारातील गुंतवणूकदारांनी उच्च दर्जाच्या फ्रँचाईजीमध्ये दीर्घ काळ गुंतवणूक करावी आणि त्यांच्या मूल्यांकनाला फारसे महत्त्व देऊ नये.

यावर काही वाचक म्हणतील की ठीक आहे, हे मला समजलं की स्वस्त स्टॉक विकत घेणे ही काही फारशी चलाखीची कल्पना नाही. परंतु जेव्हा आपल्याकडील स्टॉक्स महाग बनतील तेव्हा ते महाग स्टॉक्स विकणे ही नक्कीच चांगली कल्पना आहे.

हा मुद्दा अभ्यासण्यासाठी आम्ही उच्च दर्जाच्या पोर्टफोलिओत मूल्यांकनावर आधारित विक्री करण्याचा प्रभाव तपासला आणि त्यातून मिळणारा परतावा हा 'विकत घ्या आणि जवळ ठेवून द्या' या धोरणातून मिळणाऱ्या परताव्याहून अधिक परतावा देतो का ते पाहिले. आम्ही या विश्लेषणासाठी 'उच्च दर्जा'च्या पोर्टफोलिओचे 'प्रतिनिधी' म्हणून मागील सतरा वर्षांचे आमचे कॉफी कॅन पोर्टफोलिओ वापरले. त्यानंतर आम्ही निफ्टीच्या ट्रेलिंग पी/ई मल्टिपलचा वापर करून बाजारातील वरची आणि खालची मर्यादा निश्चित केली. त्यामुळे पोर्टफोलिओतील स्टॉक विकावा की नवा घ्यावा हे निर्णय कळत होते. या विश्लेषणाच्या तपशिलांवर संलग्नक 3मध्ये चर्चा केली आहे.

यातून आम्हाला दिसून आलं की निफ्टी जेव्हा विशिष्ट पी/ई मल्टिपलच्या वर जाते तेव्हा आपल्याजवळील कॉफी कॅन पोर्टफोलिओचे शेअर्स विकले आणि निफ्टी विशिष्ट पी/ई मल्टिपलच्या खाली जाते तेव्हा विकत घेतले तर त्या धोरणामुळे जेवढा परतावा मिळतो त्याहून अधिक परतावा 'विकत घ्या आणि ठेवून द्या' या धोरणातूनच मिळतो.

कॉफी कॅन पोर्टफोलिओतील सहभागी कंपन्यांना त्यांच्या स्पर्धकांवर शाश्वत टिकाऊ स्पर्धात्मक लाभ मिळत असतो आणि त्याचे प्रतिबिंब त्यांच्या शेअर्सच्या कामगिरीत पडत असते हे कळल्यावर वरील निष्कर्ष अर्थपूर्ण आहेत असे आपल्याला पटते. खासकरून कॉफी कॅन पोर्टफोलिओत ज्या फ्रँचायझी मोठ्या प्रमाणात असतात त्यांची एकूण तीन सामायिक वैशिष्ट्ये आपणांस दिसून येतात : अ) त्यांच्या मुख्य

---

1 गुणात्मक गुंतवणूक करण्यामागचे (कमी पी/ई आणि कमी पी/बी मल्टिपल असलेले स्टॉक घेण्यामागचे) जे कारण अमेरिकन बाजारात काम करत असले तरी भारतीय बाजारपेठेत काम करत नाही.) त्यामागची कारणे पुढील प्रमाणे आहेत : अ) भारतातील हिशोब (अकाउंटिंग) पद्धती खूपच बदलती असते आणि कमी पी/ ई रेशो असणाऱ्या कंपन्यांचे उत्पन्न बनावटही दाखवलेले असू शकते. त्यामुळे त्यांचा पी/ ई रेशो दिसण्यात कमी दिसतो. आणि ब) भारतात 'कॉर्पोरेट नियंत्रणा'स फारसे महत्त्व नसल्याने (कारण दुसरी कंपनी ताब्यात घेण्यासाठी आखलेले कायदे) कमी पी/ई असलेल्या आणि कमी कामगिरी करणाऱ्या व्यवस्थापकीय टीम्स भारतातल्या बाजारातून हाकलून दिल्या जात नाहीत.

व्यवसायाचे काम त्या ध्यासाने करत असतात. मुख्य क्षेत्राबाहेरील अल्पकालीन फायद्याच्या जुगारामुळे त्यांचे लक्ष विचलित होत नाही. ब) ते अथकपणे स्पर्धात्मक संरक्षक ढाली उभ्या करण्यात मग्न असतात. आणि क) भांडवल कुठे लावावे याविषयी ते विवेक बाळगतात. अशा प्रकारे, शेअर्सचे मूल्य हाच मार्गदर्शक धरून योग्य वेळ साधणे (खास करून 'विकणे' हा निर्णय घेण्यासाठी) असे केले तर त्यामुळे उलटच परिणाम होण्याची शक्यता असते. – वरील वाक्यांत उल्लेख केलेली तिन्ही वैशिष्ट्ये असलेल्या कंपन्या भारतात केवळ दुर्मीळच आहेत असं नाही तर त्या त्यांच्या मूलभूत गुणांमुळे बाजारात नोंदणीकृत अशा 99.5 टक्के कंपन्यांहून अधिक चांगली कामगिरी वर्षानुवर्षे करत आहेत.

कॉफी कॅन पोर्टफोलिओ हा विशिष्ट विचारानेच विशिष्ट संकल्पनांकडे झुकलेला असतो.

दीर्घ काळ टिकून राहण्याची इच्छा आणि गुंतवलेल्या भांडवलाशी जुळणाऱ्या परताव्याची शाश्वती आणि उत्पन्नात वाढ यांच्यामुळे कॉफी कॅन पोर्टफोलिओ हा पुढील संकल्पनांकडे झुकलेला दिसून येतो :

तो अधिक प्रमाणात 'बिझनेस टू कन्झ्युमर (बीटूसी)' अशा प्रकारचा असतो, 'बीटूबी म्हणजे बिझिनेस टू बिझिनेस' या प्रकारच्या क्षेत्रातला नसतो. बीटूसी कंपनी ही व्याख्येअनुसार अशी कंपनी असते जी आपल्या वस्तू/ सेवा थेट शेवटच्या वापरकर्त्याला विकते. तर बीटूबी कंपनी आपले उत्पादन दुसऱ्या कंपनीला विकते आणि ती कंपनी त्यावर आणखी काही प्रक्रिया करून तिचे मूल्य वाढवून पुढे विकते. बहुतेक बीटूसी व्यवसाय हे उपभोग (म्हणजे या शब्दाची व्याप्ती विशाल करून म्हटले पाहिजे), बँकिंग आणि फार्मा या क्षेत्रातले असतात. कॉफी कॅन पोर्टफोलिओ बीटूसी क्षेत्रातील कंपन्यांपैकी अशा कंपन्यांची निवड करते ज्यांचे भांडवल व कर्ज कमी असते आणि त्यांची उत्पादने/सेवा वारंवार विकत घ्याव्या लागतात. (यातून निवासी मालमत्ता विकणाऱ्या– ज्यांना भरपूर भांडवल आणि कर्ज लागते अशा कंपन्या वगळाव्यात.) या क्षेत्रातील कंपन्या ग्राहकांशी वारंवार संवाद झाल्याने त्यांची निष्ठा कमावू शकतात आणि हा त्यांचा स्पर्धात्मक वरचश्मा असतो.

शेवटच्या वापरकर्त्याशी जवळीक असल्याने जेव्हा त्यांच्या आवडीनिवडीत हळूहळू बदल होतात तेव्हा महान बीटूसी कंपनी त्यांस अधिक चांगला प्रतिसाद देऊ शकते किंवा स्वतःच त्या बदलांना चालना देणारी होऊ शकते. त्यामुळे सातत्याने यशस्वी कामगिरीच्या शोधात असलेला पोर्टफोलिओ दीर्घ काळाचा विचार करता बीटूसी व्यवसायांवरच बीटूबी कंपन्यांपेक्षा अधिक भर देतो असे दिसून येते. मागील सतरा वर्षांत अंबितच्या कॉफी कॅन धोरणातून दिसून आले आहे की त्यांच्याकडील

सरासरी 75 टक्के निधी हा उपभोग, (रिक्षा, घरबांधणीचा कच्चा माल, रोजचे अन्नधान्य उपभोग आणि ऐच्छिक उपभोग), बँकिंग, फार्मा अशा कंपन्यांत गुंतवला गेला आहे.

देशाच्या अर्थव्यवस्थेअनुसार वाढणाऱ्या किंवा कमी होणाऱ्या कंपन्यांऐवजी अर्थव्यवस्था कशीही असली तरी कर्तबगारी दाखवणाऱ्या (स्ट्रक्चरल) कंपन्या : बीएसईवरील (आर्थिक सेवाक्षेत्रातील कंपन्या वगळून) 200 कंपन्यांचे विश्लेषण केले असता दिसून आले की त्या दहा वर्षांच्या काळात जेव्हा कमॉडिटी बाजारपेठ तेजीत होती तेव्हाच सायक्लिकल कंपन्यांनी स्ट्रक्चरल कंपन्यांहून अधिक परतावा दिला.[1] त्यामुळे दीर्घकालीन गुंतवणूकदारास अशा सायक्लिकल स्टॉकमध्ये पैसे गुंतवून यशस्वी व्हायचे असेल तर त्यास कमॉडिटी बाजारात कसले चक्र चालू आहे याचा अंदाज बांधावा लागेल. त्यायोगे त्यास सायक्लिकल स्टॉकच्या भावांत कधी बदल होईल याचा अंदाज बांधता येईल. पण आपण काही या कामात कुशल नाही आणि आपल्यासारखेच आपल्या माहितीतले अन्य गुंतवणूकदारही त्यात कुशल नसतात. तर दुसरीकडे ज्या दीर्घकालीन गुंतवणूकदाराला स्ट्रक्चरल स्टॉक्समध्ये पैसे गुंतवायचे आहेत त्यास त्या स्टॉकचा आणि क्षेत्राचा बॉटम-अप (म्हणजे बारकाईने) अभ्यास करावा लागतो.

कारभार वाढवण्यासाठी ज्या कंपन्या भरपूर पैसे कर्जाऊ घेतात त्यांच्यात पैसे गुंतवणे टाळणे : ताळेबंदावरील लिव्हरेज रेशो (म्हणजे कंपनीकडे तिची देणी भागवण्यासाठी पुरेशी मालमत्ता आहे का) हे पाहाणे लाभाचे ठरते. कारण त्यामुळे एक तर भांडवलाची कार्यक्षमता वाढते. (उदाहरणार्थ, एखादी रोखीत उत्पन्न निर्माण करणारी टेक्स्टाइल कंपनी भारत सरकारच्या 'टेक्नॉलॉजी अपग्रेडेशन फंडिंग' योजनेच्या अंतर्गत सबसिडीयुक्त कर्ज उभारते.) किंवा कधीकधी त्या कंपनीला धोरणात्मक लाभ मिळवण्यासाठी 'मर्जर आणि ॲक्विझिशन' करणे अथवा उत्पादनक्षमतेचा विस्तार करणे यासाठी मोठा भांडवली खर्च करावा लागतो, त्यासाठी निधीची गरज असते त्यासाठी हा लिव्हरेज रेशो पाहणे कामी येते. तथापि- वीज, पोलाद आणि स्थावर मालमत्ता क्षेत्र अशा कंपन्यांना महसूल वाढवण्यासाठी अधिक निधीची गरज भासते अशा कंपन्यांत गुंतवणूक करणे आम्ही टाळतो. कारण त्यांच्या मालमत्ता-पायाची रोकडक्षमता कमी असते. त्यामुळे दीर्घ काळ कंपनीची हळूहळू वाढ होण्यास लागणारी लवचिकता त्यांच्यापाशी नसते. ही कमी रोकडक्षमता निर्माण होण्यामागचे कारण म्हणजे या मालमत्तेचा वापर ठरावीक कामासाठीच होऊ शकतो. त्यामुळे व्यवसायाची दिशा बदलण्याची वेळ अचानक येऊन ठेपली तर ही मालमत्ता लगोलग विकली जात नाही. त्याच प्रकारे अर्थव्यवस्थेतील कर्जपुरवठा

1 चक्रानुवर्ती शेअर्स म्हणजे असे शेअर्स ज्यांच्या किमती एकूण अर्थव्यवस्थेला चढ-उतारानुसार खाली-वर होत असतात.

कमी झाला तरी गुंतवलेल्या भांडवलावरील परतावा कमी होतो. परिणामतः या अशा लिव्हरेज्ड कंपन्यांच्या व्यवस्थापकीय टीम्सचे लक्ष मुख्य व्यवसायाऐवजी ताळेबंदात बसून राहिलेल्या भल्या मोठ्या कर्जाची फेड करणे किंवा दुसरे कर्ज घेऊन पहिले कर्ज फेडणे याकडेच अधिक लागलेले राहते.

अदृश्य पण धोरणात्मक ॲसेट्सयुक्त कंपन्यांना अधिक पसंती देणे : धोरणात्मक ॲसेट्स हे असे ॲसेट्स असतात ज्या कंपनीला एक खास तिचा असा परीघ मिळवून देतात. त्या परिघावर स्थित अशी ती कंपनी कच्चा माल मिळवणे, उत्पादनाचा विकास करणे, मार्केटिंगची ताकद वाढवणे, खूप चांगले वितरण करणे, किंमत ठरवण्याची ताकद प्राप्त करणे, पुरवठा साखळी निर्माण करणे असे अनेक पुढाकार घेऊ शकते आणि अशा प्रकारे आपले स्पर्धात्मक लाभही टिकवून ठेवू शकते. बहुतेक चांगल्या (पण महान नव्हे) अशा कंपन्यांकडील धोरणात्मक ॲसेट्स हे दृश्य रूपातील असतात- उदाहरणार्थ, नैसर्गिक स्रोतांशी सान्निध्य, योग्य ठिकाणी उभी स्थावर मालमत्ता, एक उत्तम मुख्य कार्यकारी अधिकारी किंवा ताळेबंदात दिसून येणारे अधिकचे भांडवल.

तथापि, कॉफी कॅन कंपन्या अशा कंपन्यांची निवड करतात ज्यांचे धोरणात्मक ॲसेट्स हे दृश्य आणि अदृश्य अशा दोन्ही प्रकारच्या ॲसेट्सचे मिश्रण असतात. त्यामुळे कितीही पैसा ओतण्याची स्पर्धकाची तयारी असली तरी त्या कंपनीची पुनरावृत्ती काढणे कठीण बनते. अशा अदृश्य ॲसेट्समध्ये अ) बुद्धी-संपदा (पेटंट्स अथवा मालकी हक्क असलेले ज्ञान), उत्पादनाचे परवाने किंवा संस्कृतीतून निर्माण झालेले पैलू- उदाहरणार्थ, मनुष्यबळ नेमणे, त्यांना उत्तेजन देणे, सक्षम बनवणे आणि उच्च दर्जाची गुणवत्ता आपल्याचकडे राखून ठेवणे) हे सगळे मुद्दे येतात. ब) माहिती तंत्रज्ञानात गुंतवणुकीचा या कंपन्या केवळ पाठिंबाच घेत नाहीत तर त्याचा वापर त्या कंपनीचा 'कणा' म्हणून करतात आणि व्यवसायाचे सर्व पैलू प्रक्रियेकडेच झुकलेले आणि म्हणूनच कार्यक्षम आहेत याची खात्री करून घेतात. क) किंवा त्या कंपनीचे चॅनेल भागीदार, व्हेंडर्स आणि कर्मचारी यांच्या जीवनात कधीकाळी वैयक्तिक अथवा व्यावसायिक अरिष्ट कोसळले तर त्यांची सक्रियपणे काळजी घेतात.

आजच्या घडीला तुमचा कॉफी कॅन पोर्टफोलिओ उभारायचा असल्यास?

कॉफी कॅन पोर्टफोलिओच्या गुणांची चर्चा केल्यानंतर आजमितीला म्हणजे (ऑगस्ट, 2017) मध्ये 100 कोटीहून अधिक मार्केट कॅप असणाऱ्या नोंदणीकृत कंपन्यांचा पूर्ण वर्ग नजरेखालून घालावयाचा असल्यास पुढील दोन निकष वापरून कंपन्या निवडाव्या लागतील - महसुलात वाढ (किंवा बँक असेल तर कर्जबुकातील वाढ) आणि नफाक्षमता हे ते दोन निकष असून मागील दहा वर्षांसाठी (आर्थिक वर्ष 2007-17) ते लावले असता आम्हाला पुढील दर्शविल्यानुसार बारा कंपन्या मिळाल्या.

सारणी 18 : 2017 सालचा कॉफी कॅन पोर्टफोलिओ

कंपनी नाव	गुंतवलेली रक्कम	एमकॅप (कोटी रूपयांत)	एमकॅप (एमएन)
एचडीएफसी बँक	100	455427	71160
एचसी एल टेक्नॉलॉजी	100	121180	18934
लुपीन	100	44633	6974
एलआयसी हाउसिंग फायनान्स	100	33505	5235
पेज इंडस्ट्रीज	100	19581	3059
गृह फायनान्स	100	18486	2888
अमरा राजा बॅटरीज	100	13355	2087
अबॉट इंडिया	100	9054	1415
अस्त्राल पॉली	100	8204	1282
डॉ. लाल पॅथो लॅब	100	6682	1044
रेपको होम फायनान्स	100	4064	635
मुथुट कॅपिटल सर्व्हिसेस	100	729	114

स्रोत : अंबित कॅपिटल, ब्लुमबर्ग
ही माहिती 30 ऑगस्ट, 2017 रोजीची आहे.

आधीच्या पानांवर चर्चा केल्यानुसार तयार केलेल्या कॉफी कॅन पोर्टफोलिओच्या यादीतील सर्व कंपन्यांत समान पैसे गुंतवले पाहिजेत. त्यानंतर हा फोलिओ पुढील दहा वर्षे जराही हात न लावता तसाच ठेवला पाहिजे. मग तो या दहा वर्षांच्या काळात अल्प काळासाठी कितीही वाईट प्रकारे घसरला तरी किंवा खूप वर गेला तरी त्याला हात लावायचा नाही.

या प्रकरणातून आपण शिकलेले तीन महत्त्वाचे नियम :

1) **अध्येमध्ये मध्यस्थ लोक आले की इक्विटीत पैसे गुंतवणे गुंतागुंतीचे होऊन जाते :** भारतातील बहुसंख्य शेअर गुंतवणूकदारांसाठी गुंतवणूक करणे म्हणजे फारच गुंतागुंतीची समस्या होऊन बसते. एक तर त्यांच्या अवतीभोवती दुय्यम दर्जाच्या सल्लागारांचे कोंडाळे असते आणि दुसरे म्हणजे त्यांना चुकीचे

गुंतवणूक सिद्धान्त पढवले जातात. त्यातील सर्वसामान्यतः आढळून येणारा सिद्धान्त म्हणजे शेअर बाजारातून उच्च परतावा मिळवण्यासाठी जोखीमही तशीच मोठी घ्यावी लागते. गुंतवणूकदारांच्या मनात अशा चुकीच्या कल्पना भरल्यामुळे त्यांचे 'सट्टेबाजी' आणि 'गुंतवणूक' यातील सीमारेषेचे भानच नाहीसे होते. गुंतवणूकदार मग क्षणिक घटनांना प्रतिसाद देतात. त्यामुळे त्यांचे भांडवल घटते तर मध्यस्थांची संपत्ती मात्र वाढते. वॉरन बफे, आकाश प्रकाश, संजॉय भट्टाचार्य आणि के. एन. शिवसुब्रमण्यम अशांसारख्या महान गुंतवणूकदारांकडून आपण हेच शिकलो की इक्विटी गुंतवणुकीतून सातत्याने निकोप परतावा मिळवण्यासाठी आपण उच्च दर्जाच्या कंपनीत पैसे गुंतवले पाहिजेत आणि नंतर ती गुंतवणूक बराच काळ हातही न लावता तशीच ठेवली पाहिजे. (हा काळ खूपच दीर्घ असू शकतो) ही प्रतीक्षा करताना शेअर्सच्या किंमतींचे काय होते आहे म्हणून आपली झोप उडता कामा नये.

2) **महान कंपन्यांचा कॉफी कॅन पोर्टफोलिओ :** भारतीय संदर्भात म्हणायचे तर आम्ही एक सोपी रचना वापरून हा कॉफी कॅन पोर्टफोलिओ तयार केला. आम्ही १०० कोटी रुपयांच्या वर ज्यांचे मार्केट कॅपिटलायझेशन आहे अशा कंपन्या शोधल्या. त्यांनी मागील दहा वर्षांत प्रत्येक वर्षाला कमीतकमी १० टक्क्यांनी विक्री वाढवली होती. तसेच गुंतवलेल्या भांडवलावरचा करपूर्व परतावा वर्षाला १५ टक्के एवढा वाढवला होता. भारतातील कॉफी कॅन पोर्टफोलिओचा तपशीलवार आढावा १९९१ सालापर्यंत मागे जाणाऱ्या आकडेवारीअनुसार घेतला तेव्हा दिसून आले की असा पोर्टफोलिओ सर्व काळांतील बेंचमार्कपेक्षा उच्चच असतो. या पोर्टफोलिओने (२००८ सालच्या लेहमन ब्रदर्ससारख्या) तणावयुक्त कालखंडातही जेव्हा बाकीचा सर्व बाजार कोसळला होता त्या काळातही कौतुकास्पदरीत्या चांगली कामगिरी केली होती. अजिबात कसलाही बदल न करता दशकाहून अधिक काळ पैसे गुंतवून ठेवले तर हा पोर्टफोलिओ बेंचमार्कहून अधिक परतावा निर्माण करतो.[१]

3) **कॉफी कॅन पोर्टफोलिओ इतकी उत्तम कामगिरी का करते?** ज्या महान कंपन्यांच्या रक्तातच आपला स्पर्धात्मक वरचश्मा जवळजवळ दहा ते २० वर्षे (किंवा त्याहून अधिक काळ) टिकवून ठेवण्याची क्षमता असते अशा कंपन्या कुठल्या ते ओळखून काढण्यावरच कॉफी कॅन सिद्धान्त उभारलेला

---

1 बरेचदा कॉफी कॅन पोर्टफोलिओने (सेन्सेक्सला मागे टाकण्याची) कामगिरी वार्षिक स्तरावर पाहाता 11.9 टक्क्यांनी केली आहे.

आहे. यामागचे कारण म्हणजे कॉफी कॅन पोर्टफोलिओला हवी असलेली कंपन्यांची महानता तात्पुरती नसते आणि अल्पकालीन तर नसतेच नसते. खरं सांगायचं तर महान कंपन्या आर्थिकदृष्ट्या कठीण काळही निभावू शकतात. त्या ग्राहकांच्या आवडीनिवडीत, स्पर्धकांत किंवा आपल्या व्यवसायाच्या कामकाजात्मक पैलूंत हळूहळू होणार्या बदलांमुळे विचलित होत नाहीत. त्यांच्या व्यवस्थापकीय टीम्सकडे अशी धोरणे असतात जी त्यांच्या स्पर्धकांहून अधिक चांगली फळे देतात. बरेचदा, अशा कंपन्या वरवर पाहाता जुनाट मताच्या वाटू शकतात परंतु त्या जुनेपणा आणि आत्मसंतुष्टता यांतील फरक चांगला ओळखून असतात. हे असे गुण महान कंपन्या वगळता अन्यत्र फारच क्वचित आढळून येतात.

प्रकरण ३

खर्चांमुळे खूपच फरक पडतो

"छोट्या छोट्या खर्चांकडे लक्ष ठेवा. जहाजाला पडलेले छोटेसे भोकदेखील ते बुडवायला कारणीभूत ठरू शकते."

–बेंजामिन फ्रँकलीन (१७०६–९०)

श्रीयुत तलवार यांची गुंतवणुकीची महागडी उत्पादने :

श्रीयुत तलवार मुख्यत्वेकरून ढोबळ परताव्यावर भर देणारे होते मग ते परतावे शेअर्सवरचे असोत की युनिट लिंक्ड इन्शुरन्स प्लॅनचे (युलिपचे), दीर्घकालीन हमी मिळालेले असोत. परंतु ढोबळ परताव्यात पोर्टफोलिओच्या कामगिरीचे खरे प्रतिबिंब पडत नसते कारण त्यातून फंड व्यवस्थापक आणि शेअर दलालाची फी वजा केलेली नसते. त्यामुळे परतावा पाहताना गुंतवणूकदारांनी निव्वळ नफ्याकडे पाहायला हवे. (फंड व्यवस्थापक आणि शेअर दलालाची फी दिल्यावर हातात आलेला परतावा.) तलवारांनी त्यांच्या पोर्टफोलिओचा व्यवस्थित अभ्यास केला असता तर त्यांच्या लक्षात आलं असतं की त्यांनी घेतलेल्या योजना फारच खर्चीक असल्याने पैसे गुंतवण्याच्या त्यांच्या मूळ हेतूलाच बाधा पोहोचते आहे. दर सौद्यागणिक 1 टक्का अथवा त्याहून अधिक दलाली (किंवा फी) आणि वारंवार हे सौदे करत असल्याने ते त्यांच्या स्टॉक फोलिओच्या 7 टक्के रक्कम कमिशनमध्येच घालवत होते.

युलिप्स हा प्रकार तर अधिकच वाईट होता. युलिपचे एकूण तीन भाग असतात– विमा, गुंतवणूक आणि खर्च. शिवाय त्याचा कार्यावधी तर कित्येक दशके चालतो. तथापि, युलिप घेताना तलवारांना लक्षातच आले नाही की त्यांनी

भरलेल्या पहिल्या वर्षाच्या हप्त्यातली जवळजवळ 60 टक्के रक्कम फी म्हणूनच कंपनीने काढून घेतली आहे. आता एवढी जास्त फी आकारल्यामुळे प्रत्यक्ष गुंतवणुकीला रक्कम कमीच उरणार. हे म्हणजे एक दिवसीय क्रिकेट सामन्यात 4 विकेट्स पडलेल्या असताना धावांच्या मागे धावण्यासारखे आहे. साहजिकच त्याचा परिणाम तर वाईटच होतो परंतु युलिप बरीच दशके चालू असल्याने या दुष्परिणामास लपवणे शक्य होते.[1]

खर्च, खर्च आणि अधिक खर्च

गुंतवणुकीच्या जगतात एकूण तीन प्रकारचे मुख्य खर्च गुंतवणूकदार कळत न कळत देत असतो.

सौद्यांची फी (ट्रांझॅक्शन कॉस्ट) : यास ब्रोकरेज (दलाली) असेही म्हटले जाते. जेव्हा जेव्हा तुम्ही एखादा सौदा करता तेव्हा ही फी तुम्हाला द्यावी लागते. स्टॉक पोर्टफोलिओकडे पाहता हे खर्च तसे खूपच लहान भासतात परंतु पोर्टफोलिओत सतत खरेदी-विक्रीचे सौदे होतात अथवा ही उलाढाल खूप वाढते तेव्हा त्यांचा परिणाम खूपच अधिक होतो. एखादा ब्रोकर शेअर खरेदीवर 0.5 टक्के फी लावत असेल तर ती फार जास्त भासत नाही परंतु वर्षभराचा काळ घेतला

---

1 युलिप्स अथवा युनिट लिंक्ड इन्शुरन्स योजना यांच्यात सर्वसाधारण टर्म विमा योजनेत नसलेला 'गुंतवणूक' हा अंशही असतो. आयुर्मानाचा दर (मॉर्टेलिटीचा दर) ठरवून विम्याच्या भागात किती रक्कम घालायची आणि किती रकमेची शेअर बाजारात गुंतवणूक करायची यांचे प्रमाण वर-खाली होत असते. ग्राहकांना गटवण्यासाठी उत्पादक त्यात विविध प्रलोभनयुक्त बदल सहज करू शकतात परंतु वास्तवात पाहाता, युलिप हे उत्पादन ग्राहकांच्या गळीच उतरवावे लागते. त्यामुळे ते विकण्यासाठी खूप जास्त कमिशन द्यावे लागते. त्याचा कालावधी कित्येक दशके चालत असल्याने ग्राहकाला काहीच न सांगता त्याच्याकडून सुरुवातीलाच भरपूर जास्त कमिशन घेण्याची आणि तरीही 'चांगलाच परतावा मिळेल' असे ठोकून देण्याची संधीही मिळते. जसजसा काळ गेला तसतसे हे ब्रोकरेज कमिशनखाली आलेले आहे म्हणजे ते पहिल्या वर्षाच्या हप्त्याच्या 40 ते 60 टक्के असायचे ते 5 टक्क्यांहून आता कमी असते. तथापि, तरीही म्यूच्युअल फंडांपेक्षा युलिप हे महागच असतात. तसेच म्यूच्युअल फंड निवडताना उत्तम फंड व्यवस्थापक निवडण्याची संधी ग्राहकांना मिळते तर युलिपच्या गुंतवणुकीची कामगिरी काय झाली हे शोधणे तेवढे पारदर्शक असत नाही.

हालन, साने आणि थॉमस यांनी नोंदवले आहे की भारतीय गुंतवणूकदारांनी पुढले हप्ते न भरल्याने युलिप चालूच राहिला नाही त्यामुळे या उत्पादनांवर त्यांनी आधी दिलेल्या पहिल्या हप्त्याचे 1.5 लाख कोटी रुपये (अंदाजे अमेरिकी 23 बिलिअन डॉलर्स) घालवले आहेत त्याच प्रकारे, युलिप हे उत्पादन दिशाभूल करून विकले गेले ही बाब इंडिया हाउसहोल्ड फायनान्स कमिटीचा अहवाल (2017) मध्ये मान्य करण्यात आली आहे. पुढील वर्षांतही आपल्याला त्यात हप्ते भरणे अनिवार्य आहे हे गुंतवणूकदारांना सांगण्यात आले नव्हते. त्यामुळे गुंतवणूकदारांनी पुढल्या वर्षांत पैसे भरले नाहीत तेव्हा विमा कंपन्यांनी नियमावर बोट ठेवून त्यांचे आधी भरलेले पैसे जप्त करून टाकले. (स्रोत : http://www.igidr. ac.in/pdf/publication/WP-2013-007.pdf)

आणि त्या काळात तुम्ही 5 वेळा खरेदी–विक्री केलीत तर तुमचे ब्रोकरेज तुमच्या पोर्टफोलिओचा विचार करता 5 टक्के होते.

वार्षिक फी : ही फी मुख्यत्वेकरून म्यूच्युअल फंड आणि पोर्टफोलिओ मॅनेजमेंट सेवा यांसाठी लागते. त्यात फंड व्यवस्थापक वार्षिक फी लावतो पण ती प्रत्यक्षात मासिक अथवा तिमाही प्रकारे वसूल केली जाते. त्यातच भर म्हणजे एक ‘कामगिरी फी’ (परफॉर्मन्स फी) देखील असते, त्यानुसार फंड व्यवस्थापकाने निर्माण केलेल्या नफ्यातील काही वाटा त्यास दिला जातो. ही फी दरवर्षाचा हिशोब करून दिली जाते.

लपवलेल्या फीज : विम्याची उत्पादने आणि अन्य संरचित (स्ट्रक्चर्ड) उत्पादने यांच्यात कसली फी नक्की लावली जाणार आहे हे गुंतवणूकदारांना समजून घेणे सोपे जात नाही. उदाहरणार्थ, स्ट्रक्चर्ड उत्पादनांत[1] यात गुंतवणूकदाराला त्याच्या मुद्दलावरील परताव्याचा एक फॉर्म्युला दिला जातो परंतु तो प्रत्यक्षात त्याच्या हातात पडणारा निव्वळ परतावा असतो. त्या उत्पादनापासून प्रत्यक्ष ढोबळ उत्पन्न काय मिळाले ते त्यास सांगितले जात नाही. या दोन्हींतील फरकाची मलई उत्पादक आणि वितरक एकमेकांत वाटून खात असतात. असे लपवलेले खर्च युलिपसारख्या गुंतागुंतीच्या उत्पादनांतही असतात.

उत्कृष्ट परतावा मिळवण्यासाठी पैसे विवेकाने कसे गुंतवावेत याबद्दल अर्थशास्त्रावरील बहुतेक साहित्य लिहिलेले असते. परिणामतः गुंतवणूकदार हे बहुधा ढोबळ परताव्यावरच अधिक करून लक्ष केंद्रित करतात पण तसे करताना त्यांच्या हे लक्षातच येत नाही की कमी परताव्याइतकाच खूप उच्च खर्चाचाही त्यांच्या आर्थिक आरोग्यावर विपरीत परिणाम होत आहे. अर्थसेवा उद्योगास कळले आहे की बहुतेक गुंतवणूकदार खर्च या मुद्द्याकडे काणा डोळाच करतात त्यामुळे हुशार ब्रोकर्स आणि मध्यस्थांनी गुंतवणूकदारांना पिळण्याचे विभिन्न मार्ग शोधून काढले आहेत. या प्रकरणात आपण अशा गुंतवणूक पद्धती पाहू ज्या खर्च कमीतकमी ठेवतील.

फंडांचा खर्चही चक्रवाढीने वाढतो

आपल्यातले बहुतेक जण कुणीतरी ज्याचे व्यवस्थापन करत आहे अशा फंडांच्या मार्गाने बाजारांत पैसे गुंतवतो. मग ते म्यूच्युअल फंड असोत की पीएमएस म्हणजे पोर्टफोलिओ

---

1 ही उत्पादने म्हणजे बरेचदा आर्थिक दस्तऐवज असतात (बाँड्स अथवा डिबेंचर्ससारखी) ती जारी करताना या अर्थसंस्था हमी देतात की आम्ही आपल्या भांडवलाचे रक्षण करू तसेच शेअर बाजारातही काही प्रमाणात उलाढाल करू. अशा प्रकारे ते गुंतवणूकदारांना शेअर बाजारातल्या भाववाढीच्या ठरावीक लाभासोबतच त्यांच्या भावात खूप घसरण होणार नाही याचीही हमी देतात.

मॅनेजमेंट सर्व्हिस असो की एआयएफ[1] (अल्टरनेट इन्व्हेस्टमेंट फंड) असोत. या सगळ्या भिन्न गुंतवणूक संरचना असल्या तरी त्यांच्यात साम्यही आहे कारण त्या गुंतवणूकदारांचे पैसे एकत्र आणतात आणि त्यानंतर जमलेल्या फंडाचे व्यवस्थापन करण्यासाठी व्यवस्थापक नेमतात. फंड व्यवस्थापनासाठी आणि अन्य कामकाज खर्चासाठी गुंतवणूकदार विशिष्ट रक्कम देतात. प्रकरण 2 मध्ये आपण 'चक्रवाढीची ताकद' पाहिली. परंतु दुर्दैवाने गुंतवणूकदारांचे खर्चही काळ जाईल तसे चक्रवाढीने वाढतात. उदाहरणादाखल आपण 15 टक्के असा समान वार्षिक ढोबळ परतावा असलेले दोन म्यूच्युअल फंड घेऊ. पहिल्याचा खर्च 2.5 टक्के वार्षिक आहे तर दुसऱ्याच्या खर्चाचा रेशो 0.1 टक्के वार्षिक आहे. आता या दोन्ही फंडांत प्रत्येकी एक लाख रुपये गुंतवल्यास दीर्घकालीन परताव्यावर या खर्चांचा काय परिणाम होतो ते आपण पाहू. (खालची सारणी पाहा.)

सारणी 19 : जास्त खर्चामुळे परतावा बराच कमी होतो. (प्रारंभिक निधी एक लाख रुपये प्रत्येकी)

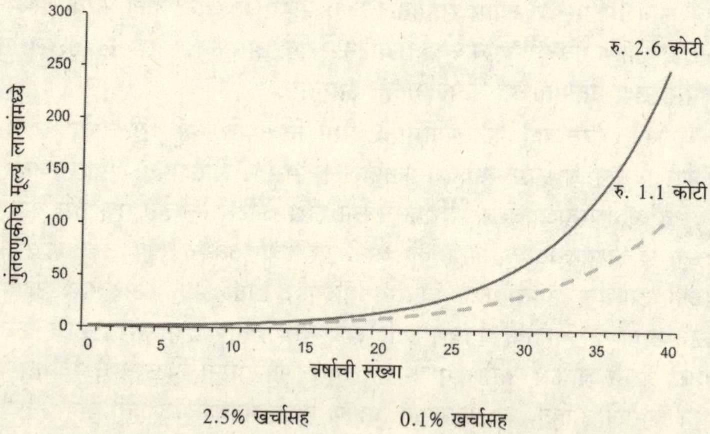

स्रोत- अंबित कॅपिटल

1 म्यूच्युअल फंड, पोर्टफोलिओ मॅनेजमेंट सर्व्हिस अथवा एआयएफ हे सगळे फंड किंवा पैसे गोळा करणारी माध्यमे असतात आणि त्यांच्याद्वारे विविध प्रकारे आर्थिक गुंतवणूक केली जाते. म्यूच्युअल फंड हा यातील सर्वांत जुना प्रकार असून त्यात कमीतकमी गुंतवणूक 5000 रुपये लागते, (रिटेल) किरकोळ गुंतवणूकदारांत ही पद्धत लोकप्रिय आहे. त्याच कारणासाठी त्यांच्यावर कडक नियंत्रणेही लादली गेली आहेत. तर पीएमएस (पोर्टफोलिओ मॅनेजमेंट सर्व्हिस) साठी कमीतकमी गुंतवणूक 25 लाख रुपये लागते आणि एचएनडब्ल्यू (हाय नेट वर्थ) म्हणजेच अति श्रीमंत व्यक्तींसाठी त्यात खास त्यांच्या गरजांचा विचार करून धोरण आखले जाते. तर तिसरी श्रेणी म्हणजे एआयएफ (अल्टरनेट इन्व्हेस्टमेंट फंड) याचे उद्घाटन 2013 साली झाले आणि त्यात कमीतकमी गुंतवणूक 1 कोटी रुपयांची असते. ही श्रेणी खूपच आधुनिक आणि गुंतागुंतीची गुंतवणूक धोरणे आखते आणि अति- अति श्रीमंतांसाठी (अल्ट्रा हाय नेट वर्थ) व्यक्तींसाठी असते.

दुसऱ्या फंडाचा निधी पहिल्या फंडाच्या निधीपेक्षा पुढील प्रमाणात वाढलेला दिसून आला :

- दहा वर्षांनी 24 टक्के
- वीस वर्षांनी 53 टक्के
- तीस वर्षांनी 89 टक्के
- आणि, चाळीस वर्षांनी 133 टक्के

एखाद्या वीस वर्षांच्या मुलाने नोकरीस लागल्यावर जमवलेले 1 लाख रुपये 2.5 टक्के वार्षिक खर्चवाल्या पहिल्या फंडात टाकले तर त्याला निवृत्तीच्या वेळेस म्हणजे साठाव्या वर्षी 1.11 कोटी रुपये मिळतील. तर दुसऱ्या म्हणजे 0.1 टक्का खर्च घेणाऱ्या फंडात लाख रुपये टाकले तर त्यास निवृत्तीच्या वेळेस 2.58 कोटी रुपये मिळतील. हे तर पहिल्या फंडाकडून मिळणाऱ्या निधीच्या दुपटीहून अधिक आहेत.

ही गृहीतके अशीच काहीतरी हवेत केलेली गणिते नव्हेत. सध्या बहुतेक इक्विटी म्यूच्युअल फंडांची व्यवस्थापकीय फी वर्षाला 2.5 टक्के आहे तर त्याउलट ईटीएफमध्ये (म्हणजे एक्स्चेंज ट्रेडेड फंडामध्ये) ती 0.1 टक्का आहे.

बहुतेक गुंतवणूकदार केवळ ढोबळ परताव्यावरच लक्ष देतात, परिणामतः ते उत्तम कामगिरी करणाऱ्या म्यूच्युअल फंडांच्या मागे धावतात. तसे करताना ते एक गोष्ट ध्यानात घेत नाहीत, ती म्हणजे या कामगिरीची काहीही हमी त्यांनी मुळीच दिलेली नसते. ती कामगिरी वर जाऊ शकते अथवा खालीही येऊ शकते. परंतु खर्च लावणे काही थांबत नसते. मृत्यू आणि कर यांच्या जोडीला आपण आता हे खर्च हेदेखील जीवनाचे अविभाज्य भाग आहेत असे म्हणू शकतो. दीर्घ काळात या खर्चांचा परिणाम आपण पाहिला तर तो परताव्यावर प्रचंड पडतो असे दिसून येते. खासकरून ज्या दुनियेतील फंड व्यवस्थापक सामान्यतः समान क्षमता (आणि समान माहिती हाताशी असूनही) शेअर बाजारात या फंडांचे सक्रिय व्यवस्थापन करताना दिसतात.

भूत– वर्तमान–भविष्य

अन्य सर्व व्यवसायांप्रमाणे पोर्टफोलिओ व्यवस्थापन व्यवसाय हाही मागील शंभर वर्षांत हळूहळू उत्क्रांत झालेला उद्योग आहे. विसाव्या शतकाच्या पूर्वार्धात हा व्यवसाय अमेरिकेत वेगाने वाढला आणि भारतात तो 1991–2000 या काळात वाढला. या प्रारंभीच्या वर्षांत उत्कृष्टतेला काही महत्त्वच नव्हते कारण जवळजवळ सर्वच फंड व्यवस्थापक इंडेक्सहून भरीव कामगिरी करत होते. तथापि, आधी विकसित देशांतील शेअर बाजारांत आणि मागील दहा वर्षांत भारतात निर्माण

झालेली वाढती स्पर्धा आणि अधिक नियंत्रणयुक्त देखरेख यांच्यामुळे भारतीय म्यूच्युअल फंड व्यवस्थापकांना आधीसारखे इंडेक्सहून चमकदार कामगिरी करून दाखवणे सोपे राहिले नाही. त्यामुळे म्यूच्युअल फंडांचे आणि त्यांच्या वितरकांचे नफ्याचे मार्जिन घटले आहे.[1] त्यातूनच नंतर आधुनिक तंत्रज्ञानाचा वापर होऊ लागला कारण धडाडीचे फंड समूह आपला फंड चालवण्याचा खर्च खूपच कमी करण्यासाठी म्हणून अल्गोरिदमचा वापर करू लागले.

आपण या उद्योगात झालेल्या परिवर्तनाकडे तीन मध्यवर्ती संकल्पनांतून पाहू.

१) 'सक्रियपणे व्यवस्थापन होत असलेल्या फंडां'मधील 'अल्फा स्क्वीझ' (बेंचमार्क इंडेक्सहून अधिक कामगिरी करून मिळवलेला जास्तीचा परतावा).

२) कमी खर्चाच्या फंडांचे पर्याय आणि म्यूच्युअल फंडांत थेट गुंतवणूक करण्याचे पर्याय, आणि

३) सल्लागारांनी समोर आणलेले फंड विरुद्ध वितरकांनी समोर आणलेले फंड.

परंतु त्याआधी आपण म्यूच्युअल फंडांची हळूहळू उत्क्रांती कशी झाली त्याचा इतिहास पाहू.

म्युच्युअल फंडाची उत्क्रांती

म्यूच्युअल फंडाची व्याख्या करायची म्हटले तर ते गुंतवणुकीचे असे एक साधन आहे जे वेगवेगळ्या गुंतवणूकदारांकडून निधी गोळा करून तयार केले जाते. त्याचा उद्देश असतो स्टॉक्स, बाँड्स इत्यादी मालमत्तांत गुंतवणूक करणे. अशा फंडांचे व्यवस्थापन तज्ज्ञ व्यवस्थापक करतात आणि त्यायोगे गुंतवणूकदारांना परतावा/फायदा मिळवून देतात.

सर्वप्रथम नेदरलँड्समध्ये म्यूच्युअल फंडांचा उगम झाला असे म्हणतात. 1774 साली एड्रिआन व्हॅन केटविच नामक एका डच व्यापाऱ्याने बऱ्याच गुंतवणूकदारांकडून गुंतवणूक निधी या नावाने पैसे गोळा केले आणि त्यास 'एंडराट माख्ट माट' (म्हणजे 'एकीमुळे बळ मिळते') असे नाव ठेवले. सन 1775च्या पूर्वार्धात या फंडाचे सगळे शेअर्स विकले गेले आणि ॲमस्टरडॅम शेअर बाजारात त्याचे सौदेही होऊ लागले.

---

1 वितरक म्हणजे ब्रोकर्स आणि एजंट्स असतात जे म्यूच्युअल फंड योजना गुंतवणूकदारांना विकतात आणि त्या बदल्यात त्या म्यूच्युअल फंडाकडून कमिशन मिळवतात. भारतातील असे सर्वोच्च वितरक आहेत एनजे वेल्थ, एचडीएफसी बँक आणि आयआयएफएल वेल्थ मॅनेजमेंट.

1801-10च्या सुमारास केटविचची निधी एकत्र करण्याची ही योजना संपूर्ण युरोपात लोकप्रिय झाली आणि सरतेशेवटी अमेरिकेत पोहोचली. हे प्रारंभीचे म्यूच्युअल फंड क्लोज एंडेड होते. म्हणजे ते ठरावीक संख्येचे शेअर्स किंवा रोखे शेअर बाजारात आणून भांडवल उभे करत होते.[1] आधुनिक काळातील पहिला म्यूच्युअल फंड हा मॅसेच्युसेट्स इन्व्हेस्टर्स ट्रस्ट नावाचा होता आणि तो 1924 साली अमेरिकेत काढण्यात आला. तो ओपन एंडेड होता आणि त्यात शेअर्स सातत्याने जारी केले जात होते आणि परतही घेतले जात होते (री-डीम केले जात होते). 1929 सालच्या अखेरीस अमेरिकेत साधारण 20 ओपन एंडेड म्यूच्युअल फंड आणि 500 हून अधिक क्लोज एंडेड म्यूच्युअल बाजारात आले होते.

भारतातील म्यूच्युअल फंड उद्योगाचा उगम 1963 साली झाला. तेव्हा युनिट ट्रस्ट ऑफ इंडिया (यूटीआय) ही संस्था संसदेत कायदा करून स्थापन करण्यात आली. जवळजवळ 25 वर्षे यूटीआय ही एकमेव संस्था भारतातील म्यूच्युअल फंड देऊ करणारी संस्था होती. तिने काढलेली पहिली योजना होती 'युनिट स्किम 1964'. त्यानंतर 1971-80 आणि 81-90 या दशकांत गुंतवणुकीच्या विविध गरजा भागवण्यासाठी यूटीआयने आणखी बऱ्याच योजना बाजारात आणल्या. 1987च्या अखेरीस ही संस्था साधारणतः 6700 कोटींच्या मालमत्तेचे व्यवस्थापन करत होती. 1987 साली प्रथमच यूटीआय सोडून अन्य सार्वजनिक उपक्रमांना या व्यवसायात येण्याची अनुमती दिली गेली आणि त्यामुळे स्टेट बँक ऑफ इंडिया, कॅनरा बँक, पंजाब नॅशनल बँक, एलआयसी आणि जीआयसी अशा बर्याच सार्वजनिक संस्था या क्षेत्रात आल्या. 1993 पर्यंत या उद्योगाच्या व्यवस्थापनाखालील एकूण मालमत्ता जवळजवळ 50,000 कोटी झाली होती.

1993 सालापासून खाजगी क्षेत्रातील कंपन्याही या उद्योगात आल्या. कोठारी पायोनिअर (सध्याचे नाव फ्रँकलिन टेंपल्टन) हा खाजगी क्षेत्रातील पहिला म्यूच्युअल फंड 1993 साली नोंदणीकृत झाला होता. 1991-2000 च्या दशकात सेबीकडे

---

1 अगदी आजमितीलाही म्यूच्युअल फंड हे दोन प्रकारांत विकले जातात. ओपन आणि क्लोज एंडेड. ओपन एंडेड फंडांत गुंतवणूकदारांना कधीही प्रवेश करता येतो आणि कधीही बाहेर जाता येते. त्यांच्यात निर्गमन फी (एक्झिट लोड) आकारत असतील परंतु गुंतवणूकदारांना त्या त्या वेळेच्या निव्वळ मालमत्ता मूल्यावर (नेट ॲसेट व्हॅल्यू- अथवा नॅव्हवर) बाहेर पडता येते. तर क्लोज एंडेड फंड म्हणजे नव्याने बाजारात आणलेले फंड असतात आणि ते त्यांचा ठरावीक कार्यकाळ संपल्यावरच पैसे देतात. मधल्या काळात गुंतवणूकदार त्या फंडातून पैसे काढून घेऊ शकत नाहीत. सर्व क्लोज एंडेड फंडांची बाजारात नोंदणी झालीच पाहिजे असे सेबीने अनिवार्य केल्यापासून तांत्रिकदृष्ट्या गुंतवणूकदार या फंडांतून बाहेर पडण्यासाठी ते बाजारात विकू शकतात. तथापि या फंडांची रोखक्षमता (म्हणजे शेअर बाजारातील खरेदीदारांची आणि विक्रेत्यांची संख्या) जवळजवळ नसतेच. म्हणजे एखादा वितरक अथवा गुंतवणूकदार यांनी स्वतःच असा खरेदीदार शोधून आणला तर गोष्ट वेगळी. ठरावीक निर्धारित रक्कम (फिक्स्ड मॅच्युरिटी प्लॅन अथवा एफएमपी) हे या फंडाचे उदाहरण आहे.

नोंदणीकृत म्यूच्युअल फंडांची संख्या वाढू लागली कारण बरेच परदेशी म्यूच्युअल फंड भारतात आपली दुकाने थाटू लागले. 2003च्या अखेरीस 30हून अधिक म्यूच्युअल फंड घराणी भारतात निर्माण झाली– ज्यांच्या व्यवस्थापनाखाली 1 लाख कोटी रुपयांहून अधिक मालमत्ता होती.

सध्या भारतीय म्यूच्युअल फंड उद्योगात 40हून अधिक फंड घराणी असून ते इक्विटी, डेट, हायब्रीड आणि कमॉडिटीज (सोने) अशा विविध मालमत्ता वर्गातील एकूण 2500 योजना देऊ करत आहेत. सध्या हा उद्योग 20 लाख कोटींहून अधिक (अमेरिकन डॉलर्स 315 बिलिन) रुपयांच्या मालमत्तेचे व्यवस्थापन (एयूएम म्हणजे ॲसेट्स अंडर मॅनेजमेंट) करत आहे. यापैकी 6 लाख कोटींची मालमत्ता इक्विटी स्वरूपातील आहे, मागील अठरा वर्षांत या उद्योगाची व्यवस्थापनाखाली एकूण मालमत्ता (एयूएम) ही वर्षाला 19.4 टक्क्यांनी वाढली आहे तर एकूण इक्विटी मालमत्तेचे व्यवस्थापन वर्षाला 17.7 टक्क्यांनी वाढले आहे.[1] या उत्पादनांची करबचत क्षमता (म्यूच्युअल फंड गुंतवणुकीस करांचे लाभ मिळतात कारण त्यांना सवलतीच्या दराने कर लावला जातो.), तसेच वितरण उद्योगाची वाढ (यात बँका, ब्रोकर्स आणि आर्थिक सल्लागार असे मध्यस्थ म्यूच्युअल फंड विकू शकतात.) आणि भारताच्या राष्ट्रीय उत्पन्नात होणारी सातत्याने वाढ यांच्यामुळे या उद्योगाची एवढी भरभराट होऊ शकली आहे.

म्यूच्युअल फंडांची प्रारंभीची वर्षे – अत्यधिक खर्चाचे युग :

फंडाचे खर्च म्हणजे फंडात गुंतवण्यासाठी लागणारा आर्थिक खर्च. सर्वसामान्यतः गुंतवणूकदारांना एकूण तीन प्रकारचे खर्च वाहावे लागतात : प्रवेश खर्च (एन्ट्री लोड), बाहेर पडतानाचा खर्च (एक्झिट लोड) आणि वारंवार होणारे खर्च (रिकरिंग एक्स्पेन्सेस). वारंवारच्या खर्चात फंड व्यवस्थापनाची फी आणि ब्रोकिंग, कस्टडी, हिशोब ठेवणे, कायदेशीर बाबी सांभाळणे आणि मार्केटिंग असे कामकाजात्मक खर्च येतात. याशिवाय प्रवेश फी आणि निर्गमन फी असे जास्तीचे खर्च फंड गुंतवणूकदारांना लावू शकतात. दशकभरापूर्वी म्यूच्युअल फंड 2.25 टक्के प्रारंभीची फी किंवा प्रवेश फी आकारत होते. सेबीने म्यूच्युअल फंडातील प्रवेश फी बंद केली असली तरी निर्गमन फी (एक्झिट लोड) अजूनही चालू आहेच. बहुतेक इक्विटी फंड वर्षभराच्या आत पैसे काढून घेतले तर 1 टक्का निर्गमन फी लावतात.

---

1 ॲसेट्स अंडर मॅनेजमेंट (एयूएम) म्हणजे सर्व मालमत्ता वर्गांत गुंतवलेल्या आणि म्यूच्युअल फंडाकडून व्यवस्थापन होणाऱ्या निधींची गोळाबेरीज. तर व्यवस्थापनाखालील इक्विटी ॲसेट्स म्हणजे या एयूएमचा असा भाग जो शेअर्समध्ये गुंतवला जातो.

सारणी 20 : भारतातील म्यूच्युअल फंडात हळूहळू होणारे बदल

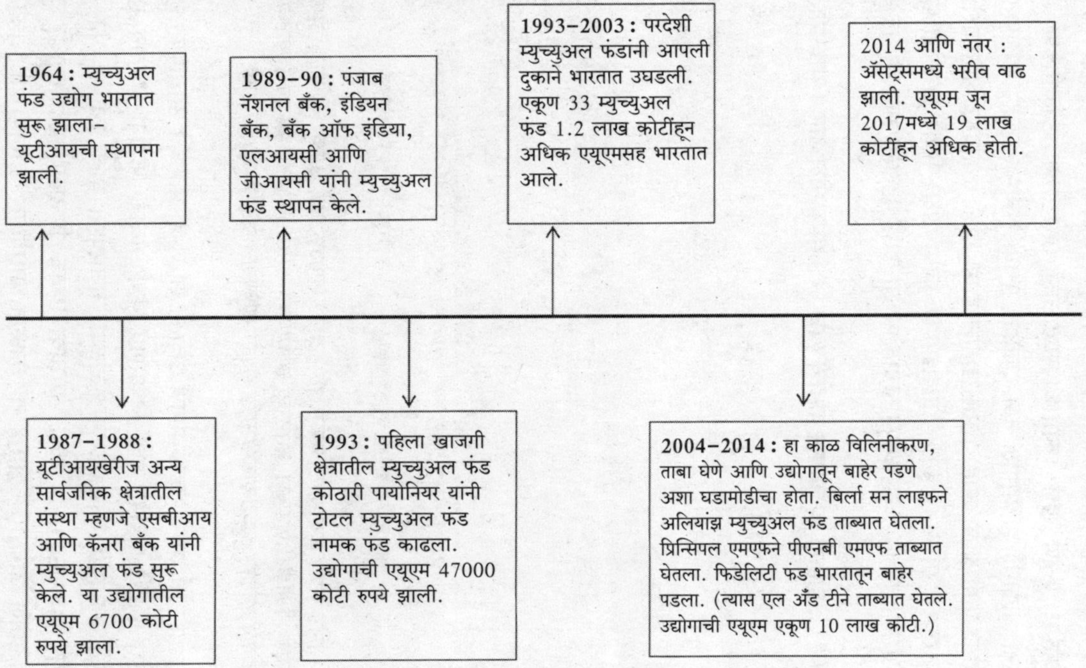

सोर्स– एएमएफआय

अमेरिकन म्यूच्युअल फंड उद्योग हा आपल्याहून 40 वर्षे जुना आहे आणि त्यामुळे तो अधिक मुरब्बी आणि अधिक स्पर्धात्मकही आहे. अमेरिकेत फंड व्यवस्थापन फी लक्षणीयरीत्या कमी झाली आहे. खरं सांगायचं तर सारणी 21मध्ये दाखवल्यानुसार अमेरिकेतील एकूण खर्च (व्यवस्थापनाखालील ॲसेट्सच्या टक्केवारीच्या रूपात दाखवला जाणारा) हा मागील दोन दशकांत संचयी (क्युम्युलेटिव्ह) स्वरूपात 40 टक्के इतका कमी झाला आहे. (आलेखातील डावा अक्ष). त्याविरुद्ध भारतातले खर्च उच्च स्तरावरच राहिले आहेत. (आलेखातील उजवा अक्ष) सेबीने प्रारंभीची फी रद्द केली असली तरी फंड व्यवस्थापन खर्चात फारसा फरक पडलेला आढळून येत नाही.

सारणी 21 : इक्विटी म्यूच्युअल फंडांचे खर्च – अमेरिकेतील आणि भारतातील

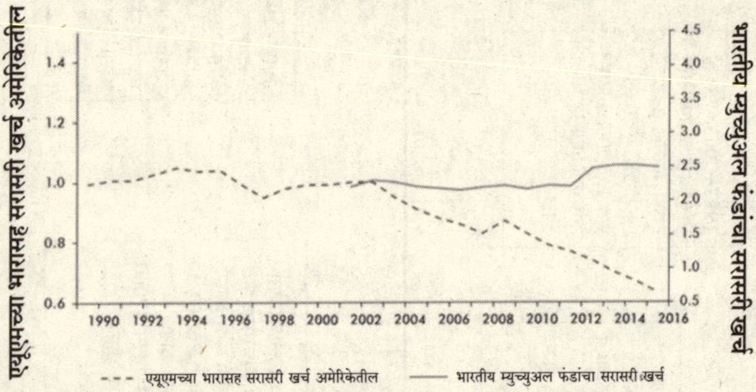

स्रोत : मॉर्निंग स्टार, इन्व्हेस्टमेंट कंपनी इन्स्टिट्यूट, एएमएफआय, अंबित कॅपिटल. अमेरिकन आकडेवारी ही इक्विटी फंडाच्या ॲसेट्सवर आधारित सरासरी आहे. तर भारतीय आकडेवारी ही सर्व विद्यमान ओपन एंडेड डायव्हर्सिफाईड इक्विटी म्यूच्युअल फंडांची सरासरी आहे.

भारतात हा खर्च जास्त राहण्यामागचे अंशतः कारण हे आहे की आत्तापर्यंत जास्त खर्च ठेवला तरी फंडांना जाब विचारणारे कुणी नव्हते. फंडांनी भारतात खूपच जास्तीची कामगिरी खास करून तेजीच्या बाजारपेठेत केली त्यामुळे फी वजा करूनही गुंतवणूकदारांना निव्वळ परतावा उच्चच मिळाला. उदाहरणार्थ, जुलै, 2003 आणि जानेवारी, 2008 या काळात भारतातील आघाडीच्या म्यूच्युअल फंडांनी चक्रवाढीने वार्षिक परतावा 58 टक्के दिला तेव्हा सेन्सेक्सचा परतावा 48 टक्के होता. हा म्यूच्युअल फंडांसाठी आणि वितरण उद्योगासाठी सुवर्ण काळ होता.

या काळाचे स्मरणरंजन करत एका ज्येष्ठ खाजगी बँकरने आम्हाला सांगितलं की, पैसा जणू सगळीकडून लोंढ्यासारखा येत होता. फंड प्रारंभीचा खर्चच 2.25

टक्के लावत होते आणि हे फंड गुंतवणूकदारांना विकणाऱ्या वितरकांच्या खिशात थेट ते पैसे जात होते. त्याशिवाय निर्गमन फीही होती. बाजारपेठ रोजच वाढत असल्याने रिलेशनशिप मॅनेजर्स वेड्यासारखे पोर्टफोलिओ घुसळत होते आणि झालेला नफा नव्या फंडात गुंतवत होते. केवळ कमिशन म्हणूनच त्या काळात 5 ते 10 टक्के वर्षाला मिळत होते.

आणखीही एका ज्येष्ठ खाजगी बँकरच्या मनात 2003 ते 2008 या काळातल्या सुखद आठवणी आहेत. ते सांगतात, ''आम्ही तेव्हा सारखे भटकत होतो. दर तीन महिन्यांनी या ना त्या म्यूच्युअल फंडाचे लोक आमच्या विक्रीच्या टीमला परदेशी फिरायला घेऊन जात होते. त्यांच्या कृपेने व्यक्तिशः मीच कमीत कमी 15 वेगवेगळे देश पाहिले. या ट्रिप्स अगदी आलिशान असायच्या आणि वितरण टीमचे लाड करण्यासाठी अजिबात हात आखडता घेतला जात नव्हता. त्यामुळे विक्री करतानाही जोर चढत होता. म्यूच्युअल फंडांच्या वितरकांचे असे चैनीचे मनोरंजन करण्याची ही प्रथा आजही टिकून आहे. सारणी 22मध्ये दिसून येते की उत्पादकांनी अशा दोन स्पर्धा आयोजित केल्या होत्या ज्यायोगे त्यांच्या वितरकांना अधिक विक्री करण्यासाठी उत्तेजन मिळेल. ते जेवढे जास्त विकतील तेवढा त्यांचा विनामूल्य प्रवास अधिक चांगला होईल.

सारणी 22 : म्यूच्युअल फंड घराणी वितरकांना विविध प्रकारची प्रोत्साहने देतात.

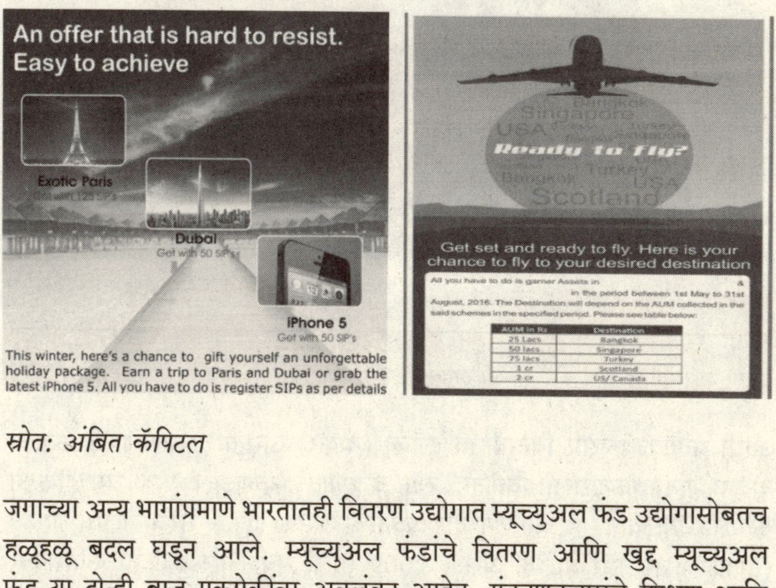

स्रोत: अंबित कॅपिटल

जगाच्या अन्य भागांप्रमाणे भारतातही वितरण उद्योगात म्यूच्युअल फंड उद्योगासोबतच हळूहळू बदल घडून आले. म्यूच्युअल फंडांचे वितरण आणि खुद्द म्यूच्युअल फंड या दोन्ही बाजू एकमेकींवर अवलंबून आहेत. गुंतवणूकदारांचे शिक्षण आणि

जागृती यांची पातळी कमी असल्याने फंड उत्पादकाच्या दृष्टीने केवळ चांगले फंड निर्माण करणे पुरेसे नसते तर लोकांपर्यंत पोहोचणे आणि त्यांना गुंतवणूक करण्यास भाग पाडणे हेही तेवढेच महत्त्वाचे असते. (गुंतवणूकदारांच्या कुटुंबांच्या एकूण मालमत्तेपैकी केवळ पाच टक्के आर्थिक मालमत्तेमध्ये गुंतवलेले असतात. पाहा सारणी 23.) अशा वेळेस वितरकच म्यूच्युअल फंडांच्या मदतीस येतो. बहुतेक म्यूच्युअल फंड घराण्यांना खूप मोठ्या विक्रीच्या टीम्स कायम नोकरीवर ठेवायच्या नसतात त्यामुळे ते गुंतवणूकदारांपर्यंत पोहोचण्यासाठी वितरकांवर अवलंबून राहतात.

सारणी 23 : भारतीय कुटुंबातील ॲसेट्सचे वाटप पाहिले असता आर्थिक ॲसेट्समध्ये ते खूपच निराशाजनक दिसते.

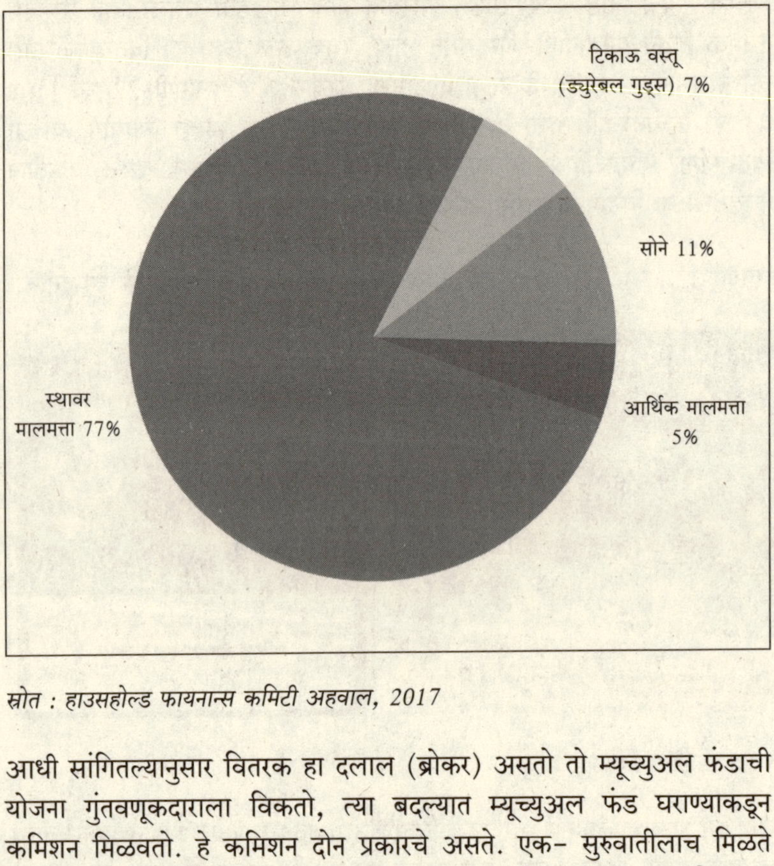

स्रोत : हाउसहोल्ड फायनान्स कमिटी अहवाल, 2017

आधी सांगितल्यानुसार वितरक हा दलाल (ब्रोकर) असतो तो म्यूच्युअल फंडाची योजना गुंतवणूकदाराला विकतो, त्या बदल्यात म्यूच्युअल फंड घराण्याकडून कमिशन मिळवतो. हे कमिशन दोन प्रकारचे असते. एक– सुरुवातीलाच मिळते (अपफ्रंट) तर दुसरे वार्षिक असते. 2009 साली सेबीने सुरुवातीच्या कमिशनवर बंदी घातली. पूर्वी ही प्रवेश फी 2.25 टक्के एवढी जास्त असायची. (ती ते फंड घराणे

ग्राहकाकडून वसूल करायचे आणि वितरकाला द्यायचे) वार्षिक कमिशन (उद्योगात त्याला 'ट्रेल' असे नाव आहे.) हे सर्वसामान्यतः एक टक्का असायचे. म्यूच्युअल फंडांच्या सगळ्यात मोठ्या वितरक या आंतरराष्ट्रीय आणि भारतीय बँका आहेत. त्या त्यांच्या शाखांचे जाळे वापरून ही गुंतवणुकीची उत्पादने ग्राहकांच्या गळी उतरवतात. आपण एखाद्या खाजगी क्षेत्रातील बँकेच्या सर्वसामान्य शाखेत शनिवारी दुपारी गेलो तर दिसेल की डझनावारी गुंतवणूकदार त्यांच्या रिलेशनशिप मॅनेजरकडून या उत्पादनांसंबंधी गोष्टी ऐकत आहेत. उत्पादन विकत घेण्यासंबंधी गुंतवणूकदारांचे मन वळवणे यावर या रिलेशनशिप मॅनेजरचा बोनस अवलंबून असतो.

तथापि, जसजसा काळ गेला तसतशी कमी खर्चाच्या इक्विटी फंडांची श्रेणी उगम पावली. या फंडांना व्यवस्थापकाची गरज नसते त्यामुळे ते फंड व्यवस्थापनाच्या भल्यामोठ्या खर्चास बळी पडत नाहीत. या फंडांना 'व्यवस्थापनरहित' अथवा पॅसिव्ह फंड म्हणतात.

व्यवस्थापनसह विरुद्ध 'व्यवस्थापनरहित' फंड :

फंड घराण्याने केलेला खर्च हा शेवटी एक गुंतवणूकदार म्हणून तुम्हालाच द्यावा लागतो. जोवर एखादी सेवा अर्थपूर्ण असते तोवर त्या सेवेच्या वापरासाठी वापरकर्ता पैसे मोजायला खळखळ करत नाही. म्यूच्युअल फंडांच्या बाबतीत सेवा म्हणजे फंड व्यवस्थापकांनी तुमच्यासाठी इंडेक्सहून जास्त कामगिरी करणे. या ठिकाणी आपले लक्ष इंडेक्सहून अधिक कामगिरी होते आहे की नाही याकडे असते. त्यामुळे केवळ कामगिरी केली एवढेच महत्त्वाचे नसते. या इंडेक्सहून वाढीव कामगिरीला 'अल्फा' असे नाव आहे. ही वाढीव कामगिरी फंड व्यवस्थापक निफ्टी, अथवा सेन्सेक्स अशा कुठल्यातरी बेंचमार्कपेक्षा जास्त करून दाखवतो.

त्याशिवाय ईटीएफ अथवा एक्स्चेंज ट्रेडेड फंडही असतात. ते पूर्णपणे एखाद्या बेंचमार्कची 'कॉपी' असतात. उदाहरणार्थ, निफ्टी एटीएफ हा फंड इंडेक्समधल्या सर्वच्या सर्व 50 निफ्टी कंपन्यांमध्ये समान पैसे गुंतवतो. त्यामुळे निफ्टीसारखेच याही फंडाचे मूल्य कमी-अधिक होते.

नियमानुसार ईटीएफमध्ये खर्चाचा रेशो खूपच कमी असतो कारण ते व्यवस्थापनरहित काम करतात. त्यामुळे त्यांना उच्च पगाराचे फंड व्यवस्थापक नेमावे लागत नाहीत. ईटीएफ हा एखादा तंत्रज्ञानाचा मंच असावा तसा असतो. ईटीएफला फंड व्यवस्थापकाला पैसे द्यावे लागत नसल्याने त्यास सक्रिय व्यवस्थापित फंडापेक्षा कमी फी आकारणे शक्य होते. आजमितीला भारतातले बहुतेक इंडेक्स ईटीएफ हे 0.05 ते 0.15 टक्के एवढी फी लावतात तर सक्रिय इक्विटी फंड दोन टक्क्यांहून अधिक फी लावतात.

सक्रिय व्यवस्थापित फंडामध्ये फंड व्यवस्थापक आपली विवेकबुद्धी आणि डावे-उजवे करण्याची क्षमता यातून पैशांचे व्यवस्थापन करतो आणि त्यासाठी फी आकारतो. तर व्यवस्थापनरहित फंडांना मानवी व्यवस्थापकांची मदत लागत नाही. व्यवस्थापनरहित फंडांचे दोन प्रकार आहेत : वापरणारे फंड आणि कत्रिम अक्कल न वापरणारे फंड. कृत्रिम अक्कल वापरणारे फंड (यांना 'स्मार्ट बेटा फंड' असेही म्हणतात) हे आधीपासून ठरवून ठेवलेल्या धोरणावर किंवा अल्गोरिदमवर चालतात. उदाहरणार्थ, काही म्यूच्युअल फंड हे निफ्टी आणि सरकारी बाँड यांच्या मिश्रणात पैसे गुंतवतात. प्रत्येक मालमत्ता वर्गात किती गुंतवायचे ते निफ्टीच्या पीई रेशोवरून ठरते.[1] वेगळ्या शब्दांत सांगायचे तर वाटप कसे करावे या सारणीवर आधारित हा फंड बाजार खाली असतो तेव्हा निफ्टीत जास्त पैसे गुंतवतो तर बाजार वर असतो तेव्हा निफ्टीत कमी पैसे गुंतवतो. ही निर्णयप्रक्रिया आधीपासून ठरवलेल्या फॉर्मुल्यावरती अवलंबून असते त्यामुळे सौदा करणे सोडून फंड मॅनेजरला काहीही काम करावे लागत नाही. व्यवस्थापनरहित फंडांची दुसरी श्रेणी आहे ती इंडेक्स फंडाची. (इंडेक्स ईटीएफप्रमाणेच) निफ्टी / सेन्सेक्स यांची कॉपी करून उभारले जातात. त्यात मानवी सहभाग अत्यंत कमी असतो.

प्रत्येक देशात फंड व्यवस्थापन उद्योग हा सक्रिय व्यवस्थापित फंडांपासून सुरू होतो. पण हळूहळू बाजार अधिक स्पर्धात्मक, अधिक निर्दोष बनू लागतो तेव्हा या फंडाला एकूण बाजारापेक्षा अधिक परतावा मिळणे प्रारंभी कठीण होऊ लागते. आणि पुढे पुढे तर अशक्यच बनते. या ठिकाणी मग व्यवस्थापनरहित फंड आणि ईटीएफ (कमी खर्चीक) फंड बाजारामधील वाटा घेऊ लागतात. आता आपण निर्दोष बाजार कसा असतो ते पाहू.

एक निर्दोष बाजारपेठ : सगळे काही किमतींमुळेच ठरते.

निर्दोष बाजारपेठेत सर्व खरेदीदार आणि विक्रेते यांच्याकडे एकसमान माहिती असते. म्हणजे माहितीमध्ये जराही असमानता नसते. वेगळ्या शब्दांत सांगायचं तर बाजारातील एका माणसाला दुसऱ्यापेक्षा कसलीही जास्त माहिती नसते. उलट सदोष बाजारपेठेत 'माहिती हीच ताकद' असते. म्हणजे तुम्हाला एखाद्या शेअरबद्दल अन्य कुणाच्या अगोदर काही माहिती असेल. उदाहरणार्थ, या तिमाहीतील विक्रीचा आकडा - तर तुम्ही इतरांना कळण्यापूर्वी ते शेअर खरेदी करू शकता. मग एकदा का ही माहिती सर्वांना कळली की तो शेअर तुम्हाला फायदा होईल त्या दिशेने म्हणजेच वर जातो.

---

1 प्राइस अर्निंग रेशो हा कंपनीचा सध्याचा शेअरचा भाव आणि दर शेअरमागचा परतावा यांचे गुणोत्तर असते.

निर्दोष बाजारपेठेचे गृहीतक असते की सर्व उपलब्ध माहिती ही शेअरच्या किमतीत प्रतिबिंबित झालेली आहे. म्हणजे कंपनी 'क्ष' हिने पुढील काही तिमाहीमध्ये त्यांचे उत्पन्न कमी होणार असे दाखवले आहे परंतु ही गोष्ट सर्वांना माहीत आहे. ही माहिती स्वीकारू शकेल एवढा स्टॉक आधीच विकला गेला आहे. किंवा कंपनी 'य' यांना नवीन पेटंट मिळाले आहे आणि त्यांचा भविष्यकाळ उज्ज्वल आहे. पण पुन्हा एकदा त्या कंपनीचे शेअर्स मार्केटमधील लोकांनी त्यानुसार विकत घेतले आहेत आणि त्या किमतीतून ते कळत आहे.

कुठलीही बाजारपेठ पूर्णपणे निर्दोष किंवा सदोष असू शकत नाही, परंतु अमेरिका आणि युरोप येथील विकसित बाजारपेठा जवळजवळ दोनशेहून अधिक वर्षांच्या उत्क्रांतीनंतर हळूहळू निर्दोषतेच्या स्थानी पोहोचल्यासारख्या आहेत. परिणामतः, या बाजारपेठात सक्रिय व्यवस्थापित फंडांना इंडेक्स ईटीएफवर वरचश्मा गाजवता येत नाही. मॉर्निंग स्टारच्या जुलै, 2017च्या अहवालानुसार केवळ 10 ते 20 टक्के सक्रिय अमेरिकन इक्विटी फंडांनी डिसेंबर, 2016 रोजी संपलेल्या दशकामध्ये त्यांच्या बेंचमार्कहून जास्त चांगली कामगिरी केली आहे.

अमेरिकन आणि युरोपिअन बाजारपेठांच्या दिशेने भारताची बाजारपेठही हळूहळू चालली आहे. अद्यापि माहितीमध्ये असमानता आहे पण तीही हळूहळू कमी होत आहे. एका दशकापूर्वी बेंचमार्कवर प्रचंड कुरघोडी करणारे भारतातले सक्रिय व्यवस्थापित फंड सध्या अर्थपूर्ण कामगिरी करण्यासाठी धडपडत आहेत. आणि तो थोडासा अधिक परतावाही बारकाईने तपासला जात आहे कारण सेबी या नियंत्रकाने त्यांचा पहारा वाढविला आहे.

स्पष्टच सांगायचं तर सेबी या भारतीय बाजार नियंत्रकाकडे आता पूर्वीच्या काळापेक्षा अधिक ताकद आली आहे. आधीच्या काळात स्टॉकमध्ये अंदाधुंद गैरव्यवहार होत होते. पवन अग्रवाल या ज्येष्ठ शेअर ब्रोकर यांच्या मते, ''1990च्या दशकाचा उत्तरार्ध आणि 2000च्या दशकाचा पूर्वार्ध या काळात ब्रोकर लोकांचे साटेलोटे कळसास पोहोचले होते. मनमानीपणे किमती अगोदर वर आणून आणि नंतर खाली पाडून (रिगिंग करून) पैसा गमावला आणि कमावला जात होता. कंपनी प्रवर्तकांशी हात मिळवणी करून ब्रोकर मंडळी भरपूर पैसा कमावत होती आणि निरपराध गुंतवणूकदारांचे हात मात्र पोळत होते. या गैरप्रकारांमुळेच शेअर बाजारातली गुंतवणूक ही भारतीय गुंतवणूकदारांना कधीच आपली हक्काची आणि विश्वासू वाटली नाही.''

भारतीय म्यूच्युअल फंडामध्ये अल्फा स्क्विझ (इंडेक्सपेक्षा अधिक परतावा मिळवण्याची कृती)

भूतकाळामध्ये लार्ज कॅप इक्विटी म्यूच्युअल फंडांनी किती उत्तम अथवा 'अल्फा' कामगिरी केली त्यांची आकडेवारी सखोल अभ्यास करून अंबित कॅपिटलने गोळा

केली आहे. परदेशांमध्ये जसा हा अल्फा कमी झाला तसा भारतातील अल्फाही काही काळानंतर कमी झाला आहे का हे गृहीतक तपासण्यासाठी आम्ही ही कामगिरी दोन विविध काळांमध्ये विभागली : दूरचा भूतकाळ (1991 ते 2009) आणि जवळचा भूतकाळ (2010 ते 17).

सारणी 24मध्ये जानेवारी 1991 ते डिसेंबर 2009 या काळातील लार्ज कॅप इक्विटी फंडांनी केलेली उच्च कामगिरी मोजली आहे. या काळात लार्ज कॅप फंडांनी अर्थपूर्ण परतावा दिला होता. म्हणजे मध्यभागीची संख्या (मिडियन) घेता पाच वर्षांच्या काळामध्ये 4.7 टक्के वार्षिक अल्फा होता आणि आणि दहा वर्षांच्या काळात रोलिंग काळात 1.1 टक्के वार्षिक अल्फा होता.

सारणी 24 : लार्ज कॅप इक्विटी फंडांनी जानेवारी 1991 ते डिसेंबर 2009 या काळात केलेली जास्तीची कामगिरी

	रोलिंग 5 वर्षे		रोलिंग 10 वर्षे	
	इक्विटी एम एफ	बीएस ई 100[1]	इक्विटी एम एफ	बीएस ई 100
सरासरी परतावा[2]	17.40%	14.30%	17.40%	13.30%
मिडियन परतावा[3]	14.50%	9.80%	15.80%	14.70%
स्टेंडर्ड डेव्हिएशन[4]	14.40%	14.00%	7.10%	4.80%

स्रोत: www.mutualfundindia.com, अंबित कॅपिटलवरील पाच आणि दहा वर्षांच्या म्यूच्युअल फंड गुंतवणूक कालखंडातील परतावा मोजण्यासाठी 2659 आणि 1405 असे डेटा पॉइंट्स घेण्यात आले. प्रत्येक डेटा पॉईंट हा मागील पाच आणि दहा वर्षांचा त्या त्या दिवसाचा परतावा होता.

---

1 स्टँडर्ड अँड पुअर संस्थेने जाहीर केलेल्या बीएसईमधील 100 लार्ज मिड कॅप अशा सर्वांत मोठ्या आणि रोकडक्षम कंपन्यांचा हा इंडेक्स आहे.

2 सरासरी परतावा हा साधासुधा अंकगणितीय सरासरी परतावा असून ही विशिष्ट कालावधीत उभारलेली परताव्यांची मालिका आहे.

3 मिडियन परतावा म्हणजे खालून वर किंवा वरून खाली अशा परताव्यांच्या यादीतील मधल्या क्रमांकावरील परतावा.

4 स्टँडर्ड डेव्हिएशन हे शेअर बाजाराची चंचलता मोजण्याचे माप असते. गणितीय भाषेत बोलताना त्या आकडेवारीच्या मध्यापासून (मीन बिंदूपासून) अन्य आकडे किती दूर जाऊ शकतात ते पाहणे.

तथापि, जेव्हा आपण हाच अभ्यास जानेवारी 2010 ते फेब्रुवारी 2017पर्यंत केला तेव्हा उत्तर नाट्यपूर्णतेने बदलले. (सारणी 25) या सात वर्षांच्या काळात एकही अल्फा शिल्लक राहिला नाही. इंडेक्समध्ये लाभांश परताव्याचा परिणाम दिसला नाही हे गृहीत धरून भारतातल्या सक्रिय व्यवस्थापित लार्ज कॅप इक्विटी फंडांनी या ठिकाणी 2010 ते 2017 या काळात इंडेक्सपेक्षा खालीच कामगिरी केली त्यामुळे येथील अल्फा नकारात्मक झाला.

सारणी 25 : लार्ज कॅप म्यूच्युअल फंडांनी जानेवारी 2010 ते ऑगस्ट, 2017 या काळात इंडेक्सच्या वर कामगिरी केली.

	रोलिंग 5 वर्षे [1]		**रोलिंग 10 वर्षे**	
	इक्विटी एमएफ	**बीएसई 100**	**इक्विटी एमएफ**	**बीएसई 100**
सरासरी परतावा	12.10%	10.50%	15.60%	15.40%
मिडियन परतावा	12.70%	10.20%	16.70%	16.20%
स्टेंडर्ड डेव्हिएशन	5.40%	5.90%	3.50%	3.90%

स्रोत : www.mutualfundindia.com, अंबित कॅपिटल.

वरील 5 आणि 10 वर्षे जवळ ठेवण्याच्या कालखंडातील परताव्याचे मापदंड मोजण्यासाठी 1922 डेटा पॉइंट्स वापरले गेले. प्रत्येक डेटा पॉइंट म्हणजे मागील पाच आणि दहा वर्षांतील त्या त्या दिवसाचा वार्षिक परतावा आहे.

अल्फा स्किझचे अधिक दृश्य सादरीकरण सारणी 26 मध्ये दिसून येते.

1 रोलिंग परतावा म्हणजे निर्धारित वेळाने मोजलेले ठरावीक काळातील परतावे. उदाहरणार्थ, पाच किंवा दहा वर्षांतील दररोजचे परतावे काढणे.)

सारणी 26 : सरासरी लार्ज कॅप म्यूच्युअल फंडांची निफ्टीच्या एकूण परताव्याच्या इंडेक्सहून किती अल्फा झाली?

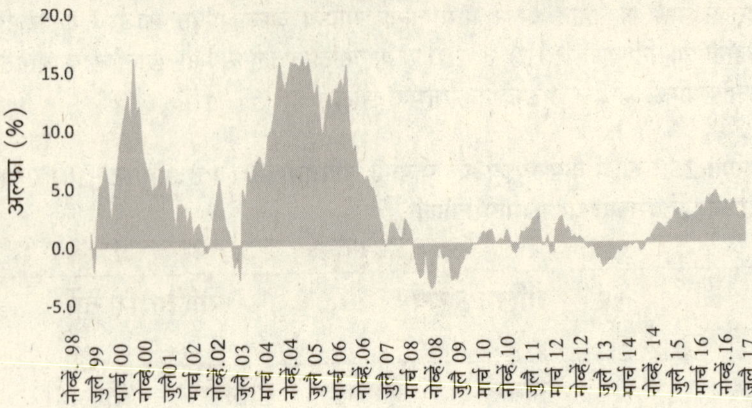

स्रोत : एमएफआय एक्स्प्लोरर, अंबित कॅपिटल. प्रत्येक डेटा पॉइंट मागील तीन वर्षांतील त्या त्या दिवशी निफ्टीच्या टोटल रिटर्न इंडेक्सवर लार्ज कॅप फंडांनी मिळवलेल्या वार्षिक अल्फाचा बनला आहे. एकूण 19 वर्षांत पसरलेले असे 225 डेटा पॉइंट्स आहेत.

सक्रिय लार्ज कॅप इक्विटी फंड व्यवस्थापनाच्या बाजूने असणारे लोक तावातावाने पुढील वाक्य म्हणत असतील असा आपल्याला भास होतो, ''लार्ज कॅप इक्विटी म्यूच्युअल फंड हे एक ॲसेट्सची श्रेणी म्हणून अल्फा देऊ शकत नसले तरी तिथंही काही मूठभर खरोखरचे हुशार फंड व्यवस्थापक आहेत जे नक्कीच हे काम करू शकतात. त्यामुळे त्यांना व्यवस्थापनासाठी आपण निधी दिला पाहिजे.'' दुर्दैवाने हे विधानही सत्य ठरत नाही.

म्यूच्युअल फंडांच्या कामगिरीत सातत्य नसणे :

बहुतेक लार्ज कॅप इक्विटी फंड व्यवस्थापकांना आणखी एका मुद्द्याने भंडावून सोडलेले असते. तो मुद्दा म्हणजे फंडाच्या कामगिरीत सातत्य नसणे. अंबित कॅपिटलच्या विश्लेषकांनी mutualfundindia.com यांच्याकडून मिळालेल्या माहितीवरून पुढील आकडेवारीतून हा मुद्दा स्पष्ट केला आहे.

सारणी 27 : आपल्या स्पर्धकांहून वरचढ कामगिरी सातत्याने करणे हे आघाडीच्या म्यूच्युअल फंडांना शक्य होत नाही.

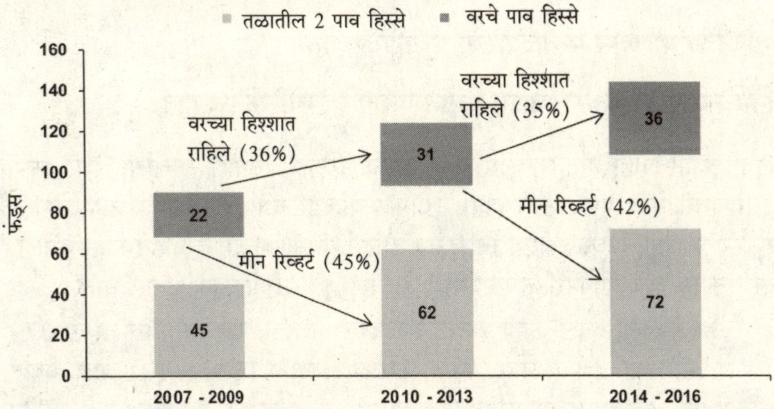

स्रोत : www.mutualfundindia.com, अंबित कॅपिटल.

वरच्या 25 टक्क्यांच्या कप्प्यात 22 फंड आहेत, ते त्यांनी वित्तीय वर्ष 2007-09 या काळात त्यांनी केलेल्या कामगिरीमुळे तिथे आहेत. परंतु त्यांच्यापैकी केवळ 36 टक्के (अंदाजे एक तृतीयांश) फंडच नंतरच्या तीन वर्षांच्या कालखंडात (वित्तीय वर्ष 2010-13) त्या वरच्या कप्प्यात राहू शकले. तर जवळजवळ अर्धे (45 टक्के) फंड कामगिरीबाबत बोलायचं तर खालच्या दोन 25 टक्क्यांच्या कप्प्यात गेले. किंवा खालच्या 50 टक्क्यांत सामील झाले असंही म्हणता येईल.

पुढल्या टप्प्यात याचीच पुनरावृत्ती झाली. वित्तीय वर्ष 2010-13 या काळातील अत्युच्च कामगिरी करणाऱ्या फंडांपैकी अंदाजे एक तृतीयांश (35 टक्के) फंडांनी वित्तीय वर्ष 2014-16 या काळात आपले वरच्या कप्प्यातले स्थान कायम ठेवले. तर अंदाजे 42 टक्के फंड खालच्या 2 कप्प्यांत राहिले. याचा अर्थ असा होता की एकूण बावीस फंडांपैकी केवळ 2 ते 3 फंडांनीच आपल्या कामगिरीतील सातत्य वित्त वर्ष 2007-16 या काळात कायम राखले.

आपण यावरून निष्कर्ष काढू शकतो की 'ॲसेट्सची एक श्रेणी' या नात्याने लार्ज कॅप इक्विटी म्यूच्युअल फंडांनी इंडेक्सहून जास्त कामगिरी करणे हा प्रकार गायबच झाला. म्यूच्युअल फंडाच्या कामगिरीतील हे तुलनात्मक सातत्य नसणे या गोष्टीवरून आपल्याला दिसून येते की एखाद्या फंडाच्या मागील काळातील कामगिरी बघून पुढेही हा असाच उत्तम परतावा देत राहील असे गणित आपण करू शकत नाही. भारतीय बाजारपेठ अधिकाधिक कार्यक्षम होत असल्याचा हा सगळा

धडधडीत पुरावाच आहे. अशी स्थिती असेल तर हे सगळे फंड इतकी जास्त फी किती काळ आकारून गुंतवणूकदारांना आपल्याकडे आकर्षित करू शकतील का? हाही मोठा प्रश्नच उभा राहिला आहे.

खर्चाचा परिणाम परताव्याच्या प्रवाहावर होतो

निष्क्रिय फंडांच्या सर्वप्रथम प्रेमात पडणारे अमेरिकनच होते.

खुद्द अमेरिकेतही गुंतवणूकदारांना 'अल्फा स्किझ' आणि खर्चाचा रेशो कमी असण्याची गरज पूर्ण पटली होती. त्यामुळे कॅलेंडर वर्ष 2016 मध्ये अमेरिकेतील सक्रिय फंडांतून निव्वळ 326 बिलिअन डॉलर्स गुंतवणूकदारांनी बाहेर काढून घेतले. तर तुलनेने व्यवस्थापनरहित फंडांमध्ये निव्वळ 429 बिलिअन डॉलर्स घातले.

हा झालेला बदल काही क्वचितच झालेला नव्हता. खरं सांगायचं तर 2007-16 या मागच्या दहा कॅलेंडर वर्षांत केवळ दोनदाच (2009-10) याच वर्षांत सक्रिय फंडांकडे व्यवस्थापनरहित फंडांहून अधिक गुंतवणूक आली असेल. मॉर्निंग स्टारने लिहिल्यानुसार या एकूण दहा वर्षांतील चार वर्षांत सक्रिय फंडांतून पैसे बाहेरच पडले.

सक्रिय फंडांतून बाहेर पडणारी रक्कम सगळ्याच फंडांत समान नव्हती. अमेरिकन गुंतवणूकदारांनी जास्त खर्चीक फंडांतून अधिकाधिक पैसे काढून घेतले. मॉर्निंग स्टारच्या म्हणण्यानुसार आपण सक्रिय फंडांचे दोन भाग पाडले म्हणजे सर्वांत स्वस्त असे 20 टक्के सक्रिय फंड एका बाजूला आणि उर्वरित 80 टक्के सक्रिय फंड दुसऱ्या बाजूला केले तर 2007 ते 2016 या काळात सर्वांत स्वस्त अशा 20 टक्के सक्रिय फंडातून पैसे बाहेर गेलेले केवळ एकदाच दिसले तर उर्वरित 80 टक्के फंडातून 10 पैकी 6 वेळा पैसे बाहेर काढून घेतले गेले.

गुंतवणूकदारांच्या आवडीनिवडीत हे असे मूलभूत बदल झाले ते बरेच झाले कारण त्यामुळे व्यवस्थापनरहित फंडांकडे सक्रिय फंडांकडून अधिक पैसे गेले. नव्या शतकाच्या उंबरठ्यावर व्यवस्थापनरहित फंडांकडे टोटल फंड उद्योगाकडील 10 टक्क्यांहून कमी गुंतवणूक होती. पण त्याच फंडांकडे आजमितीला अमेरिकेत 37 टक्के गुंतवणूक निधी आहे. मॉर्निंग स्टारच्या अंदाजानुसार चालू वर्ष 2021 पर्यंत व्यवस्थापनरहित फंडातील एयूएम (ॲसेट्स अंडर मॅनेजमेंट) 50 टक्के झालेले असतील.

भारतातील विकास

1990चे दशक आणि 2000चे दशक या काळात मध्यस्थांना द्यायच्या अपफ्रंट कमिशनच्या जोडीला ट्रेल कमिशन (पुढील काळात दिले जाणारे कमिशन) हेही आधीच द्यायचे अशी प्रथा पडून गेली होती.[1] सेबीच्या मार्गदर्शक सूत्रांत ट्रेल कमिशनवरही बंधने घातलेली असून त्यात स्पष्ट लिहिले आहे की पुढील वर्षांसाठी हे कमिशन पहिल्या वर्षाच्या कमिशनहून अधिक नसावे. तसे केल्याने पूर्वी गुंतवणूकदारांचा परतावा (फी वजा जाता) कमी होत होताच पण त्याशिवाय विक्रीच्या अनैतिक प्रथांनाही उत्तेजन मिळत होते. जसजशी वर्षे गेली तसतशी सेबीने वारंवार हस्तक्षेप करून खर्च कमी आणण्यात यश मिळवले. त्यांनी आता इक्विटी म्यूच्युअल फंडांच्या आणि डेट म्यूच्युअल फंडांच्या खर्च रेशोवर वार्षिक अनुक्रमे 2.5 टक्क्यांचा आणि 2.25 टक्क्यांचा लगाम घातला आहे. 2009 साली सेबीने एंट्री लोडवर बंदी घातली, याचा अर्थ ही फंड घराणी ग्राहकाकडून कसलेही कमिशन सुरुवातीलाच वळते करून घेऊ शकत नाहीत. त्यामुळे वारंवार खरेदी-विक्री करून कमिशन खाण्यातील वितरकांचा रस कमी झाला आहे.

म्यूच्युअल फंडांनी आपल्या स्वतःच्या खिशातून वितरकांना काहीच्या बाहीच कमिशन अगदी गुंतवणूक आणल्या आणल्या अपफ्रंट फी म्हणून देणे जारीच ठेवले. उदाहरणार्थ, 2013 या चालू वित्त वर्षात म्यूच्युअल फंडांनी क्लोज एंडेड इक्विटी फंड विकण्यासाठी वितरकांना 5 ते 8 टक्के कमिशन देऊ केले होते. त्यामुळे त्या वर्षी म्यूच्युअल फंडांची एकूण विक्री 7000 कोटी झाली होती आणि त्यातील बहुतेक रक्कम क्लोज एंडेड फंड योजनांत होती.

प्रतिसादादाखल सेबीने एएमएफआयच्या (असोसिएशन ऑफ म्यूच्युअल फंड्स ऑफ इंडिया') या माध्यमातून 2015 साली 'मार्गदर्शक सूत्रे' जारी केली. या मार्गदर्शक सूचनांत लिहिले होते की फंडांनी वितरकांना द्यावयाची अपफ्रंट फी 1 टक्क्याहून अधिक असू शकत नाही.

याशिवाय, वितरकांना दिलेले कमिशन गुंतवणूकदारांना[2] पाठवायच्या अकाउंट स्टेटमेंटमध्ये लिहिणेही सेबीने अनिवार्य केले आहे. म्यूच्युअल फंड विकण्याच्या

---

1 अपफ्रंट कमिशन म्हणजे गुंतवणूकदार सर्वप्रथम म्यूच्युअल फंडात पैसे गुंतवतो तेव्हा लगेचच ब्रोकरला अथवा म्यूच्युअल फंड वितरकाला दिले जाणारे कमिशन असते. ट्रेल कमिशन सुरुवातीलाच (अपफ्रंट) देणे याचा अर्थ पहिल्याच गुंतवणुकीच्या वेळेस पुढील तारखांचे कमिशन वितरकाला देणे

2 ट्रेल कमिशन हे त्या उत्पादनाच्या जीवनकाळभर म्हणजे जोवर गुंतवणूकदार रक्कम योजनेतून काढून घेत नाही तोवर वितरकाला दिले जाते.

पद्धती 2015 सालापासून अशा प्रकारे निशाण्याखाली आल्याने वितरक आता पोर्टफोलिओ मॅनेजमेंट सर्व्हिसेस आणि अल्टर्नेट इन्व्हेस्टमेंट फंड्स अशा कमी नियंत्रणवाल्या योजना विकण्याकडे आता वळले आहेत.

थेट योजना : सेबीने दिलेले झणझणीत उत्तर :

सेबीने थेट योजना 2007मध्ये आणल्या. म्यूच्युअल फंडाच्या थेट योजनेचा खर्च कमीतकमी असतो कारण हे फंड ब्रोकरशिवाय आल्याने ते कुठल्या ब्रोकरला कमिशन देऊ शकत नाहीत. 'डायरेक्ट' (थेट) गुंतवणुकीमुळे गुंतवणूकदारांना वितरक, एजंट, आर्थिक नियोजक, बँका इत्यादी कुणाही मध्यस्थांची लुडबुड न होता फंडाशी थेट व्यवहार करण्याचा पर्याय मिळतो. योजना विकत घेण्याची प्रक्रिया तर तीच असते फक्त गुंतवणूकदार अर्ज भरताना ब्रोकर कोडची जागा रिक्त ठेवतो.

गुंतवणूकदार मंडळींत या थेट योजनांविषयी फारच कमी जागृती होती कारण हे फंड विकणे म्हणजे 'फंड घराणी-वितरक' या युतीच्या हितसंबंधांत बाधा आणणारे होते. खरं सांगायचं तर बहुतेक फंड घराण्यांनी आपल्या लोकप्रिय योजनांसाठी थेट गुंतवणुकीचा पर्याय कधी देऊ केलाच नाही.

त्यानंतर, 2013मध्ये सेबीने अनिवार्य केले की सर्व म्यूच्युअल फंडांनी आपल्या सर्वच योजनांसाठी थेट गुंतवणुकीचा पर्याय खुला केलाच पाहिजे. याचा अर्थ असा की आता जर गुंतवणूकदार थेट गुंतवणूक करू शकले तर त्यांना त्यांचं गुंतवणुकीचं क्षितिज मर्यादित करून ठेवण्याची आवश्यकताच नाही.

थेट योजना या खूप स्वस्तही असतात. म्हणजे इक्विटीत त्या 0.5 ते 1 टक्क्याने स्वस्त असतात तर डेट फंडांत त्या 0.05 ते 0.5 टक्क्याने स्वस्त असतात. ही फी पारंपरिक म्यूच्युअल फंडांनी लावलेल्या फीच्या जवळजवळ अर्धी आहे. कारण ती ते इक्विटी फंडांबाबत 2 ते 2.5 टक्के लावतात आणि डेट फंडांबाबत 0.5 ते 2.25 टक्के लावतात. या फीमधील फरक हा मुख्यत्वेकरून वितरक किंवा ब्रोकर यांची मध्यस्थी काढून टाकल्यानेच आलेला आहे.

याचा परिणाम फारच मूलगामी झाला. (पाहा सारणी 28) आणि त्यासाठी सेबीला योग्य ते श्रेय दिलेच पाहिजे. सध्या या उद्योगाच्या एकूण 20 लाख कोटी व्यवस्थापित फंडांपैकी 38 टक्के रक्कम ही थेट योजनांतच गुंतलेली आहे. (जून 2017). थेट योजनांचा परिणाम हा डेट फंडांत अधिक उठून दिसला कारण त्यांच्यात आता एकूण व्यवस्थापकीय फंडांच्या निधीपैकी 61 टक्के निधी आला आहे.[1] इक्विटी

1 डेट फंड्स म्हणजे असे फंड ज्यातील मुख्य निधी हा बाँड्स, डिबेंचर्स अशा ठरीव उत्पन्न देणाऱ्या सिक्युरिटीजमध्ये घातलेला असतो.

फंडांत पाहता 13 टक्के व्यवस्थापित फंड सध्या 'डायरेक्ट कोड' (थेट कोड) खाली आहेत.[1] हे आकडे आता वाढतच जातील कारण थेट गुंतवणूक करण्याचा कल आता परत मागे वळवता येणार नाही. म्यूच्युअल फंडांतील वितरकांमुळे त्यांच्या मूल्यात वाढ झाली तरी ती मर्यादितच असते हे जाणवल्याने गुंतवणूकदार आता थेट योजनांकडेच अधिकाधिक वळू लागलेले दिसतात.

सारणी 28 : सध्या थेट योजनांच्या ॲसेट्समधील गुंतवणूक ही वितरकांकडून होणाऱ्या गुंतवणुकीहून जास्त आहे.

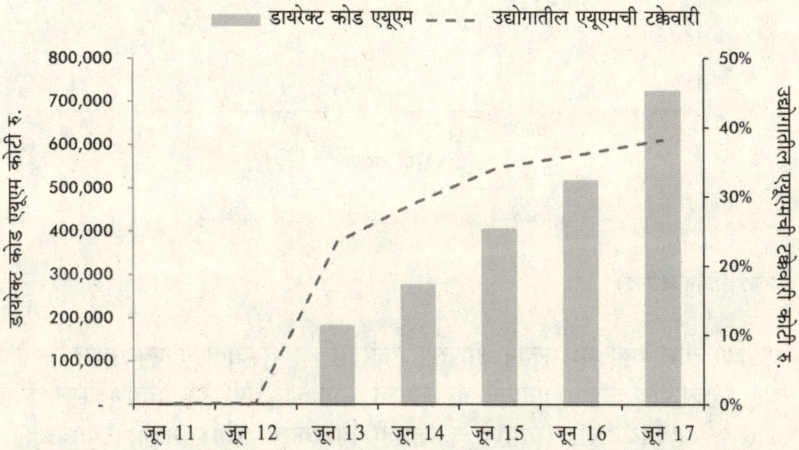

स्रोत : अंबित कॅपिटल आणि एएमएफआय.

आता आपण खर्चाच्या चक्रवाढीच्या प्रभावाकडे परत जाऊ. आपल्याला दिसेल की थेट योजना आणि वितरककृत योजना यांच्यातील परताव्यात खूपच फरक पडला आहे. आपण गृहीत धरू की थेट योजनांचा खर्च वार्षिक 1.5 टक्के आहे आणि वितरककृत योजनांचा वार्षिक खर्च 2.5 टक्के आहे. या ठिकाणी उल्लेखित गुंतवणुकीच्या उत्पादनात 15% वार्षिक परतावा मिळतो असे आपण पुन्हा एकदा गृहीत धरले आहे.

1 इक्विटी म्यूच्युअल फंड योजनेतील मुख्य गुंतवणूक इक्विटीमध्ये (शेअर्समध्ये) केली जाते.

सारणी 29 : थेट फंडातून मिळणारा परतावा हा अधिक खर्चाच्या वितरककृत फंडातून मिळणाऱ्या परताव्याहून पुष्कळच अधिक आहे. (मूळ निधी रु. 1 लाख.)

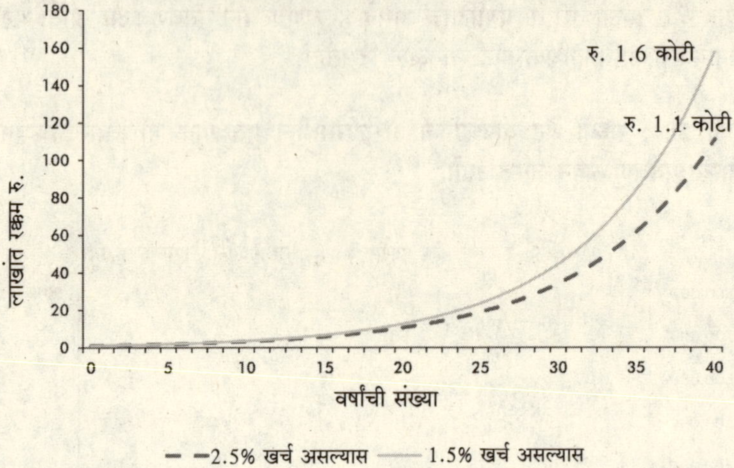

स्रोत: अंबित कॅपिटल

एखाद्या वीस वर्षांच्या मुलाने आपल्या करिअरच्या सुरुवातीला एक लाख रुपये थेट म्यूच्युअल फंडात गुंतवले तर त्याला साठाव्या वर्षी या गुंतवणुकीतून रु. 1.6 कोटी मिळतील. (यामध्ये कुठल्याही वितरकाचा संबंध नाही) त्याविरुद्ध, वितरकाच्या माध्यमातून पैसे गुंतवल्यास त्यास फक्त रुपये 1.1 कोटी वयाच्या साठाव्या वर्षी मिळतील. म्हणजेच त्याला चाळीस वर्षांपूर्वी फंड विकणारा वितरक त्याच्या परताव्यातील पन्नास लाख रुपये किंवा 31 टक्के रक्कम आपले कमिशन म्हणून काढून घेईल. त्यामुळे तुम्हाला ब्रोकर्स आणि वितरक यांच्या माध्यमातून गुंतवणूक करण्याची सवय असेल तर किती करोड रुपये आपण त्यांना अंतिमतः दिले याचाही एकदा शोध घ्यावा.

पुढला थांबा : फक्त सल्लागार

भारतीय गुंतवणूकदारांच्या सुदैवाने सेबी त्यांच्या वतीने जोरदार हस्तक्षेप करत असते. 2013मध्ये जाहीर केलेल्या नियमानुसार मध्यस्थ हा एक तर सल्लागार असू शकतो किंवा वितरक असू शकतो. तो एकाच वेळेला दोन्ही असू शकत नाही. यात वितरकाला सल्ला द्यायचा अधिकार राहिला नसल्याने तो अमुक एखादी म्यूच्युअल फंड योजना घ्या असे सांगताना दिसणार नाही. तर तो केवळ ग्राहकाने सांगितलेला

व्यवहार त्याच्या वतीने अमलात आणेल. त्याच प्रकारे, एखादा सल्लागार कुठल्या फंडांमध्ये पैसे गुंतवा असा सल्ला देऊ शकतो परंतु तो त्या म्यूच्युअल फंडाकडून वेगळे पैसे घेणार नाही. सेबीने काढलेल्या या तोडग्यामुळे म्यूच्युअल फंड वितरणातील हितसंबंधांच्या अंगभूत संघर्षावर तोडगा मिळू शकला. कारण आत्तापर्यंत म्यूच्युअल फंडांचा वितरक अथवा ब्रोकर हाच गुंतवणूकदारांचा मुख्य सल्लागार असायचा.

आता या नव्या नियंत्रक रचनेमध्ये सल्लागार ज्या योजनेची शिफारस करतो त्यातून त्याला काहीच मिळकत करता येणार नाही. त्यामुळे त्याचा सल्ला ग्राहकांच्या फायद्यासाठीच राहील. त्या योजनेकडून स्वतःला काय फायदा मिळतो आहे यामागे तो धावणार नाही. त्याला त्याची सल्लागार फी ग्राहकाकडून थेट मिळेल आणि तो त्या दोघांतील कराराचा भाग असेल. (ही फी सल्ला दिलेल्या ॲसेट्सच्या 0.01 टक्के ते 1 टक्का अशी दोघांच्या संमतीने बदलू शकते.) हा करार आणि फीची रचना ब्रोकर/सल्लागारापेक्षा गुंतवणूकदाराच्या हितासाठीच अधिक दिसते आहे. असे का? तर आता ग्राहक थेट योजनांमध्ये पैसे गुंतवतो आणि वितरकाला तो शिफारस करत असलेल्या उत्पादनातून कमिशन काढता येत नाही. साहजिकच ग्राहकांच्या दृष्टीने कुठले फंड योग्य आहेत त्यांची शिफारस करतो.

निष्कर्ष : तलवारांसाठी भविष्य आता अधिक तेजस्वी दिसू लागले आहे.

म्यूच्युअल फंड उत्पादनाचे आणि वितरणाचे जुने मॉडेल आता भारतामध्ये प्रत्येक स्तरावर तोडून टाकले गेले आहे. सर्वप्रथम, भारतीय शेअर बाजारात पारदर्शकता आणि स्पर्धा यांची पातळी वाढल्यामुळे कुठल्याही सक्रिय व्यवस्थापित लार्ज कॅप इक्विटी म्यूच्युअल फंडाला सातत्याने इंडेक्सहून अधिक उच्च परतावा देता येत नाही. त्यामुळे, व्यवस्थापनरहित इक्विटी म्यूच्युअल फंडांना भारतामध्ये खूप मोठी संधी प्राप्त झाली आहे. हे फंड सक्रिय व्यवस्थापित फंडांपेक्षा खूपच कमी फी आकारतात. (0.1 टक्का विरुद्ध 2 टक्के)

दुसरे म्हणजे सेबीचा हस्तक्षेप आणि तंत्रज्ञानातील प्रगती यांचेमुळे गुंतवणूकदारांना आता म्यूच्युअल फंडांपर्यंत पोहोचण्यासाठी ब्रोकर अथवा वितरक यांच्यावर अवलंबून राहावे लागत नाही. आता ते थेट म्यूच्युअल फंड उत्पादकांकडून केवळ एका 'क्लिक' वर ते विकत घेऊ शकतात. एवढेच नव्हे तर ही नवीन रचना वितरकांना बाजूलाच सारत असल्यामुळे गुंतवणूकदारांचे खर्च अर्ध्याहून कमी झाले आहेत, त्यामुळे त्यांच्या परताव्यात लक्षणीय भर पडली आहे.

सरतेशेवटी, सेबीने एक नवी नियंत्रित रचना निर्माण केली आहे. त्यामुळे आपण एखाद्या फंडाचे वितरक आहोत त्यामुळे आपले आणि त्या फंड-उत्पादकाचे हितसंबंध आहेत हे या मध्यस्थांना सांगणे अनिवार्य झाले आहे. किंवा मग, ''मी

सल्लागार आहे, माझी फी अंतिम गुंतवणूकदार देणार आहे आणि माझे हितसंबंध पूर्णपणे त्याच्याच हिताशी जोडलेले आहेत,'' हे त्याला सांगावे लागते. चांगला सल्लागार नेमणे आणि मग योग्य किमतीचे फंड त्या फंड घराण्याकडून थेट विकत घेणे असे केल्याने गुंतवणूकदारांना जोखीम नियंत्रणात ठेवूनही निकोप परतावा मिळवण्याची संधी वाढते.

पुढील दशकात जुन्या पद्धतीची उरलीसुरली अवशिष्टेही पूर्ण नाहीशी होतील आणि त्या जागी नवी संरचना प्रस्थापित होईल. याचा सर्वांत मोठा लाभार्थी गुंतवणूकदार असेल.

या प्रकरणातून शिकलेले तीन संदेश :

१) फंडाचे खर्च बरेचदा नजरे आड केले जातात परंतु ते फसवे असल्याने फारच महत्त्वाचे असतात. दीर्घ काळात त्यांच्यातही चक्रवाढ होत असल्याने ते गुंतवणूकदाराच्या परताव्याला खूपच मोठे खिंडार पाडू शकतात. उदाहरणार्थ, ४० वर्षांसाठी एक लाख रुपये गुंतवले आणि ते वर्षाला १५ टक्के या दराने वाढतील असे गृहीत धरले तर वार्षिक फी २.५ टक्के आणि ०.१ टक्के अशी असल्यास ती रक्कम अनुक्रमे १.११ कोटी आणि २.५८ कोटी रुपये होते.

२) पूर्वीच्या वर्षांत अल्फा (इंडेक्सहून अधिक कामगिरी) लार्ज कॅप इक्विटी म्यूच्युअल फंड करू शकायचे, तसे ते आता करू शकत नाहीत. अशा स्थितीत व्यवस्थापनरहित फंडांत अथवा ईटीएफमध्ये पैसे गुंतवणे अधिक व्यवहार्य ठरते. अमेरिकेत तर याआधीच सक्रिय फंडांतून मोठ्या प्रमाणावर निधी काढून घेतला जात आहे आणि तो व्यवस्थापनरहित फंडांत गुंतवला जातो आहे.

३) एखादा ब्रोकर गुंतवणूकदाराला म्यूच्युअल फंडाची शिफारस करतो तेव्हा हितसंबंधाचा संघर्ष निर्माण होतो. सेबीच्या पुढाकारामुळे देश आता 'केवळ सल्लागारी' आणि 'केवळ दलाली' अशा मॉडेलकडे वळलेला आहे. त्यामुळे सल्लागाराला विशिष्ट रक्कम फी म्हणून देऊन गुंतवणूकदार सर्वांत स्वस्त अशा म्यूच्युअल फंडात पैसे गुंतवू लागला आहे. (पांरपरिक प्रथेअनुसार मध्यस्थाला फंड उत्पादकांकडूनही लाभ मिळायचे.)

प्रकरण ४

स्थावर मालमत्तेचा सापळा

''ज्याच्याकडे जमिनीचा तुकडा नाही तो पुरुष म्हणवून घेण्याच्या लायकीचाच नाही.''

–हिब्रू म्हण

''आपण जी सत्ये उराशी कवटाळून धरतो ती बहुतांशी आपल्या दृष्टिकोनावर अवलंबून असतात.''

–ओबी वान केनोबी, सुप्रसिद्ध जेडी मास्टर

(स्टार वॉर्स–एपिसोड सहा : रिटर्न ऑफ द जेडी, १९८३.)

तलवार आणि संघवी यांच्याप्रमाणेच बहुतांश भारतीय गुंतवणूकदारांच्या पोर्टफोलिओमध्ये स्थावर मालमत्ता हा मूल्याच्या दृष्टीने पाहाता खूपच मोठा ॲसेट असतो. या दोन्ही सद्गृहस्थांनी प्रारंभीच्या काळात स्थावर मालमत्ता गुंतवणुकीतून भरपूर पैसा कमावला खरा, परंतु शेवटी त्यांना खूपच मोठ्या अडथळ्यास सामोरे जावे लागले.

या घरखरेदी व्यवहाराचा आकार आणि त्याचे मूल्य याचा अर्थ स्थावर मालमत्ता हाच बहुतेक गुंतवणूकदारांच्या पोर्टफोलिओमधील मोठा घटक ठरतो. आपल्या देशातील सरंजामशाही परंपरांमुळे बहुतेक भारतीय लोक स्थावर मालमत्तेचा संबंध सुरक्षितता, समाजातील दर्जा आणि प्रतिष्ठा यांच्याशी जोडतात. परंतु स्थावर मालमत्ता म्हणजे सर्वांत सुरक्षित मालमत्ता श्रेणी अशी समजूत असूनही

प्रत्यक्षात ते तसे नाही हेही दिसून आले आहे. गुंतवणूकदारांच्या दृष्टीने स्थावर मालमत्ता हा गुंतवणुकीच्या दृष्टीने मोठा सापळा कसा ठरतो ते आपण या प्रकरणात पाहाणार आहोत.

निवासी स्थावर मालमत्तेच्या दलदलीत फसल्यावर

भारतीयांच्या दृष्टीने पाहता घर मालकीचे असणे ही जीवनाच्या मूलभूत गरजांपैकी एक गरज असते. अन्न, वस्त्र, निवारा या भारतीयांच्या दृष्टीने फार महत्त्वाच्या गोष्टी असतात. तथापि, पहिल्या दोन गोष्टी परवडण्याजोग्या असल्या तरी 'निवारा' या घटकात एक प्रकारची इच्छा-आकांक्षाही दडलेली दिसून येते. त्यामागचे कारण म्हणजे शहरी भागातील निवासी मालमत्तांचे गगनाला भिडलेले भाव. 1990 सालापर्यंत घर मालकीचे असणे ही बाब खूपच कमी सुखवस्तू कुटुंबांपुरती मर्यादित होती. हा असा काळ होता ज्यात बहुतेक नोकऱ्या एक तर सरकारी होत्या अथवा सार्वजनिक उपक्रमांतील होत्या. या आस्थापनांनी दिलेल्या वसाहतींत (क्वार्टर्समध्ये) कर्मचारी राहत होते. त्या काळातले लोक बहुधा निवृत्त झाल्यानंतरच घर बांधत होते. घर हे राहाण्यासाठीच बांधायचे अशी त्या काळातली धारणा होती, ते गुंतवणूक या उद्देशाने बांधले जात नव्हते.

त्यानंतर दहा ते पंधरा वर्षे आपण 'फास्ट फॉर्वर्ड' केली तर काय दिसून येते? नव्या सहस्रकाच्या प्रारंभीच्या दशकात तर आपल्याला दिसून आले की रिटेल (किरकोळ) गुंतवणूकदारांच्या निवासी स्थावर मालमत्तेकडे बघण्याच्या दृष्टिकोनात प्रचंड फरक पडला कारण 2003-13 या काळात घरांच्या किमती जणू शक्तिवर्धक स्टिरॉइड्स प्यायल्यासारख्या महिन्या-महिन्याला वरवर जाऊ लागल्या होत्या. या मालमत्ता श्रेणीत लोकांचा रस प्रचंड वाढला यामागचे कारण किंमतवाढीसोबत आणखीही एक होते. ते म्हणजे या काळात गृहकर्जाच्या व्याजाचे दरही लक्षणीयरीत्या खाली आले. (पाहा सारणी 30) त्यासोबतच एकूण किंमतीच्या अधिक हिस्सा कर्जाऊ मिळू लागला.[1] (1990च्या दशकात घराच्या किमतीच्या 65 ते 70 टक्के रक्कम कर्जाऊ मिळायची तर हीच रक्कम 2004 सालापर्यंत 95% एवढी वाढली.) तसेच दर घरटी उत्पन्नही वाढले, सरकारकडून कर सवलती मिळू लागल्या. याचा अर्थ घर विकत घेणे हे अधिक सुखवस्तू अशा मध्यम वर्गीय कुटुंबांना शक्य होऊ लागले.

---

1 कर्ज/मूल्य रेशो म्हणजे घराच्या किमतीच्या किती प्रमाणात कर्ज दिले जावे हे गुणोत्तर.

सारणी 30 : स्टेट बँक ऑफ इंडियाचे एक वर्षीय ठेवीचे दर हे भारतातील व्याजदराचे प्रतिनिधित्व करतात (प्रॉक्झी) असे मानले आहे.

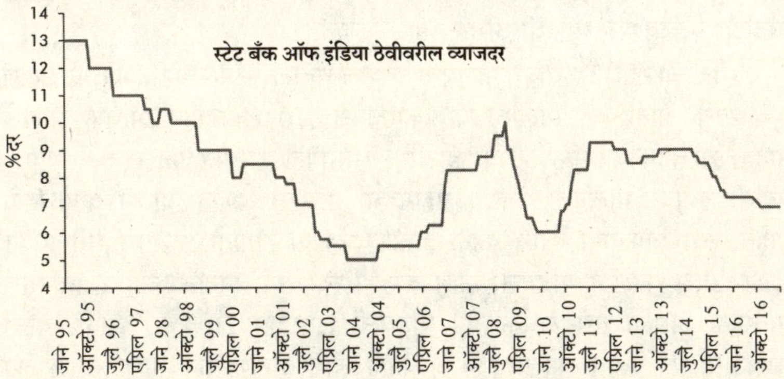

स्रोत : ब्लुमबर्ग

2003-13 या कालखंडात स्थावर मालमत्तेत आलेल्या तेजीमुळे निवासी स्थावर मालमत्ता हा प्रकार 'एक गुंतवणूकयोग्य मालमत्ता श्रेणी' म्हणून प्रस्थापित झाला. त्यामुळेच तर श्री. तलवार यांनी स्वतःच्या मालकीचे एक भले मोठे प्रशस्त घर राहायला असूनही नोएडा येथे आणखी एक घर विकत घेतले. वृत्तपत्रांच्या साप्ताहिक पुरवण्यांनी या मालमत्ता श्रेणीला कितीही सकारात्मकता बहाल केलेली असली, टीव्हीवरील कार्यक्रमांतही त्यात गुंतवणूक करा, असे नित्यनेमाने ओरडून सांगितले असले आणि फलाण्या ढकाण्या मित्राला मुंबईतील 'तिसऱ्या' फ्लॅटने छप्पर फाडून लक्ष्मी दिलेली असली तरी गुंतवणूकदारांसाठी स्थावर मालमत्तेइतका धोकादायक असा अन्य कुठलाही ॲसेट्स नाही. यामागील कारणे पुढीलप्रमाणे आहेत.

गुंतवणुकीचा आकार : आपण 500 रुपयांना एखादा शेअर विकत घेऊ शकतो अथवा म्यूच्युअल फंड 5000 रुपयांना विकत घेऊ शकतो. परंतु अगदी स्वस्तातल्या स्वस्त मालमत्तेत पैसे गुंतवायचे झाले तरी आपल्याला गाठीशी काही लाख रुपये असावे लागतात. यामुळे स्थावर मालमत्ता ही 'श्रीमंतांच्या'च ॲसेट्स श्रेणीत मोडते. यातील गुंतवणूक मोठी असल्याने लोक मोठ्या प्रमाणावर हा ॲसेट घेऊ शकत नाहीत.

रोख तरलता कमी : स्टॉक्स आणि बाँड्स यांच्यासारख्या आर्थिक ॲसेट्सशी आणि सोने-चांदी यांच्यासारख्या प्रत्यक्ष ॲसेट्सशी तुलना करता स्थावर मालमत्ता ही रोख तरलता नसलेल्या मालमत्ता श्रेणीत मोडते. आपण शेअर बाजारात स्टॉक्स विकू शकतो. सोनाराला किंवा अन्य खरेदीदारांना सोने विकू शकतो किंवा अगदी शेळीदेखील देऊन काहीतरी बदल्यात दुसरी वस्तू घेऊ शकतो परंतु जमिनीचा

तुकडा अथवा एखादे घर विकणे खूप कठीण होऊन बसते. खरेदीदार आणण्यासाठी कित्येक महिने– कधीकधी वर्षेही लागतात. खरं सांगायचं तर 2014नंतर दिल्ली आणि मुंबई भागातील बऱ्याच विक्रेत्यांच्या लक्षात आले आहे की घरासाठी खरेदीदार मिळवणे कधीकधी अशक्य होऊन जाते.

सौद्यांचा खर्च : स्थावर मालमत्ता विकत घेताना स्टँप ड्यूटी, नोंदणी आणि अन्य खर्च आता त्या मालमत्तेच्या किमतीपेक्षा 10 टक्क्यांहून अधिक झालेले आहेत. बरेचदा विकसक अथवा हाउसिंग सोसायटी ट्रान्स्फर फी लावते. यामुळे निवासी स्थावर मालमत्ता अत्यंत महागड्या ॲसेट्स श्रेणीत जाऊन पोहोचल्या आहेत, त्या विकताना बराच काळ हाताशी ठेवावा लागतो. त्यातच भरीला भर म्हणजे अल्प कालीन भांडवली लाभ कर हा त्या त्या करदात्याच्या उत्पन्नानुसार वेगवेगळा असला तरी दीर्घकालीन भांडवली लाभ हा 20 टक्के असतो. याचा अर्थ असा की स्थावर मालमत्तेतून जे काही लाभ आपण कमवतो ते सगळे त्या व्यवहाराचा खर्च आणि कर यांच्यामुळे कमी होतात.

ठरावीकच मापदंड नसलेला ॲसेट : चोवीस कॅरेटचा तुमच्या हातातला एक तोळा आणि अन्य गुंतवणूकदाराच्या हातातला तसाच तोळा यांच्या भावातली वाढ समानच असणार. तुमच्याकडचा इन्फोसिसचा शेअर आणि अन्य कुणाच्या हातातला तोच शेअर यांना समान पातळीवरच वाढीव भाव मिळणार. तथापि, स्थावर मालमत्तेला असे काही निकष नसतात. ती मोठमोठ्या बाजारपेठेअनुसार (म्हणजे मुंबई विरुद्ध दिल्ली) अशी बदलते. सूक्ष्म बाजारपेठेअनुसार (वांद्रे विरुद्ध लोअर परळ) अशी बदलते. एवढेच नाही तर एखादा रस्ता अथवा मोहल्ला ओलांडला तरी बदलते. यामुळे हा मालमत्ता वर्ग बेभरवशाचा ठरतो आणि याचा परतावा खूप विचार करून घेतलेल्या गुंतवणूक निर्णयाचा भाग ठरतो तसाच तो नशिबावरही अवलंबून असतो.

अंधारे, अस्वच्छ क्षेत्र : निवासी स्थावर मालमत्ता हे भारतातले घाणेरडे क्षेत्र गणले जाते. जमीन विकत घेणे, तिचा विकास करणे आणि मग निवासी घरे विकणे या सगळ्यासाठी एवढे नियंत्रणात्मक परवाने आणि मंजुऱ्या लागतात की त्यामुळे लाच स्वीकारणारे राजकारणी आणि सरकारी नोकर यांना खायला अगदी कुरणच सापडते. जसजसा काळ गेला आणि वारंवार हे सौदे होऊ लागले तेव्हा बऱ्याच बांधकाम विकसकांना वाटू लागले की राजकारण्यांशी, नियंत्रकांशी आणि सरकारी नोकरांशी असे व्यवहारात्मक नाते ठेवण्याऐवजी सरळ भागीदारीच करावी. कारण हेच लोक स्थावर मालमत्तेतल्या फायद्याचे लोणी मटकवायला सर्वांत पुढे असतात. मध्यमवर्गी गुंतवणूकदार मग तो कितीही सुखवस्तू असलातरी भारतातील स्थावर मालमत्ता विकासाच्या लाटेचा फायदा मिळवणारा सगळ्यात शेवटचा माणूस तोच असतो.

वरील सर्व वैशिष्ट्ये स्थावर मालमत्ता उद्योगाच्या 'निवासी' क्षेत्राची आहेत. आपण याच प्रकरणात पुढे व्यापारी स्थावर मालमत्ता म्हणजे आणखीनच वेगळा काहीतरी प्राणी आहे ते कसे, हे पाहणार आहोत.

पण इतके सगळे गुंतवणूकदार या निवासी स्थावर मालमत्तेच्या सापळ्यात कसे काय अडकतात?

गुंतवणूक श्रेणी म्हणून निवासी स्थावर मालमत्तेत एवढे सगळे दोष असतानाही सुखवस्तू भारतीयांसाठी हा एकमेव सर्वांत मोठा ॲसेट वर्ग राहिला आहे. बहुतेक लोकांच्या संपत्तीचा सर्वांत मोठा हिस्सा हा त्यांच्या मालकीच्या एक अथवा त्याहून अधिक घरांचा असतो. यामागे कारणे बरीच आहेत.

सुरुवातीलाच मिळणारा फायदा : मागील दशकात शेअर बाजार आघाडीवर येईपर्यंत घर, जमीन किंवा सोने विकत घेणे हे पैसे बचतीचे आणि गुंतवण्याचे ज्ञात मार्ग होते. जमीन अथवा सोने घेणे हे मार्ग जसे परिचित होते तसे अन्य कुठले गुंतवणुकीचे मार्ग लोकांच्या परिचयाचे नव्हते. मग ते म्यूच्युअल फंडांतील गुंतवणूक असो की स्टॉक्स अथवा बाँड्समधील गुंतवणूक असो- बहुतेक भारतीय

सारणी 31 : भारतातील घरगुती ॲसेट्सच्या वितरणाचा तक्ता स्थावर मालमत्तेकडील कल जास्तच दर्शवतो.

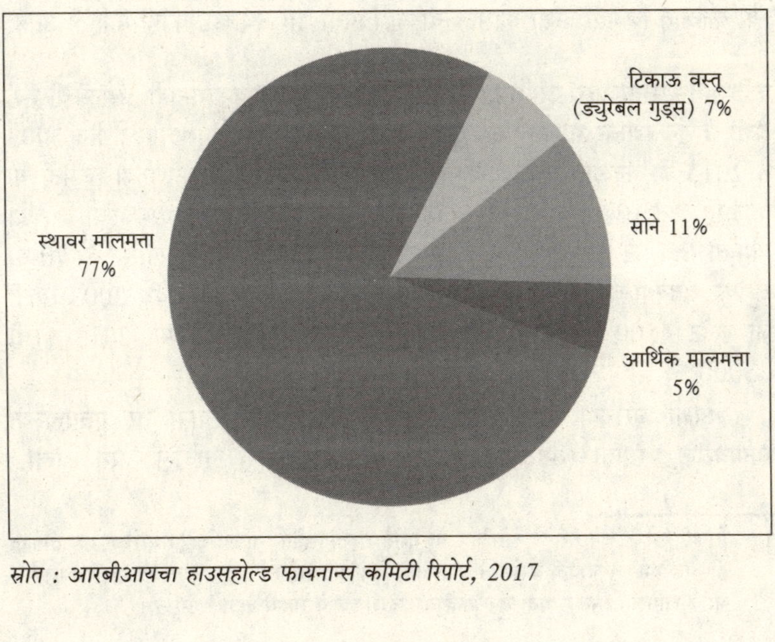

स्रोत : आरबीआयचा हाउसहोल्ड फायनान्स कमिटी रिपोर्ट, 2017

गुंतवणूकदारांसाठी जणू ते परग्रहावरून आलेले मार्ग होते. (खालची सारणी पाहा). आरबीआयच्या हाउसहोल्ड फायनान्स कमिटी रिपोर्ट, 2017 या अहवालानुसार भारतातील दर घरटी बचतीपैकी केवळ 5 टक्के आर्थिक ॲसेट्समध्ये गुंतवले जातात तर 77 टक्के स्थावर मालमत्तेत गुंतवले जातात. परिणामतः स्थावर मालमत्ता हा ॲसेट भारतीय गुंतवणूकदारांच्या मानिसकतेत अन्य ॲसेट्सहून खूपच मोठे स्थान पटकावून बसतो.

घरांच्या किमती केवळ वरच जातात : इक्विटी आणि कर्जरोखे यांच्यासारख्या अन्य ॲसेट्स श्रेणीत तेजी अथवा मंदीचे तीन ते पाच वर्षांचे चक्र असते तर स्थावर मालमत्तेचे चक्र खूप मोठे म्हणजे 10 वर्षांहून अधिक चालणारे असते. त्यामुळे बहुतेक लोकांनी 2003-13 या तेजीच्या चक्रात भरपूर फायदा कमावला तरी त्यांना किमती खाली जायच्या चक्राचा काही अनुभव किंवा आठवण असे काहीच नव्हते. परिणामतः त्यांना असे वाटले की स्थावर मालमत्तेच्या किमती फक्त वरतीच जाऊ शकतात. त्याशिवाय स्थावर मालमत्ता किमतींचा विश्वासार्ह इंडेक्सही भारतात उपलब्ध नसल्याने हे मिथक वाजवीहून जास्तच प्रचारात आले. (अक्षरशः लाखो लोकांचा असा समज आहे.)

तथापि, ज्या ज्येष्ठांनी 1990च्या दशकाच्या उत्तरार्धात स्थावर मालमत्तेच्या किमती पडलेल्या पाहिल्या होत्या त्यांना याविषयी अधिक ज्ञान होते. सुदैवाने 'इंडिया टुडे'मध्ये ऑगस्ट, 1997 मध्ये एक लेख प्रकाशित झाला होता त्यामुळे त्या काळात किमती कशा कोसळल्या या विषयी आपल्याकडे काही माहिती आहे.

देदीप्यमान परताव्याचे आमिष : अत्यंत मुरलेल्या गुंतवणूकदारांनाही ॲसेट्सची एक श्रेणी म्हणून स्थावर मालमत्तेकडे दुर्लक्ष करणे कठीण होते. कारण या श्रेणीने 2003 ते 2013 या काळात प्रचंडच कमाई केली कारण बहुतेक ठिकाणच्या किमती या काळात 5 ते 10 पट वर गेल्या. उदाहरणार्थ, गुरुग्रामच्या सेक्टर 49मधल्या घरांच्या किंमती 6.4 पट वाढल्या. त्या या सुवर्णयुगात 1360 रु. चौ.फुटापासून 8670 रु. चौ.फूट इतक्या वर गेल्या. अन्यत्र म्हणजे मुंबईतील लोअर परळ येथे 2003 साली जो फ्लॅट 4500 रु. चौ.फूट विकला जात होता त्याचीच किंमत 2013 साली 35000 रु. चौ.फूट म्हणजे 7.7 पटींनी वाढली.

अशा घरांच्या खरेदीदारांनी गृहकर्ज घेतले होते त्यांना तर गुंतवलेल्या रकमेवरील परतावा (आरओई) तोंडात बोट घालायला लावील असा ठरला.[1]

---

1 हे जरी खरे असले तरी जे खरेदीदार या घरात राहतही होते त्यांच्या दृष्टीने घरांच्या किमतीतील ही वाढ भ्रममूलक होती कारण ते घर त्यांनी विकले असते तर त्यांना नव्या घरासाठी जास्त पैसे भरावे लागले असते अथवा दुसरीकडे वाढीव भाड्याने राहावे लागले असते.

सारणी ३२ : १९९५ आणि १९९७ या काळात प्रमुख भारतीय शहरांत घरांच्या किंमती त्यांच्या योग्य स्तरावर आल्या.

मुंबई				बंगळूर			
निवासी जागा*	1995	1996	1997	निवासी जागा*	1995	1996	1997
दक्षिण मुंबई	20	18	16	इंदिरानगर	2.5	2	1.5
वांद्रे/खार पश्चिम	10	8	7.5	कोरामंगला	2	1.5	1.2
गोरेगाव बोरिवली	3	2.2	2	आर टी नगर	1.2	0.9	0.7
व्यापारी जागा*	1995	1996	1997	व्यापारी जागा*	1995	1996	1997
दक्षिण मुंबई	22	18	16	एम जी रोड	7	6	4.5
मध्य मुंबई	13	11	8.5	इंदिरानगर	2.5	2	1.5
वांद्रे पश्चिम	14	11	8.5	जयानगर	1.3	1.1	1
दिल्ली				**चेन्नई**			
निवासी जागा*	1995	1996	1997	निवासी जागा*	1995	1996	1997
मध्य दिल्ली	8	7	6.7	एगमोर/ किलपॉक	3	2.5	2.1
वसंत विहार जीके	4	3.1	3	टी. नगर	3	2.5	2.4
पश्चिम दिल्ली	1.6	1.3	1.2	मंडवेली	2.9	2.3	2.1
व्यापारी जागा*	1995	1996	1997	व्यापारी जागा*	1995	1996	1997
कनॉट प्लेस	17	13	11	माउंट रोड	7	6	5.8
भिकाजी कामा प्लेस	9	8	7.5	एन. एच रोड	6	5	5
नेहरू प्लेस	7	6	5.8	टी. नगर	3	2.5	2.4
पुणे				**अहमदाबाद**			
निवासी जागा*	1995	1996	1997	निवासी जागा*	1995	1996	1997
कोरेगाव पार्क	3.2	3	2.8	गुलबाई टेकरा	12	11	8
एरंडवणे	2.8	2.7	2.5	सॅटेलाईट	10	8	6
औंध	1.6	1.5	1.5	शाहीबाग	10	8	6
व्यापारी जागा*	1995	1996	1997	व्यापारी जागा*	1995	1996	1997
कँटोनमेंट	8	6	5	सी.जी रोड	2	1.8	1.5
डेक्कन जिमखाना	5.5	5	5	आश्रम रोड	1.6	1.4	1.3
बोट क्लब रोड	3.2	3	2.8	ड्राईव्ह इन रोड	1.4	1.2	1.1
*(हजारी रू. चौफू)							

स्रोत : इंडिया टुडे, (4 ऑगस्ट, 1997)[1]

1 व्ही. शंकर अय्यर, 'द क्रॅश ऑफ 97, http://indiatoday.intoday.in/story/real-estate-business-in-india-faces-unprecedented-crisis-as-prices-plummets/1/276369.htmlThis.

त्याहून महत्त्वाचे म्हणजे हा एवढा अव्वाच्या सव्वा लाभ खूपच मोठा प्रभाव मनावर टाकून जातो. तोही ज्यांनी केवळ हा फायदा मटकावला त्यांच्याच नाही तर त्यांचे मित्र आणि नातेवाईक यांच्याही मनावर बराच काळ राहातो. मत्सर ही खूपच शक्तिशाली भावना असते. तथापि, पुढे आपल्याला कळले की 2003-13 हाच निवासी मालमत्तांसाठी भारतातला सुवर्णकाळ होता. परत तसाच काळ बघायला खूपच दीर्घ काळ वाट बघावी लागायची शक्यता आहे. खरं सांगायचं तर किमती खाली जाऊ लागल्या की या अशा रोख तरलता नसलेल्या आणि कर सवलतही फार मिळत नसलेल्या ॲसेट्स श्रेणीतील गुंतवणूकदारांना गृहकर्जाचे हप्ते भरताना मेटाकुटीस आल्यासारखे होते कारण त्यांना मिळालेला थोडाबहुत लाभ हा किमती कमी झाल्याने निघून गेलेला असतो. (या प्रकाराला 'नकारात्मक इक्विटी' असे म्हटले जाते.)

निखळ परतावा विरुद्ध चक्रवाढ : सर्व गुंतवणूक निर्णय हे त्यांच्या 'ऑपॉर्च्युनिटी कॉस्ट'च्या सापेक्ष घेतले जातात.[1] बहुतेक स्थावर मालमत्तेतील गुंतवणूकदार सहसा खूश असतात कारण ते त्यातून मिळणाऱ्या निखळ परताव्याकडे अन्य काहीही विचारात न घेता पाहतात म्हणून. अशा प्रकारे आपण घेतलेली मालमत्ता मागील वीस वर्षांत पाच पट वाढली म्हणून एखाद्या गुंतवणूकदाराला तिची सुखद आठवण होतही असेल. परंतु वार्षिक चक्रवाढीच्या रूपात या मालमत्तेने मागील वीस वर्षांत केवळ 8.3 टक्के इतकाच परतावा दिला आहे.

त्याच काळात भारतीय शेअर बाजाराचा बेंचमार्क इंडेक्स 15 टक्के वार्षिक दराने वाढला होता आणि तो वीस वर्षांच्या चक्रवाढीने धरला तर सोळा पट अधिक परतावा त्यातून मिळाला असता. म्हणजे या स्थावर मालमत्तेमुळे बनलेल्या कित्येक लक्षाधीशांना आम्ही भेटलो पण त्यांनी ही 'ऑपॉर्च्युनिटी कॉस्ट'ची तुलना कधी केलीच नाही.

स्थावर मालमत्तेतील कॉफी कॅन : गुंतवणूकदार स्थावर मालमत्तेतही पैसे गुंतवतात कारण बहुतेकांचे हात शेअर बाजारात पोळलेले असतात. ते सहसा शेअर बाजारातील गुंतवणुकीहून स्थावर मालमत्तेतील गुंतवणूक अधिक सुरक्षित समजतात. परंतु त्यांना हे कळत नाही की जी कॉफी कॅन इन्व्हेस्टिंगची शैली शेअर्ससाठी वापरायची म्हणजे विकत घेऊन बराच काळ ती ठेवून द्यायची ही शैली ते प्रत्यक्षात स्थावर मालमत्तेसाठी वापरतात आणि जिथे वापरायची तिथे म्हणजे शेअर्समध्ये मात्र वापरत नाहीत. स्थावर मालमत्ता विकत घेऊन बराच काळ ठेवण्याची त्यांची तयारी असते.

1 गुंतवलेल्या ॲसेटमधून मिळणारा परतावा आणि हे पैसे या ॲसेटमध्ये न गुंतवता उपलब्ध सर्वोत्तम पर्यायात गुंतवले असते तर मिळाला असता तो परतावा याच्यातील फरक म्हणजे ऑपॉर्च्युनिटी कॉस्ट.

परिणामतः ते त्यांच्या मालमत्ता कितीही बिकट काळ आला तरी हातच्या सोडत नाहीत आणि त्यामुळेच त्यांना त्यांच्या किमतीतली वाढ अनुभवता येते. त्या उलट इक्विटीत ते किमती कळसाला पोहोचल्यावर विकत घेतात. त्यात सारखे सौदे करतात आणि बाजार तळाला गेला की त्यातून बाहेर पडतात. बहुतेक गुंतवणूकदारांचा शेअर बाजारातील कटू अनुभव याविरुद्ध स्थावर मालमत्तेतील आनंदी अनुभव हे अंशतः स्वतःच्या वागणुकीचं फलित म्हणूनच मिळालेले असतात. या ॲसेट्स श्रेणीच्या मूळ गुणधर्मांमुळे तसे होत नाही.

एकमेकांशी काहीच संबंध नसलेल्या दोन गोष्टी : व्यापारी स्थावर मालमत्ता विरुद्ध निवासी स्थावर मालमत्ता

व्यापारी स्थावर मालमत्तांमध्येही खरेदीदारांचे दोन संच असतात. ज्यांना स्वतःला ती वापरायची आहे असे 'एंड युजर्स' आणि गुंतवणूकदार. ज्यांना स्वतःलाच कामासाठी वापरायची आहे त्यांचे समीकरण सोपे असते. त्यांच्यासाठी तो भांडवली खर्च असतो किंवा ती रक्कम खर्च केलीच पाहिजे अशी असते. त्या जागी केलेल्या व्यवसायातून परतावा किती मिळणार आहे त्याच्याशी तुलना करूनच हा खर्च केला जातो. ज्या व्यवसायांना स्थावर मालमत्तेत प्रारंभीच भरपूर खर्च करायचा नसतो ते जागा भाड्याने घेतात अथवा स्वस्त ठिकाणी व्यवसाय हलवतात. तर दुसरीकडे, गुंतवणूकदारांसाठी व्यापारी स्थावर मालमत्ता ही खूपच लक्षवेधी मालमत्ता श्रेणी असते, कारण त्यातून त्यांना भाडे मिळते तसेच जागेची किंमत वाढून भांडवली वाढही मिळते.

बहुतेक अति श्रीमंत गुंतवणूकदार दुकाने, कचेऱ्यांचे गाळे, छोटी गोदामे अशा व्यापारी स्थावर मालमत्तेत पैसे गुंतवतात. त्याचीच नक्कल ते निवासी स्थावर मालमत्ता घेताना आकार आणि ठिकाण या बाबतीत करतात. अल्ट्रा श्रीमंतांना 'अ' दर्जाच्या ऑफिस इमारतीत गुंतवणूक करणे शक्य असते. 'अ' दर्जाची ऑफिसे ही खूप प्रशस्त, आधुनिक, अत्यंत उत्कृष्ट दर्जाची असतात. ती अगदी प्राइम (मोक्याच्या) ठिकाणी बंधलेली असतात. इथे ब्ल्यू चिप भारतीय कॉर्पोरेट्स अथवा बहुराष्ट्रीय कंपन्यांच्या कचेऱ्या असतात आणि कुठल्याही देशातील व्यापारी स्थावर मालमत्तेच्या गुणवत्तेचे ते मापदंड (बेंचमार्क) असतात. अशा प्रकारे 'अ' दर्जाच्या मालमत्तांचा भाग जर वाढत असेल तर त्यावरून 'ॲसेट्सची श्रेणी' म्हणून व्यापारी स्थावर मालमत्ता कसे काम करते आहे हे मोजता येते. तथापि, या डिलक्स ऑफिस इमारतींमध्ये गुंतवलेल्या रकमाही प्रचंड मोठ्या असतात. मुंबईत तर एका फ्लोअर प्लेटसाठी 10–20 करोड रुपयांहूनही अधिक रक्कम लागते.[1] त्यामुळे या प्रकारच्या

1 फ्लोअर प्लेट म्हणजे एखाद्या मोठ्या इमारतीचा एक संपूर्ण मजला. अशा फ्लोअर प्लेटचे क्षेत्रफळ हजारो चौरस फुटांत मोजावे लागते.

मालमत्तांतील प्रमुख गुंतवणूकदार हे रहेजा, एंबसी, प्रेस्टिज इस्टेट्स आणि डीएलएफ यांच्यासारखे मोठमोठे भारतीय विकसक असतात किंवा मग प्रचंड मोठे परदेशी फंड (जीआयसी, ब्लॅकस्टोन, ब्रूकफील्ड आणि कॅनेडिअन पेन्शन प्लान इन्व्हेस्टमेंट बोर्ड इ.) असतात. खरे सांगायचे तर भारतातील 'अ' दर्जाच्या मालमत्तांतील सर्वांत मोठे गुंतवणूकदार परदेशीच कंपन्या आहेत. म्हणजे एकट्या ब्लॅकस्टोनकडे भारतातील 7 कोटी चौरस फूट जमीन आहे. केवळ एक फ्लोअर प्लेट मालकीचा असला तरी त्याची किंमत 10-20 करोडच्या भावात जाते. खूपच थोडे 'अल्ट्रा श्रीमंत' लोक अशा प्रकल्पांत पैसे गुंतवण्याची क्षमता राखून असतात. इतरांसाठी 'अ' दर्जाच्या मालमत्तांमधील गुंतवणूक ही रिअल इस्टेट फंडांत पैसे गुंतवून होते. हे फंड म्हणजे पैसे गोळा करण्याची साधने असतात, यात कित्येक डझनांनी गुंतवणूकदारांना एकत्र केले जाते.)

व्यापारी मालमत्तांपासून मिळणारे भाड्याचे उत्पन्न हे मालमत्तेच्या किमती आणि ती विकत घेण्यासाठी लागणाऱ्या रकमेवरील देशात चालू असलेला व्याजदर यांवरून ठरते. 7 ते 9 असा आजचा व्याजदर असेल तर हे ढोबळ उत्पन्न निवासी स्थावर मालमत्ता देऊ करत असलेल्या 1.5 ते 3 टक्के उत्पन्नाहून बरेच जास्त आहे. त्याशिवाय व्यापारी स्थावर मालमत्तेतील गुंतवणूकदार भांडवलातही वृद्धी होईल अशी आशा धरतो. अर्थात या मालमत्ता श्रेणीतील भांडवलवृद्धीचे प्रमाण एकूण फायद्यात कमीच भरले तरी निवासी स्थावर मालमत्तेहून व्यापारी स्थावर मालमत्ता ही खूपच सुरक्षित गुंतवणूक मानली पाहिजे. (कारण त्यात केवळ भांडवलवृद्धी हाच एकमेव फायद्याचा घटक असतो, भाडे नाही.) भारतातल्या व्यापारी स्थावर मालमत्तेच्या किमतींत फारसे तीव्र चढउतार होत नसतात. त्यामागील मुख्य कारण दोन बळांचा परस्परांवरील प्रभाव हे असते. त्यामागचे पहिले कारण म्हणजे व्यापारी स्थावर मालमत्तेचे अंतिम वापरकर्ते हे दुसरे व्यवसायच असतात. या व्यवसायांनी नफा करणे ही त्यांची गरज असते आणि विशिष्ट इमारत अथवा ठिकाण यांचा खर्च खूपच जास्त असेल तर ते अन्य कुठलीतरी इमारत अथवा ठिकाणी जाण्याचा विचार करतील. ही तर्कशुद्ध मानसिकता स्थावर मालमत्तेतील गुंतवणूकदाराहून वेगळी असते. तो मुळातच जास्त किमतीच्या मालमत्तेत पैसे गुंतवतो आणि तरीही त्यास भविष्यात भांडवलवृद्धीची अपेक्षा असते. (म्हणजे त्या मालमत्तेची सध्याची किंमत काहीही असो.) या परस्पर विरोधी मानसिकतेमुळे भारतीय स्थावर मालमत्तेच्या बाजारपेठेत लक्षणीय विसंगती निर्माण केली आहे. उदाहरणार्थ, मुंबईतील लोअर परळचा भाग सध्या भरभराटीला आलेला सेंट्रल बिझनेस डिस्ट्रिक्ट (मध्यवर्ती व्यवसायकेंद्र) बनलेला असला तरी येथील निवासी जागांच्या किमतींहून व्यापारी जागांच्या किंमती अर्ध्याने कमी आहेत. जमिनीची किंमत आणि बांधकामाचा दर्जा या गोष्टी कमी-अधिक सारख्या असल्या तरी व्यापारी गाळे (ज्यांच्यापासून

भाड्याचे उत्पन्न निवासी गाळ्यांहून पाच ते सहा पट मिळते) त्यांच्या किमती निवासी स्थावर मालमत्तेच्या अर्ध्याने कमी का हा प्रश्न गोंधळात पाडणाराच ठरतो.[1] यातूनच निवासी स्थावर मालमत्ता ही एक ॲसेट श्रेणी म्हणून किती असंबद्धतेने वर्तन करते हे दिसून येते, त्यामुळेच त्यात गुंतवण्याचा विचार करताना गुंतवणूकदारांनी प्रचंड सावधानी बाळगली पाहिजे.

गुंतवणूकदार या ॲसेट्स श्रेणीचा अंदाज कसा बांधू शकतात?

वर वर्णन केल्यानुसार गुंतवणूकदारांसाठी स्थावर मालमत्ता याचा अर्थ केवळ प्रत्यक्ष मालमत्ता विकत घेणे असा उरला नाही. आजमितीला एखादा गुंतवणूकदार या क्षेत्रात प्रत्यक्ष मालमत्ता विकत न घेताही अन्य बऱ्याच मार्गांनी सहभागी होऊ शकतो.

रिअल इस्टेट प्रायव्हेट इक्विटी फंड्स

हे फंड विकसकांना इक्विटी (शेअर्स) देण्याच्या बदल्यात पैसे देतात. हे फंडिंग (आणि म्हणूनच इक्विटी) विकसकाच्या होल्डिंग कंपनीत असते किंवा त्या त्या प्रकल्पांपुरतेही असते. हा फंड विशिष्ट प्रकल्पासाठी असतो तेव्हा त्यास 'स्पेशल पर्पज व्हेईकल (एसपीव्ही) फंडिंग असे म्हटले जाते. एसपीव्ही ही अशी कंपनी असते जी विकसकाने केवळ एक अथवा अनेक प्रकल्पांच्या अंमलबजावणीसाठीच उघडलेली असते. यातील गुंतवणूक इक्विटीमध्ये होत असल्याने गुंतवणूकदाराला त्या एसपीव्हीच्या/फंडाच्या नफ्यात संपूर्ण सहभाग घेता येतो. तथापि, यातील जोखीम अशी की गुंतवणूकदाराला तोटाही सहन करावा लागतो. सहसा किमती कोसळत नाहीत परंतु प्रकल्पाचा काळ बहुधा लांबतो. या कालावधीत वाढ याचा अर्थ इक्विटी गुंतवणूकदारांच्या परताव्यात घट. (कारण त्यांच्या अपेक्षेहून परतावा उशिराने येतो.)

उदाहरणार्थ, एखाद्या गुंतवणूकदाराला 100 रुपयांच्या गुंतवणुकीवर 150 रु. परतावा मिळू शकतो. हा परतावा दोन वर्षांनी आला तर चक्रवाढीच्या वार्षिक दराने तो 22 टक्के होतो. परंतु हाच परतावा पाच वर्षांनी आला (कारण स्थानिक सरकारी संस्थेने भोगवटा प्रमाणपत्र (ऑक्युपन्सी सर्टिफिकेट) द्यायला उशीर केला तर गुंतवणूकदाराचा चक्रवाढ वार्षिक परतावा केवळ 8 टक्के इतका क्षुल्लक होतो. स्थावर मालमत्तेत ज्या गुंतवणूकदारांना 8 टक्केच परतावा मिळतो त्यांना नक्कीच वाटेल की स्थावर मालमत्तेसारख्या उच्च जोखमीच्या प्रकल्पात गुंतवण्याऐवजी बचत ठेवीत रक्कम गुंतवली असती तर याहून जास्त पैसे मिळाले असते.

---

1 आम्हाला हे माहीत आहे कारण आम्ही लोअर परळमधल्या अंबित हाउस या आमच्या कचेरीच्या खिडकीतून या सगळ्या मालमत्तांचे बांधकाम पाहिले आहे.

खाजगी इक्विटी फंड 2005-06 या कालावधीत बाजारात आले आणि पुढील काही वर्षांत त्यांची रांगच लागली. या फंडांचा कालावधी सामान्यतः पाच ते सात वर्षांचा होता. तथापि, साधारण दहा वर्षांनी पाहता त्यातल्या बऱ्याच फंडांनी अद्याप गुंतवणूकदारांचे पैसे परत केलेले नाहीत. तसेच ज्या प्रकारचा परतावा आम्ही देऊ अशी आश्वासने त्यांनी दिली होती तो तर त्यातल्या कुणीच दिला नाही. त्या दृष्टीने पाहता रिअल इस्टेट प्रायव्हेट इक्विटी फंडांचे भारतातील पहिले आगमन म्हणजे मोठे अरिष्टच ठरले.

रेंटल यील्ड फंड्स

हे फंड 2008 साली सर्वप्रथम बाजारात आले तेव्हा त्यामागील उद्देश होता व्यापारी स्थावर मालमत्तेत पैसे गुंतवून उच्च परतावा मिळवणे. हे फंड खाजगी इक्विटी फंडांपेक्षा तुलनेने कमी कालावधीचे असायचे कारण ते तयार मालमत्तेतच पैसे गुंतवत होते. त्या अर्थाने पाहता त्या मालमत्तेचा विकास होईल की नाही याचीही जोखीम त्यांना नसते. या फंडांना आशा होती की वार्षिक भाड्याच्या परताव्यासोबत भांडवलवृद्धीही आपल्याला मिळेल. त्यामुळे एकूण इंटर्नल रेट ऑफ रिटर्न (आयआरआर) फारच आकर्षक वाटत होता.

याही ठिकाणी खाजगी इक्विटी फंडांप्रमाणेच या फंडांनाही आपले वचन पुरे करता आले नाही. पण तरी निःपक्षपातीपणाने सांगायचे तर रेंटल यील्ड फंड्सना खाजगी इक्विटी फंडांहून कमी अरिष्टाला सामोरे जावे लागले. रेंटल यील्डमागील सिद्धान्त कार्यान्वित झाला तरी बाहेर पडण्याच्या संधीचा अभाव असल्याने हे फंड त्यांच्या वांच्छित कार्यकालाहून जास्त काळ ताणले गेले, कधीकधी तर गुंतवणूकदारांचे पैसे परत देण्यासाठी त्यांना सवलतीच्या दरात आपले ॲसेट्स विकावे लागले.

अपरवर्तनीय (नॉन कन्व्हर्टिबल) डिबेंचर्स/ रिअल इस्टेट डेट फंड्स

2009च्या सुमारास भारतातील व्याजदर खूपच कमी होते (लिक्विड फंड तेव्हा 6 टक्के वर्षाला परतावा देत होते.) त्या सुमारास रिअल इस्टेट नॉन कन्व्हर्टिबल डिबेंचर्सचा (एनसीडींचा) उदय झाला. ते खूपच जास्त परतावा देऊ करत होते. एनसीडी हे कर्जदारांनी जारी केलेल्या बाँड्सारखेच असतात, ते विशिष्ट कालावधीत मुद्दलासह विशिष्ट कुपन (परतावा) देण्याची हमी देतात. स्थावर मालमत्ता विकसकांनी हे एनसीडी काढले होते आणि ते प्रोजेक्ट एसपीव्ही (स्पेशल पर्पज व्हेईकल) या स्वरूपातले होते. (हे एसपीव्ही खास कारणासाठी काढले जातात आणि ते आर्थिक जोखीम विविध लोकांत वाटून देतात.) हा उच्च व्याजदर 18 ते 25 टक्क्यांच्या दरम्यान होता कारण या प्रकल्पांना बँकांकडून कर्ज मिळू शकत नव्हते आणि बरेचदा

तारण म्हणून तो प्रकल्प त्यांनी ठेवला असला तरी त्या पैशांचा वापर अन्य ठिकाणची जमीन विकत घेण्यात होत होता. खाजगी इक्विटी आणि भाडे-उत्पन्न फंडांसारखी या ठिकाणी भांडवलवृद्धीची अपेक्षा नव्हती तरी तांत्रिकदृष्ट्या गुंतवणूकदाराला चक्रवाढीचा विशिष्ट वार्षिक परतावा मिळण्याची हमी होती. त्यामुळे हे एनसीडी गुंतवणूकदारांत प्रचंड लोकप्रिय झाले, त्यामुळे विकसकांनीही प्रचंड प्रमाणात ते जारी करून कर्ज घेतले. (खालची सारणी पाहा). त्यानंतर लवकरच असेही फंड निघाले जे गुंतवणूकदारांचा पैसा या विविध एनसीडींमध्ये गुंतवू लागले. त्यांनी भरपूर विविध एनसीडींत गुंतवण्याची सोय देऊ केली त्यामुळे त्यातली गुंतवणूक कमी जोखमीची भासू लागली.

सारणी 33 : शेवटच्या काही वर्षांत एनसीडी भरपूर संख्येने जारी झालेले दिसतात.

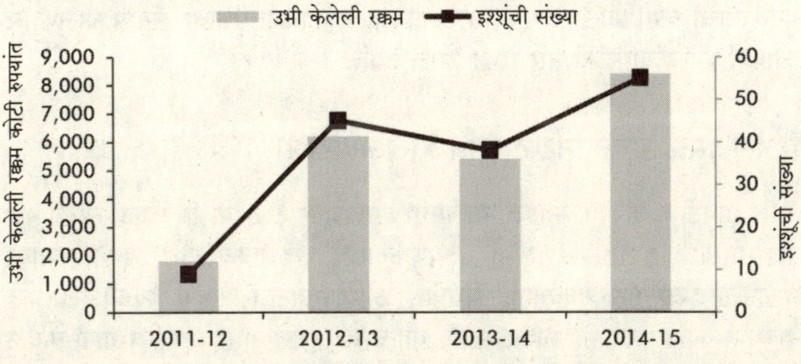

स्रोत : क्रिसिल

सारणी 34 : एनसीडींची जोखीम कित्येक पटींनी वाढली आणि तिचे प्रतिबिंब त्यांनी देऊ केलेल्या परताव्यात पडले.

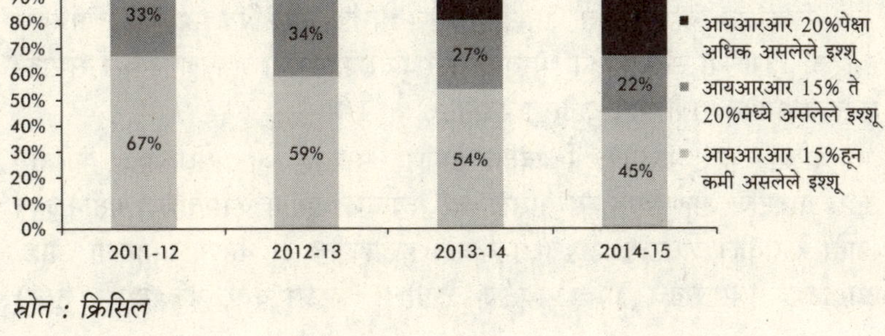

स्रोत : क्रिसिल

ही सगळी मौजमजा काही वर्षे चालली परंतु लवकरच स्पष्ट झाले की एवढ्या मोठ्या व्याजावरील कर्जाचा बोजा फार काळ परवडण्यासारखा नाही. त्यामुळे निकरास येऊन या रकमा एवढ्या महाग व्याजावर बाजारातून उचलणारे बांधकामदार गुंतवणूकदारांना मुद्दल परत करण्याच्या स्थितीत उरलेच नाहीत. मग काय, या उच्च व्याजाच्या कर्जाची 'संगीत खुर्ची' 'रिफायनान्स' या नावाखाली सुरू झाली. याचा अर्थ, मुदत पूर्ण झालेल्या सध्याच्या एनसीडीचे पैसे न देता त्या बदल्यात नवा तीन वर्षांचा एनसीडी द्यायचा. व्याजाचा दर वार्षिक 18 ते 20 टक्के दिल्यानंतर त्या स्थावर मालमत्ता प्रकल्पातील नफाक्षमताच गायब झाली. यामागचा हेतू शक्य तेवढे आजचे दिवाळे उद्यावर ढकलणे एवढाच होता.

सध्या एनसीडीची बाजारपेठ अशा अवस्थेत आहे जिथे रिफायनान्सिंग (आधीच्या कर्जाच्या बदल्यात नवे कर्ज देणे) मंदावले आहे आणि बऱ्याच प्रकल्पांत कर्जफेड झालीच नाही असेही दिसून आले आहे. निवासी स्थावर मालमत्तांत गुंतवण्याची कमी झालेली भूक, नोटबंदी आणि काळ्या पैशावर लगाम घालण्याचे व्यापक प्रयत्न यामुळेही तसे घडून आले आहे.

रिअल इस्टेट इन्व्हेस्टमेंट ट्रस्ट्स (आरईआयटीज)

आरईआयटीज अथवा स्थावर मालमत्ता गुंतवणूक ट्रस्ट यांची रचना म्यूच्युअल फंडांसारखीच असते. म्हणजे ते गुंतवणूकदारांचे फंड एकत्र गोळा करून स्थावर मालमत्ता प्रकल्पात गुंतवतात. तथापि, आरईआयटीज आणि म्यूच्युअल फंड यांच्यात काही फरकही आहेत. सर्वांत महत्त्वाचे म्हणजे आरईआयटीज यांना केवळ उत्पन्न देणाऱ्या ॲसेट्समध्येच गुंतवण्याची परवानगी असते आणि त्यांना मिळालेल्या भाड्यापैकी 90 टक्क्यांहून अधिक रक्कम त्यांनी गुंतवणूकदारांना वार्षिक उत्पन्नापोटी द्यायची असते. कमी निधी जवळ असलेल्या गुंतवणूकदारांना या एकत्र येण्याने उत्कृष्ट संधी मिळते कारण स्वतःजवळील कमी पैशांमुळे ते एकाच मालमत्तेत सगळे पैसे घालून ती विकत घेऊ शकत नाहीत. त्याशिवाय त्यांची जोखीमही विविध प्रकल्पांत विभागली जाऊन ही गुंतवणूक करासाठीही सोयीची आहे.

विकसित बाजारपेठांत आरईआयटीज प्रचंड लोकप्रिय आहेत. त्यांच्यात हळूहळू होणाऱ्या उत्क्रांतीतून भारतातील स्थावर मालमत्ता गुंतवणुकीतील संभाव्य शक्यता आणि भावी मार्ग दृष्टीस पडतात.

सेबी हा भारतीय नियंत्रक आणि सरकार या दोघांनाही भारतात आरईआयटीज आणण्यात रस असला तरी त्यातील प्रगती कासवाच्या गतीने होत आहे. करातील शेवटला अडथळा केवळ हल्लीहल्लीच दूर करण्यात आला आहे. आरईआयटीजसारखेच इन्व्हिआयटीज देखील (इन्फ्रास्ट्रक्चर इन्व्हेस्टमेंट ट्रस्ट)

आहेत परंतु त्यांचे ॲसेट्स पायाभूत सुविधांच्या जागा असतात. हे इन्व्हिआयटीज भारतात याआधीच आलेले आहेत आणि भारतीय शेअर बाजारात ते विकलेही जात आहेत. आरईआयटीजनीदेखील त्यांचा मार्ग लवकरच धरायला हवा. त्यामुळे स्थावर मालमत्तेच्या बाजारपेठेत खूपच अधिक पारदर्शकता येईल आणि किरकोळ गुंतवणूकदारांचा सहभागही वाढेल. बऱ्याच परदेशी फंडांनी येथील व्यापारी स्थावर मालमत्तांत पैसे गुंतवून ठेवले आहेत त्यांनी आपले ॲसेट्स येत्या वर्षांत आरईआयटीजमधून वळवावेत अशी अपेक्षा आहे.

मिथकाचे बिंग फोडताना : मालमत्ता वर्ग म्हणून रिअल इस्टेट हे घर म्हणून सुरक्षित आहे

जगभरातून शिकलेले धडे :

जगभरातील खासकरून इंग्रजी बोलणाऱ्या देशांतील गुंतवणूकदारांना स्थावर मालमत्तेचे एक ॲसेटची श्रेणी म्हणून फारच आकर्षण असते, त्यामागची कारणे म्हटली तर या प्रकरणात अगोदर आपण चर्चा केलेल्या कारणांहून फार वेगळी नसतात. तथापि, विकसित बाजारपेठांकडील या विषयीची आकडेवारी भारतातील आकडेवारीहून

सारणी 35 : अमेरिकेत 1900 सालापासून डाऊ जोन्स विरुद्ध स्थावर मालमत्ता यांतून मिळणारा परतावा

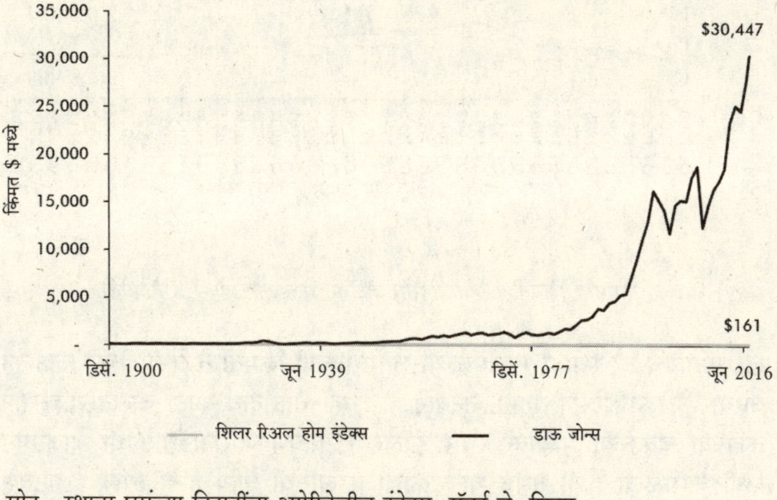

स्रोत : स्थावर घरांच्या किमतींचा अमेरिकेतील इंडेक्स, रॉबर्ट जे. शिलर

पुष्कळच अधिक आहे त्यामुळे या बाजारपेठांना आपण शुद्ध तर्कशास्त्र सहजगत्या लावू शकतो तसे भारतीय बाजारपेठेला लावू शकत नाही. उदाहरणार्थ, अमेरिकेत ही आकडेवारी विसाव्या शतकाच्या अगदी प्रारंभीच्या वर्षांपासूनच उपलब्ध आहे आणि ती अत्यंत धक्कादायक निष्कर्ष आपल्यासमोर मांडते. 1900 सालापासून अमेरिकेतील स्थावर मालमत्तेने वार्षिक चक्रवाढ परतावा 0.4 टक्के दिला आहेत तर डाऊ जोन्स या अमेरिकन शेअर बाजाराच्या बेंचमार्कने हाच वार्षिक परतावा 5 टक्के दिला आहे.

डाऊमध्ये 1900 साली 1 डॉलर गुंतवला असेल तर त्याचे 2017 साली 30447 डॉलर्स झाले असते. तर त्याविरुद्ध स्थावर मालमत्तेत तेच पैसे तेव्हा गुंतवले असते तर त्यापासून 161 डॉलर्स मिळाले असते. ही कहाणी केवळ अमेरिकेपुरतीच मर्यादित नाही. खाली दिलेल्या सारणीअनुसार दीर्घावधीत स्थावर मालमत्ता फारच क्वचित म्हणण्यासारखा परतावा देते. 1980पासून अमेरिकन आणि जर्मन स्थावर मालमत्तेने वार्षिक चक्रवाढ परतावा अनुक्रमे 3.8 टक्के आणि 2 टक्के दिला आहे. तर जपानी गुंतवणूकदारांना स्थावर मालमत्तेकडून अगदीच नगण्य परतावा मिळाला आहे.

सारणी 36 : विकसित बाजारपेठांतील स्थावर मालमत्तेतून मिळणारा परतावा

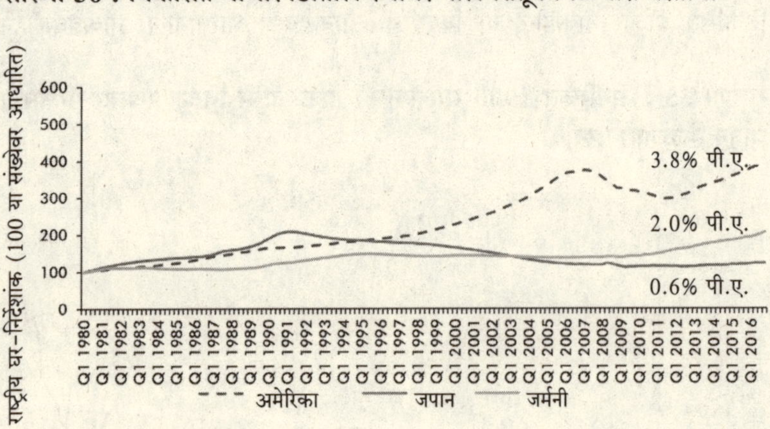

स्रोत : घरांच्या नाममात्र किमतीचा हंगामानुसार जुळवून घेतलेला इंडेक्स, ओईसीडी

खरे सांगायचे तर स्थावर मालमत्तेच्या जगभरातल्या किमती तेजी-मंदीच्या चक्रातून वारंवार गेलेल्या दिसून येतात. दुर्दैवाने ही दोन्ही चक्रे दीर्घ काळ चालत राहिल्याने तेजीच्या चक्राच्या मध्यावर स्वार झालेल्या गुंतवणूकदारांना याआधी बाजारपेठ कधी कोसळली होती तसेच या चक्रांचा कालावधी काय होता त्याची आठवण राहत नाही. (त्यातच भर म्हणजे भारतासारख्या नव्याने उदय पावलेल्या बाजारातील

आकडेवारीचा अभाव.) यांच्यामुळे या फसव्या ॲसेट्स श्रेणीचे सखोल ज्ञान मिळवण्यास अटकाव होतो.

सारणी 37 : हल्लीच्या इतिहासात कोसळलेले स्थावर मालमत्तेचे भाव

देश	अत्युच्च किमतीची तिमाही	नीचतम किमतीची तिमाही	एकूण तिमाह्या	अत्युच्च ते नीचतम (%)
अमेरिका	Q2 2007	Q2 2011	16	−16.30%
डेन्मार्क	Q1 2007	Q2 2009	9	−17%
स्पेन	Q1 2008	Q3 2011	14	−18.20%
स्विडन	Q1 1991	Q3 1993	10	−20.90%
स्वित्झर्लंड	Q4 1989	Q1 2000	41	−25.20%
नॉर्वे	Q1 1988	Q1 1993	20	−25.80%
नेदरलँड्स	Q2 1978	Q2 1982	16	−32.80%
फिनलंड	Q3 1989	Q2 1993	15	−36.90%
आयर्लंड	Q3 2007	Q3 2011	16	−44.20%
जपान	Q1 1991	Q3 2011	82	−49.10%

स्रोत : सेंट्रल बँक ऑफ आयर्लंड.

भारतातील बहुतेक निवासी स्थावर मालमत्ता या परवडण्यासारख्या नसतात.

मिळणाऱ्या उत्पन्नाशी जोड लावली तर भारतीय स्थावर मालमत्ता ही जगातल्या सर्वांत महागड्या स्थावर मालमत्तांत मोडली जाते. दर चौरस मीटर स्थावर मालमत्तेची किंमत दरडोई जीडीपीच्या किती पट आहे ते खालील सारणीत दाखवले आहे. परवडण्याची पातळी दाखवणाऱ्या या साध्यासुध्या मोजमापानुसार दिसून येते की भारतातील निवासी स्थावर मालमत्तेची बाजारपेठ ही अत्यंत प्रचंड मार्जिनमुळे प्रचंड महाग बनलेली आहे. भारताचा दरडोई जीडीपी उद्याच्या घडीला आकाशात धुमकेतूसारखा झेपावला तरच या पातळ्या टिकून राहू शकतात, अन्यथा नाही. परंतु जीडीपीत अशी काही वाढ होत नसल्याने भारतातील निवासी मालमत्तेच्या किमतींना अन्य कुठेही नाही तर खालीच जाण्याशिवाय मार्ग नाही.

सारणी 38 : दरडोई जीडीपीच्या पटीत मोजलेली किंमत/चौरस मीटर परवडण्याची क्षमता (2016)[1]

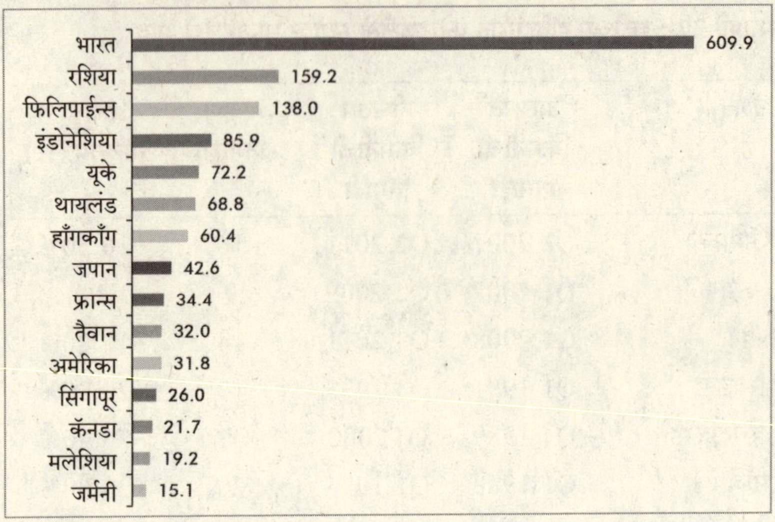

स्रोत : ग्लोबल प्रॉपर्टी गाइड

परवडण्याचे आणखी एक मोजमाप म्हणजे भाड्याचे उत्पन्न. याचा अर्थ मालमत्तेपासून मिळणारे भाडे भागिले मालमत्तेची किंमत. खालच्या सारणीअनुसार समजते की 2.4 टक्के या दराने मिळणारे भारतातील निवासी भाड्याचे उत्पन्न हे जगातले सर्वांत कमी उत्पन्न आहे. भाड्याचे उत्पन्न 2.4 टक्के याचा अर्थ 1 कोटी रुपयांच्या घराच्या मालकाला 2.4 लाख रुपये वार्षिक म्हणजेच महिन्याला रु. 20000 मिळतात. व्यापारी मालमत्तांचे भाडे नेहमीच जास्त असले तरी निवासी मालमत्तांची भाडी ही कमीच राहाण्याची परंपरा आहे. मालमत्तेच्या किमतीत वाढ होईल या मूळच्याच अपेक्षेने तसे होते.

देशोदेशींच्या घरकर्जावरील व्याजदराच्या संदर्भातही हे पाहावे लागते. बहुतेक विकसित देशांमध्ये भाड्याचे उत्पन्न हे त्यांचे धोरण अथवा दहा वर्षीय सरकारी बाँड्सवरील व्याजदराहून खूपच जास्त असते. तर भारतात त्याच्या अगदी उलट परिस्थिती असते. भारतात दहा वर्षांच्या बाँड्सवरील व्याज 6 ते 7 टक्के इतके असते आणि भाड्याचे उत्पन्न 2.4 टक्केच असते.

---

1 भारतासाठी आपण (भारतातील गरिबीमुळे दरडोई राष्ट्रीय जीडीपी खूप खाली जातो म्हणून) दरडोई राष्ट्रीय जीडीपी घेण्या ऐवजी दरडोई शहरी जीडीपी घेतला तरी दरडोई जीडीपीच्या पटीत दर चौ.मीटर किंमत रशियाहूनही अधिक आहे असे आपल्याला दिसून येते.

सारणी 39 : भारतातील भाड्याचे उत्पन्न हे जगातील सर्वांत कमी उत्पन्नांच्या गटात येते. (2016)

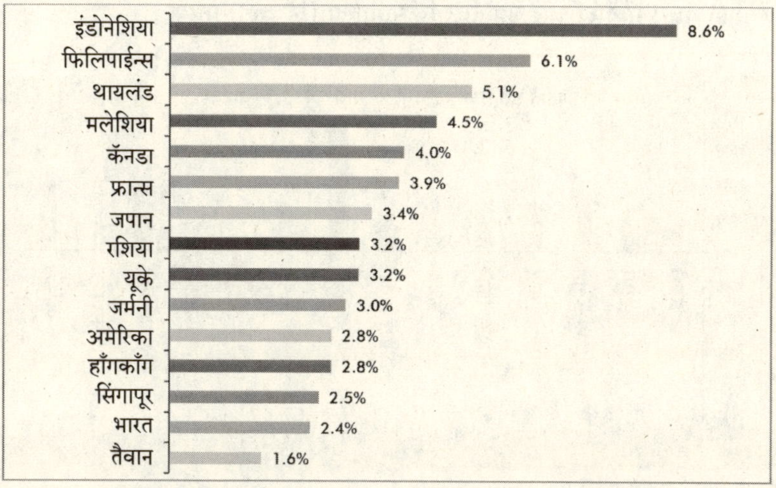

स्रोत : ग्लोबल प्रॉपर्टी गाइड

जवळजवळ प्रत्येकच मापदंडाने पाहता भारतातील निवासी मालमत्तेची बाजारपेठ वाजवीहून जास्त महाग आहे. काही छोट्या बाजारपेठांतील घरांच्या किमती तर बुडबुडा कधीही फुटावा अशा अवस्थेत आहेत. आजमितीला मुंबईच्या उपनगरातील छोट्या घराची किंमत 1.5 कोटी ते 2 कोटींच्या घरात आहे. त्यावरील कर्जाचा महिन्याचा हप्ता साधारणपणे महिन्याला 1.5 ते 2 लाख इतका पडतो. तो देण्यासाठी त्या व्यावसायिकाने महिन्याला कमीतकमी 3.5 लाख रुपये तरी उत्पन्न मिळवले पाहिजे. याचा अर्थ त्याचे वार्षिक करपूर्व उत्पन्न 60 लाख रुपयांचे हवे. आर्थिक वर्ष 2017 साली भरलेल्या इन्कम टॅक्स रिटर्न्सनुसार भारतात वर्षाला 50 लाख रुपयांहून अधिक उत्पन्न मिळवणारे लोक केवळ 1.7 लाखच आहेत. त्यामुळे मुंबई, दिल्ली आणि बंगळुरूच्या उपनगरांमधले हे हजारो फ्लॅट्स नक्की विकत घेतो कोण याचे उत्तर स्पष्ट नाही.

त्यामुळे, काही ठिकाणच्या किमती त्यांच्या योग्य पातळीला आधीच आल्या आहेत असे म्हटले तर त्यात आश्चर्य नाही. खाली दिलेल्या सारणीअनुसार काही शहरांतल्या किंमती बऱ्याच उतरल्या आहेत आणि काही ठिकाणी त्या एकाच ठिकाणी तुंबल्यासारख्या झाल्या आहेत असे दिसते. (अपवाद नवी मुंबई आणि हैदराबाद) अगदी नवी मुंबईसाठीही वार्षिक चक्रवाढीचा परतावा केवळ 5.2 टक्के

आहे. त्याची सेन्सेक्सशी तुलना करता याच काळात सेन्सेक्सने 12 टक्के वार्षिक चक्रवाढीचा परतावा दिलेला दिसून येतो. (सप्टेंबर, 2013- मार्च 2017)

सारणी 40 : मागील चार वर्षांतील किमतीतला (निव्वळ) फरक

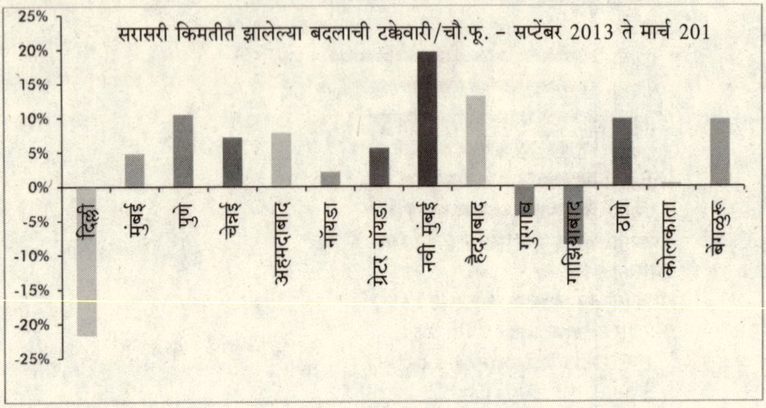

स्रोत : मॅजिक ब्रिक्स

नव्या प्रकल्पांच्या घोषणेत लक्षणीय घट झालेली असली तरी (पाहा सारणी 41) विक्री ही मंदावलेली आहे आणि त्यामुळे भारतभरातील सर्व शहरांत भरपूर रिकामे फ्लॅट पडून राहिलेले आहेत. खासकरून दिल्ली या राजधानीच्या प्रदेशात तर परिस्थिती बिकट बनलेली आहे. सध्याच्या खरेदी दराकडे पाहाता हा रिकाम्या घरांचा साठा विकला जाण्यासाठी सरासरी 11 वर्षे लागतील.

सारणी 41 : नवीन प्रकल्पांची संख्या लक्षणीयरीत्या घटली आहे.

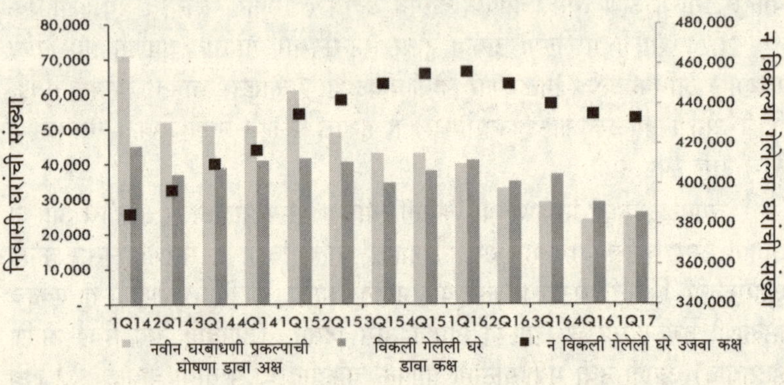

स्रोत : जेएलएल

सारणी 42 : रिकाम्या पडलेल्या निवासी स्थावर मालमत्तेच्या संख्येत वाढ

शहरे	घरे न विकल्या गेलेल्या तिमाह्या (Q1 2017)	सर्व घरे किती वर्षांत विकली जाऊ शकतील?
अहमदाबाद	34	8.5
बेंगळूर	38	9.5
चेन्नई	45	11.3
हैद्राबाद	33	8.3
कोलकाता	46	11.5
एमएमआर	55	13.8
एनसीआर	58	14.5
पुणे	34	8.5
8 शहरांतील सरासरी बेरीज	46	11.5

स्रोत : बिझनेस लाइन, लायझेस फोर

पोर्टफोलिओची विभागणी : स्थावर मालमत्तेत पैसे गुंतवण्यात अर्थ आहे का?

हे सगळे समजून घेतल्यावर तुम्ही आता स्वतःला प्रश्न विचारला पाहिजे : स्थावर मालमत्तेकडे तुमच्या पोर्टफोलिओत राहण्याची पात्रता आहे का? आपण हे केवळ त्या मालमत्तेचाच विचार केला तर हे उत्तर जोरदारपणे 'नाही' असेच येते. आता आपण आणखी एका वरवर वाजवी भासणाऱ्या कारणाकडे पाहू. तिच्यामुळे पोर्टफोलिओत वैविध्य येते का?

आपल्या पोर्टफोलिओत सर्व प्रकारचे ॲसेट्स असावेत हा तर काळाच्या कसोटीला उतरलेला सिद्धान्त आहे. तसे केल्याने चंचलतेचे किंवा जोखमीचे प्रमाण कमी होते आणि त्यामुळे आपल्या परताव्यावर बिकट परिणाम होत नाही. या ठिकाणी आपण जरा या ॲसेट्समध्ये विविधता आणण्याच्या सिद्धान्ताकडे लक्षपूर्वक पाहू. त्यायोगे या वैविध्याचा लाभ कसा होतो ते आपल्याला कळेल. जेव्हा ॲसेट्सच्या दोन श्रेणींचे मिश्रण एखाद्या पोर्टफोलिओमध्ये असते तेव्हा त्यांचा संयुक्त परतावा हा दोन्ही श्रेणींच्या परताव्याची सरासरी असली तरी दोन्हींची संयुक्त जोखीम ही काही सरळसोट आकडेमोड नसते. सर्वसाधारणतः संयुक्त जोखीम ही

त्यांच्या संयुक्त सरासरी परताव्याहून कमीच असते कारण काही जोखमी एकमेकांना रद्द करतात. अशा प्रकारे वैविध्यामुळे कमी जोखमीवर तोच परतावा लाभतो.

तथापि, घारीच्या नजरेच्या एखाद्या वाचकाच्या ही बाब लक्षात आली असेल की या ॲसेट्सच्या श्रेणींच्या वर्तनात एकसलगता असता कामा नये तरच वैविध्याचा लाभ होईल. समजा, दोन्ही ॲसेट्स श्रेणी समान पद्धतीने वागत असतील तर जोखमीमध्ये विविधता येत नाही. उदाहरणार्थ, इक्विटी पोर्टफोलिओमध्ये बाँड्सचा समावेश केला तर जोखीम खूपच कमी होईल शिवाय त्यामुळे परताव्यात फारसा फरक पडणार नाही. तथापि, खाजगी इक्विटी फंडांत गुंतवणूक केली तर त्यामुळे तुमची जोखीम अर्थपूर्ण रीतीने कमी होणार नाही. कारण दोन्ही ॲसेट्स श्रेणींच्या किमती (इक्विटी आणि खाजगी इक्विटी) या एकाच दिशेने वर-खाली होतात.

ही पार्श्वभूमी सांगून झाल्यावर आता आपण इक्विटी आणि स्थावर मालमत्ता यांच्यातील नाते पाहू या. भारतीय बाजारपेठेतील आकडेवारीचा अभाव असल्याने आपण पुन्हा एकदा अमेरिकेतील आकडेवारीकडे जाऊ. डाऊ जोन्स इंडेक्स आणि अमेरिकेतील स्थावर मालमत्ता यांच्यातील दीर्घकालीन संबंध रॉबर्ट जे. शिलर यांच्या होम प्राइस इंडेक्सच्या माध्यमातून मोजता येतो. हा संबंध चक्क 78 टक्के इतका जास्त आहे. याचा अर्थ असा की अमेरिकन शेअर बाजार आणि तेथील स्थावर मालमत्तेच्या किमती सामान्यतः एकाच दिशेने धावतात. त्या तुलनेने एऑन हेविट या सल्लागार कंपनीने केलेल्या अभ्यासानुसार अमेरिकन इक्विटी आणि बाँड्स यांच्यातील दीर्घकालीन संबंध शून्यच्या जवळपासच आहेत.

तलवार आणि संघवी यांच्यासाठी सल्ला :

2013 सालापर्यंत भारतातील स्थावर मालमत्तेमध्ये प्रचंड तेजी होती ही बाब नाकारण्यासारखी नाहीच. परंतु यात एक गोष्ट लक्षात ठेवली पाहिजे ती म्हणजे त्याआधी कित्येक दशके किमतींत काहीच वाढ झाली नव्हती त्याचा तो अंशतः परिणाम होता, तर किमतींचा मोठाच बुडबुडा निर्माण झाला होता हे त्यामागचे अंशतः कारण होते. आपण जागतिक अनुभवावरून शिकलो आहोत की स्थावर मालमत्तेमध्ये तेजी आणि मंदी यांची चक्रे दीर्घ काळाने येत असतात. ऑगस्ट 2017मध्ये 'अंबित हाउस'च्या कचेरीत आरामात बसलेलो असताना आम्हाला जाणवू लागले आहे की भारतीय निवासी गाळ्यांच्या किमतीत काळानुसार वाढ (करेक्शन) होणे अटळ आहे. किमती अगदी कोसळल्या नाहीत तरी त्या अर्थपूर्णरीत्या वर जाणे हेही संभव दिसत नाही. (याच दृश्यास भारतीय गुंतवणूकदार नम्रतेने 'टाइम करेक्शन' असे संबोधतात.)

मात्र तलवार आणि संघवींनी आता स्थावर मालमत्तेबद्दलचे मनातले आधीपासूनचे समज पार भिरकावून द्यायला हवेत तरच त्यांना करपश्चातचा निकोप

परतावा मिळू शकेल. हा परतावा त्यांना असा निधी उभारून देईल जो निवृत्तिपश्चात कुटुंबाचा सांभाळ करण्यास साहाय्यभूत होईल. आपण त्याविषयी सातव्या प्रकरणात तपशीलवार माहिती घेणार आहोत.

या प्रकरणातून आपण पुढील तीन गोष्टी शिकलो :

१. दीर्घ काळाचा विचार करता भारतात आणि विकसित बाजारपेठांत स्थावर मालमत्तेने इक्विटीतील गुंतवणूकीपेक्षा खूपच कमी परतावा दिलेला आहे. तसेच इक्विटीशी तुलना करता स्थावर मालमत्तेने वैविध्यही पुष्कळ कमीच दिलेले आहे. या दोन घटकांच्या एकत्र येण्यामुळे खरे तर बहुतेक गुंतवणूकदारांच्या पोर्टफोलिओमध्ये या ॲसेट श्रेणीला स्थानच असता कामा नये.

२. स्थावर मालमत्ता या ॲसेटची रोख तरलता खूपच कमी असते. त्याच्या व्यवहाराचा खर्चही प्रचंड असतो, सध्या तर तो मालमत्तेच्या मूल्याच्या १० टक्क्यांहून अधिक आहे. एवढेच नव्हे तर गैरसोयीची कररचना असल्याने इक्विटीशी तुलना करता ही गुंतवणूक कमीच महत्त्वाची ठरते.

३. भारतामध्ये उभ्या आयुष्यात एकदा अशी स्थावर मालमत्तेत २००३-१३ या काळात तेजी आली होती. तथापि, यामुळे निवासी स्थावर मालमत्तेच्या किमती 'बुडबुडा आहे-कधीही फुटेल' अशा श्रेणीत गेल्या आणि सगळ्यात महत्त्वाचे म्हणजे ज्यांना खरोखर राहण्यासाठीच घर हवे आहे अशा बहुसंख्यांच्या आवाक्याबाहेर गेल्या. त्यानंतर घरांच्या किमतीत जरी जोरदार घसरण झालेली नसली तरी वेळ जाईल तशी ती हळूहळू कमी होईल. परंतु याचा अर्थ बराच काळ त्यातून मिळणारा परतावा नगण्यच असणार आहे.

प्रकरण ५

लहानपण देगा देवा, मुंगी साखरेचा रवा

''दिवसाच्या अखेरीस छोट्या व्यवसायाचे यश हे मोठे व्यावसायिक यश मिळवण्याच्या मार्गावरील एक स्थानक म्हणूनच केवळ असले पाहिजे.''

–लॉइड ब्लँकफाईन, मुख्य कार्यकारी अधिकारी, गोल्डमन सॅक्स (जून, २०१६)

भारतीय लोक शेअर्सच्या प्रेमात पडतात कसे आणि त्या प्रेमातून बाहेर पडतात कसे?

''सर्वप्रथम 1990-95 या काळात भारतातील सर्वसामान्य (रिटेल) गुंतवणूकदार शेअर बाजारातील गुंतवणुकीच्या प्रेमात पडले. त्याचं असं झालं की वीसहूनही कमी महिन्यांत बीएसई इंडेक्स चौपट झाला आणि हा प्रेमाचा काळ सुरू झाला. म्हणजे हा सेन्सेक्स जुलै 90 मध्ये 1000 पॉइंट्स होता तो वाढत वाढत मार्च 1992मध्ये 4000 पॉइंट्स[1] ओलांडून पलीकडे गेला. पी.व्ही. नरसिंह रावांच्या नेतृत्वाखाली काँग्रेस सरकारने आर्थिक धोरणात उदारीकरण आणले त्याचा आधार घेत हा सेन्सेक्स वाढला होता. शेअर बाजाराविषयी गुंतवणूकदारांचे प्रेम त्या काळात एवढे वाढले होते की 1995 साली रिटेल इन्व्हेस्टमेंट फोलिओ जेवढे होते तेवढे आजच्या घडीलाही नसतील. गुंतवणूकदारांच्या या ओढीचा परिणाम आयपीओंमधूनही कळत

1 सेन्सेक्स मोजण्याच्या 'इंडेक्स मापनपद्धतीअनुसार; विशिष्ट वेळेस त्या इंडेक्सची जी पातळी असते त्या पातळीत 30 मुख्य कंपन्यांच्या स्टॉकची एकूण किंमत एका विशिष्ट आधारभूत काळापेक्षा कितीने वाढली किंवा कमी झाली ते समजते. हा सेन्सेक्सचा आधारभूत काळ आहे 1978-79 आणि आधारभूत मूल्य आहे 100 इंडेक्स पॉइंट्स.

होता. म्हणजे 1992–96 या काळात एकूण 4000 कंपन्यांनी शेअर बाजारात प्रवेश केला. (याचा अर्थ दिवसाला 4 आयपीओ येत होते.)

> ''1989–90 मध्ये शेअर्स पी/ई रेशोच्या (किंमत आणि मिळकत यांच्या गुणोत्तराच्या) एकपट, दुप्पट, तिप्पट अशा भावाने विकले जात होते. तर काही स्टॉक्स त्यांच्या मिळकतीहून कमी किमतीलाही विकले जात होते. 1994 साल उजाडले आणि मला तर वाटू लागले की शेअर बाजारातील गुंतवणूक मला आता उत्तमच समजू लागली आहे कारण 1989–94 या काळात मी विकत घेतलेल्या शेअर्सनी अक्षरशः कित्येक पटींत परतावा दिला होता. त्यानंतर 1994–96 ही वर्षे म्हणजे अगदी कसोटीचा काळ ठरली. एकदा का गुंतवणुकीच्या 30 पट परतावा देणारा स्टॉक (थर्टी बॅगर स्टॉक) आपल्याला मिळाला की मग काय, आपण इक्विटीतले गुंतवणूकदार म्हणून त्या यशात अगदी धुंदच होऊन जातो आणि मग काही एकगठ्ठा चुका करून बसतो. या चुकांमुळे आमच्या पोर्टफोलिओची अवस्था 1996 सालापर्यंत अगदी बिकटच झाली. आमचे बरेच पैसे गेले कारण माझ्या हे लक्षातच आले नाही की 1989 आणि 1994 या काळात जे काही घडले ते एकदाच केव्हातरी घडणारे होते. मूलतः त्या काळात घडलेल्या आर्थिक उदारीकरणाची फळे आम्हाला मिळाली होती आणि योग्य वेळेस योग्य ठिकाणी असल्याचे भाग्य लाभले होते.''
>
> –इति, शंकरन नरेन, आयसीआयसीआय प्रुडेन्शिअल म्यूच्युअल फंडांचे मुख्य कार्यकारी अधिकारी[1]

1990च्या दशकातला हा धुंदीचा कांळ आणि हजारो कुटुंबांचा काळा पैसा स्टॉक मार्केटात रिचवण्याचा काळ हे योगायोगाने एकत्र आले. त्या दशकातील बहुतेक आयपीओ हे बेभरवशाच्या प्रवर्तकांनी तशाच संशयास्पद वर्तनाच्या शेअर ब्रोकर्सशी हातमिळवणी करून काढले होते. (त्यातले काही जण तुरुंगाची हवा खायलाही नंतर गजाआड गेले). सेबीची स्थापना 1992 साली झाली असली तरी किमतींवरील नियंत्रण हटवलेले होते. ती बाब आणि सुरचित नियमावली व पायाभूत सुविधांचा अभाव यांच्यामुळे बाजारातील फसव्या लोकांचे फावले. उदाहरणार्थ, त्या काळातील न्यू इश्शूच्या 'ऑफर'ची कागदपत्रे केवळ सहा ते आठ पाने लांबीची असत. कारण पुष्कळ गोष्टींबाबत माहिती कंपनीने दिली पाहिजे अशी गरज सेबीला वाटत नव्हती. (त्याउलट आज त्याच पानांची संख्या पाचशेच्या वर असते.) जे प्रवर्तक आपली वचने पाळत नव्हते अथवा ज्यांच्या विरुद्ध नियंत्रकांनी हुकूम जारी केले होते त्यांनाही नवा

---

1 सौरभ मुखर्जी लिखित 'गुरूज ऑफ केऑस' – मॉडर्न इंडियाज मनी मास्टर्स (2014) या पुस्तकाचे पृष्ठ. 99.

आयपीओ बाजारात आणण्यापासून अडवले जात नव्हते. त्या काळातले जवळजवळ सर्वच आयपीओ हे केवळ रिटेल गुंतवणूकदारांना नजरेसमोर ठेवूनच काढले जात होते. (त्याउलट आजमितीला 50 टक्के शेअर्स मान्यताप्राप्त संस्थारूपी खरेदीदारांसाठी राखीव ठेवले जातात.) त्यामुळे या संस्था बरेचदा खूप मोठी जोखीम घेऊन) अर्ध वेळ व्हेंचर कॅपिटलिस्टही बनतात. (व्हेचर कॅपिटलिस्ट म्हणजे चांगल्या वाढीची शक्यता असलेल्या नव्या कंपन्यांना पैसे देऊन त्या बदल्यात इक्विटीतील हिस्सा मिळवणे.)

1991–2000च्या दशकात झालेल्या घोटाळ्यांमुळे सेबीने 1996 सालापासून शेअर बाजारातील कुप्रथा नष्ट करण्याची मोहीम हाती घेतली. यातील सर्वांत महत्त्वाचे पाऊल होते ते म्हणजे शेअर सर्टिफिकेट कागदावर लेखी स्वरूपात असण्याऐवजी ते इलेक्ट्रॉनिक म्हणजे डीमॅट या स्वरूपात आणणे. या सुधारणेमुळे गुंतवणूकदारांना बनावट शेअर सर्टिफिकिटे देऊन फसवण्यासारख्या बऱ्याच भानगडींना आळा बसला.

दुर्दैवाने या सकारात्मक नियंत्रण बदलामुळे पुढील वीस वर्षांत रिटेल ग्राहकांकडून बाजारात येणारा पैशाचा ओघ मोठ्या प्रमाणावर आटला. (खालची सारणी 43 पाहा). 1996 साली झालेल्या या खूप मोठ्या बदलानंतर जवळजवळ वीस वर्षे भारतीय गुंतवणूकदारांनी आपली काळ्या पैशांतली बचत शेअर बाजारापासून लांबच ठेवली आणि ती स्थावर मालमत्ता आणि सोने यांच्याकडे वळवली. 2013 सालापर्यंत मुंबईतील जागांच्या किंमती लंडन आणि न्यू यॉर्कच्या उपनगरांतील घरांच्या किमतींशी स्पर्धा करू लागल्या आणि भारतीय लोक सोन्याचे जगातले सर्वांत मोठे खरेदीदार बनले. सध्या भारतातील निवासी भाड्याचे उत्पन्न

सारणी 43 : 1996 सालानंतर देशांतर्गत इक्विटी म्यूच्युअल फंडांतील रक्कम कमी झाली. *

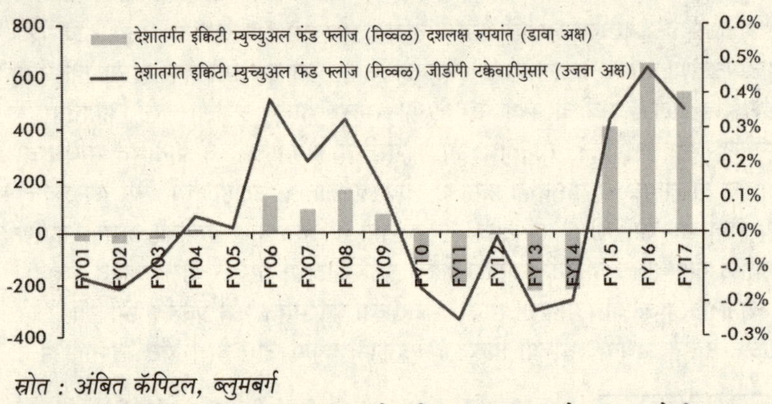

स्रोत : अंबित कॅपिटल, ब्लुमबर्ग

**हा चार्ट आत आलेली निव्वळ रक्कम दाखवतो : निव्वळ रक्कम म्हणजे आत आलेली रक्कम वजा बाहेर गेलेली रक्कम.*

हे आशियातले सर्वांत कमी 'उत्पन्न' या गटात येते. (प्रकरण 4 मधील सारणी 39 पाहा). त्यावरून दिसते की या अ‍ॅसेट श्रेणीची किंमत अव्वाच्या सव्वा फुगवून ठेवली गेली आहे कारण मुख्यत्वेकरून त्यात काळा पैसा रिचवता आला आहे.

काळ्या अर्थव्यवस्थेचा आकार काय आहे याची अधिकृत आकडेवारी उपलब्ध नसल्याने अंबित कॅपिटलमधील विश्लेषकांनी केलेल्या अभ्यासावरून ध्वनित होते की भारतातील स्थावर मालमत्तेपैकी 30 टक्के मालमत्तेचा उगम काळ्या पैशांतून झाला आहे.

रिटेल गुंतवणूकदार शेअर बाजाराकडे वळला

तथापि, 2015 सालापासून गुंतवणूकदारांच्या अ‍ॅसेट श्रेणीच्या निवडीत बदल झालेला आहे. याच वर्षी रालोआ आघाडीने काळ्या पैशावर वेगवेगळ्या बाजूंनी हल्ला केला आहे. (हे पुस्तक 2017 सालचे आहे) अंबित कॅपिटलच्या जुलै 2015च्या निवासी स्थावर मालमत्तेचे भाव कोसळण्याविषयीच्या अहवालात म्हटले आहे, ''आम्हाला व्यापक स्तरावर स्थावर मालमत्तेचे भाव कोसळताना दिसत आहेत. टायर 1 आणि टायर 2 अशा शहरांमध्ये किंमती त्यांच्या योग्य स्तरावर आलेल्या असून खरेदी विक्रीचे व्यवहार आणि नव्या प्रकल्पांचे आकारही कमी झाले आहेत. या मंद गतीमागील घटक हे पुरवठा आणि मागणी अशा दोन्ही बाजूंचे आहेत.''

रालोआच्या यशामुळे काळ्या पैशांचा प्रवाह एका जागी गोळा झाला होता तो नाट्यपूर्णरीत्या घटू लागलेला दिसतो :

भारतातील सबसिडी आणि लाभ योजनेची यंत्रणा ही थेट लाभार्थ्यास ट्रान्स्फर या दिशेने जाऊ लागली आहे. भारत सरकार सबिसिडी आणि विविध लाभ हे जीडीपीच्या 4 टक्के रकमेएवढे वाटत असते. ही रक्कम अंदाजे 6 लाख कोटी (अमेरिकी डॉलर 100 बिलिअन) असून मागील काळात यातली कमीतकमी अर्धी रक्कम राजकारण्यांकडून अथवा सरकारी नोकरांकडून चोरली जायची अथवा गायब व्हायची. हे चोरलेले पैसे त्यामुळे काळे बनायचे आणि त्यांचा वापर करून जमीन, स्थावर मालमत्ता आणि दागदागिने विकत घेतले जायचे. मे 2014 मध्ये पंतप्रधानपदी निवडून आल्यावर तीनच महिन्यांत नरेंद्र मोदींनी वचन दिले की भारताची सबसिडी आणि लाभ योजनेतील रक्कम आम्ही लाभार्थ्यांच्या थेट खात्यात भरू. याचा अर्थ जीडीपीच्या चार टक्के रक्कम ही सरकारी बँक खात्यांतून लाभार्थ्यांच्या थेट बँक खात्यांत जातील त्यानंतर या जाहीर केलेल्या धोरणाची अंमलबजावणी करण्याची पावले त्यांनी उचलली आणि अशा प्रकारे सरकारी नोकर आणि राजकारण्यांच्या हातातील चोरलेला (काळा) पैसा लक्षणीयरीत्या कमी झाला. (पुस्तक 2017 सालचे आहे.)

नोटबंदी : 8 नोव्हेंबर, 2016 रोजी सरकारने देशात फिरणाऱ्या चलनी नोटांपैकी 86 टक्के नोटा रद्द करून टाकल्या. त्याचा परिणाम म्हणून जवळजवळ

15 लाख कोटी रुपये देशातील बँकांच्या तिजोरीत जबरदस्तीने जमा करावे लागले. (म्हणजे अमेरिकी डॉलर्स, 230 बिलअन अथवा जीडीपीच्या 10 टक्के.) त्यापैकी भरीव रक्कम ही काळ्या पैशाची असण्याची शक्यता आहे.

रिअल इस्टेट रेग्युलेटरी ॲक्ट (रेरा) : हा कायदा 1 मे 2017 पासून कार्यान्वित झाला. मागील दोन दशके स्थावर मालमत्तेचे भोळेभाबडे ग्राहक व्यवहारात जराही पारदर्शकता, बांधिलकी आणि नीतिमान व्यवसाय-प्रथा आचरणात न आणणाऱ्या बिल्डरांच्या काव्याला बळी पडत होते. त्यांची फसवण्याची पद्धत (मोडस ऑपरेंडी) अशी होती की कमी दर्जाचे बांधकाम साहित्य वापरून त्यातून नफा काढायचा, मालकी हक्कांविषयी स्पष्टता नसलेले/ विकासाची परवानगी नसलेले भूखंड कमी पैशात विकत घेऊन त्यावर बांधकाम करायचे, विकासाच्या स्थानिक सरकारी संस्थेच्या नियमांकडे दुर्लक्ष करायचे इत्यादी इत्यादी. हेच बिल्डर्स काळा पैसाही स्वीकारतात त्यामुळे सरकारला स्टँप ड्यूटी आणि रजिस्ट्रेशनमधून मिळणाऱ्या पैशात खिंडार पडते. रेराने बऱ्याच व्यापक स्तरावरील नियमावली तयार करून बिल्डर्सच्या जबाबदाऱ्या ठरवल्या आहेत. त्यायोगे त्यांच्या व्यवहारातली पारदर्शकता आणि बांधिलकी वाढेल. त्याचप्रमाणे ग्राहकांना कमी दर्जाचे बांधकाम देऊन लुटणे किंवा काळ्या पैशांचा वापर करणे हे बिल्डरना कठीण जाईल. उदाहरणार्थ, ग्राहकांकडून गोळा केलेल्या निधीपैकी 70 टक्के रक्कम विकसकांना स्वतंत्र खात्यात भरावी लागते आणि त्यातून त्या प्रकल्पाचा बांधकाम खर्च करावा लागतो. पूर्वीच्या पद्धतीत हे पैसे दुसऱ्या ठिकाणीच जमीन विकत घेणे अशा सारख्या कामात बिल्डर वळवू शकत होते..

गुड्स आणि सर्व्हिसेस टॅक्स (जीएसटी) : जुलै 2017मध्ये जीएसटी लागू झाल्यानंतर देशभरातील कर भरण्याचे प्रमाण वाढेल कारण जे लोक हा कर भरणार नाहीत त्यांना ग्राहक मिळणेच अवघड होऊन जाईल. असे का? कारण जीएसटीनंतरच्या काळात कुठलीही वस्तू/सेवा खरीदणारा ग्राहक खरेदीच्या टप्प्यावर जीएसटी भरतो, त्यानंतर तो विक्रेता म्हणून आपला खर्च दाखवतो तेव्हा त्यास आधी भरलेल्या कराविषयी इन्पुट टॅक्स क्रेडिट मिळते. अशा परिस्थितीत समजा, एखाद्या खरेदीदाराने खरेदीचा अहवाल दिलाच नाही तर त्याला इनपुट कॅश क्रेडिट मिळणार नाही. ते न मिळाल्याने त्यास जास्तीच्या कराचा विनाकारण भार सोसावा लागेल. अशा प्रकारे जीएसटीमुळे आर्थिक मध्यस्थ करचोरी करणाऱ्यांशी व्यवहार करण्यास उत्सुक नसतात.

परिणामतः 2014 सालापासून निवासी स्थावर मालमत्ता खरेदी करताना गुंतवणूकदार अधिक सजगपणे ती करू लागले. त्यामुळे सर्वोच्च किमती असलेल्या महानगरांतील किमती एका जागी तुंबून राहिल्या अथवा काही प्रमाणात घसरल्यादेखील.

आता अधिक चांगले पर्याय शिल्लकच न राहिल्याने सुखवस्तू भारतीय लोक शेअर बाजारातील आनंदाचा नव्याने शोध घेऊ लागले आहेत. भारतातील रिटेल गुंतवणूकदार शेअर बाजारात गुंतवत असलेल्या वार्षिक ढोबळ रकमेचा प्रवाह 48154 कोटी रुपये (अमेरिकी डॉलर्स 7.5 बिलिअन) असा वित्तीय वर्ष 14 साली होता तो वाढून वित्तीय वर्ष 17 साली 2.5 लाख कोटी रुपये म्हणजे (अमेरिकी डॉलर्स 39 बिलिअन) एवढा झाला. याचा अर्थ वार्षिक वाढ 73 टक्के झाली. अधिक ढोबळ मानाने पाहता सर्व प्रकारच्या म्यूच्युअल फंडांसाठी रिटेल गुंतवणूकदारांकडून आलेली निव्वळ रक्कम वित्तीय वर्ष 2014 साली 54083 कोटी रुपये (अमेरिकी डॉलर्स 8.5 बिलिअन) होती. ती वित्तीय वर्ष 2017 मध्ये वाढून 3.4 कोटी रुपये (अमेरिकी डॉलर्स 53.7 बिलिअन) झाली. म्हणजेच वार्षिक वाढ 85 टक्के झाली.

सारणी 44 : सप्टेंबर 2014 साली म्यूच्युअल फंडांची गुंतवणूकदार खाती 3.95 कोटी होती ती वाढून जून 2017 मध्ये 5.82 कोटी झाली.

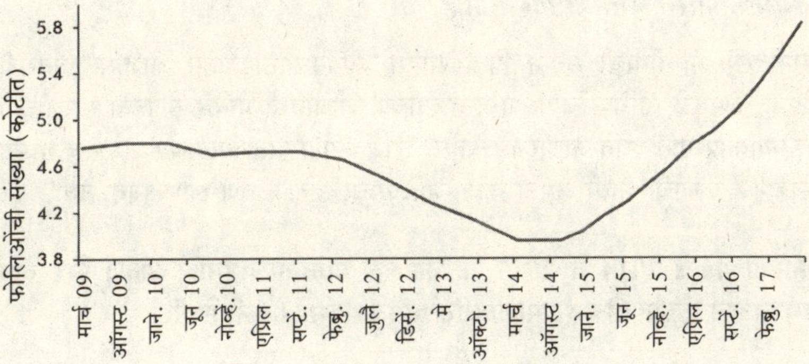

स्रोत : एएमएफआय

प्रत्यक्ष रोख रकमेच्या रूपातील बचतीचे रूपांतर आर्थिक स्वरूपात झाल्याने बँक ठेवींची, बाकी (आउटस्टँडिंग) बाँड्सची आणि बाजारातील मार्केट कॅपची गंगाजळी वाढली. खाली दिलेल्या सारणीत हा कल स्पष्ट दिसून येतो. बँकेतील ठेवी हा भांडवलाचा सर्वांत स्वस्त असा स्रोत कुठल्याही बँकेसाठी असल्याने बँक ठेवीत संरचनात्मक वाढ झाली तर बँका ज्या रकमा कर्जे म्हणून देतात त्यांचे व्याजदरही कमी होऊ शकतात.

सारणी 45 : भारतात घरटी आर्थिक बचत वाढू लागली आहे.

शीर्षक	FY 12	FY 13	FY 14	FY 15	FY 16	FY 17
एकूण घरटी बचत (ट्रिलियन रूपयांत)	20.6	22.3	22.9	25.5	26.2	28.3
आर्थिक बचत (एकूण घरटी बचतीच्या टक्केवारीत)	**45%**	**48%**	**52%**	**50%**	**58%**	**62%**
घरटी आर्थिक बचत (ट्रिलियन रूपयांत)	9.3	10.6	11.9	12.8	15.1	17.5

स्रोत : सीईआयसी, अंबित कॅपिटल

***जगभरात वेगवेगळ्या काळात स्मॉल कॅप कंपन्यांनी लार्ज कॅप कंपन्यांहून अधिक जास्त परतावा दिला आहे.*[1]**

सुखवस्तू भारतीयांची नवीन पिढी साहस करण्यासाठी शेअर बाजारात उतरली आहे. त्यामुळे अधिक चांगल्या परताव्याच्या शोधात ते मार्केट कॅपच्या सारणीच्या कोन्याकोपऱ्यात बघत जाणारच. त्यामुळे लार्ज कॅपना परताव्याबाबत मागे टाकणाऱ्या लहान कंपन्यांची भावी क्षमता काय आहे याचा अंदाज घेणे लाभदायक ठरते.

सारणी 46 : 2014 ते 2017 या काळात भारतातील स्मॉल आणि मिड कॅप म्यूच्युअल फंडांत ढोबळ प्रमाणावरील भरीव रक्कम ओतली गेली.

	इक्विटी एम एफ ढोबळ इन्फ्लोज (रू. कोटी)	**स्मॉल आणि मिड कॅप एम एफ ढोबळ इन्फ्लोज (रू. कोटी)**	**स्मॉल आणि मिड कॅप यांची एकूण इक्विटी एम एफ इन्फ्लोज मधील टक्केवारी**
30 जून 2011 ते 30 जून 2014	51287	6687	13%

1 10000 कोटी किंवा अधिक रुपयांचे मार्केट कॅप असलेल्या कंपन्यांना लार्ज कॅप कंपन्या असे संबोधले जाते तर ज्यांचे मार्केट कॅप 3000 कोटी ते 10000 कोटींच्या मध्ये आहे त्यांना मिड कॅप स्टॉक्स म्हटले जाते आणि ज्यांचे मार्केट कॅप 3000 कोटींहून कमी असते अशा कंपन्यांना स्मॉल कॅप म्हटले जाते.

30 जून 2014 ते 30 जून 2017	156255	38805	25%

स्रोत : अंबित कॅपिटल, व्हॅल्यू रिसर्चमधली आकडेवारी वापरून सारणी बनवली आहे.

विविध कालावधींत जगभरातल्या बहुतेक शेअर बाजारांत स्मॉल कॅप कंपन्यांनी लार्ज कॅप कंपन्यांना मागे टाकून भरीव परतावा दिला आहे. उदाहरणार्थ, खालच्या सारणीअनुसार अमेरिकन शेअर बाजारात 1998 ते 2004 या पाच वर्षांच्या काळात स्मॉल कॅपने लार्ज कॅपवर चक्रवाढीने वार्षिक स्तरावर 5.9 टक्के अधिक परतावा दिला आहे. तर जपानविरहित आशिया-पॅसिफिक प्रदेशात हाच परतावा 4.6 टक्क्यांनी अधिक होता. विशेष म्हणजे मागच्या दशकात विविध देशांमधल्या स्मॉल कॅप कंपन्यांनी लार्ज कॅप कंपन्यांहून अधिक चांगला परतावा दिलेला आहे. (खालील सारण्या पाहा).

सारणी 47 : स्मॉल कॅपच्या इंडेक्सनी लार्ज कॅप इंडेक्सवर पाच वर्षांच्या सलग (रोलिंग) चक्रवाढीत अधिक चमकदार कामगिरी केली आहे. ('क्ष' अक्ष हा पाच वर्षांच्या कालावधीची प्रारंभीची तारीख दर्शवतो.)

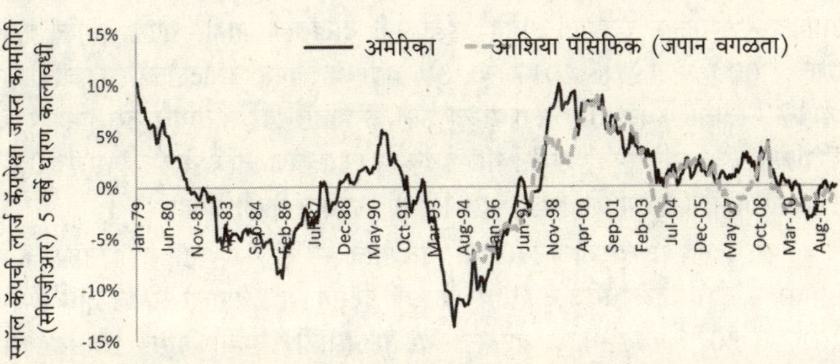

स्रोत : ब्लुमबर्ग, अंबित कॅपिटल. अमेरिकेसाठी वापरलेला स्मॉल कॅप इंडेक्स रसेल 2000 असून आशिया-पॅसिफिक (जपानविरहित) यांच्यासाठी वापरलेला स्मॉल कॅप इंडेक्स हा आशिया-पॅसिफिक (जपान विरहित) स्मॉल कॅप इंडेक्स आहे. तर अमेरिकेसाठी वापरलेला लार्ज कॅप इंडेक्स रसेल 1000 असून आशिया-पॅसिफिक (जपानविरहित) यांच्यासाठी वापरलेला लार्ज कॅप इंडेक्स हा आशिया-पॅसिफिक (जपानविरहित) लार्ज कॅप इंडेक्स आहे.

सारणी 48 : स्मॉल कॅप्सनी 2000–13 या काळात लार्ज कॅपहून वार्षिक स्तरावर केलेली उत्तम कामगिरी.

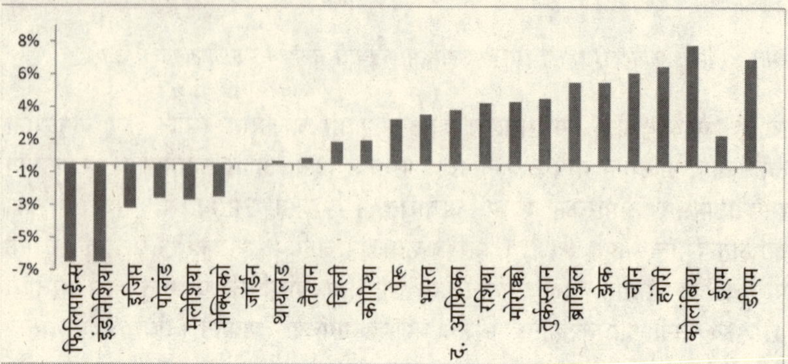

स्रोतः एलरॉय डिम्सन, पॉल मार्श अँड माईक स्टाँटन. यासाठी एमएससीआय बर्रा, क्रेडिट स्युस इन्व्हेस्टमेंट इअरबुक (2014) यातून आकडेवारी घेतली आहे.

टीप : ईएम – इमर्जिंग (उदयोन्मुख) मार्केट्स; डीएम – डेव्हलप्ड (विकसित) मार्केट्स.

तथापि, दीर्घकाळ (तीस ते चाळीस वर्षे) गुंतवणूक तशीच ठेवूनही स्मॉल कॅप स्टॉकनी लार्ज कॅप स्टॉकपेक्षा अर्थपूर्ण भरीव कामगिरी केलेली अमेरिका अथवा आशिया–पॅसिफिक (जपानविरहित) इंडेक्सनी दाखवली नाही. यूएस स्मॉल कॅप रसेल 2000 ने 1978–2017 या 39 वर्षांच्या काळात दिलेला चक्रवाढीचा वार्षिक परतावा केवळ 0.8 टक्क्यानेच अधिक होता. खरे सांगायचे तर आशिया–पॅसिफिक (जपानविरहित) स्मॉल कॅप इंडेक्सने त्यांच्याच लार्ज कॅप इंडेक्सहून 0.6 टक्क्याने कमीच कामगिरी 1995–2017 या काळात केली आहे.

पुढे दिलेल्या सारणीअनुसार भारतात मात्र स्मॉल कॅप स्टॉक्सनी लार्ज कॅप स्टॉक्सहून दीर्घ काळ भरीव कामगिरी केलेली दिसून येते. यातला सर्वांत दीर्घ टप्पा 2013 ते 2017 एवढा काळ चालला. या तुलनेसाठी आम्ही बीएसई 100 इंडेक्स हा बेंचमार्क लार्ज कॅपसाठी वापरला तर बीएसई स्मॉल कॅप इंडेक्स हा बेंचमार्क स्मॉल कॅप्ससाठी वापरला. (टीप : बीएसई स्मॉल कॅपमध्ये 768 स्टॉक्स असून त्यांची मिडियन (मध्यावरील) मार्केट कॅप 1600 कोटी रुपये आहे.) मागील आठ वर्षांत (2009 ते 2017) बीएसई स्मॉल कॅप इंडेक्सने बीएसई 100 ला वर्षाला 4.6 टक्क्यांनी मात दिली आहे.

सारणी 49 : बीएसई स्मॉल कॅप इंडेक्सची एका वर्षाची रोलिंग रिटर्न्स वजा बीएसई 100 ('क्ष' हा अक्ष एक वर्षाचा काळ कधीपासून सुरू झाला ते दर्शवतो.)

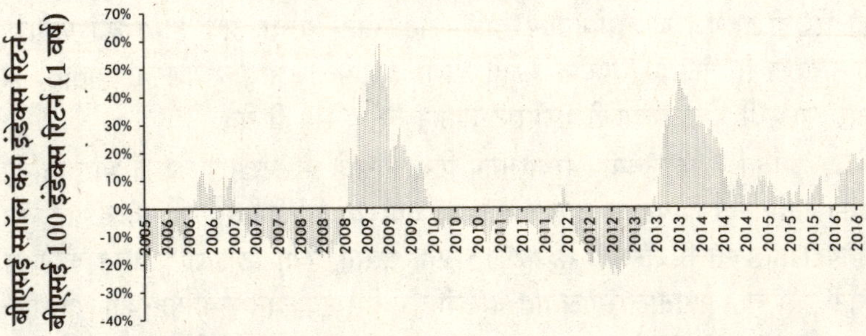

स्रोत : ब्लुमबर्ग, अंबित कॅपिटल

'महान' स्मॉल कॅप्सच्या पोर्टफोलिओने अधिक व्यापक पायावर उभ्या अशा लार्ज कॅपच्या विश्वावर मात का म्हणून करावी?

या प्रश्नाचे उत्तर दोन प्रकारे देता येईल : नफा वाढवण्याची छोट्या कंपन्यांची भावी शक्यता मोठ्या कंपन्यांपेक्षा अधिक जलद असते. दुसरे म्हणजे, या छोट्या कंपन्या जसजशा मोठ्या होऊ लागतात तसतशा शेअर बाजाराला त्यांचा 'शोध' लागत जातो. म्हणजेच, यशस्वी स्मॉल कॅप्स हळूहळू ब्रोकर विश्लेषकांच्या अभ्यास अहवालात जास्त जास्त जागा व्यापू लागतात आणि त्यानंतर खिसा भरपूर मोठा असलेल्या संस्थात्मक गुंतवणूकदारांना त्यांच्यात रस वाटू लागतो. आता आपण सध्याच्या भारतात या दोन्ही परिणामांमुळे काय साध्य होते ते पाहू या.

स्मॉल कॅप कंपन्या वेगाने वाढतात : मूलतः छोट्या कंपन्यांचा नफा लार्ज कॅप कंपन्यांपेक्षा अधिक वेगाने वाढतो– खासकरून अशा काळात जेव्हा कर्जसुलभता विपुल असते, आर्थिक वाढीला वेग मिळालेला असतो आणि स्पर्धकांचे कमी किमतीचे बरेच शेअर्सही (शेअर बाजारात नोंदणी असलेले आणि नसलेले असे) हजर असतात. तसेच वाजवी किमतीला दोन कंपन्यांचे विलीनीकरण किंवा ताबा घेणे होते आणि त्या एकत्र येण्यातून फायदा होण्याची शक्यता दिसते तेव्हा त्यांच्या शेअरचे भाव वाढतात. परंतु खूप जास्त किंमत आणि पूर्णपणे वेगळ्याच व्यवसायात प्रवेश करून दुसरी कंपनी घेतली तर त्यांचे मूल्य कमीही होते. अशा विपरीत परिस्थितीत स्मॉल कॅप कंपन्या त्यांच्या क्षमतेहून काम कमीच करू लागतात.

तसेच ज्या उद्योगक्षेत्रात विस्कळीतपणा आला असेल अथवा पर्यावरणीय बदल होऊ लागले असतील तिथे स्पर्धात्मक लाभांच्या चौकटीही बदलू लागतात. अशा वेळेस तिथे आधीपासून असलेल्या आत्मसंतुष्ट लार्ज कॅप कंपन्यांपेक्षा आपल्या

मूलभूत तत्त्वांवर ठाम उभ्या अशा स्मॉल कंपन्या त्यांच्याहून अधिक उत्तम कामगिरी करतात. शिकागोच्या वँगर ॲसेट मॅनेजमेंट कंपनीचे संस्थापक राल्फ वँगर यांनी त्यांच्या 'अ झेब्रा इन अ लायन कंट्री' [1]या माहितीपूर्ण पुस्तकात लिहिले आहे की, ही स्थिती म्हणजे बाजारपेठेतील डार्विनवाद आहे. याचा अर्थ असा की एखाद्या वातावरणाशी जुळवून घेण्यात काही प्राणी इतरांपेक्षा अधिक यशस्वी होतात. जे असे यशस्वी होतात त्यांची भरभराट होऊन त्यांना समृद्धी येते.

अंबित कॅपिटलच्या अभ्यासातून दिसले आहे की एखादी कंपनी भारतातल्या एका क्षेत्रातल्या नेतेपदावर असेल तर पाच वर्षांच्या काळानंतरही ती त्याच क्षेत्राच्या नेतेपदी असण्याची शक्यता केवळ 15 टक्के असते. (या ठिकाणी अंबित कॅपिटल यांनी त्या त्या क्षेत्रातील सगळ्यात वरच्या पंचवीस टक्क्यांत समाविष्ट कंपन्यांमधील नेता निवडला आहे.)[2] याचा अर्थ असा की बीएसई 500 पैकी 85 टक्के कंपन्या महानता गाठल्यानंतर केवळ पाच वर्षांतच मध्यम दर्जाच्या कामगिरीकडे घसरतात. त्यामुळे, खरे तर एखादी महान कंपनी काही काळाने त्या क्षेत्रातील 'प्रत्यक्षात मागे पडलेली कंपनी' बनण्याची शक्यता 25 टक्के असते.

बहुतेक वेळा अशा सामान्यतेच्या दिशेने होणाऱ्या घसरणीमागील कारण असते त्या मोठ्या, यशस्वी कंपनीच्या व्यवस्थापकांच्या आणि प्रवर्तकांच्या मनात निर्माण झालेली अति महत्त्वाकांक्षा आणि मगरूरी. एखादी कंपनी यशाच्या उच्च शिखरावर गेली की तिच्या कामकाजातील नफा आणि देदीप्यमान किंमतवाढ यांच्यामुळे त्यांच्या वरिष्ठ जगाला या यशाची आणि खुशमस्करेपणाची धुंदी चढते. मग त्यांच्या वृत्तीत माज शिरतो, मग मुळात कुठल्या घटकांमुळे आपण यशस्वी झालो होतो तेच विस्मरणात जाते.

तर दुसरीकडे छोट्या कंपन्यांचे मालक आणि व्यवस्थापक (बहुधा हे दोन्ही एकच व्यक्ती असते) यांना मोठेपणाची आणि त्यासोबत येणाऱ्या सर्व लाभांची भूक असते म्हणून ते झपाटल्यासारखे काम करतात. तसेच मोठ्या कंपन्यांसारखी त्यांच्याकडे व्यवस्थापनाची भलीमोठी उतरंडही नसते. त्यामुळे व्यवसायाच्या वातावरणात बदल झाला तर त्यांना त्यावर प्रतिसाद लगोलग देणे शक्य होते. त्यामुळे छोट्या कंपन्या त्यांचा नफा मोठ्या कंपन्यांहून सततच अधिक वेगाने वाढवतात.

---

1 एवरेट मॅटलीन आणि राल्फ वँगर लिखित, 'अ झेब्रा इन अ लायन कंट्री', : राल्फ वँगर्स इन्व्हेस्टमेंट सर्व्हायव्हल गाइड, प्रकाशक टचस्टोन, 26 फेब्रुवारी, 1999.

2 अंबित कॅपिटलचे अभ्यासक त्यासाठी मागील सहा वर्षांच्या फायनान्शिअल स्टेटमेंट्सचा वापर करून बघतात की बीएसई 500मधील कुठल्या कंपन्या सातत्याने त्यांच्या व्यवसाय विस्तारासाठी गुंतवणूक करत आहेत आणि त्या गुंतवणुकीचे रूपांतर नफा, कामकाजासाठी अधिक रोख रक्कम आणि नंतर त्याच रोख रकमेची पुनर्गुंतवणूक यात करत आहेत.

स्मॉल कॅप कंपन्यांचा 'शोध' लागतो : बरेचदा काय होते की छोट्या कंपन्यांना लोकांचे दुर्लक्ष सहन करावे लागते कारण त्यांच्यावर काही बातम्या होत नसतात आणि प्रमुख ब्रोकरेज हाउसेसच्या यादीमध्ये त्यांच्या शेअर्सचा अंतर्भावही नसतो. परिणामतः, या कंपन्यांत काय चालले आहे याची कल्पना गुंतवणूकदारांना येत नाही. ब्रोकरेज हाउसेस लिस्टेड स्टॉक्सची माहिती प्रकाशित करतात. हाच गुंतवणूकदारांसाठी विशिष्ट कंपनीची माहिती मिळवण्याचा स्रोत असतो. स्मॉल कॅप कंपन्यांना लार्ज कॅपपेक्षा विक्रीच्या दृष्टीने कमी महत्त्व दिले जाते हे खालच्या सारणीत दाखवले आहे.

सारणी 50 : मिडियन विश्लेषकाने दर स्टॉकला दिलेले महत्त्व : कंपनीचा आकार जितका लहान तितके विक्रीविषयक विश्लेषकाने त्या कंपनीला दिलेले महत्त्व कमी.

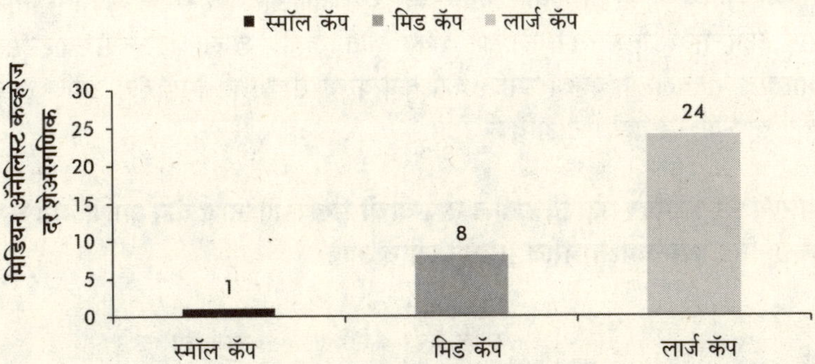

स्रोत : ब्लुमबर्ग, अंबित कॅपिटल. ही आकडेवारी ऑगस्ट 2017ची आहे. स्मॉल कॅप = 3000 कोटी रुपयांखालील मार्केट कॅप. मिड कॅप म्हणजे 3000 कोटी ते 10000 कोटी यांच्यामध्ये भांडवल असलेल्या कंपन्या. लार्ज कॅप = 10000 कोटी रुपयांवरील मार्केट कॅप.

ब्रोकरेज विश्लेषकांच्या विश्लेषणाखेरीज संस्थात्मक गुंतवणूकदारांच्या गुंतवणूक धोरणांतही या स्मॉल कॅप कंपन्यांत भरीव गुंतवणूक करणे बसत नाही. कारण या छोट्या कंपन्यांच्या शेअर्सची रोख तरलता किंवा कंपनीचा छोटा आकार यांमुळे अडचण निर्माण होते. तसेच या संस्थांच्या स्मॉल कॅप्समधल्या सौद्यांतून ब्रोकर्सना पुरेसे कमिशनही मिळू शकत नाही. भावी महसुलाची संभाव्यता काही नसल्याने स्मॉल कॅपचा अभ्यास अधिक व्यापक प्रमाणावर करण्यासाठी त्यांना उत्तेजन मिळत नाही. त्यामुळे शेअर बाजाराबद्दलच्या माहितीची पातळी खाली येते. उदाहरणार्थ, कापड उद्योगात म्हणायचे तर केवल किरण क्लोदिंगसारखा एखादा शेअर – त्याची मार्केट कॅप जुलै, 2017मध्ये 2010 कोटी रुपये असते आणि 26 टक्के शेअर्स फ्री फ्लोट म्हणून बाजारात विक्रीसाठी सहज उपलब्ध असतात अशा शेअरची

माहिती खूपच कमी लोकांपर्यंत पोहोचते आणि त्याच्याकडे बाजाराचे लक्षही फारसे जात नाही. तर त्याउलट पेज इंडस्ट्रीजसारख्या एखाद्या स्टॉकची मार्केट कॅपच मुळी 18825 कोटी रुपये असते आणि 49 टक्के शेअर्स फ्री फ्लोटमध्ये बाजारात विक्रीसाठी सहज उपलब्ध असतात त्यांची माहिती अधिक लोकांपर्यंत पोहोचते.[1] ब्लुमबर्गच्या म्हणण्यानुसार विक्री-विषयाकडील केवळ सातच विश्लेषकांनी केवल किरण क्लोदिंगविषयी माहिती लिहिली होती तर 15 विश्लेषकांनी पेज इंडस्ट्रीजची माहिती लिहिली होती. त्यामुळे पेज इंडस्ट्रीजच्या शेअर्स धारकातील 42 टक्के शेअर्सधारक हे मोठमोठ्या अर्थसंस्था होते आणि तेच केवल किरणमध्ये केवळ 21 टक्केच होते यात आश्चर्य वाटण्यासारखे काहीच नाही. जागतिकदृष्ट्या अंदाजे 20 टक्के स्मॉल कॅप कंपन्यांची दखल विक्री-विश्लेषकांकडून कसलीही घेतली जात नाही.

सरतेशेवटी सांगायचे तर स्मॉल कॅप कंपन्यांची संख्या लार्ज कॅप कंपन्यांच्या तुलनेने फारच जास्त असल्याने विक्री-बाजूच्या दलालांना या स्मॉल कॅप विश्वातील सर्व कंपन्यांवर विस्ताराने लिहिणे शक्य होत नाही. खाली दिलेल्या चार्टनुसार भारतात नोंदवलेल्या एकूण स्मॉल कॅप कंपन्यांची संख्या ही मिड कॅप आणि लार्ज कॅप कंपन्यांच्या दहा पट अधिक आहे.

सारणी 51 : स्मॉल कॅप विश्वातील कंपन्यांची संख्या ही लार्ज कॅप आणि मिड कॅप विश्वातील कंपन्यांपेक्षा भरीव संख्येने जास्त आहे.

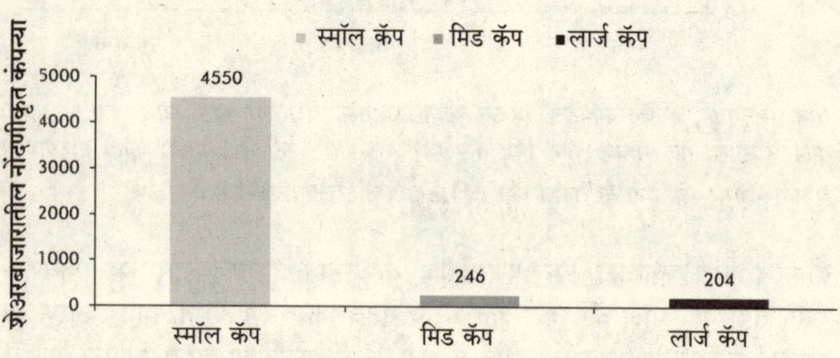

स्रोत : ब्लुमबर्ग, अंबित कॅपिटल. ऑगस्ट 2017ची आकडेवारी. स्मॉल कॅप = 3000 कोटी रुपयांखालील मार्केट कॅप. मिड कॅप म्हणजे 3000 कोटी ते 10000 कोटी यांच्यामध्ये भांडवल असलेल्या कंपन्या. लार्ज कॅप = 10000 कोटी रुपयांवरील मार्केट कॅप.

---

1 'फ्री फ्लोट' याचा अर्थ कंपनीने जनतेला विक्रीसाठी जारी केलेले नियमित शेअर्स. ते गुंतवणूकदारांना खुल्या बाजारात खरेदी-विक्रीसाठी सहज उपलब्ध असतात.

भांडवल उभे करण्याच्या खर्चात (व्याजात) घट झाली की त्याचा स्मॉल कॅपवरचा परिणाम अधिक सकारात्मक होतो.

सध्याच्या भारतात भांडवल उभे करण्याचा खर्च खाली जात आहे (घरगुती बचतींचा प्रवाह अर्थव्यवस्थेत वाढला त्याबद्दल आभारच मानले पाहिजेत). तेव्हा त्याचा लाभ छोट्या व्यवसायांना जेवढ्या प्रमाणात होतो तेवढा तो शेअर बाजारावर वर्चस्व गाजवणाऱ्या मोठ्या, अत्यंत प्रतिष्ठित आणि घरोघरी नाव पोहोचलेल्या कंपन्यांना होत नाही. यामागे दोन महत्त्वाची कारणे आहेत : पहिले म्हणजे भारतात भांडवलाचा खर्च अन्य उभरत्या बाजारांपेक्षा जास्त आहे.

सारणी 52 : भारतातचे कर्जदर हे अन्य देशांतील नवोदित बाजारांहून मुळातच जास्त आहेत.

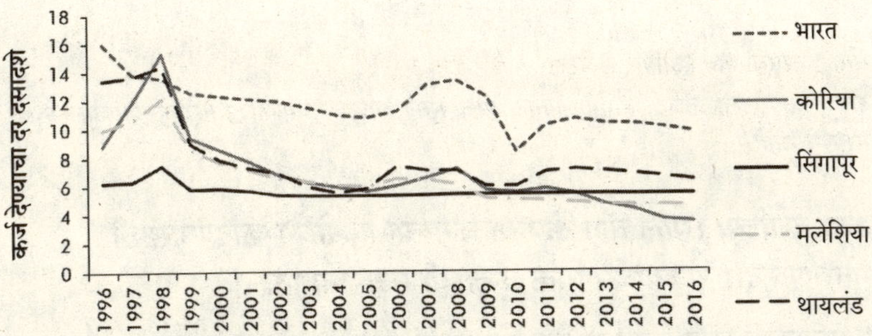

स्रोत : सीईआयसी, अंबित कॅपिटल

टीप : आंतरराष्ट्रीय नाणे निधीने व्याख्या केल्यानुसार कर्जदर म्हणजे बँक दर असतो आणि तो खाजगी क्षेत्राच्या अल्पकालीन आणि मध्यमकालीन गरजा भागवण्यासाठी कामी येतो.

दुसरे म्हणजे, छोट्या उद्योगांसाठी भांडवलाचा खर्च हा भारतीय प्रचलित परंपरेपेक्षाही जास्त असतो मग त्यांनी बँकांकडून कर्ज घेतलेले असो अथवा बाँडच्या बाजारपेठेतून उचललेले असो.

कॉर्पोरेट बाँडच्या बाजारपेठेच्या विकासामुळेही हा भांडवल उभारण्याचा खर्च कमी होण्याची शक्यता आहे. खासकरून छोट्या कंपन्यांसाठी तसे होऊ शकते. पूर्वेतिहासानुसार, छोट्या कंपन्यांना बँकांकडून कर्जे घेण्याखेरीज अन्य पर्याय नव्हता. परंतु आता बाँड्सची बाजारपेठ विस्तारल्यानंतर उच्च दर्जाच्या छोट्या कंपन्या या बाँड्सच्या बाजारपेठेतून बँकांहून स्वस्त दराचे कर्ज घेऊ शकतील. उदाहरणार्थ, 'ला ओपला'सारखी एखादी स्मॉल कॅप कंपनी बँकांकडून 9.65 टक्के दर साल या दराने कर्ज घेत होती (वित्तीय वर्ष 16च्या वार्षिक अहवालानुसार). पण त्याच कंपनीला कमर्शिअल पेपर मार्केटातून 7 टक्के या स्वस्त दराने कर्ज उचलता येईल.

सारणी 53 : भारतातील स्मॉल आणि मिडिअम उद्योगांना बँकांकडून उच्च दरावर कर्जे घ्यावी लागतात.

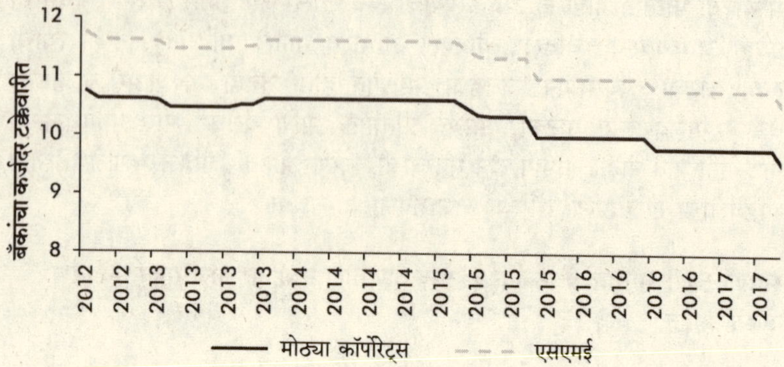

स्रोत : आरबीआय, अंबित कॅपिटल

नोंद : वापरलेला कर्जदर हा भारतातील पाच सर्वांत मोठ्या बँकांनी आकारलेल्या व्याजदरांची सरासरी आहे.

उच्च दर्जाच्या स्मॉल कॅप कंपन्या कुठल्या हे शोधून काढण्यासाठी गुंतवणूकदारांना व्यावसायिक तज्ज्ञांची मदत लागते.

सामान्यतः छोट्या कंपन्यांत पैसे गुंतवण्याची जोखीम मोठ्या कंपन्यांपेक्षा अधिक असते. या जोखमीमागे काही मूलभूत तर काही अन्य कारणे असतात.

मूलभूत कारणे म्हणायची तर छोट्या कंपन्या या बरेचदा मोठे होण्याच्या प्रयत्नांत ठेचकाळतात. मनुष्यबळ विभाग (एच आर), माहिती आणि तंत्रज्ञान (आयटी), माहिती- विश्लेषण (डेटा ॲनालिटिक्स), पुरवठा साखळी, उत्पादन आणि जाहिरात अशा विभिन्न यंत्रणा आणि प्रक्रिया यांच्यात भरीव गुंतवणूक करणे हे बरेचदा छोट्या कंपन्यांसाठी गरजेचे नसते. तथापि, या यंत्रणांत आणि प्रक्रियांत अशी सक्रिय गुंतवणूक नसल्याने मग वरच्या पातळीवर जाताना या कंपन्यांना नियोजन, व्यवस्थापन यात किंवा आर्थिक बाबतीत अडचणी उद्भवतात. आम्ही या ठिकाणी एअर डेक्कन या कंपनीचे संस्थापक कॅप्टन गोपीनाथ यांची वाक्ये उद्धृत करतो. ही कंपनी भारतातील पहिली कमी खर्चाची विमान कंपनी असूनही शेवटी किंगफिशर एअरलाइनला विकली गेली. त्यांनी लिहिलेल्या 'सिंपली फ्लाय'[1] (2012) या पुस्तकात गोपीनाथ यांनी पुढील तक्रार केली आहे. ''आम्हाला

1 जी. आर. गोपीनाथ, सिंपली फ्लाय : अ डेक्कन ओडिसी, प्रकाशक : कॉलिन्स, 2011

आणखी थोडा वेळ मिळाला असता तर डेक्कन या वादळातून सावरली असती आणि समोर आलेल्या पैशाच्या अभावरूपी संकटातून बाहेर पडली असती पण आमच्या हाताशी वेळच नव्हता. माझी आयटी सिस्टिम जर कोलमडली नसती तर मी त्याही संकटातून बाहेर पडलो असतो. परंतु आम्हाला 4000 कर्मचाऱ्यांचं भवितव्य, सार्वजनिक विमा निधी आणि रिटेल गुंतवणूकदार यांना उत्तर द्यायचं होतं.''

या समस्या भारतात खूपच वाढवल्या जातात कारण बरेचदा प्रवर्तक मंडळी वरिष्ठ व्यवस्थापन भूमिकांत व्यावसायिक तज्ज्ञांना निर्णयाधिकार देण्यास नाखूश असतात. त्याऐवजी संचालक मंडळात आणि वरिष्ठ व्यवस्थापनात ते आपल्याच मित्र-नातेवाइकांची भरती करतात. उच्च दर्जाच्या व्यावसायिक तज्ज्ञांची टीम असेल तर समस्या निर्माण झाली की तातडीने लक्ष दिले जाते. (बहुतेक कंपन्यांत या ना त्या समस्या उद्भवत असतातच.) परंतु बऱ्याच छोट्या कंपन्यांकडे अशा तोलामोलाचे व्यवस्थापनच नसते. असेच एक उदाहरण पाहायचे तर ते टीटीके प्रेस्टिज कंपनीचे 1999 ते 2003 या काळातील आहे. केवळ चारच वर्षांत ही कंपनी जोरदार ताकदीच्या स्थानावरून दिवाळखोरीच्या उंबऱ्याशी येऊन पोहोचली होती. (खालील सारणी पाहा). ही घसरण होण्यामागची कारणे म्हणजे त्यांच्या बंगळुरूच्या कारखान्यातली कामगार समस्या, भारतातील मंदीचे वातावरण, निर्यात बाजारातील (अमेरिकन) तीव्र स्पर्धा, प्रेशर कुकरवरील एक्साइज ड्यूटीत 8 टक्क्यांवरून 16 टक्के वाढ आणि नवीन उत्पादन बाजारात आणण्यात आलेल्या अपयशामुळे वाया गेलेला स्टॉक. या त्रासदायक काळाची आठवण काढताना मे 2013 मध्ये टीटीके प्रेस्टिज कंपनीचे संचालक के. शंकरन म्हणाले, ''सर्वांत मोठी अशी आमची समस्या ही होती की आमचा आकार जरी व्यवस्थित वाढला होता तरी अद्यापही आम्ही आमची कंपनी एखाद्या छोट्या कंपनीसारखीच चालवत होतो. वरिष्ठ व्यवस्थापकांत आम्ही जबाबदाऱ्या वाटून दिलेल्या नव्हत्या त्यामुळे प्रत्येक वरिष्ठ व्यवस्थापक हा सगळ्याच गोष्टींत नाक खुपसत होता. आम्हाला ते बदलणे गरजेचे होते.''

एवढेच नव्हे तर छोट्या कंपन्या बरेचदा केवळ एकाच उत्पादनाच्या यशाच्या खांद्यावर बसून वेगाने वाढतात. नवनवी फॅड्स, फॅशन किंवा अर्थचक्र मंदावणे या कारणांमुळे त्यांच्या त्या महत्त्वाच्या उत्पादनाची मागणी घसरते तेव्हा या छोट्या कंपन्यांचा डोलारा खूपच लवकर कोलमडतो तसा तो अधिक मोठ्या आणि व्यवसाय विविधता असलेल्या मोठ्या कंपन्यांचा कोलमडत नाही. उदाहरणार्थ, आयशर मोटर्सच्या मोटरसायकल्स विभागाला 2000 साली मोठा तोटा झाला तेव्हा त्यांनी त्यांच्या सुप्रसिद्ध एन्फिल्ड बुलेट मोटरसायकलचे उत्पादन थांबवले. तेव्हा एन्फिल्डची महिन्याची उत्पादनक्षमता 6000 मोटरसायकली होती तर विक्री

सारणी 54 : टीटीके प्रेस्टिज कंपनीचा वित्तीय वर्ष 2000 ते 2003 या काळातील आर्थिक ऱ्हास.

रु. दशलक्षांत	वित्तवर्ष 2000	वित्तवर्ष 2001	वित्तवर्ष 2002	वित्तवर्ष 2003
महसूल	1303	1242	1272	1048
महसूल वाढ	-4%	0%	2%	-18%
ईबीआयटीडिए	100	84	96	(59)
ईबीआयटीडीए मार्जिन	8%	7%	8%	-6%
निव्वळ नफा	36	16	7	(115)
निव्वळ नफ्यातील वाढ	-61%	-57%	-55%	1737%
निव्वळ नफा मार्जिन	3%	1%	1%	-11%
एकूण कर्ज	339	498	666	809
घातलेले भांडवल	1141	1293	1439	1266
आरओई	5%	2%	1%	-19%
आरओसीई	8%	6%	4%	-4%
कर्ज/ईक्विटी(x)	0.42	0.63	0.86	1.77

स्रोत : स्वतः कंपनी, अंबित कॅपिटल.

महिन्याला फक्त 2000च झाली होती. या बाइक्सचे चाहते कधीच आपली आवड सोडत नसले तरी इंजीन बंद पडते, ॲक्सेलरेटर किंवा क्लच केबल्स तुटतात, इलेक्ट्रिकल भाग बंद पडतात, तेल गळते अशा बऱ्याच तक्रारीही येऊ लागल्या होत्या. बऱ्याच जणांना ही बाइक खूप जड, खर्चीक, तिच्या गिअरची पातळी गैरसोयीची तसेच किक-स्टार्ट करताना त्रासाची वाटू लागली होती. सरतेशेवटी व्यवस्थापनातली पिढी बदलली आणि सिद्धार्थ लाल यांनी आधी 2000 साली मोटरसायकल विभागाची जबाबदारी हाती घेतली आणि पुढे 2006 साली संपूर्ण कंपनीचीच जबाबदारी घेतली तेव्हा त्यांनी 2007 साली जॉइंट व्हेंचरचे भागीदार म्हणून वोल्वोला आणले, त्यानंतर व्यवसायातही वैविध्य आणि व्यावसायिक तज्ज्ञ आणले तेव्हा कंपनीच्या वैभवाचा काळ सुरू झाला. मागील दहा वर्षांत (वित्तीय वर्ष 2007-17) आयशरचा नफा आणि शेअरचा भाव वार्षिक चक्रवाढीने अनुक्रमे 40 टक्के आणि 56 टक्के असा वाढला.

मोठ्या कंपन्यांना मुख्यत्वेकरून हिशोबात गोंधळ या मुद्द्यांनी भंडावून सोडलेले असले (सत्यम, एन्रॉन, वर्ल्डकॉम, ग्लोबल ट्रस्ट बँक अशा खोटे हिशोब दाखवणाऱ्या कंपन्यांची यादी तर लांबलचक आहे.) तरी हे मुद्दे छोट्या कंपन्यांत अधिक प्रमाणात दिसून येतात. या ठिकाणी निष्काळजी ऑडिटर्स, फसवे प्रवर्तक आणि विक्री बाजूकडील अतिशय दुर्बळ किंवा अजिबातच नसलेला अभ्यास यांच्यामुळे हिशोबात अफरातफर करण्यास भरपूर वाव मिळतो. अंबित कॅपिटलच्या खाजगी मालकीच्या फोरेन्सिक अकाउंटिंग मॉडेलनुसार एखाद्या कंपनीचा मार्केट कॅप जेवढा कमी तेवढी तिची हिशोबांत गोंधळ असण्याची शक्यता अधिक असते. (पाहा, सारणी 55).

सारणी 55 : अधिक कॅपिटलायझेशन असलेल्या कंपन्यांचे हिशोब सरासरीने अधिक ठाकठीक असतात.

टोपलीतील कंपन्यांची संख्या	मार्केट कॅपची मर्यादा रु. बिलियन	मार्केट कॅपची मर्यादा बिलियन	सरासरी अकाउंटिंगचा दर	शेअर्स किमतीची सरासरी कामगिरी	झोन ऑफ डार्कनेसमधील शेअर्सची टक्केवारी
टॉप 50	360 बिलियन रू. ते 4187 बिलियन रू.	5.3 बिलियन ते 62 बिलियन	216	13.20%	28%
पुढील 100	82 बिलियन रू. ते 348 बिलियन रू.	1.2 बिलियन ते 5.1 बिलियन	221	18.80%	21%
पुढील 100	37 बिलियन रू. ते 82 बिलियन रू.	0.55 बिलियन ते 1.2 बिलियन	212	15.50%	26%
तळातल्या 161	3.7 बिलियन रू ते 36.9 बिलियन रू	0.05 बिलियन ते 0.55 बिलियन	204	11.70%	39%

स्रोत : एस इक्विटी, कॅपिटलाइन, ब्लुमबर्ग, अंबित कॅपिटल.

*टीप : वित्तीय वर्ष 2011-16 या काळातील आर्थिक स्टेटमेंट्सचा अभ्यास करून कंपनीचे अकाउंटिंगमधील अचूकता मापन किती होते हे अंबित कॅपिटल यांनी त्यांच्या खाजगी मालकीच्या फॉर्म्युल्यात बसवून पाहिले आहे. शेअर्सच्या किमतींची कामगिरी ही नोव्हेंबर 2010 ते नोव्हेंबर 2016 अशी चक्रवाढीच्या आधारावर आहे. तसेच या सारणीसाठी वापरलेल्या कंपन्या या बीएसई 500मध्ये अंतर्भूत आहेत.**

** अंधार-प्रदेश (झोन ऑफ डार्कनेस) याची व्याख्या करताना तो या संपूर्ण दुनियेतील सर्वांत तळच्या 30 टक्के कंपन्या असे धरले आहे.*

परिणामतः खूपच उत्तम असा दीर्घकालीन परतावा मिळवण्याची शक्यता लार्ज कॅपपेक्षा स्मॉल कॅपच्या बाबतीत लक्षणीय असली तरी त्यात गुंतवणूक करताना व्यावसायिक तज्ज्ञांची भेट घेणे गरजेचे असते. यातली चांगली बातमी अशी की भारतीय फंड व्यवस्थापन क्षेत्र आता अनेक उच्च दर्जाचे स्मॉल कॅप आणि मिड कॅप फंड देऊ करते आहे. (म्यूच्युअल फंड या फॉरमॅटमध्ये त्याचप्रमाणे पोर्टफोलिओ व्यवस्थापन स्वरूपातही हे उपलब्ध आहे.) अधिक स्पष्ट सांगायचे तर बीएसई 100ची वार्षिक चक्रवाढ मागील आठ वर्षांत 16.7 टक्क्यांनी झाली आहे तर बीएसई स्मॉल कॅप इंडेक्समध्ये त्याच काळात 21.4 टक्क्यांनी वार्षिक चक्रवाढ झाली आहे. त्यामुळे स्मॉल कॅप्समध्ये अशा फंड व्यवस्थापकासह गुंतवणूक करण्यातून गुंतवणूकदारांचा दीर्घकालीन परतावा लक्षणीय वाढतो. आपण या मुद्द्याकडे या पुस्तकाच्या शेवटल्या प्रकरणात पुन्हा येणार आहोत.

या प्रकरणात शिकलेल्या तीन महत्त्वाच्या गोष्टी :–

१) बहुतेक मोठ्या बाजारपेठांत मागील दोन दशकांत स्मॉल कॅप कंपन्यांनी लार्ज कॅप कंपन्यांपेक्षा अधिक चांगली कामगिरी केलेली आहे. ही चांगली कामगिरी करण्यामागे दोन महत्त्वाचे घटक जबाबदार होते. : छोट्या कंपन्यांची नफा जलद वाढवण्याची संभाव्यता मोठ्या कंपन्यांहून अधिक असते आणि दुसरे म्हणजे छोट्या कंपन्या आकाराने वाढू लागतात तशा त्यांचा 'शोध' स्टॉक मार्केटरूपी मुंगळ्यांना लागतो. म्हणजेच मग यशस्वी स्मॉल कॅपना ब्रोकरेज विश्लेषकांच्या अभ्यासात अधिक व्यापक स्थान मिळू लागते आणि त्यानंतर भरपूर निधी असलेल्या अर्थसंस्थाही गुंतवणुकीसाठी त्यांच्यात अधिक रस दाखवू लागतात.

२) रालोआप्रणीत सरकारने २०१५ सालापासून काळ्या पैशावर सर्व बाजूंनी हल्ला सुरू केला, (हे पुस्तक २०१७ सालचे आहे.) तेव्हापासून सुखवस्तू भारतीयांनी आपली बचत स्थावर मालमत्तेपासून दूर नेली आणि शेअर बाजारासारख्या आर्थिक गुंतवणुकीकडे आणली. आर्थिक बाजारपेठेचा हा सखोल विस्तार

होणे याचा उपयोग भारतातील भांडवलाची किंमत कमी होण्यात झाला. त्याचा छोट्या व्यवसायांना खूप जास्त लाभ झाला. (त्या तुलनेने घरोघरी प्रसिद्ध असलेल्या आणि शेअर बाजारावर वर्चस्व गाजवणाऱ्या कंपन्यांना तो तेवढा झाला नाही.)

३) दीर्घकालीन गुंतवणुकीवर अधिक उत्तम परतावा निर्माण करण्याची संभाव्यता स्मॉल कॅपना जेवढी अधिक असते तेवढाच त्यांच्यात गुंतवणूक करताना व्यावसायिक तज्ज्ञांचा सल्लाही मोठ्या प्रमाणावर घ्यावा लागतो. यामागचे कारण म्हणजे छोट्या कंपन्यांची जोखीम मोठ्या कंपन्यांहून जास्त असते त्यामागे काही कारणे मूलभूत असतात तर काही मूलभूत नसलेलीही कारणे असतात. परंतु चांगली बातमी अशी की भारतीय फंड व्यवस्थापन तज्ज्ञ मंडळी सध्या अनेक उच्च दर्जाचे स्मॉल कॅप आणि मिड कॅप फंड देऊ करत आहेत.

प्रकरण ६

सबुरी आणि गुणवत्ता यांनीच लाभ होतो

"आयुष्यात मी बरीच वादळे पाहिली. त्यातील बहुतेक वादळांनी मी बेसावध असताना माझ्यावर हल्ला केला त्यामुळे लगोलग सावरून पुढ्यात काय वाढून ठेवले आहे ते शिकावेच लागले. हे समजूनही घ्यावे लागले की हवामानावर नियंत्रण ठेवण्याची, सबुरीची कला अमलात आणण्याची आणि निसर्गाचा संताप झेलण्याची ताकद माझ्यात नाही."

–पाओलो कोएल्हो

सर्वसामान्यतः मागील सव्वीस वर्षांपासून 'बीएसई सेन्सेक्स' हा शेअर बाजारातील परतावा मोजण्याचा मापदंड आढळतो. या सेन्सेक्सने चक्रवाढीने वार्षिक परतावा 13.7 टक्के दिला आहे. या काळातल्या जोखीमविरहित 8 टक्के परताव्याहून हा परतावा 5.7 टक्के अधिक आहे तसेच कन्झ्युमर प्राइस इंडेक्सची वाढ या काळात 7.6 टक्के वार्षिक होती तर त्याहून ही वाढ 6 टक्के अधिक आहे. या सर्व दृष्टींनी पाहता मागील 26 वर्षांत सेन्सेक्सने समाधानकारक परतावा दिला आहे. एवढे असूनही भारतीय गुंतवणूकदारातील सामायिक समज असा आहे की 'लोक शेअर बाजारात पैसे गमवतात.' पण मग या अॅसेट श्रेणीने इतका निकोप परतावा देऊनही गुंतवणूकदारांना इक्विटीविषयी इतकी निराशा का वाटत असावी?

याचे उत्तर व्यवस्थित समजून घ्यायचे असल्यास ते श्लोमो बनार्त्झी आणि रिचर्ड थेलर यांनी 1995 साली प्रकाशित केलेल्या प्रबंधात आपल्याला मिळेल. त्यात त्यांनी या समजुतीला 'तोट्याचा लघुदृष्टीयुक्त तिटकारा' (मायोपिक लॉस अॅव्हर्जन) असे नाव दिले आहे.

त्यांनी 'तोट्याचा तिटकारा' याची व्याख्या पुढील शब्दांत केली आहे : ''एखाद्या रकमेच्या नफ्याच्या आनंदाहूनही तेवढ्याच रकमेच्या तोट्याची आपल्याला अडीच पटीने जास्त खंत वाटते.'' गृहीत धरू या की आपण दोन कंपन्यांचे शेअर्स विकत घेतले. - 'अ' आणि 'ब' - हे शेअर्स प्रत्येकी 100 रुपयांचे होते आणि आपण ते अनुक्रमे 95 आणि 110 रुपयांना विकले. अशा प्रकारे आपल्याला एकूण 5 रुपये या व्यवहारात फायदा झाला. ('ब' शेअरमध्ये 10 रु. फायदा वजा 'अ' शेअरमध्ये 5 रुपये तोटा.) या परिस्थितीत बेनार्त्झी आणि थेलर यांचे तर्कशास्त्र लावले तर 'अ' शेअरवर झालेल्या 5 रुपये नुकसानाची हळहळ 'ब' शेअरवरील 10 रुपये फायद्यामुळे झालेल्या आनंदाहून काकणभर अधिकच असेल. त्यामुळे या तर्कानुसार इक्विटी बाजारात झालेल्या नुकसानीची खंत बाळगणे थांबवण्यासाठी त्यात नफा कमवण्याची संभाव्यता नुकसान करण्याच्या संभाव्यतेहून कमीतकमी दुप्पट तरी हवी.

प्रकरण 2च्या सारणी क्र. 15मध्ये दाखवल्यानुसार (तीच सारणी खाली पुन्हा दाखवली आहे.) मागील 30 वर्षांतली (1987-2017) या काळातली बीएसई सेन्सेक्सकडून सकारात्मक परतावा मिळवण्याची संभाव्यता प्रचंड वाढते, मात्र आपण ते शेअर्स जवळ ठेवण्याचा काळ एक महिन्यापासून दहा वर्षे असा

सारणी 56 : शेअर जवळ ठेवण्याचा काळ वाढल्यानंतर सकारात्मक परतावा मिळवण्याची संभाव्यताही वाढते.

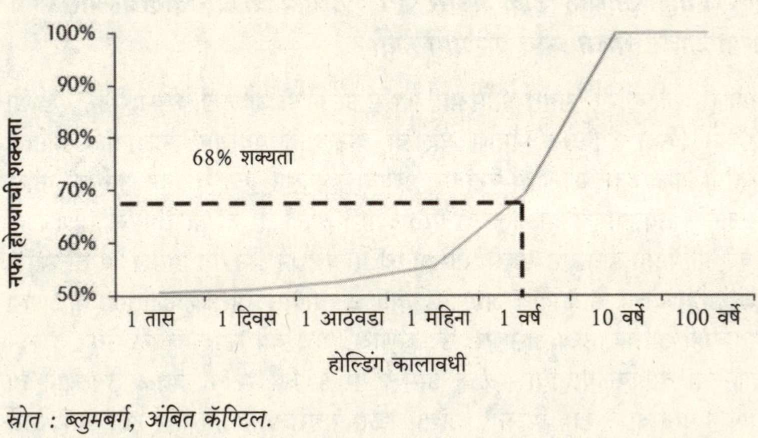

स्रोत : ब्लुमबर्ग, अंबित कॅपिटल.

टीप : या ठिकाणी लक्षात घेतलेला अवधी मार्च 1987 ते मार्च 2017 हा आहे. गुंतवणुकीचे अवधी हे रोलिंगच्या आधारावर मोजले आहेत आणि इक्विटीचे परतावे एकसमान वितरित झालेले आहेत असे आपण गृहीत धरले आहे. 1987-2017 या काळात सेन्सेक्सने मीन (मध्यमांकी) वार्षिक परतावा 14.5 टक्के दिला आहे आणि स्टँडर्ड डेव्हिएशन 28.6 टक्के आहे.

वाढवत गेलो पाहिजे. बेनात्झीं आणि थेलर यांच्या चौकटीअनुसार गुंतवणूकदार ज्या टप्प्यावर त्यांच्या गुंतवणुकीवर झालेला तोटा विसरतात ते समजून घ्यायचे असेल तर आपल्याला खालील चार्टमध्ये केवळ एवढेच बघितले पाहिजे की कुठल्या टप्प्यावर त्यांना संभाव्य नुकसानाहून दुपटीने संभाव्य फायदा होऊ शकतो. बीएसई सेन्सेक्सचा हा महत्त्वाचा टप्पा एक वर्ष शेअर जवळ बाळगण्यानंतर येतो. कारण तेव्हा नफा होण्याची शक्यता 68 टक्के तर तोटा होण्याची शक्यता 32 टक्के होती.

हा निष्कर्ष काढण्याचे दोन मार्ग आहेत. पहिला म्हणजे ज्या गुंतवणूकदारांकडे एक वर्षभरदेखील थांबण्याचा धीर नाही ते लोक असे असतात ज्यांना खात्री असते की इक्विटी बाजारपेठेत लोक बरेचदा पैसा गमवतातच. आणि दुसरे म्हणजे बेनात्झीं आणि थेलर सुचवतात त्यानुसार 'लघुदृष्टी' किंवा मायोपिया याचा अर्थ, आपण आपला पोर्टफोलिओ जितका जास्त वेळा बघत राहू (त्यामुळे आपला गुंतवणुकीचा अवधीही तेवढा कमी होतो) तेवढे आपण नुकसानच बघत राहण्याची शक्यता वाढते आणि मग आपल्या मनात तोट्याविषयी तिटकारा निर्माण होतो. त्याउलट गुंतवणूकदार त्यांच्या पोर्टफोलिओचे मूल्यमापन जेवढे कमी करतात तेवढे त्यांना नफा दिसण्याची शक्यता वाढते.

सबुरीत वाढ म्हणजेच शेअर्स स्वतःजवळ ठेवण्याच्या कालावधीत एक वर्षाहून अधिक वाढ केल्यास गुंतवणुकीतील परतावा खूपच जास्त वाढतो, हे कसे ते आपण आता समजावून घेऊ.

एक वर्षाहून अधिक काळ शेअर्स जवळ ठेवण्याचा धीर दाखवल्यास परताव्यावर त्याचा काय परिणाम होतो?

आपण या ठिकाणी 'सबुरी प्रीमिअम' या संकल्पनेची ओळख करून घेऊ. एखाद्या स्टॉकने किंवा इंडेक्सने निर्माण केलेला कुठल्याही विशिष्ट काळातील वार्षिक परतावा याची तुलना त्याच स्टॉकने अथवा इंडेक्सने एक वर्षाहून अधिक काळ तो जवळ ठेवल्यामुळे मिळालेल्या परताव्याशी केली तर त्यातला फरक म्हणजे हा सबुरी प्रीमिअम होय. या सबुरी प्रीमिअमचे मूल्य 'धन' संख्येत असेल तर तो स्टॉक जवळ ठेवण्याचा काळ दीर्घ असणार, त्यामुळे त्यापासून गुंतवणूकदाराला मिळणारा परतावाही अधिक उच्च असणार. उदाहरणार्थ, पाच वर्षे स्टॉक जवळ ठेवून देण्याने दहा टक्के वार्षिक परतावा मिळत असेल तर 1 वर्ष स्टॉक जवळ ठेवल्याने हा वार्षिक परतावा 7 टक्के मिळतो. अशा वेळेस सबुरी प्रीमिअम तीन टक्के आहे असे म्हटले पाहिजे. (10 टक्के वजा 7 टक्के). आमचे विश्लेषण दर्शवते की तुमचा जवळ ठेवण्याचा काळ 3 वर्षांपासून 10 वर्षांपर्यंत वाढवता तेव्हा एकूण पाहाता सबुरी प्रीमियम हा भरीव असतो. (पुढील सारणी पाहा).

सारणी 57 : सेन्सेक्ससाठी मिडियन इक्विटी परतावा हा दहा वर्षांहून अधिक परिघासाठी सर्वोच्च असतो.

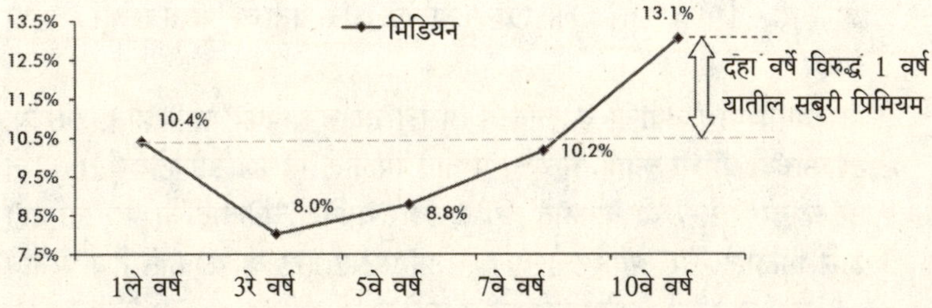

स्रोत : ब्लुमबर्ग, अंबित कॅपिटल.

टीप : या ठिकाणी लक्षात घेतलेला अवधी जानेवारी 1991 ते फेब्रुवारी 2017 हा आहे. गुंतवणुकीचे अवधी हे रोलिंगच्या आधारावर मोजले आहेत. उदाहरणार्थ, एकवर्षीय परताव्याचे मिडियन हे 1311 एकवर्षीय परतावे लक्षात घेऊन काढलेले असेल. आणि यात 01/1/1991 ते 01/01/1992; 08/01/1991 ते 08/01/1992 अशा प्रकारचे अषवर्तन होत राहील.

वरील सारणीअनुसार, मागील 26 वर्षांच्या काळात एक वर्षाच्या गुंतवणूक कालावधीशी तुलना करता तीन आणि पाच वर्षे या कालावधीसाठी सेन्सेक्सला 'सबुरीचा प्रीमिअम नव्हताच. म्हणजेच, जे गुंतवणूकदार पाच वर्षे धीराने थांबले त्यांना एकच वर्ष थांबलेल्या गुंतवणूकदारांपेक्षा त्या पटीत जास्त परताव्याचे बक्षीस मिळाले नाही.

पण मग याचा अर्थ असा आहे का की जोवर सेन्सेक्स गुंतवणूकदाराचे गुंतवणुकीचे क्षितिज पाच वर्षांहून कमी आहे तोवर त्यास या धीर धरण्याचा काहीच फायदा होत नाही? नाही, ते तसे नाही. शेअर जवळ ठेवण्याचा काळ जसजसा एका वर्षापासून तीन आणि पाच वर्षांपर्यंत वाढतो तशी परतावा मिळण्याविषयीची चंचलता (आणि म्हणूनच जोखीम) बऱ्यापैकी कमी होते हे पुढील मुद्द्यांनी स्पष्ट करून दाखवले आहे :

- एक वर्षाच्या गुंतवणूक कालावधीत इक्विटीच्या परताव्याची व्याप्ती सर्वाधिक आहे. म्हणजे एप्रिल 1991 ते एप्रिल 1992 या काळात 256 टक्क्यांचा कळस गाठला गेला आणि डिसेंबर 2007 ते डिसेंबर 2008 या काळात –56 टक्के असा तो गर्तेतही गेला. म्हणजेच एक वर्षांचा गुंतवणूक कालावधी म्हणजे जत्रेतल्या पाळण्यात बसून केलेला गरगरता प्रवास होतो.

- इक्विटीच्या परताव्याची ही भली मोठी व्याप्ती तीन वर्षांच्या गुंतवणूक कालावधीत कमी होते. म्हणजे जानेवारी 1991ला झालेल्या 62 टक्क्यांच्या कळसावरून (वार्षिक चक्रवाढीचा परतावा दराने) तो तीन वर्षांनी म्हणजे जानेवारी, 1994 ला- 18 टक्के (वार्षिक चक्रवाढीचा परतावा दर) असा झाला.
- ही व्याप्ती पाच वर्षांचा कालावधी असेल तर बऱ्यापैकी कमी होते. 90च्या दशकाच्या प्रारंभी काही अत्युच्च परतावे मिळाले म्हणजे ऑक्टोबर 2002 ते ऑक्टोबर 2007 या काळात ते 47 टक्के (वार्षिक चक्रवाढीचा परतावा दर) असे मिळाले. तर ऑगस्ट 1997 ते ऑगस्ट 2002 या काळात तेच परतावे −8 टक्के असे गर्तेत कोसळलेलेही दिसले.
- सात वर्षांच्या रोलिंग काळात परताव्याच्या चंचलतेची व्याप्ती अजूनही कमी होते. ऑक्टोबर 2002 ते ऑक्टोबर 2009 या काळातील अत्युच्च परतावा 29 टक्के मिळाला तर सर्वांत कमी असा तो −7 टक्के सप्टेंबर 1994 ते सप्टेंबर, 2001 या काळात मिळाला.
- दहा वर्षांच्या रोलिंग काळात परताव्यातील दरी खूपच कमी होती. यातील सर्वांत कमी परतावा (वार्षिक चक्रवाढीच्या दराने) −3 टक्के हा एप्रिल 1992 ते एप्रिल 2002 असा होता. तर मे 2003 ते एप्रिल 2013 या काळातील सर्वोच्च परतावा 21 टक्के (वार्षिक चक्रवाढीच्या दराने) होता. दहा वर्षांचा रोलिंग काळ हा अवधी अत्युच्च मिडियन (मध्यभागीच्या) परताव्याचा काळ होता कारण तेव्हा 13.1 टक्के असा परतावा मिळाला.

जसजसा काळ जातो तसतशी परताव्यातील चंचलता वाढत असेल तर तो स्टॉक खूप जोखमीचा म्हटले पाहिजे. उदाहरणार्थ, सरकारी बाँड 8 टक्के वार्षिक परतावा देतो परंतु एखाद्या नोंदणीकृत कंपनीचा शेअरही 8 टक्के वार्षिक परतावा देत असेल तर मग तो सरकारी बाँडच्या तुलनेने जोखमीचा असतो. कारण सरकारी बाँड निश्चितपणे 8 टक्के परतावा दरवर्षी देणारच आहे, त्यात काहीच चंचलता नाही तर कंपनीचा शेअरही तोच परतावा देत असेल तर मात्र घेतलेली ती जोखीम खूप अधिक होते. संख्याशास्त्रज्ञ ज्यास स्टँडर्ड डेव्हिएशन म्हणतात ते हीच चंचलता उर्फ जोखीम मोजण्याचे माप असते. एखाद्या ॲसेटच्या परताव्याची संभाव्यता ते जोखते. खाली दिलेल्या सारणीअनुसार मागील सव्वीस वर्षांच्या काळात सेन्सेक्सच्या दृष्टीने पाहाता एक वर्षाच्या गुंतवणुकीतील जोखमीचे प्रमाण हे पाच वर्षांच्या गुंतवणूक काळाहून तीन ते चार पट अधिक असते आणि दहा वर्षांच्या गुंतवणूक काळाहून ते 6 पट अधिक असते.

सारणी 58 : बीएसई सेन्सेक्सचा एक वर्षीय गुंतवणुकीचा परीघ हा सर्वाधिक जोखमीचा असून दहा वर्षीय परिघाहून ही जोखमीची पातळी सहा पट आहे.

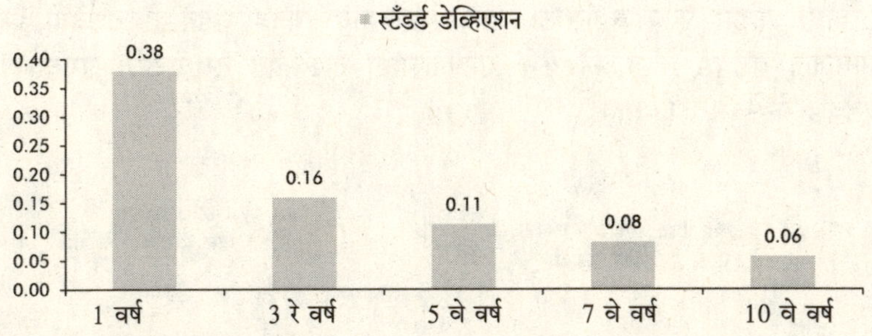

स्रोत : ब्लुमबर्ग, अंबित कॅपिटल.

टीप : या ठिकाणी लक्षात घेतलेला अवधी जानेवारी 1991 ते फेब्रुवारी 2017 हा आहे. गुंतवणुकीचे अवधी हे रोलिंगच्या आधारावर मोजले आहेत. उदाहरणार्थ, एकवर्षीय परताव्याचे मिडियन हे 1311 एकवर्षीय परतावे लक्षात घेऊन काढलेले असेल आणि यात 01/1/1991 ते 01/01/1992; 08/01/1991 ते 08/01/1992 अशा प्रकारचे अषवर्तन होत राहील.

मग ज्या गुंतवणूकदारांना जोखीम कमी करून इक्विटीतून मिळणारा आपला परतावा जास्तीतजास्त व्हावा अशी इच्छा आहे त्यांनी यातून काय अर्थ काढावा? खाली दिलेल्या सारणीत या प्रकरणात चर्चा केलेल्या सर्व विश्लेषणाचे सार एकाच ग्राफमध्ये मांडले आहे. संपत्ती वाढवायची झाल्यास उत्तम मार्ग आहे तो या सारणीच्या तळातल्या उजव्या कोपऱ्यात राहण्यात म्हणजेच कमी जोखमीसह उच्च परतावा हा आहे. त्याउलट संपत्ती वाढवण्याचा सगळ्यात धोक्याचा मार्ग हा या सारणीच्या वरच्या डाव्या कोपऱ्यातला म्हणजेच उच्च जोखमीसह कमी परतावा हा आहे. सेन्सेक्सने दिलेला मागील सव्वीस वर्षांच्या परताव्यावरून कळते की जसजसा गुंतवणुकीचा काळ एका वर्षापासून दहा वर्षांपर्यंतचा असतो तेव्हा गुंतवणूकदारांचे स्थान डावीकडील वरच्या कोपर्यावरून उजवीकडील खालच्या सुरक्षित कोपऱ्याकडे येते.

सारणी 59 : जसजसा शेअर्स जवळ ठेवण्याचा काळ वाढतो तसतसा सेन्सेक्ससाठी जोखीम विरुद्ध परतावा यांचा मेळ सुधारतो. (बुडबुड्याचा आकार शेअर्स जवळ ठेवण्याचा काळ दर्शवतो. टिंबाटिंबाच्या सीमारेषा काढलेला बुडबुडा 10 वर्षांचे सरकारी बाँड्स एका वर्षासाठी जवळ ठेवल्यावर काय घडते ते दर्शवतो. न रंगवलेले बुडबुडे हे कॉफी कॅन पोर्टफोलिओ दर्शवतात तर एकरंगी रंगवलेले बुडबुडे सेन्सेक्स दर्शवतात.)

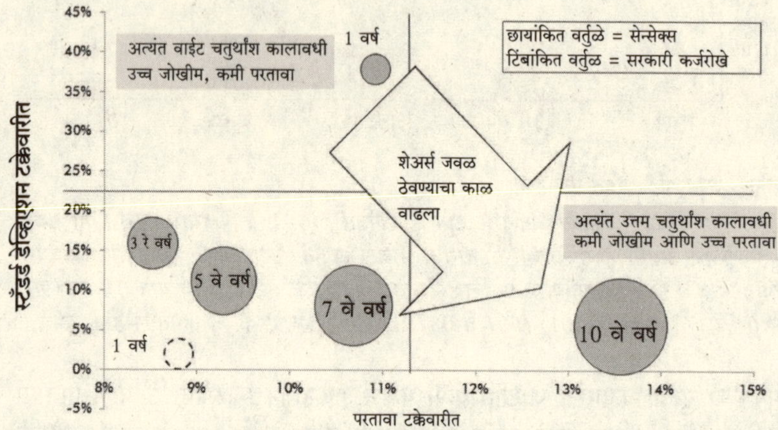

स्रोत : ब्लुमबर्ग, अंबित कॅपिटल.

टीप : या ठिकाणी लक्षात घेतलेला अवधी जानेवारी 1991 ते फेब्रुवारी 2017 हा आहे. गुंतवणुकीचे अवधी हे रोलिंगच्या आधारावर मोजले आहेत. उदाहरणार्थ, एकवर्षीय परताव्याचे मिडियन हे 1311 एकवर्षीय परतावे लक्षात घेऊन काढलेले असेल. आणि यात 01/1/1991 ते 01/01/1992; 08/01/1991 ते 08/01/1992 अशा प्रकारचे अषवर्तन होत राहील.

गुणवत्ता प्रीमिअमला सबुरी प्रीमिअमशी कसे जुळवावे?

आपण गृहीत धरू या की एखाद्या स्टॉकची गुणवत्ता ही त्याच्या परताव्याच्या दर्जानुसार असते. ती निकोप आणि सातत्य राखणारी अशी असावी किंवा सातत्याने चांगलीच असावी. ती दुर्बळ आणि सातत्यहीन अशी नसावी. स्टॉक पोर्टफोलिओची गुणवत्ता वाढवल्याने त्याच्या कामगिरीवर विविध कालावधींसाठी कसा परिणाम होतो हे समजून घेण्यासाठी आम्ही वर केलेल्या विश्लेषणाचा पुन्हा एकदा आढावा घेतला. आणि सेन्सेक्स परताव्यांच्या जागी कॉफी कॅन पोर्टफोलिओच्या 2000 ते 2016 या काळातील सतरा आवृत्त्या ठेवल्या.[1]

1 यात आम्ही 2017चा कॉफी कॅन पोर्टफोलिओ ठेवला नाही. कारण या पुस्तकाच्या हस्तलिखिताला अंतिम स्वरूप दिले गेले तेव्हा तो निर्माण होऊन केवळ तीनच महिने झाले होते.

या ठिकाणी आम्ही 'गुणवत्ता प्रीमिअम' या नव्या संकल्पनेची ओळख करून देतो. या संकल्पनेची व्याख्या अशी : एखाद्या स्टॉकने किंवा पोर्टफोलिओने विशिष्ट कालावधीत निर्माण केलेला वार्षिक परतावा आणि बेंचमार्क इंडेक्सने (उदा., सेन्सेक्सने) विशिष्ट कालावधींत निर्माण केलेल्या वार्षिक परतावा यांच्यातील फरक म्हणजे गुणवत्ता प्रीमिअम. या गुणवत्ता प्रीमिअमचे मूल्य धन संख्येत असेल तर याचा अर्थ असा होतो की स्टॉक पोर्टफोलिओची गुणवत्ता वाढवली तर समान कालावधीसाठी गुंतवणूक ठेवूनही परतावा वाढतो. त्यामुळे उदाहरणार्थ, रक्षित नामक व्यक्तीचा पोर्टफोलिओ समजा, 17 टक्के परतावा दहा वर्षांच्या काळात देत असेल आणि त्याच दहा वर्षांच्या काळात सेन्सेक्स 13 टक्के परतावा देत असेल तर रक्षितच्या पोर्टफोलिओचा गुणवत्ता प्रीमिअम 4 टक्के (17 टक्के वजा 13 टक्के) असतो.

सेन्सेक्सचा मागील सव्वीस वर्षांचा परतावा आणि 2000 सालपासून कॉफी कॅन पोर्टफोलिओने निर्माण केलेला परतावा याविषयीच्या आमच्या अभ्यासातून काही खूपच लक्षवेधी निष्कर्ष निघाले आहेत. ते आम्ही सारांशरूपात खाली दिले आहेत.

निरीक्षण क्र. १ : शेअर जवळ ठेवण्याचा कालावधी जेवढा कमी तेवढा गुणवत्ता प्रीमिअम जास्त

हे निरीक्षण सर्वसामान्य अपेक्षेच्या विपरीत आहे. गंमत म्हणजे हे राहुल द्रविड आणि विरेंदर सेहवाग या क्रिकेटमधील दोन महान विभूतींच्या विविध क्रिकेट प्रकारांतील बॅटिंगच्या सरासरीशी जुळणारे आहे – द्रविड हा बचावात्मक बॅट्समन म्हणून महान असून त्याची बॅटिंगशैली ही विनाकष्ट असण्याऐवजी कष्टसाध्य आहे त्यात जराही दिखाऊपणा नसून कसोटी सामन्यासाठी म्हणजे 5 दिवसीय क्रिकेटसाठी हा गुण महत्त्वाचा ठरतो. तर या उलट सेहवाग हा आक्रमक बॅट्समन असून तो कल्पनेपलीकडील जोखीम घेत समोर आलेला प्रत्येकच चेंडू सीमापार फटकवायचा प्रयत्न करत असतो – हे त्याचे वैशिष्ट्य एकदिवसीय आंतरराष्ट्रीय (50 ओव्हर्सच्या) सामन्यांसाठी आणि टी 20 आंतरराष्ट्रीय (20 ओव्हर्सच्या) सामन्यांसाठी उत्तम आहे. द्रविड हा धावा गोळा करणारा 'संग्राहक' मानला जातो तर सेहवाग हा भरपूर धावा जमा करणारा 'पटाईत' मानला जातो. तथापि, खालील सारणीत एक लक्षवेधी तुलना दिसून येते. द्रविडने सेहवागहून क्रिकेटच्या प्रत्येक प्रकारातच उत्तम कामगिरी केली आहे (हे त्याच्या बॅटिंगच्या सरासरीवरून दिसून येते.) ही कामगिरी टी 20 मध्ये खूप जास्त आहे तर 5 दिवसीय टेस्ट क्रिकेटमध्ये कमी आहे.

सारणी 60 : सर्व प्रकारच्या क्रिकेट सामन्यांत राहुल द्रविड याची बॅटिंगची सरासरी विरेंद्र सेहवागपेक्षा अधिक आहे.

	T20	ओडीआय	टेस्ट
राहुल द्रविड	31	39	52
विरेंद्र सहवाग	22	35	49
द्रविडची सेहवागहून अधिक कामगिरी	**41%**	**11%**	**6%**

स्रोत : *Cricbuzz.com*

स्वर्गवासी पीटर रोबक हे क्रिकेटवर लिहिणारे जगातील एक महान लेखक होते. त्यांनी लिहिले आहे की, द्रविडचा खेळ अगदी साधा असून तो सरळसोट आखलेला आहे. पॅव्हिलियनमध्ये बसून धावा कशा काढणार म्हणूनच तो खेळायला बाहेर पडला तरी त्याच वेळेस विकेट जाऊ नये म्हणूनही दक्षता घेतो. आश्चर्याची गोष्ट म्हणजे बऱ्याच बॅट्समनच्या डोक्यात हा विचारच येत नाही. हा त्रास सहन करणारे कित्येक प्रशिक्षक तुम्हाला ते सांगतील. मायकेल लेविल यांचे 'मनीबॉल : द आर्ट ऑफ विनिंग ॲन अनफेअर गेम' नावाचे सुप्रसिद्ध पुस्तक आहे. त्याचाच नंतर ब्रॅड पिटने अभिनीत चित्रपट बनला. त्यात अमेरिकेतील 'मेजर लिग बेसबॉल'मधील राहुल द्रविडसारख्या लोकांवर प्रकाश टाकला आहे.

आपण शेअर बाजाराचा विचार करतो तेव्हा अंतःप्रेरणेने आपल्याला जाणवते की गुंतवणुकीचा काळ जेवढा छोटा तेवढी अंदाजावर आधारित सट्टासदृश गुंतवणूक केली जाते, यात चांगला परतावा मिळवण्यासाठी गुंतवणूकदारांना कंपनीच्या दर्जाचा फारसा विचार करायचा नसतो. परंतु गुंतवणूक काळ जेवढा मोठा असतो तेव्हा गुंतवणूकदारांना चांगला परतावा हवा असल्यास उच्च दर्जाच्या कंपन्यांत पैसे गुंतवावे लागतात हे कुणालाही सहजच कळेल. तथापि खालील चार्टमध्ये दिसते की कॉफी कॅन पोर्टफोलिओसाठी गुंतवणुकीच्या सर्वच कालावधींसाठी गुणवत्ता प्रीमिअम अस्तित्वात असतो. कमी काळासाठी (3 ते 5 वर्षांसाठी) गुणवत्ता प्रीमिअमचा आकार जास्त असतो तर तुलनेने तो दीर्घ काळासाठी (सात ते दहा वर्षांसाठी) कमी असतो. त्यामुळे एखादा गुंतवणूकदार त्याच्या पोर्टफोलिओचा दर्जा वाढवून उत्तम कामगिरी करण्याची शक्यता कमी काळासाठी (दीर्घ काळाची तुलना करता) जास्त असते.

सारणी 61 : गुणवत्ता प्रीमिअम (कॉफी कॅन पोर्टफोलिओ मिडियन परतावा वजा सेन्सेक्स मिडियन परतावा) हा गुंतवणुकीच्या सर्वच कालावधींसाठी असतो.

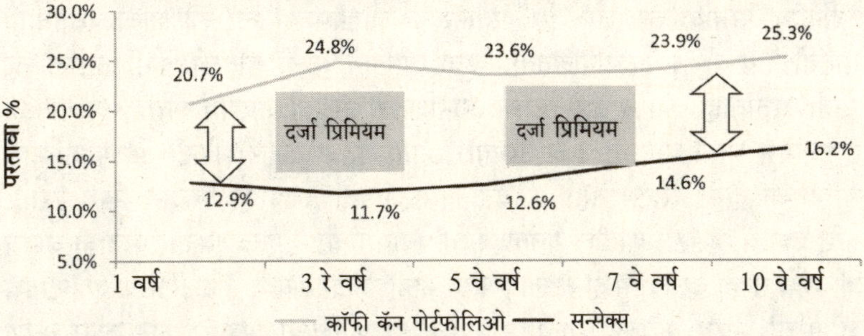

स्रोत : ब्लुमबर्ग, अंबित कॅपिटल.

टीप : या ठिकाणी लक्षात घेतलेला अवधी जुलै 2000 ते जून 2017 हा आहे. गुंतवणुकीचे अवधी हे साप्ताहिक रोलिंगवर मोजले आहेत. उदाहरणार्थ, मिडियन (मध्यावरील) एकवर्षीय परतावा हा 6008 एकवर्षीय परतावे लक्षात घेऊन काढलेल्या मिडियन परताव्यांचा मिडियन (मधला) परतावा असेल. (सर्व कॉफी कॅन आवृत्त्यांसाठी) आणि यात 01/01/2001 ते 01/01/2002; 08/01/2001 ते 08/01/2002 अशा प्रकारचे अषवर्तन होत राहाते. या प्रकरणाच्या दुसऱ्या सारणीत दाखवलेल्या सेन्सेक्सच्या परताव्यांहून या सारणीतले सेन्सेक्सचे परतावे थोडेसे वेगळे आहेत कारण विभिन्न कालावधी लक्षात घेतले आहेत.

हे असे का घडते? कॉफी कॅन पोर्टफोलिओ तीन वर्षे आणि पाच वर्षे या कालावधीत सेन्सेक्सहून इतका उत्तम कामगिरी कशी करतो? लक्षात ठेवा, शेअर्स जवळ ठेवण्याचा कालावधी कमी असल्यास सेन्सेक्सचा परतावा अधिक चंचलता दाखवतो तर शेअर्स जवळ ठेवण्याचा कालावधी जास्त असला तर सेन्सेक्सच्या परताव्यातील चंचलता भरीवपणे कमी होते. कॉफी कॅन पोर्टफोलिओतील कंपन्या या उद्योगजगतातील 'राहुल द्रविड' असतात– दुर्मीळ, निश्चयी आणि स्पर्धकांपेक्षा अधिक चांगली कामगिरी करण्यास किंवा स्पर्धात्मक लाभ मिळवण्यास सदैव तत्पर अशा असतात त्या. परिणामतः कॉफी कॅन पोर्टफोलिओ हे तीन किंवा पाच वर्षांच्या कालावधीसाठीदेखील कमी चंचलतेने निकोप परतावा आपल्याला देतात. मुळात या कॉफी कॅन पोर्टफोलिओतील कंपन्यांची कामगिरी मुळातच एकसलग असते त्याचा त्यांना सेन्सेक्सवर मात करण्यासाठी फायदा होतो. राहुल द्रविड आणि या सीसीपी (कॉफी कॅन पोर्टफोलिओ) कंपन्यांच्या बाबतीत म्हणायचे तर ''जेव्हा परिस्थिती साहसी असते तेव्हा साहसी लोकच तिला तोंड देऊ शकतात.''

निरीक्षण क्र. २ : उच्च दर्जाचा पोर्टफोलिओ खूप दीर्घ काळ जवळ ठेवला तर तो कमीतकमी जोखमीसह अत्युच्च परतावा देतो

'जोखीम-परतावा'च्या ज्ञात सिद्धान्तानुसार 'जोखीम वाढली की भावी परतावाही वाढतो.' याचा अर्थ अनिश्चितता किंवा जोखीम यांची पातळी कमी असेल तर भावी परतावाही कमीच असतो पण अनिश्चितता अथवा जोखीम यांची उच्च पातळी असल्यास भावी परतावा उच्च असतो. आता गुंतवणूकदार इक्विटी आणि सरकारी बाँड्स या दोन ॲसेट्स वर्गात निवड करत असतो तेव्हा हा सिद्धान्त खरा ठरतो. परंतु एकाच ॲसेट श्रेणीतील गुंतवणुकीचे पर्याय निवडून गुंतवणूकदार परतावा वाढवू इच्छितो तेव्हा वरील सिद्धान्त लागू पडत नाही. उदाहरणार्थ, इक्विटीतल्या इक्विटीतच शेअर्सची निवड करायचे झाल्यास त्यांचा पोर्टफोलिओ अशा प्रकारे तयार करणे शक्य आहे ज्यायोगे जोखीम कमी करून परतावा वाढेल.

खालच्या सारणीत सीसीपी (कॉफी कॅन पोर्टफोलिओ)पासून मिळालेल्या विविध काळांतील परताव्यांची तुलना केली आहे. (स्टँडर्ड डेव्हिएशन पद्धतीने हे परतावे मोजले आहेत.) त्यातून दिसून येते की सीसीपी आपण जितका जास्त काळ जवळ ठेवू तेवढी परताव्यांची चंचलता (चढउतार) कमी होते.

सारणी 62 : कॉफी कॅन पोर्टफोलिओशी जोडली गेलेली चंचलता ही जसजसा शेअर्स जवळ ठेवण्याचा कालावधी वाढतो तसतशी कमी होते.

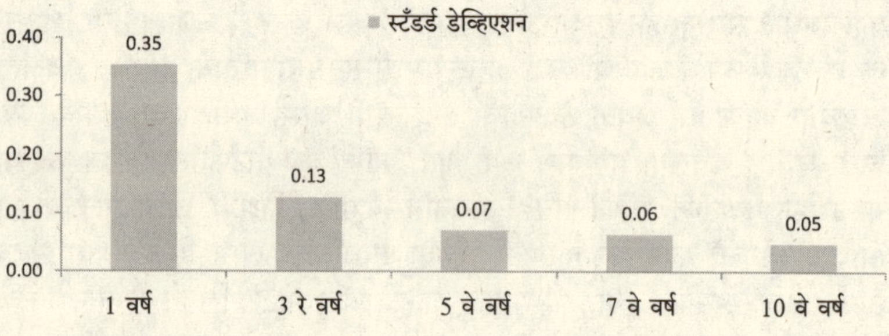

स्रोत : ब्लुमबर्ग, अंबित कॅपिटल.

टीप : या ठिकाणी लक्षात घेतलेला अवधी जुलै 2000 ते जून 2017 हा आहे. गुंतवणुकीचे अवधी हे साप्ताहिक रोलिंगवर मोजले आहेत. उदाहरणार्थ, एकवर्षीय परताव्याचे स्टँडर्ड डेव्हिएशन हे 6008 एकवर्षीय परतावे लक्षात घेऊन काढलेले असेल. (सर्व कॉफी कॅन आवृत्त्यांसाठी) आणि यात 01/7/2000 ते 01/07/2001, 08/07/2000 ते 08/07/2001 अशा प्रकारचे अषवर्तन होत राहील.

याची ताकद काय आहे ते पाहाण्यासाठी आम्ही आणखी एक सारणी तयार केली आहे, त्यातून समजते की जोखीम-परतावा यांचा संगम वेळेगणिक कसा साधला जातो ते. या वेळेस सेन्सेक्स आणि 10 वर्षीय सरकारी बाँड्सकडून मिळालेल्या परताव्यासोबतच आम्ही कॉफी कॅन परताव्याचा परतावाही दाखवला आहे.

सारणी 63 : कॉफी कॅन पोर्टफोलिओपाशी जोखीम-परतावा यांचा सेन्सेक्सहून अधिक उत्तम संगम झालेला असतो आणि ते सर्वच गुंतवणूक कालावधींसाठी सत्य आहे. (बुडबुड्याच्या आकारावरून किती काळ शेअर्स ठेवले ते कळते. टिंबाटिंबाच्या सीमारेषा काढलेला बुडबुडा 10 वर्षांचे सरकारी बाँड्स एका वर्षासाठी जवळ ठेवल्यावर काय घडते ते दर्शवतो. न रंगवलेले बुडबुडे हे कॉफी कॅन पोर्टफोलिओ दर्शवतात तर एकरंगी रंगवलेले बुडबुडे सेन्सेक्स दर्शवतात.)

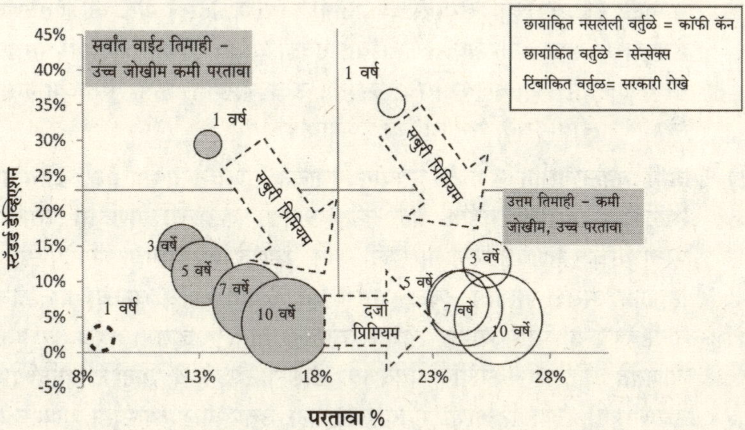

स्रोत : ब्लुमबर्ग, अंबित कॅपिटल.

टीप : या ठिकाणी लक्षात घेतलेला अवधी जुलै 2000 ते जून 2017 हा आहे. गुंतवणुकीचे अवधी हे साप्ताहिक रोलिंगवर मोजले आहेत. उदाहरणार्थ, मिडियन (मध्यावरील) एकवर्षीय परतावा हा 6008 एकवर्षीय परतावे लक्षात घेऊन काढलेल्या मिडियन परताव्यांचा मिडियन (मधला) परतावा असेल. (सर्व कॉफी कॅन आवृत्त्यांसाठी) आणि यात 01/7/2000 ते 01/07/2001, 08/07/2000 ते 08/07/2001 अशा प्रकारचे अषवर्तन होत राहते.

या चार्टचा महत्त्वाचा संदेश हाच आहे की सेन्सेक्स आणि कॉफी कॅन पोर्टफोलिओ हे अधिक चांगले परतावे (आणि कमी चंचलता) देत असले तरी कॉफी कॅन पोर्टफोलिओ अधिक काळ ठेवला तर तो सेन्सेक्सला मोठ्याच फरकाने मात देतो. (कारण त्याचा परतावा कमी चंचलतेसह खूप जास्त असतो.) ज्या गुंतवणूकदाराला सबुरी आणि उच्च दर्जाच्या पोर्टफोलिओची उभारणी जमते त्यांना गुंतवणूकदेवता

प्रसन्न होते आणि कमी चंचलतेसह अद्वितीय परताव्याचे फळ मिळते. कॉफी कॅन पोर्टफोलिओचे हेच खरे मर्म आहे.

या प्रकरणात शिकलेल्या तीन महत्त्वाच्या गोष्टी :

1) **सबुरी किंवा चिकाटी हाच इक्विटीतील गुंतवणुकीत प्रीमिअम मिळवून देतो :** तोट्याकडे बघण्याचा 'लघुदृष्टीयुक्त तिटकारा' (मायोपिक लॉस ॲव्हर्जन) या वर्तनात्मक संकल्पनेची व्याख्या श्लोमो बेनात्र्झी आणि रिचर्ड थेलर यांनी अशी केली आहे की ज्या गुंतवणूकदारांना वर्षभर थांबण्याचाही धीर नसतो म्हणजे ते आपल्याकडचे विशिष्ट कंपनीचे शेअर्स एक वर्षाहूनही कमी काळ ठेवतात त्यांना असेच वाटत असते की, लोक बरेचदा इक्विटी शेअर बाजारात पैसे घालवतात. वर्षाहूनही अधिक काळ स्टॉक जवळ ठेवला असेल तर मागील २६ वर्षांच्या सेन्सेक्सच्या अनुभवावरून दिसून येते की गुंतवणूक ठेवण्याचा काळ एक वर्ष ते दहा वर्षे एवढा वाढतो तेव्हा जोखीम-परतावा या गुणांकातील गुंतवणूकदाराची स्थिती 'उच्च जोखीम-कमी परताव्या'पासून 'कमी जोखीम-उच्च परतावा' या टप्प्याकडे येते.

2) **कमी कालावधीत इक्विटी गुंतवणुकीबाबत गुणवत्तेला अधिक प्रीमिअम मिळतो :** आपण गृहीत धरू की एखाद्या शेअरची गुणवत्ता त्याच्या परताव्याच्या गुणवत्तेवरून पारखली जाते. म्हणजे हा परतावा निकोप आणि टिकाऊ असेल तर तो दुर्बळ आणि फार काळ त्याच वरच्या पातळीवर न टिकणाऱ्या परताव्याहून अधिक चांगला मानला जातो. सहज प्रेरणेमुळे जाणवते की अल्पकालीन गुंतवणूक असेल तर तिथे अंदाज वर्तवण्यास उधाण येते, त्या ठिकाणी गुंतवणूकदारांना उत्तम परताव्यासाठी कंपनीच्या गुणवत्तेकडे फार लक्ष देण्याची गरज नसते; परंतु दीर्घावधी हाताशी असल्यास मात्र गुंतवणूकदारांना उत्तम परतावा मिळण्यासाठी उच्च दर्जाच्या कंपन्यांवर अवलंबून राहावे लागते. तथापि, आमच्या विश्लेषणावरून दिसते की कॉफी कॅन पोर्टफोलिओसाठी गुणवत्तेचा प्रीमिअम हा सर्वच काळात लागू असतो. म्हणजे कमी कालावधीसाठी गुणवत्तेचा प्रीमिअम अधिक असतो तर (तीन वर्षे ते पाच वर्षे) तर तो तुलनेने दीर्घावधीसाठी (सात ते दहा वर्षे) कमी असतो. त्यामुळे एखादा गुंतवणूकदार त्याच्या पोर्टफोलिओची गुणवत्ता जेवढी वाढवेल तेवढा त्यास कमी कालावधीसाठीही जास्त परतावा मिळण्याची शक्यता वाढते.

3) **गुणवत्ता प्रीमिअम आणि सबुरी प्रीमिअम यांना एकत्र गुंफताना :** सेन्सेक्स आणि कॉफी कॅन पोर्टफोलिओ हे दोन्हीही (बाजाराची चंचलता कमी

राखून) अधिक चांगले परतावे देतात असे असले तरी जास्त काळ ठेवले तर कॉफी कॅन पोर्टफोलिओ हा सेन्सेक्सलाही मात देतो. (कारण त्याच्या शेअर्सची चंचलता ही सेन्सेक्सपेक्षाही कमीच असते.) ज्या गुंतवणूकदाराला उच्च दर्जाचा पोर्टफोलिओ आणि सबुरी या दोन गोष्टींची एकत्र गुंफण करता येते आणि अशा प्रकारे तो गुंतवणुकीचे पवित्र कर्म करतो त्यास बाजाराच्या कमी चंचलतेची पातळी सहन करावी लागून असामान्य परतावे मिळतात.

प्रकरण ७

सगळ्यांना एकत्र आणताना

''ज्या माणसाने चूक केली असेल आणि चूक केल्याचे कळूनही तो ती दुरुस्त करत नसेल तर याचा अर्थ तो आणखी एक चूक करत आहे.''

–कन्फ्यूशिअस (ख्रिस्तपूर्व ५५१–४७९)

''जोखीम, परतावा आणि किंमत या गुंतवणुकीच्या शाश्वत त्रिकोणाच्या तीन बाजू आहेत हे कधी विसरू नका.''[१]

– जॉन सी. बॉगल, 'व्हेनगार्ड'चे संस्थापक आणि जगातील सर्वांत मोठ्या इंडेक्स फंडचे व्यवस्थापक.

तर आता आपण आपले कथानायक तलवार आणि संघवी यांच्याकडे जाऊ आणि या पुस्तकाच्या आधीच्या प्रकरणांतून मिळालेले ज्ञान त्यांना कसे मदत करते ते पाहू. मुख्यत्वेकरून या पुस्तकात पुढील गोष्टी अधोरेखित केल्या आहेत :

1 जॉन सी. बॉगल यांनी म्यूच्युअल फंडावर 'म्यूच्युअल फंड : न्यू पर्स्पेक्टिव्ह्ज फॉर द इंटेलिजंट इन्व्हेस्टर' हे पुस्तक लिहिले असून प्रकाशक जॉन वायली अँड सन्स यांनी ते 2015 साली प्रकाशित केले आहे.

उच्च दर्जाच्या पोर्टफोलिओमध्ये दीर्घ काळासाठी गुंतवणूक करावी...

↓

. . . उच्च दर्जाच्या स्मॉल कॅप कंपन्यांना अधिक महत्त्व द्यावे.

↓

. . . तसेच आपण फीच्या रूपात जास्त खर्च करत नाही ना ते पाहावे.

↓

. . . स्थावर मालमत्ता आणि सोने अशा गुंतवणूक सापळ्यांमध्ये अडकणे टाळावे.

↓

. . . असे केल्याने भरीव आणि शाश्वत टिकणाऱ्या संपत्तीची निर्मिती होते.

श्री. तलवार : सुरक्षित जीवनासाठी वेगवेगळे आर्थिक तुकडे एकत्र करणे

शनिवारी दुपारी निखिल तलवार यांच्या सोबत त्यांच्या आर्थिक परिस्थितीचे मोजमाप काढण्यास बसले तेव्हा त्यांना एकूण तीन तासांहून जास्त वेळ लागला. या काळात चहाचे बरेच कप घशाखाली गेले आणि बऱ्याच बशा भजीही स्वाहा झाली. जसजशी चर्चा पुढे गेली तसतसे तलवार यांच्या लक्षात आले की अशा प्रकारचा अभ्यास यापूर्वी आपण कधीच केलेला नाही. त्यांना त्यांची ध्येये ढोबळ मानाने माहीत होती. खरे तर ध्येये म्हणण्यापेक्षा त्यात त्यांच्या जबाबदाऱ्याच अधिक होत्या. परंतु त्या कागदावर लिहून काढल्यावर त्यांच्या लक्षात आले की अगदी छोटेसे ध्येय अथवा महत्त्वाकांक्षा यांचीदेखील पैशांच्या रूपात किंमत मोजावी लागते आणि ती आपोआपच पुरी होत नसते. थोडक्यात सांगायचे तर प्रत्येक ध्येयपूर्तीला नियोजन लागतेच.

आर्थिक नियोजनात बरेच घटक असतात परंतु सर्वांत महत्त्वाचा घटक असतो तो म्हणजे पैशाचे त्या त्या काळचे मूल्य. समजा, तुम्हाला गाडी पाच वर्षांनंतर घ्यायची आहे तर आज तिची किंमत दहा लाख असेल तर पाच वर्षांनी तिच्यासाठी तुम्हाला सोळा लाखांहून अधिक रुपये मोजावे लागतील. या ठिकाणी गाडीची किंमत दहा टक्के वर्षाला वाढते असे गृहीत धरले आहे. त्यामुळे तुम्ही गाडी विकत घेण्यासाठी दहा लाख रुपये बाजूला ठेवले असले आणि त्यावर पाच टक्के करपश्चात व्याज (बचत ठेवीतून) मिळवले तर या पाच वर्षांत तुमची घागर 12.8 लाख

रुपयांनी भरेल. म्हणजेच 3.2 लाख रुपये तुम्हाला गाडी घेण्यास कमी पडतील. त्यामुळे आज तुमच्याकडे गाडी घेण्यास हवे तेवढे नेमके पैसे असले तरी तेव्हा ते अपुरे पडण्याची परिस्थिती येऊ शकते.

या समस्येचे मुख्य कारण आहे महागाई. आपण लक्षपूर्वक नियोजन केले नाही तर पुढील काही वर्षांमध्ये ज्या वस्तू आपल्याला विकत घ्यायच्या आहेत त्यांच्या किमती महागाईमुळे वाढणार आहेत, त्या मानाने आपली बचत चक्रवाढीने वाढण्याची क्षमता काही वाढणार नाही. रसायनशास्त्र आपल्याला शिकवते की दोन मूलद्रव्ये एकत्र आल्यावर बनणारे संयुग पूर्णतया वेगळेच असते आणि मूळ मूलद्रव्यांपेक्षा खूप अधिक सामर्थ्यशाली असते. उदाहरणार्थ, कार्बन आणि ऑक्सिजन एकेकटे निरुपद्रवी असतात; परंतु हे दोघे एकत्र येऊन कार्बन मोनॉक्साइड बनतो तेव्हा एवढा विषारी वायू तयार होतो की जुन्या काळी ग्रीक लोक मृत्युदंड देण्यासाठी त्याचा वापर करायचे. त्याच प्रकारे जेव्हा महागाई आणि काळ हे दोन घटक एकत्र येऊन खूप मोठा शत्रू निर्माण करतात आणि त्याचे निवारण करण्यासाठी तेवढीच प्रतिकारक शक्ती लागते.

तलवार यांचा सध्याचा पोर्टफोलिओ असा दिसतो.

सारणी 64 : तलवार यांचा विद्यमान पोर्टफोलिओ

	मालमत्ता	**लाखांमध्ये मूल्य**	**एकूण मालमत्तेचे किती टक्के**
1	घर # 1	250	42.20%
2	घर्र # 2	150	25.30%
3	विकासकांना कर्ज	85	14.40%
4	सोने	60	10.10%
5	बचत ठेवी	25	4.20%
6	विमा रक्कम	12	2%
7	रोकड	5	0.80%
8	शेअर्स	5	0.80%
	एकूण मालमत्ता	**592**	**100.00%**

स्रोत : अंबित कॅपिटल.

तलवार यांचा पोर्टफोलिओ मुख्यत्वेकरून स्थावर मालमत्तेत गुंतला आहे कारण त्यांच्याकडे दोन घरे आहेत. त्यातील एका घरात ते राहतात आणि दुसरे घर अजून बांधून पूर्ण झाले नाही. परंतु त्या घराचा विकसक पैशाच्या बाबतीत हात वर करून मोकळा झाला आहे. तलवार यांची केवळ सात टक्के रक्कम ही आर्थिक इन्स्ट्रुमेंट्समध्ये गुंतवलेली आहे आणि दहा टक्के सोन्यात गुंतवली आहे. गुंतवणुकीचा हा प्रकार दुर्दैवाने भारतात खूपच जास्त आढळून येतो. हाउसिंग फायनान्स कमिटीच्या 2017च्या अहवालानुसार भारतीय लोक त्यांची 77 टक्के मालमत्ता स्थावर जमिनीत गुंतवतात आणि 11 टक्के सोन्यात गुंतवतात. कुटुंबाच्या मालकीची केवळ पाच टक्के मालमत्ता शेअर्स आदी आर्थिक इन्स्ट्रुमेंट्समध्ये गुंतलेली असते.

ध्येये :

आपल्या सर्वांचीच काही ध्येये असतात. त्यातील काही ध्येये वैयक्तिक असतात तर काही कुटुंबाची असतात. यातील जवळजवळ प्रत्येकच ध्येयाची आर्थिक किंमत असते. ही आर्थिक किंमत चुकवण्याची आपली क्षमता हाच मनःशांती आणि सुख यांचा पाया ठरतो.

आपली ध्येये तीन विभागांत विभागली जाऊ शकतात[1] :

या ठिकाणची कल्पना अशी की त्या त्या व्यक्तीची संपत्ती आणि उत्पन्नपातळी यांच्यावर त्यांची ध्येये कुठल्या श्रेणीत घ्यायची ते ठरते.

1. **सुरक्षितता :** ही ध्येये अत्यंत महत्त्वाची असून त्यांच्यामुळे आपल्याला चिंतेपासून मुक्ती मिळते.
2. **स्थैर्य :** सुरक्षिततेसंबंधित ध्येयांएवढी ही ध्येये महत्त्वाची नसली तरी आपण आपल्या इच्छेअनुसार जीवनशैली जगू शकतो याची ते शाश्वती देतात.
3. **महत्त्वाकांक्षा :** ही ध्येये अगदी अत्यावश्यक नसतील परंतु आपली संपत्ती वरच्या दिशेला नेण्यास मदत करतात आणि आपल्या सामाजिक वर्तुळात आपल्याला विशिष्ट दर्जा बहाल करतात.

निखिलनी वरील विभागणीचा वापर केला आणि तलवार यांना त्यांची ध्येये व्यवस्थित मांडण्यास मदत केली. हीच मांडणी सारणी 65 मध्ये दर्शवली आहे.

---

1 या ठिकाणी आपल्या रचनेवर अश्विन बी. छाब्रिया यांच्या उत्कृष्ट पुस्तकाचा परिणाम झाला आहे. पुस्तकाचे नाव आहे द 'एस्पायरॅशनल इन्व्हेस्टर : इन्व्हेस्टिंग इन द पर्स्युट ऑफ वेल्थ अँड हॅपिनेस' – प्रकाशन 2015

सारणी 65 : तलवार यांची ध्येये पुढील तीन श्रेणींमध्ये विभागली आहेत.

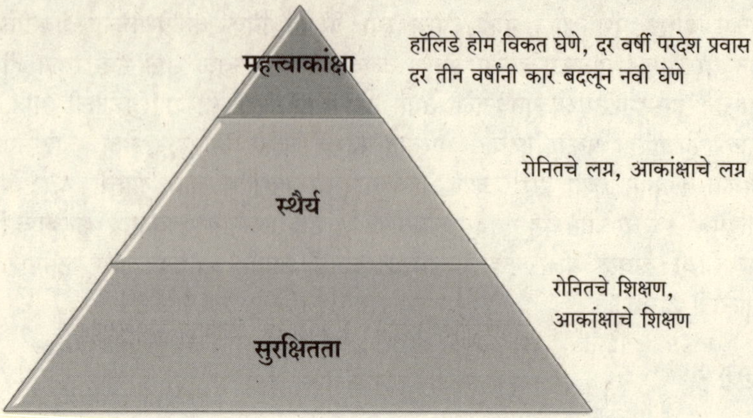

स्रोत : अंबित कॅपिटल.

तलवार यांच्या अत्यंत महत्त्वाच्या गरजा आहेत त्या म्हणजे त्यांच्या मुलांची शिक्षणे (सुरक्षितता) आणि त्या पाठोपाठ त्यांचे विवाह (स्थैर्य). तथापि, त्याच्या जोडीला तलवार यांची काही आक्रमक ध्येयेही आहेत (महत्त्वाकांक्षा). खासकरून, त्यांना निवृत्तीच्या आधी मसुरी येथे हॉलिडे होम विकत घ्यायचे आहे. आपल्या कुटुंबाला दरवर्षी परदेशवारीला न्यायचे आहे आणि दर तीन वर्षांनी नवीन गाडी घ्यायची आहे. त्यांच्या पुढील जीवनकाळात जे पैसे मिळणे अपेक्षित आहे त्यातून ही ध्येये पूर्ण होणे वास्तवात शक्य नाही.

सध्या तलवार यांचे वय पन्नास आहे आणि लॉटरी लागली नाही तर त्यांच्याकडे उत्पन्नाचे एकच साधन आहे- तो म्हणजे त्यांचा पगार. एक-दोन वेळा बढत्या आणि काही चांगल्या वर्षी मिळालेले बोनस हीच त्यांची उरलेल्या नोकरीतील कमाई असेल; परंतु ज्यावर विसंबून राहावे असे त्यांच्याकडे अन्य काहीही नाही. हा सगळा पैसा साधारणपणे ठरावीकच असल्याने त्यांच्या आर्थिक नियोजनामध्ये बदल होऊ शकणारा एकच घटक आहे तो म्हणजे त्यांच्या गुंतवणुकीवर मिळणारा परताव्याचा दर.

प्रकरण 1मध्ये स्पष्ट केल्यानुसार त्यांची सर्व ध्येये साध्य करण्यासाठी परताव्याचा दर 21 टक्के एवढा धक्कादायक असायला हवा. या सर्व ध्येयांची आजची प्रत्यक्ष किंमत काय आहे आणि महागाईचा त्यांच्यावर काय परिणाम होईल हे फायनान्शिअल प्लॅनिंग सॉफ्टवेअर वापरून त्यांनी मोजले. उदाहरणार्थ, आकांक्षाचा विवाह. त्यासाठी तलवारांच्या म्हणण्यानुसार आजमितीला 70 लाख रुपये खर्च

येईल परंतु 2024 साली विवाह प्रत्यक्ष होण्याची वेळ येईल तेव्हा खर्च वाढून 1.2 कोटी रुपये झाला असेल.

21 टक्के परताव्याची ही धावसंख्या तलवार यांच्या दृष्टीने कठीण वाटते म्हणजे मागील वर्षांमध्ये त्यांनी जो परतावा मिळवला आहे त्यावरून तर फारच कठीण वाटते. स्थावर मालमत्तेत झालेले नुकसान लक्षात घेतल्यावरती त्यांच्या पोर्टफोलिओने त्यांना 1990 सालापासून म्हणजे ते काम करायला लागल्यापासून वार्षिक परतावा केवळ चार टक्के दिला आहे.

वर्षाला 21 टक्के परतावा मिळेल अशा मार्गाची त्यांना आशा नाही. याचा अर्थ तलवार यांना त्यांच्या महत्त्वाकांक्षेला आवर घालावा लागणार.

सरतेशेवटी, त्यांनी हॉलिडे होम विकत घेण्याचे ध्येय सोडून दिले, परदेशी प्रवासांची वारंवारता तीन वर्षांतून एकदा अशी कमी केली आणि नवीन गाडी विकत घेण्याची वारंवारता पाच वर्षांतून एकदा अशी कमी केली. हे बदल केल्यावर तलवार यांना आवश्यक तो परतावा सोळा टक्के वार्षिक असा साध्य होईल या पातळीवर आला.

तलवार यांची सुधारित ध्येये अशी दिसतात :

सारणी 66 : काही ध्येयांची काटछाट करून तयार झालेली तलवार यांची नवीन ध्येये

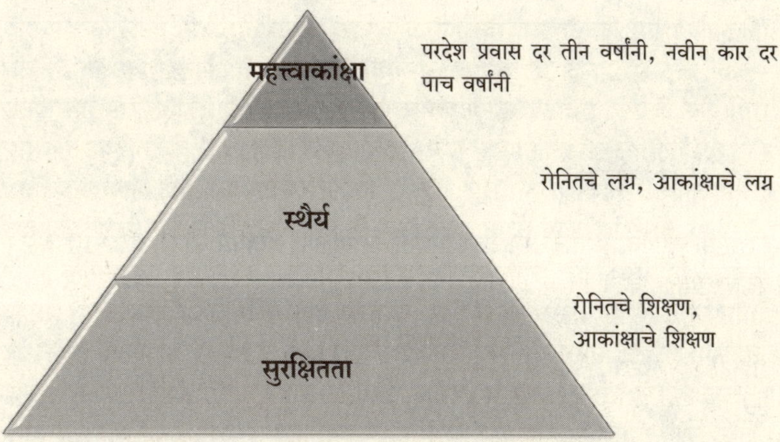

स्रोत : अंबित कॅपिटल. या ठिकाणी आपल्या रचनेवर अश्विन बी. छाब्रिया यांच्या उत्कृष्ट पुस्तकाचा परिणाम झाला आहे. पुस्तकाचे नाव आहे 'द एस्पायरॅशनल इन्व्हेस्टर : इन्व्हेस्टिंग इन द पर्स्युट ऑफ वेल्थ अँड हॅपिनेस' (प्रकाशन 2015).

तलवार यांचे भावी उत्पन्न, खर्च आणि ध्येये यांचा विचार करून निखिलनी तलवार यांचा रोकड रकमेचा प्रवाह कसा वाहता राहील याचीही योजना आखण्यास त्यांना मदत केली. तलवार 2027 साली निवृत्त झाल्यावर त्यांचा रोख रकमेचा प्रवाह खूपच आखडणार होता. कारण त्यांचे उत्पन्न थांबणार होते परंतु सध्याची जीवनशैली कायम अनुभवण्याची त्यांची इच्छा होती त्यानुसार त्यांचे महिन्याचे खर्च तसेच राहणार होते. आणि त्यांनी तसे का करू नये? एवढी वर्षे कष्ट केल्यावर हेच जीवन जगायला मिळावे अशी तलवार यांची माफक अपेक्षा होती. त्यामुळे गुंतवणुकीवर वार्षिक 16% परतावा मिळवण्यासोबतच तलवारांना निवृत्त झाल्यावर पुरेसा रोख रकमेचा प्रवाह मिळत राहील अशा प्रकारे गुंतवणूक करण्याची गरज होती.

सारणी 67 : पुढील काळात तलवारांची निव्वळ संपत्ती किती किमतीची असावी?

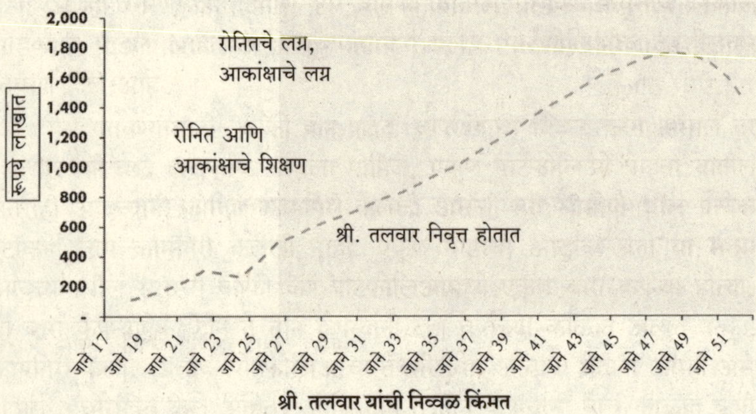

स्रोत : अंबित कॅपिटल

16 टक्के वार्षिक परतावा मिळवण्यासाठी निखिलनी तलवारांसाठी ॲसेट्सचे वाटप पुढील प्रकारे केले :

इक्विटी : 80 टक्के,
डेट 20 टक्के

हे विभाजन केले आहे त्यात इक्विटीतून 18.8 टक्के तर डेटमधून 8 टक्के करपूर्व परतावा मिळेल असे गृहीत धरले आहे. या ॲसेट श्रेणींच्या संगमातून मिळणारा परतावा 16.6 टक्के वार्षिक आहे. ॲसेट्सचे वाटप एकदा का ठरवल्यावर प्रत्येक ॲसेट श्रेणीत काय विकत घ्यायचे त्याविषयी निखिल तलवारांना मदत करू लागले.

इक्विटी वाटप

तलवारांनी इक्विटीत पैसे कसे गुंतवावेत याविषयी निखिलचे विचार अगदी स्पष्ट होते. त्यांनी तलवारांची इक्विटी गुंतवणूक तीन घागरींत विभागली. – लार्ज कॅप्स, मिड कॅप्स आणि स्मॉल कॅप्स.

लार्ज कॅप पोर्टफोलिओ

लार्ज कॅप स्टॉक्स हे कुठल्याही गुंतवणूक पोर्टफोलिओचे पुढारी असतात कारण या सगळ्या समयाच्या कसाला उतरलेल्या कंपन्या असतात. शेअर्सधारकांना परतावा देण्याचे त्यांचे रेकॉर्ड दीर्घ आणि सातत्य राखणारे असते. सहसा या कंपन्या कित्येक दशकांपासून आपल्या आसपास वावरत असतात, त्यांचे व्यवसाय नफ्याचे असून कित्येक विभिन्न आर्थिक चक्रांतून त्या गेलेल्या असतात. या कंपन्यांचा भरभक्कमपणा याचा अर्थ बाजार खूप पडला तरी त्यांच्या शेअर्सच्या किमती (स्मॉल कॅप स्टॉक्सच्या तुलनेने) तेवढ्या वेगाने पडत नाहीत, त्यामुळे पोर्टफोलिओची चंचलता बरीच कमी होते.

लार्ज कॅप स्टॉक्स कुठले घ्यावेत हा जरी 'काळ्या दगडावरील रेघ' असा प्रकार नसला तरी ज्या कंपनीचे मार्केट कॅपिटलायझेशन 20000 कोटी रुपयांहून अधिक असते तिला लार्ज कॅप असे म्हटले जाते. जुलै 2017 मध्ये अशा एकूण 123 लार्ज कॅप कंपन्या भारतीय शेअर बाजारात नोंदणीकृत होत्या.

लार्ज कॅप स्टॉकमध्ये गुंतवणूक करण्यासाठी निखिलनी ईटीएफची निवड केली.

ईटीएफ किंवा एक्स्चेंज ट्रेडेड फंड्स हे विशिष्ट इंडेक्सवर आधारित असे निष्क्रिय फंड असतात. (म्हणजे खास व्यवस्थापक नेमून त्यांनी या फंडांचे सक्रिय व्यवस्थापन करणे अपेक्षित नसते. उदाहरणार्थ, निफ्टी ईटीएफ फंडाच्या पोर्टफोलिओत निफ्टीची नक्कल असते आणि निफ्टीतलेच 50 शेअर्स त्याच प्रमाणात घेतलेले असतात. ईटीएफच्या कामकाजाकडे लक्ष देण्यास भरघोस पगारयुक्त व्यवस्थापक नेमलेले नसतात. हा फंड ट्रेडर्स मंडळीच चालवतात आणि इंडेक्सशी साम्य राहील अशा प्रकारे त्यांना स्टॉक्स विकत घ्यावे लागतात आणि विकावेही लागतात. अशा प्रकारे त्यांच्या ईटीएफची कामगिरी निफ्टीच्या पावलावर पाऊल टाकूनच होते. आपण तिसऱ्या प्रकरणात शिकलो आहोत की लार्ज कॅप म्यूच्युअल फंडांची इंडेक्सच्या वरचढ कामगिरी मागील दशकात जवळजवळ संपुष्टातच आली आहे. त्यामुळे ईटीएफ हेच आता लार्ज कॅप्समध्ये पैसे गुंतवायचे योग्य मार्ग बनले आहेत. या ईटीएफच्या वार्षिक खर्चाचे गुणोत्तर 0.2 टक्के असते आणि तेच सक्रिय व्यवस्थापित फंडांचे 2 ते 2.25 टक्के असते.

पोर्टफोलिओच्या मल्टी कॅप भागाबद्दल निखिलची स्पष्टता होती की हा भाग कॉफी कॅन पोर्टफोलिओत घ्यायला हवा. तलवारांना पुढील दहा वर्षे निकोप परतावा हवा होता. प्रकरण 2मध्ये सांगितल्यानुसार उत्तम दर्जाच्या कंपन्यांचा संच – ज्याचे उत्पन्न वाढ आणि भांडवलावरील परतावा देण्याचे मागील रेकॉर्ड सातत्यपूर्ण आहे असा संच नेहमीच इंडेक्सपेक्षा बऱ्यापैकी चांगली कामगिरी करतो.

पोर्टफोलिओ मॅनेजमेंट सेवेच्या अंतर्गत उभारलेला कॉफी कॅन पोर्टफोलिओ हा 20 टक्के परतावा वार्षिक स्तरावर देण्याची अपेक्षा ठेवता येते तर निफ्टी ईटीएफने 15 टक्के वार्षिक परतावा पुढील दहा ते पंधरा वर्षात दिला पाहिजे. या दोन्ही धोरणांना प्रत्येकी20 टक्के भाग दिल्यावर या दोन गुंतवणुकी एक भरभक्कम आधार म्हणून तलवार यांच्या पोर्टफोलिओला साहाय्य करतील. कॉफी कॅन पोर्टफोलिओने अधिक उच्च परतावे द्यायला हवेत अशी अपेक्षा असली तरी विविधतेचे महत्त्वही नजरेआड होता कामा नये. अशा प्रकारे निफ्टी ईटीएफचे त्याच प्रमाणात वाटप करून एकाच धोरणावरचे अवलंबित्व कमी होईल. मग ते धोरण कितीही विश्वासाचे वाटो.

स्मॉल मिड कॅप पोर्टफोलिओ

ज्या कंपनीचे मार्केट कॅपिटलायझेशन 3000 कोटी रुपयांहून कमी असते तिला स्मॉल कॅप कंपनी म्हणतात. (काही लोक हा निकष वापरताना बीएसई 500 मधील 401वी कंपनी असाही करतात कारण तो आकडा जवळजवळ तेवढा असतो). आता 20000 कोटी रुपयांहून अधिक मार्केट कॅपिटलायझेशन असलेली कंपनी ही लार्ज कॅप म्हटल्यावर मिडकॅप कंपन्या या आपोआपच ज्यांचे मार्केट कॅप 3000 कोटींहून अधिक आणि 20000 कोटीहून कमी अशा मधल्या कंपन्या ठरतात.

प्रकरण पाचमध्ये चर्चा केल्यानुसार छोट्या कंपन्यांनी लार्ज कॅप कंपन्यांहून आधी परतावा मिळवला असला तरी त्यांच्यात चंचलता अधिक असते. याचे कारण म्हणजे लार्ज कॅप कंपनीपेक्षा छोट्या कंपनीला वर जाणे अधिक प्रमाणात शक्य असते. तथापि छोट्या कंपन्यांमध्ये वाढ झाली तरी ही वाढ टिकून ठेवण्याची शक्यता कमी असते. अशा प्रकारे एखाद्या स्मॉल कॅप पोर्टफोलिओत गुंतवणूकदाराला सल्ला दिला जातो की तुम्ही मोठ्या संख्येने स्टॉक विकत घ्या. याचा अर्थ असा नाही की त्यांनी कमी दर्जाचे स्टॉक विकत घ्यावेत. अर्थ असा की त्यातले काही स्टॉक्स मल्टी बॅगर्स ठरतील तर काही स्टॉक आश्वासन पूर्ण करण्यात अयशस्वी ठरतील. पोर्टफोलिओ परताव्याचे प्रकार जसे असतील त्यानुसार जेते स्टॉक हरलेल्या स्टॉकमुळे झालेल्या नुकसानाची भरपाई करतील. पण त्यासाठी गुंतवणूकदारांनी हा पोर्टफोलिओ विकत घेऊन बराच काळ काहीही न करता तसाच ठेवला पाहिजे. निखिलनी तलवार यांना आठवण करून दिली की कॅप कंपन्यांना चंचलता अधिक जास्त असते आणि

मार्केट खाली पडले तर त्यांचे शेअर्स अन्य शेअर्सहून अधिक जास्त खाली पडतात. तथापि, तलवारांचा गुंतवणूक कालावधी दहा वर्षांचा असल्याने चांगला स्मॉल कॅप पोर्टफोलिओ संपूर्ण मार्केट चक्रात जवळ ठेवून दिला तर त्यामुळे त्यांच्या एकूण इक्विटी पोर्टफोलिओला चांगलाच हातभार लागेल. निखिलनी तलवारांना सांगितले की तुम्ही तुमच्या स्मॉल कॅप पोर्टफोलिओतून 20 टक्क्यांहून अधिक परताव्याची अपेक्षा करू शकता. (तर निफ्टी ट्रॅकर आणि कॉफी कॅन पोर्टफोलिओ यांनी वार्षिक 15 टक्के आणि 20 टक्के अनुक्रमे द्यावे अशी अपेक्षा आहे.)

लार्ज कॅप बास्केटप्रमाणेच या इथेही निखिलनी दोन बास्केट्स - म्यूच्युअल फंड देऊ केले आहेत. (एक डायरेक्ट स्कीम हा मार्ग) आणि दुसरा म्हणजे स्मॉल-मिड कॅपमधील गुंतवणुकीसाठी 'चांगला आणि स्वच्छ' मार्ग.

लार्ज कॅप म्यूच्युअल फंडांनी आता इंडेक्सवरील त्यांची स्पर्धात्मकता गमावली आहे परंतु स्मॉल कॅप म्यूच्युअल फंड अजूनही त्यांचा बेंचमार्क-बीएसई स्मॉल कॅप इंडेक्स याच्याहून जास्त परतावा देतात. या भरीव कामगिरीमागची कारणे प्रकरण पाचमध्ये दिली आहेत. सारांश स्वरूपात सांगायचे तर स्मॉल कॅप स्टॉकमध्ये अद्यापि माहितीची भरीव असमानता आहे कारण या कंपन्यांचा ब्रोकर मंडळींकडून व्यवस्थित अभ्यास केला जात नाही, प्रसार माध्यमांचेही त्यांच्याकडे लक्ष नसते. परिणामतः फंड घराणी ज्यांच्या मोठमोठ्या अभ्यासक टीम भरपूर कागदपत्रे (वार्षिक अहवाल, मॅनेजमेंट कॉन्फरन्स कॉलमधील नोंदवून घेतलेली माहिती, वर्तमान पत्राचे रकाने) वाचतात त्याचा त्यांना फायदा होतो. लक्षात घ्या की भारतामध्ये एकूण 5000 स्टॉक्स शेअर बाजारात नोंदलेले आहेत आणि त्यापैकी 4500 स्मॉल कॅप आहेत. त्यामुळे, व्याख्येनेच पाहता या स्टॉकच्या महासागरात बरेच लपलेले मोती शोध लागायची वाट पाहत पडून आहेत.

चांगल्या म्यूच्युअल फंडामध्ये गुंतवणूक ही डायरेक्ट स्कीम याच मार्गाने असली पाहिजे हे निखिलना माहीत आहे. त्यांच्या फर्मला हे दोन वर्षांपूर्वीच कळले होते आणि त्यांनी त्यांचे बिझनेस मॉडेल असेच रचले होते की त्यांच्या सल्ल्याचे पैसे त्यांना थेट गुंतवणूकदार देईल, म्यूच्युअल फंड घराण्याकडून ते (फंडांचे वितरण करण्यासाठी) पैसे घेणार नाहीत. निखिलनी तलवारांना सांगितले की, मी दरवर्षी सल्लागार फी म्हणून तुमच्या पोर्टफोलिओच्या एक टक्का चार्ज करीन. म्हणजे 5.9 कोटी रुपयांच्या पोर्टफोलिओवर दर वर्षी सहा लाख रुपये फी घेईन. तलवारांना ही फी वाजवी वाटली कारण निखिलचे हितसंबंध पूर्णपणे तलवार यांच्या हितसंबंधांशी जुळलेले होते. (तर त्याउलट, निखिलना म्यूच्युअल फंड घराण्यांनी 'वितरण फी' म्हणून पैसे दिले असते तर त्या फायद्यामुळे त्यांना वाटले असते की आपण सर्वांत महाग फंड तलवार यांना विकावेत मग ते तलवार यांच्या आर्थिक आरोग्यासाठी चांगले असो किंवा नसोत).

डायरेक्ट योजनांनी एक प्रकारची क्रांतीच घडवून आणली. 2012 साली या डायरेक्ट योजनांत जवळजवळ शून्य गुंतवणूक होती पण आता जुलै 2017मध्ये हीच गुंतवणूक वाढून म्यूच्युअल फंड उद्योगाच्या व्यवस्थापनाखालील एकूण ॲसेट्सच्या 40 टक्के झाली आहे. या गतीने पाहता नजीकच्या भविष्यात भारतातील म्यूच्युअल फंडातील बहुतेक गुंतवणूक डायरेक्ट योजनांमध्येच येईल असे दिसते.

सारणी 68 : डायरेक्ट योजना या वितरकांकडून व्यवस्थापनाखालील असेट्स ओढून आपल्याकडे घेत आहेत.

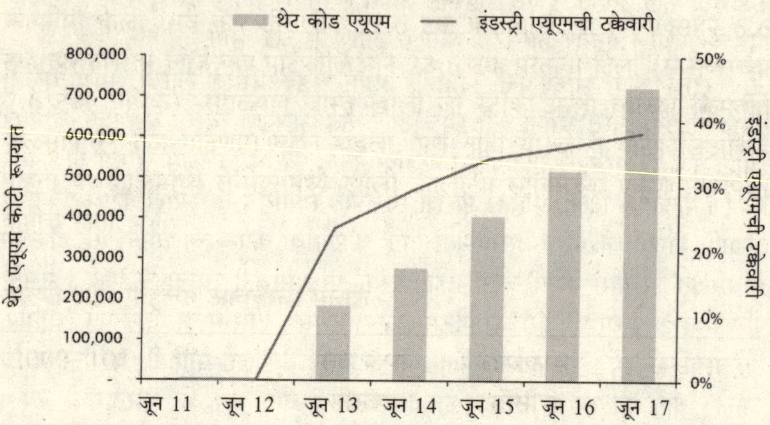

स्रोत : एमएफआय, आयसीआरए, अंबित कॅपिटल.

निखिलने तलवार यांचेसाठी निवडलेल्या 3 स्मॉल कॅप म्यूच्युअल फंड योजना या 'ग्रोथ' पर्यायासह होत्या. ग्रोथ पर्यायाच्या योजना गुंतवणूकदाराला लाभांश दरवर्षी वेगळा न देता पुन्हा म्यूच्युअल फंडातच गुंतवतात. परिणामतः फंड विकताना अधिकच परतावा मिळतो. तलवारांचा पगार चालू असल्याने पैसे येत होते त्यामुळे ग्रोथ योजनाच अधिक अर्थपूर्ण होत्या. शिवाय त्यांना काही भांडवलाची गरज लागली तर ते त्यांचा काही भाग मोडू शकत होते. निखिलने तलवारांना आठवण करून दिली की त्याशिवाय इक्विटीच्या दीर्घकालीन भांडवली नफ्यावरील करही शून्य असतो.

यापुढील स्मॉल-मिड कॅप गुंतवणुकीचे धोरण होते 'चांगल्या आणि स्वच्छ' कंपन्यांत गुंतवणूक करणे.[1] भारतामध्ये 4500 हून अधिक स्मॉल कॅप कंपन्या

---

1 गुड अँड क्लीन (चांगल्या आणि स्वच्छ) या ट्रेडमार्कसाठी अंबितने अर्ज केला आहे. त्या अर्जाची मंजुरी/ नोंदणी होण्याची वाट ते बघत आहेत.

आहेत पण त्यातील खूपच कमी कंपन्यांचा व्यवस्थित अभ्यास झाला आहे. छोट्या कंपन्यांचे प्रवर्तक हे कधीकधी लबाड म्हणून कुप्रसिद्ध असतात कारण ते आर्थिक स्टेटमेंटमध्ये फेरफार करतात. अकाउंटिंग आणि कॉर्पोरेट गव्हर्नन्स या संबंधींची त्यांची स्वच्छता हा विषय बाजूला ठेवला तरी बहुतेक भारतीय कंपन्यांना त्यांचे भांडवल विवेकाने वापरण्यासाठी झगडावे लागते कारण त्यांच्या प्रवर्तकांना एक विशिष्ट धोरण बराच काळ राबवता येत नाही. रोजच्या रोज, महिनोन्महिने, वर्षानुवर्षे एकच शिस्त पाळणे हे फारच कमी भारतीय व्यवस्थापन टीमना जमले आहे.

निखिलनी तलवार यांना समजावले की अंबितच्या 'गुड अँड क्लीन' या योजनेमुळे परिणामकारक निकष लावून उच्च दर्जाच्या कंपन्या शोधणे शक्य होते.

चांगली आणि स्वच्छ (गुड अँड क्लीन) चौकट

शेअर्सच्या संपूर्ण दुनियेला दोन प्रकारचे निकष लावता येऊ शकतात.

'चांगले': या निकषामुळे शेअरधारकांना चांगले मूल्य मिळवून देणारे स्टॉक्स शोधता येतात – म्हणजे दक्षतापूर्वक भांडवली खर्च करणे इथपासून ते नफा क्षमता आणि जास्तीची रोकड शेअर्स धारकांना परत करणे इथपर्यंतच्या बाजू त्या कंपन्यांच्या चांगल्या असतात.

'स्वच्छ': या निकषामुळे कंपनीचा कारभार कसा चांगला चालला आहे तसेच कंपनीने प्रकाशित केलेल्या हिशोबांचा दर्जा काय आहे ते समजते. एखादी कंपनी आणि तिची कामगिरी किती काळ चांगली टिकून राहील याचे हे मोजमापच आहे.

'चांगल्या'वर लक्ष दिल्याने उच्च परतावा मिळतो तर 'स्वच्छते'शी तडजोड न केल्याने जोखीम कमी होते. खाली जाण्याची मर्यादा आटोक्यात ठेवणे याची महती कितीही सांगितली तरी कमीच आहे. शेअरच्या घसरणीमुळे झालेला तोटा भरून काढून नफ्याच्या वरच्या बाजूने जाण्यासाठी काय जास्तीचे निकष लावावे लागतात हे सारणी 69 दाखवते. उदाहरणार्थ, पन्नास टक्के घसरण झाल्यावर, पोर्टफोलिओच्या व्यवस्थापकाला 1000% कामगिरी दाखवावीच लागते, तेव्हा कुठे तो जिथून सुरुवात केली तिथे येतो. म्हणूनच वॉरन बफेंचे गुंतवणुकीचे 2 सुप्रसिद्ध नियम पुढीलप्रमाणे आहेत. नियम क्रमांक एक : पैसे कधीही घालवू नका. नियम क्रमांक दोन : नियम पहिला विसरू नका.

सारणी 69 : घसरणीमुळे नुकसान झालेले भरून काढण्यासाठी तुम्हाला नेहमीहून अधिक फायदा होईल अशी दक्षता घ्यावी लागते.

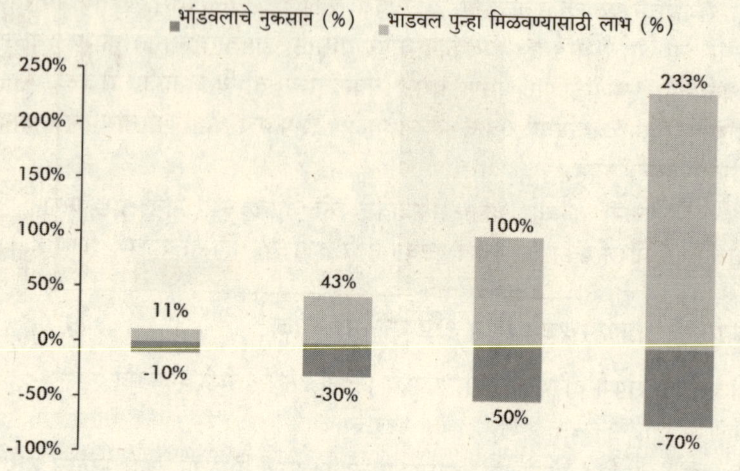

स्रोत : अंबित कॅपिटल.

सारणी 70 : महानतेची चौकट

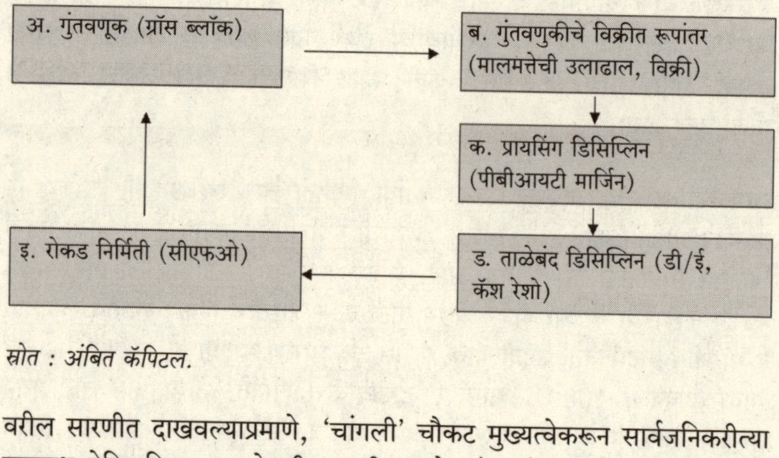

स्रोत : अंबित कॅपिटल.

वरील सारणीत दाखवल्याप्रमाणे, 'चांगली' चौकट मुख्यत्वेकरून सार्वजनिकरीत्या उपलब्ध ऐतिहासिक आकडेवारीवर उभी असते. कंपन्यांनी दीर्घ काळ अथकपणे आणि सातत्याने पुढील बाबतीत उत्तम कामगिरी केली आहे हे त्यामुळे कळते.

अ) भांडवलाची गुंतवणूक

ब) या गुंतवणुकीचे रूपांतर उत्पादनाच्या विक्रीत करणे

क) विक्रीचे रूपांतर नफ्यात करणे

ड) नफ्याचे रूपांतर भक्कम ताळेबंदात करणे

इ) या सगळ्याचे रूपांतर कसलाही भार नसलेल्या मुक्त रोकड प्रवाहात करणे

ई) हा मुक्त रोकड प्रवाह पुन्हा गुंतवणे

हे सर्व मापदंड संख्यारूपात मोजले जातात आणि त्यासाठी खालील सारणीत दिलेले घटक वापरले जातात.

सारणी 71 : महानता प्रदान करणारे घटक

	श्रेणी	निकष
1)	गुंतवणूक	अ) मिडियनवरील ग्रॉस ब्लॉक वाढतो. ब) मिडियन ग्रॉस ब्लॉक स्टँडर्ड डेव्हिएशन इतका वाढतो.
2)	विक्रीत रूपांतर	अ) मालमत्तेच्या उलाढालीत सुधारणा. ब) मालमत्तेच्या उलाढालीतील सकारात्मक सुधारणा स्टँडर्ड डेव्हिएशनशी जुळवून घेणे. क) मिडियनवरील विक्रीत वाढ. ड) मिडियनवरील विक्री स्टँडर्ड डेव्हिएशनपर्यंत वाढते.
3)	किंमत निर्धारणातील	अ) मिडियनवरील पीबीआयटी मार्जिनमध्ये शिस्त वाढ. ब) मिडियनवरील पीबीआयटी मार्जिन स्टँडर्ड डेव्हिएशनपर्यंत वाढते.
4)	ताळेबंदातील शिस्त	अ) मिडियनखालच्या डेट- इक्विटी रेशोत घट. ब) मिडियनखालील डेट-इक्विटी रेशो स्टँडर्ड डेव्हिएशनपर्यंत खाली येतो. क) मिडियनवरील कॅश रेशो वाढतो. ड) मिडियनवरील कॅश रेशो स्टँडर्ड डेव्हिएशनपर्यंत वर जातो.

5)	रोकड निर्मिती आणि पीएटीत सुधारणा	अ) मिडियनवरील सीएफओमध्ये वाढ पीएटीत सुधारणा. ब) मिडियनवरील सीएफओ स्टँडर्ड डेव्हिएशनपर्यंत वर जातो. क) वरच्या मिडियनशी जुळवून घेतलेल्या पीएटीत वाढ. ड) वरच्या मिडियनशी जुळवून घेतलेल्या पीएटीची स्टँडर्ड डेव्हिएशनइतकी वाढ.
6)	रिटर्न रेशोत सुधारणा	अ) आरओईत सुधारणा. ब) स्टँडर्ड डेव्हिएशनशी जुळवून घेतलेली आरओईतील सकारात्मक वाढ. क) आरओसी ईमध्ये सुधारणा. ड) स्टँडर्ड डेव्हिएशनशी जुळवून घेतलेली आरओसीईतील सकारात्मक वाढ.

स्रोत : अंबित कॅपिटल.

'स्वच्छ' : हिशोबाची चौकट

अकरा प्रकारचे रेशोज वापरून कंपनीच्या हिशोबांच्या दर्जाचा तपास केला जातो.

सारणी 72 : हिशोब तपासाच्या चौक्या

श्रेणी	रेशो
	क्युम्युलेटिव्ह सीएफओ/ क्युमुलेटिव्ह इबीआयडीटीए-डेप्रिसिएशन दरातील चंचलता
नफा-तोटा मिस-स्टेटमेंट चेक्स	नॉन ऑपरेटिंग इन्कममधील चंचलता (एनओआय) (निव्वळ रेव्हेन्यूच्या टक्केवारीच्या स्वरूपात) डाउटफुल डेट्सची व्यवस्था आणि सहा महिन्यांहून अधिक काळ थकलेले ऋणको यांचा रेशो रोख येणे.
ताळेबंद-मिस स्टेटमेंट चेक्स	रिझर्व्हर्जमध्ये बदल. (शेअर प्रिमियम वगळता) आणि लाभांश वगळता निव्वळ उत्पन्न यांचा रेशो. एकूण मूल्याशी कॉंटिंजंट लायेबिलिटीचा रेशो किरकोळ खर्चाचे प्रमाण आणि एकूण महसूल यांचा रेशो

पिल्फरेज (गळती) चेक्स	सीडब्ल्यू आयपी आणि ग्रॉस ब्लॉक यांचा रेशो क्युम्युलेटिव्ह सीएफओ अधिक सीएफआय याचा मिडियन रेव्हेन्युशी रेशो
ऑडिट गुणवत्ता चेक्स	ऑडिटरच्या मानधनातील सीएजीआर आणि एकत्रित सीएजी आर यांचा रेशो

स्रोत : अंबित कॅपिटल.

सारणी 73मध्ये 'स्वच्छतेच्या तपासाचे महत्त्व' अधोरेखित केले आहे. आपण बीएसई 500 कंपन्यांना स्वच्छतेच्या आधारावर क्रम दिले आणि त्यांना दहा गटांमध्ये (डेसाइल्समध्ये) विभागले तर आकडेवारी सांगते की ज्या कंपन्यांचा क्रम सर्वांत शेवटी असतो म्हणजेच ज्या सर्वांत कमी स्वच्छ कंपन्या असतात त्या शेअर्स धारकांना सर्वांत वाईट परतावा देतात.

सारणी 73 : हिशोबाच्या दर्जाचे तीन विभाग

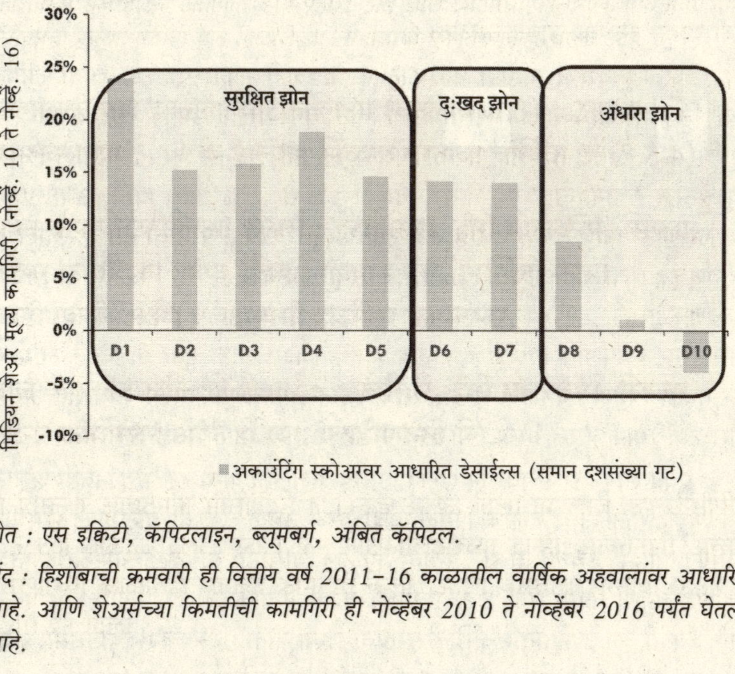

स्रोत : एस इक्विटी, कॅपिटलाइन, ब्लूमबर्ग, अंबित कॅपिटल.

नोंद : हिशोबाची क्रमवारी ही वित्तीय वर्ष 2011-16 काळातील वार्षिक अहवालांवर आधारित आहे. आणि शेअर्सच्या किमतीची कामगिरी ही नोव्हेंबर 2010 ते नोव्हेंबर 2016 पर्यंत घेतली आहे.

कर्जरोखे किंवा डेट्समधील गुंतवणूक कशा प्रकारे करावी? :

इक्विटीचे वाटप एकदा व्यवस्थित मांडल्यावर (20 टक्के निफ्टी ट्रॅकर (ईटीएफ), 20 टक्के कॉफी कॅन पीएमएस, 20 टक्के स्मॉल कॅप म्यूच्युअल फंड्स आणि 20 टक्के स्वच्छ आणि चांगल्या पीएमएसमध्ये गुंतवल्यावर) निखिल आणि तलवार आता त्यांच्या 'डेट पोर्टफोलिओ'मध्ये काय काय असावे याची चर्चा करू लागले. या ठिकाणी निखिलनी तलवार यांना सावध केले की तुम्हाला यातून फार उच्च परतावा मिळणार नाही. त्यांनी तलवार यांना समजावून सांगितले की डेट हा प्रकार एखाद्या बॅटिंग भागीदारीतील अनाक्रमक (नॉन स्ट्रायकर) व्यक्तीसारखा असतो. म्हणजे हा माणूस दुसरी बाजू धरून ठेवतो आणि आक्रमक खेळाडू जोरजोरात त्याच वेळेला फटकेबाजी करतो आणि धावांचा पाऊस पाडतो. या ठिकाणी आक्रमक भागीदार इक्विटी असतो.

निखिलच्या मते, डेटमधल्या गुंतवणुकीसाठी फार डोके खाजवावे लागत नाही. मिस्टर तलवारांनी यापूर्वी बचत ठेवींच्या पलीकडे पाहिले नव्हते त्यामुळे त्यांना यामागचे कारण कळले नाही. निखिलनी डेट म्यूच्युअल फंडांचे करविषयक महत्त्व त्यांना समजावून सांगितले. म्हणजे हे म्यूच्युअल फंड सरकारने आणि कंपन्यांनी जारी केलेल्या बाँड्समध्ये पैसे गुंतवतात त्यामुळे त्यांना साधे कर्जरोखे आणि बचत ठेवी यांहून अधिक फायदा मिळतो.

डेट म्यूच्युअल फंडांना दीर्घकालीन भांडवली नफा 20 टक्के द्यावा लागतो (या ठिकाणी दीर्घकालीन याचा अर्थ तीन वर्षे धरला आहे). तर बचत ठेवी आणि कर्जरोखे यांना पूर्ण आयकर भरावा लागतो. इंडेक्स जसा वाढतो त्यानुसार म्यूच्युअल फंडांना लागणारा कराचा दर हा 5% ते 15% असा होतो. अशा प्रकारे एखादा बाँड आणि बचत ठेव हे नऊ टक्के करपूर्व वार्षिक परतावा देत असतील तर गुंतवणूकदाराला बचत ठेवीतून करपश्चात परतावा केवळ 6.3% मिळतो. परंतु त्याच गुंतवणूकदाराला डेट म्यूच्युअल फंडावर नऊ टक्के करपूर्व वार्षिक परतावा मिळत असेल तर करपश्चात हा दर 8.1 टक्के होतो. (कारण दहा टक्के भांडवली लाभाचा कर तेवढाच होतो) वेगळ्या शब्दात सांगायचे तर, गुंतवणूकदाराला करपश्चात अंदाजे तीस टक्के रक्कम जास्त मिळते मात्र त्याने डेट फंड हा मार्ग निवडायला हवा.

एवढे सांगून झाल्यावर निखिलनी उल्लेख केला की योग्य डेट फंड निवडण्यासाठी गुंतवणूकदाराला उच्च दर्जाच्या सल्ल्याची गरज असते. डेटची पोर्टफोलिओमधील भूमिका पाहून केवळ जास्त परतावा मिळेल यासाठी भांडवलाच्या सुरक्षिततेशी तडजोड करता कामा नये. तलवार यांनी काही मित्रांकडून डेट फंडांविषयी ऐकले होते, त्यांनी त्या उद्योगात सर्वाधिक परतावा दिला होता. निखिलनी त्यांना समजावून सांगितले की डेट फंडांमध्ये परताव्याची मोठी कामगिरी शोधणे हा भ्रम आहे.

डेट म्यूच्युअल फंडातील परतावा पुढील तीन गोष्टींमुळे मिळतो :

1) यील्ड टू मॅच्युरिटी (वायटीएम – कालावधी संपल्यावर मिळणारा परतावा)

2) मार्क टू मार्केट (एमटी ए – बाजारपेठेवर होणारा परिणाम)

3) खर्चाचा रेशो

सोप्या शब्दात सांगायचे तर डेट म्यूच्युअल फंडाचा परतावा=वाय टी एम+एमटीएम –खर्च असा असतो

मार्क टू मार्केट (एमटीएम) म्हणजे फंड व्यवस्थापक बॉण्डच्या किमतीत वाढ झाल्याने जो परतावा निर्माण करतो तो. (लक्षात ठेवा की डेट म्यूच्युअल फंड हा सरकारी कर्जरोखे आणि कॉर्पोरेट कर्जरोखे यांचे मिश्रण असतो.) बॉण्डच्या किमतीमध्ये होणारा बदल हा व्याजदरांमध्ये होणाऱ्या बदलांचा परिणाम असतो.[1] भारतातील म्यूच्युअल फंड 11 लाख कोटींहून अधिक डेट ॲसेट्सचे व्यवस्थापन करतात. (जुलै, 2017 च्या आकडेवारीअनुसार) आणि यातील प्रत्येक फंडास साधारण सारखीच माहिती मिळत असते. त्यामुळे एकाच डेट फंड व्यवस्थापकाला आपल्यासारख्याच अन्य डेट म्यूच्युअल फंडांहून अधिक जास्त कामगिरी सातत्याने करता येत नाही. एमटीएम परतावा हा दीर्घ काळाचा विचार करता सर्व डेट फंडांसाठी सारखाच असतो. (म्हणजे एका श्रेणीतला डेट फंडांसाठी सारखाच असतो : उदाहरणार्थ, शॉर्ट टर्म बाँड फंड्स, लिक्विड फंड्स इत्यादी) त्यामुळे आपल्याला केवळ वायटीएम आणि खर्च रेशो यांच्यावरच काम करता येते.

आत्तापर्यंत तुम्हाला खर्च रेशोची ओळख झाली असेलच. खर्च रेशो म्हणजे तुम्ही त्या म्यूच्युअल फंडाला कळत न कळत जी फी देता तिचा रेशो असतो. त्यामुळे आता आपण वायटीएमवर लक्ष केंद्रित करू.

म्यूच्युअल फंडाचा **यील्ड टू मार्केट (वायटी एम)** रेशो म्हणजे त्याने केलेल्या सर्व गुंतवणुकीचा वेटेड ॲव्हरेज परतावा असतो. म्यूच्युअल फंडाचा परतावा हा त्याच्या पोर्टफोलिओच्या 'गुणवत्ता' या निकषावर अवलंबून असतो. तुम्हाला जर डेट फंडमध्ये पैसे गुंतवायचे असतील तर तुम्हाला गुणवत्ता निकष आणि वायटीएम यांतील संबंध समजावून घेतला पाहिजे.

सर्व कॉर्पोरेट डेट हे त्याच्या कंपनीच्या फायनान्शिअल स्टेटमेंटच्या दर्जावर आधारित असतात. हे दर्जाचे मानांकन भारतामध्ये पतमापन एजन्सी करतात. त्यात

---

1 बाँड्सची किंमत आणि व्याजदर हे विषम प्रमाणात जोडलेले असतात. म्हणजे बाँड्सची किंमत वाढते तेव्हा व्याजदर कमी होतात आणि याच्या उलट होते.

क्रीसिल, केअर, इक्रा, इंडिया रेटिंग्ज अँड ब्रिक वर्क अशा कंपन्या आहेत. डेट फंड काढणाऱ्या प्रत्येकास त्यांच्या ताळेबंदाच्या ताकदीवर पतमापन मिळते. उदाहरणार्थ, सरकारी कर्जरोख्यांना अत्युच्च पत असल्याने 'अअअ' असा दर्जा मिळतो. त्याच प्रकारे, एखाद्या धडपडत्या आणि कर्ज व्यवस्थापन चांगले नसलेल्या कंपनीला हा दर्जा 'ब'सुद्धा मिळू शकतो. कंपनीला 'ड' दर्जा मिळाला तर त्याचा अर्थ होतो ही कंपनी कर्जाचे हप्ते वेळेवर फेडत नाही.

या मतमापनावर आधारित आपण प्रत्येक मतमापन श्रेणीला विशिष्ट गुण देतो. उदाहरणार्थ, सरकारी कर्जरोख्यांना 10 गुण मिळतात. 'अअअ' या कर्जरोख्यांना नऊ गुण मिळतात, 'अअ+' या रोख्यांना 8.5 मिळतात- इत्यादी इत्यादी. त्यानंतर आपण विशिष्ट डेट फंडामध्ये या विविध रोख्यांचे प्रमाण किती आहे आणि त्या प्रत्येकाचे गुण किती आहेत ते तपासून पाहतो आणि मग आपल्याला प्रत्येक डेट फंडाचे पतमापन काय आहे ते समजते.

एकदा का प्रत्येक फंडाचे पतमापन मोजले की आपण वायटीएम विरुद्ध म्यूच्युअल फंड दुनियेत उपलब्ध अशा सर्व अल्पकालीन डेट फंडांचे गुण काय आहेत ते तपासतो. (खालील सारणी पाहा).

सारणी 74 : कालावधी पूर्ण झाल्यावरती मिळणारा परतावा आणि त्या फंडाचे गुण यांच्यातील नाते विषम असते.

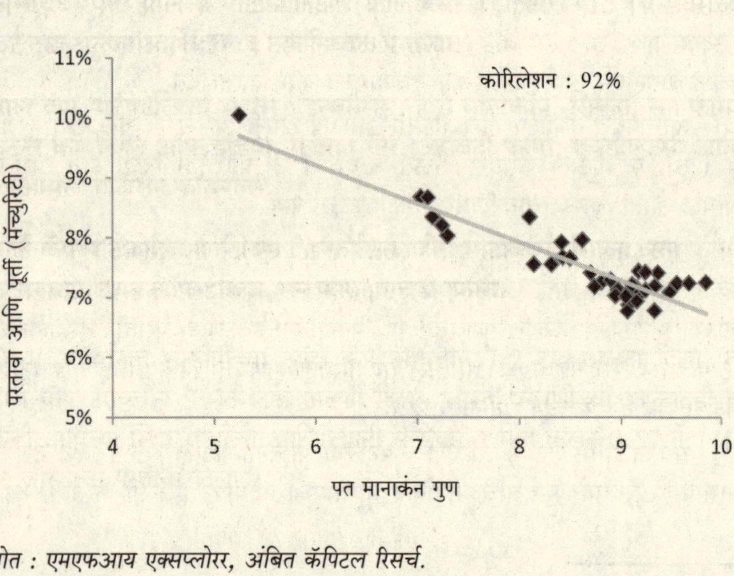

स्रोत : एमएफआय एक्सप्लोरर, अंबित कॅपिटल रिसर्च.

भारतातील अल्पकालीन डेट फंड दुनियेतील 45 फंडांची 31 जुलै 2017 रोजीची माहिती

92% विषम प्रमाण पाहून गुण आणि वायटीएम यातील संबंधांची ताकद समजते. याचा अर्थ असा की उच्च कामगिरी करणारे डेटफंड हे बहुतांशी तो फंड व्यवस्थापक घेत असलेल्या जास्तीच्या पत-जोखमीचे फलित असते. वेगळ्या शब्दात सांगायचे तर अधिक वायटीएम मिळवण्यासाठी पतमापनाबाबत अधिक उच्च जोखीम घ्यावी लागते.

ही माहिती मिळाल्यामुळे आता तलवार यांना कळले की डेट फंड निवडताना त्यांच्या पोर्टफोलिओची गुणवत्ता पाहिली पाहिजे, त्या फंडांनी ऐतिहासिक परतावा काय दिला आहे ते पाहता कामा नये.

तलवार यांचा अंतिम पोर्टफोलिओ :

आता पोर्टफोलिओचे सगळे तुकडे आपापल्या जागी बसल्यावर निखिलनी तलवारांसाठी अंतिम गुंतवणूक योजना कागदावर मांडली. (खालील सारणी पाहा) ही योजना दीर्घकालीन असली तरी त्यास नैमित्तिक देखरेख गरजेची होती आणि ते निखिल तलवार यांच्यासह करणार होते.

सारणी 75 : तलवार यांचेसाठी पोर्टफोलिओची प्रस्तावित विभागणी

मालमत्ता वर्ग	श्रेणी	उपश्रेणी	% गुंतवणूक प्रमाण	करपूर्व परतावा	करपश्चात परतावा
इक्विटी	**लार्ज कॅप**	लार्ज कॅप इटीएफ	20%	15%	15%
	मल्टी कॅप	**कॉफी कॅन पोर्टफोलिओ**	20%	20%	20%
	मिड कप	स्मॉल मिडकॅप म्युच्युअल फंड	20%	18%	18%
		स्वच्छ आणि चांगला पोर्टफोलिओ	20%	22%	22%
रोखे	**अल्पकालीन**	अल्पकालीन म्युच्युअल फंड	20%	8%	7.40*%
एकूण मालमत्ता		592	100%	16.6%	16.5%

स्रोत : अंबित कॅपिटल

** इंडेक्स लक्षात घेऊन डेट फंडांवर आठ टक्के परिणामतः परतावा मिळेल असे गृहीत धरले आहे.*

या टप्प्यावर निखिलनी कमी खर्चाच्या फंडांचे महत्त्व पुन्हा सांगितले. ते होते टीडीएस आणि डायरेक्ट योजना. त्या तुलनेने त्यांनी आकडेमोड करून सांगितले की तलवार यांनी अधिक खर्चयुक्त अशा नेहमीच्या योजनांत पैसे गुंतवले असते तर त्यांचा करपूर्व परतावा 16.6 टक्क्यांच्या ऐवजी वार्षिक 15.6 टक्के झाला असता.[1]

आता नोएडात अंधारून आले होते, आपले आर्थिक भविष्य अत्यंत तर्कवादी पद्धतीने मांडणे शक्य झाल्याने तलवारांनी सुटकेचा निश्वास सोडला. तो एवढा की त्यांनी या खास प्रसंगासाठी वीस वर्षे जुनी सिंगल माल्ट व्हिस्की बाहेर काढली. मग दीर्घकालीन आर्थिक सुरक्षेसाठी निखिलसोबत पेले उंचावून झाल्यावर तलवारांनी (किशोर कुमारची 1971–80च्या दशकातली) गाणी लावली आणि त्यांच्या आवडत्या कोचावर ते रेलून बसले.

संघवी : रोख रकमेची सततची गरज भागवणारा पोर्टफोलिओ

आर्थिक नियोजनाचे विश्लेषण केल्यावर संघवी यांना समजले की त्यांचे कुटुंब क्षमतेपेक्षा अधिक खर्च करीत आहे. तुम्ही किती खर्च करता यावर लक्ष ठेवा असे संघवी यांना यापूर्वी त्यांच्या वडिलांनी सांगितले होते त्यास तीस वर्षे उलटून गेली होती. आणि आता त्यांच्या अर्ध्या वयाचा मुलगा निखिल त्यांची कानउघाडणी करत होता परंतु निखिलसमोर पक्की आकडेवारी होती त्यामुळे संघवींना वादातून मुकाट्याने माघार घ्यावी लागली.

निखिलनी त्यांना त्यांची सर्व ध्येये लिहून काढायला सांगितली. (पाहा सारणी 76). त्यांनी त्यात नियमित कालावधीनंतर कसेकसे पैसे मिळतात तेही लिहिले.

निखिलच्या मदतीने संघवी यांनी त्यांच्या ध्येयांची रचना केली. त्यात निर्मेश आणि कोमल यांच्या परदेशी उच्च शिक्षणाची व्यवस्था होती. तिन्ही मुलांची आलिशान लग्ने आणि पुढील चार वर्षांत एक बंगला विकत घेणे ही ध्येये त्यात होती. याशिवाय पुन्हा पुन्हा निर्माण होणारी ध्येयेही होतीच. म्हणजे दरवर्षी दोन ते तीन वेळा परदेशप्रवास आणि दर तीन वर्षांनी आलिशान गाडी विकत घेणे.

निखिलनी संघवींना सांगितले की तुमची ध्येये खूपच उच्च आहेत त्यामुळे त्यासाठी अत्यंत आक्रमक असे ॲसेट्सचे वाटप करावे लागणार आहे तेव्हा संघवी मुळीच डगमगले नाहीत. त्यांना वाटत होते की मी एवढी वर्षे कष्ट केले त्यामुळे हे एवढे तर मी नक्कीच करायला पाहिजे.

---

1 तुम्हाला आठवत असेल की प्रकरण 3मध्ये आपण पाहिले होते की बहुतेक इक्विटी म्यूच्युअल फंड 2.2 टक्के ते 2.5 टक्के दरसाल फी आकारतात. त्याची तुलना केली तर ईटीएफमध्ये 0.05 ते 0.2 टक्के एवढी फी आकारली जाते.

सारणी 76 : संघवी यांची ध्येये तीन श्रेणींमध्ये विभागली आहेत.

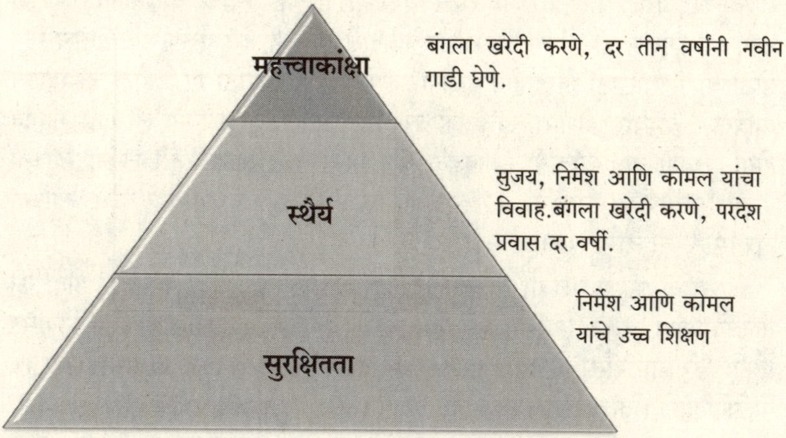

स्रोत: अंबित कॅपिटल.

या ठिकाणी आपल्या रचनेवर अश्विन बी. छाब्रिया यांच्या उत्कृष्ट पुस्तकाचा परिणाम झाला आहे. पुस्तकाचे नाव आहे 'द एस्पायरॅशनल इन्व्हेस्टर : इन्व्हेस्टिंग इन द पर्स्युट ऑफ वेल्थ अँड हॅपिनेस' (प्रकाशन 2015).

वरील ध्येये मनात धरून निखिलनी संघवींची निव्वळ मालमत्ता किती होती याची मांडणी केली.

सारणी 77 : संघवींची निव्वळ मालमत्ता भावी काळात काय असेल?

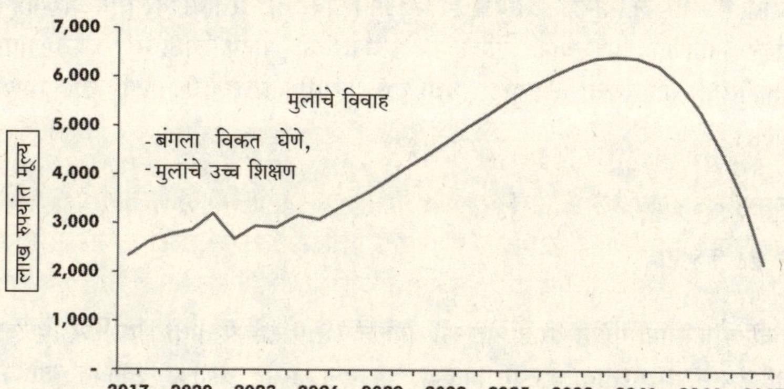

स्रोत : अंबित कॅपिटल.

संघवींसाठी तोडगा

संघवीच्या गरजा तलवारांहून खूपच वेगळ्या होत्या. त्यांच्यावर तलवारांसारखी मुलांच्या शिक्षणाची आणि लग्नांची जबाबदारी असली तरी एकूण संपत्तीतील खूप मोठा वाटा त्यासाठी खर्च होत नव्हता. त्यांच्या दृष्टीने मोठा खर्च होता तो म्हणजे वार्षिक/ वारंवार होणारा खर्च जो त्यांच्या आलिशान जीवनशैलीसाठी लागत होता. त्यांनी हात थोडासा आखडता घेणे मान्य केले असले तरी त्यांना त्यांच्या पोर्टफोलिओकडून वार्षिक 17.5 टक्के परतावा लागला असता तरच त्यांच्या खर्चासाठी तो योग्य झाला असता.

संघवी आणि तलवार यांच्यातील आणखी एक महत्त्वाचा फरक हा होता की तलवार यांना अजून पगार मिळत होता, त्यांना त्यांच्या पोर्टफोलिओकडून नियमित प्रकारे खर्चासाठी पैसे काढावे लागत नव्हते तर संघवी हे त्यांच्या खर्चासाठी पूर्णपणे पोर्टफोलिओवरतीच अवलंबून होते.

त्यासाठी निखिल यांस गुंतवणुकीचा प्रकार फार काही बदलावा लागणार नव्हता. म्हणून मग त्यांनी संघवी यांना म्यूच्युअल फंड विकत घेताना लाभांश (डिव्हिडंड) हा पर्याय वाढ (ग्रोथ) या पर्यायाऐवजी निवडायला लावला. तसेच एक वर्षानंतर भांडवली लाभ हा करमुक्त असतो याचा अर्थ संघवी त्यांच्या पीएमएसमधील गुंतवणूक नियमितपणे काढून देऊ शकत होते आणि तसे करताना त्याचा परताव्यावर परिणाम होत नव्हता.

संघवी यांच्यासाठी योजना :

सर्वांत आधी संघवी यांच्यासाठी इक्विटी आणि डेट यांमध्ये भांडवलाचे कसे वाटप करावे हे निखिल यांना ठरवायचे होते. आवश्यक तो परतावा तलवार यांच्याहून जास्त लागणार असल्याने निखिलनी ठरवले की पोर्टफोलिओचा जास्त भाग इक्विटीसाठी वापरायचा. त्यामुळे संघवी यांच्यासाठी भांडवलाचे वाटप पुढीलप्रमाणे झाले :

इक्विटी 85 टक्के,
तर डेट 15 टक्के

हे वाटप करताना गृहीत धरले होते की वर्षाला 18.9 टक्के परतावा इक्विटीवर मिळेल आणि 8 टक्के परतावा डेटवर मिळेल. या दोन ॲसेट श्रेणींचा एकत्रित वार्षिक परतावा 17.3 टक्के होणार होता. अशा प्रकारे मालमत्तेचे वाटप ठरवल्यावर प्रत्येक ॲसेट श्रेणीमध्ये कसेकसे पुढे जायचे याबद्दल निखिल संघवींना मदत करू लागले.

इक्विटीबद्दलचे धोरण :

संघवी यांचेसाठी पोर्टफोलिओकडून इक्विटीचा परतावा तलवारांच्या तुलनेने अधिक होता. त्याशिवाय त्यांना नियमितपणे पैसेही लागणार होते. उच्च परताव्याची ही अपेक्षा पूर्ण करण्यासाठी निखिलनी ठरवले की आपण लार्ज कॅपच्या ऐवजी स्मॉल-मिड कॅपना अधिक महत्त्व द्यायचे. त्यांनी म्यूच्युअल फंडात केलेल्या गुंतवणुकीला लाभांश घेण्याचा पर्याय दिला होता. निखिलनी संघवी यांना आठवण करून दिली कि इक्विटी म्यूच्युअल फंडामधील लाभांश हा करमुक्त असतो. त्यामुळे त्यांच्या वार्षिक रोख रकमेच्या गरजांचा एक भाग पूर्ण होईल. तर दुसऱ्या भागामुळे त्यांच्या पोर्टफोलिओतून नियमितपणे पैसेही काढून घेता येतील; परंतु गुंतवणुकीचा काळ एक वर्षाहून जास्त असला पाहिजे हे ते लक्षात ठेवतील. (त्यामुळे भांडवली लाभाच्या कराचा प्रश्नच उद्भवणार नाही.)

डेटबद्दलचे धोरण

निखिल यांनी तलवार यांच्याबद्दल डेटमधील गुंतवणुकीचे जे धोरण ठेवले होते तेच धोरण त्यांनी संघवी यांच्याबद्दल ठेवले त्यामुळे गोष्टी सरळ-सोप्या झाल्या. डेटविषयी जास्त जोखीम घेण्यात काहीच अर्थ नव्हता कारण त्यामुळे मग योजनेचा सगळा हेतूच बारगळला असता. डेटमधील सर्व गुंतवणूक अल्पकालीन डेट फंडांत जाणार होती.

सारणी 78 : संघवी यांचे प्रस्तावित पोर्टफोलिओचे वाटप

मालमत्ता वर्ग	**श्रेणी**	**उपश्रेणी**	**% गुंतवणूक प्रमाण**	**करपूर्व परतावा**	**करपश्चात परतावा**
इक्विटी	लार्ज कॅप	लार्ज कॅप इटीएफ	20%	15%	15%
	मल्टी कॅप	**कॉफी कॅन पोर्टफोलिओ**	20%	20%	20%
		स्मॉल मिडकॅप म्युच्युअल फंड	20%	18%	18%
	मिड कप	**स्वच्छ आणि चांगला पोर्टफोलिओ**	25%	22%	22%

रोखे	**अल्पकालीन**	अल्पकालीन म्युच्युअल फंड	15%	8%	7.4*%
एकूण मालमत्ता			**100%**	**17.3%**	**17.2%**

स्रोत : अंबित कॅपिटल

** इंडेक्सचा विचार केल्यावर डेट फंडांकडून आठ टक्के परतावा मिळेल असे गृहीत धरले होते.*

तलवार यांच्या बाबतीत केले त्याच प्रकारे निखिलनी आकडेमोड करून पाहिले की जर संघवी यांनी कमी खर्चाची ईटीएफ आणि थेट योजना हा पर्याय निवडला नाही तर त्यांच्या परताव्यामध्ये कशी घट होईल. हा परतावा 17.3 टक्क्यांवरून कमी होऊन 16.5 टक्के झाला असता.

तुमच्या स्वतःच्या योजनेबद्दल काय?

दीर्घ काळामध्ये संपत्ती कशी निर्माण करावी याविषयी सर्वांत सोपा आणि अत्यंत प्रभावी मार्ग वाचकांना कळावा यासाठी संपूर्ण पुस्तकात आम्ही प्रयत्न केला आहे. मग ते डेट आणि इक्विटी यांच्यातील वाटप असो, लार्ज कॅप आणि मिड/ स्मॉल कॅप यांच्यातील वाटप असो, यातील प्रत्येक निर्णयामुळे तुमचे भांडवल कसे वाढणार आहे हे ठरते. पोर्टफोलिओच्या वाटपाइतकेच फी आणि फंडाचा खर्च या गोष्टीही पोर्टफोलिओचा परतावा मोठ्या प्रमाणावर खात असतात ही बाबही तेवढीच महत्त्वाची आहे. त्यामुळे हा खर्च कमीतकमी व्हावा असा प्रयत्न केला पाहिजे.

एक दशकापूर्वी भारतातील गुंतवणूक दुनिया आत्तापेक्षा वेगळी होती. एकीकडे सक्रियपणे व्यवस्थापित फंडांची भरारी खाली येत होती तर दुसरीकडे पारदर्शकता आणि कमी खर्चाच्या जोडीला 'सल्लागार मॉडेल' या गोष्टींमुळे (या ठिकाणी आपण आपले हितसंबंध जपावेत म्हणून सल्लागाराला पैसे देतो.) गुंतवणूकदारांना दीर्घकालीन संपत्ती निर्माण करण्यासाठी खूपच प्रभावी मंच मिळेल असे आश्वासक वातावरण तयार झाले आहे.

आपल्या सर्व प्रकरणाची मध्यवर्ती कल्पना चक्रवाढीची ताकद हीच होती. आपला प्रभाव दाखविण्यासाठी या ताकदीला काही काळ द्यावा लागतो. जेव्हा शेअर बाजारात चढ-उतार होऊ लागतात तेव्हा बरेच गुंतवणूकदार घाबरतात आणि शेअर बाजारातून पळ काढतात. विविध चक्रांमधून जात तुम्ही गुंतवणूक कायम ठेवता तेव्हाच तर चक्रवाढीला आपली जादू दाखवायची संधी मिळते. त्यामुळे आपला पोर्टफोलिओ सतत पाहण्याची इच्छा दाबून टाकली पाहिजे. चांगल्या दर्जाच्या स्टॉक्सचा संग्रह हा सातत्याने सेन्सेक्सवर मात कसा करतो हे आम्ही दाखवले आहे.

आधुनिक जगातील पोर्टफोलिओमध्ये महागड्या फंडांना स्थान नाही. कारण सध्या एखाद्या विशिष्ट फंड व्यवस्थापकाला त्यात श्रेणीतील अन्य फंडांपेक्षा सातत्याने चांगली कामगिरी करणे कठीण झाले आहे. खर्चाचा प्रभाव पोर्टफोलिओवर खूप जास्त होतो पण तो दिसत नाही. पण या खर्चांचीसुद्धा चक्रवाढ होत असते. जगभरामध्ये सक्रिय व्यवस्थापित फंड मागे सरून निष्क्रिय फंडांना जागा करून देत आहेत कारण हे निष्क्रिय फंड सक्रिय फंडांच्या फीहून खूपच कमी फी आकारतात. सेबीने भारतात पुढाकार घेतला आहे आणि थेट योजनांद्वारा मधले मध्यस्थ म्हणजेच वितरक आणि दलाल काढून टाकले आहेत. वितरणाचे सदोष मॉडेल रद्द करण्यासाठी नियंत्रक युद्ध खेळत आहेत कारण यात गुंतवणूकदारांचे हित आणि वितरकांचे हित हे परस्परविरुद्ध असतात. सेबीच्या पाठपुराव्यामुळे बरीच भारतीय कुटुंबे सल्लागार मॉडेल स्वीकारत आहेत. ज्या लोकांना चिकाटीने आणि योजनाबद्धपणे पुढील दोन दशकांमध्ये संपत्ती निर्माण करायची आहे अशांना आजच्या भारतामध्ये प्रचंड मोठी संधी चालून आली आहे. लार्ज कॅप शेअर्स हे बहुतेक गुंतवणूकदारांना महत्त्वाचे असले तरी मिड आणि स्मॉल कॅप शेअर्सकडे नेहमीहून अधिक परतावा देण्याची भावी संभाव्यता आहे. मागील दहा वर्षांत आयशर मोटरने 84 पट परतावा दिला (वार्षिक परतावा 55 टक्के) हे लक्षात घ्या. तथापि ज्या कंपन्यांमध्ये गुंतवणूक करायची त्या चांगल्या आणि स्वच्छ असल्या पाहिजेत याची काळजी घेतली पाहिजे. किरकोळ गुंतवणूकदारांनी चुकीच्या कंपन्यांमध्ये पैसे गुंतवून भरपूर वेळा हात पोळून घेतले आहेत. त्यामुळे भारतामध्ये मार्केट कॅपिटलायझेशन दोन ट्रिलिअन अमेरिकी डॉलर असूनही येथे शेअर बाजारात भाग घेण्याची टक्केवारी खूपच कमी आहे. एक टक्क्याहूनही कमी भारतीय शेअर बाजारात व्यवहार करतात.

आपणां सर्वांमध्ये तलवार आणि संघवी आहेत, आपले आर्थिक नियोजन आणि आर्थिक चुका यांच्यातही ते आहेत. आपल्यातील बहुतेकांना हवा तो परतावा आपल्या पोर्टफोलिओंनी दिलेला नाही. सरतेशेवटी गुंतवणूक ही जेवढी शिस्तीची आहे तेवढीच ती चलाखीनेही करावी लागते. गुंतवणुकीतील गुंतागुंत आणि अक्षमता यांची कोळीष्टके झटकून आपणांस आर्थिक सुरक्षितता लाभेल यासाठी हे पुस्तक आपणांस मदत करेल अशी आम्हाला आशा आहे.

कॉफी कॅन इन्व्हेस्टिंगमधून लक्षात ठेवण्याचे तीन घटक : प्रचंड संपत्ती निर्माण करण्याचा कमी जोखमीचा मार्ग

१) तुमच्या जीवनातील उद्दिष्टे साध्य होतील असा आर्थिक आराखडा तयार करा : तसे तुम्ही केले नाहीत तर तुम्ही अंधारात तीर मारत आहात असे होईल. आर्थिक योजना तुमच्या जीवनातील उद्दिष्टांना संख्यारूपात आणि तर्कशुद्ध चौकटीत बसवते. त्यामुळे तुमच्या गुंतवणूक पोर्टफोलिओकडून

किती परताव्याची अपेक्षा आपण ठेवली पाहिजे तेही आपल्याला समजते आणि मग त्यासाठी योग्य तो पोर्टफोलिओ निर्माण करून योग्य ती जोखीम – कमीही नव्हे आणि जास्तही नव्हे – ती कशी घ्यायची हेही कळते.

२) खर्चाची ताकद ओळखा : दीर्घ काळामध्ये खर्चामध्येही चक्रवाढ होते आणि त्याचा परताव्यावर तोच वाईट परिणाम होतो हे आपण वारंवार पाहिले आहे. प्रत्येक गुंतवणुकीचा निर्णय घेताना गुंतवणूकदाराने सर्वांत कमी खर्चीक गुंतवणुकीचे उत्पादनही निवडले पाहिजे.

३) उच्च दर्जाच्या शेअर्समध्ये पैसे गुंतवणे आणि चिकाटी यांची ताकदही समजून घ्या : इक्विटी बाजारांमध्ये चंचलता असणे हे अंगभूत असते. बाजार पडण्याच्या पहिल्या खुणेला पळून जाणे किंवा बाजारामध्ये असे असे होईल असा अंदाज बांधून सौदे करणे यामुळे दीर्घकालीन संधी हातची जाऊ शकते. तसेच अशी गुंतवणूक दीर्घ काळ ठेवताना केवळ उच्च दर्जाची गुंतवणूक निवडणे हेही महत्त्वाचे ठरते.

प्रकरण ८

स्वतःची आर्थिक योजना तयार करताना

''काही लोकांना गोष्टी घडून यायला हव्या असतात, काहींना त्या व्हाव्यात अशी नुसतीच इच्छा असते. तर काही मात्र त्या प्रत्यक्षामध्ये याव्यात म्हणून प्रयत्न करत असतात.''

–मायकेल जॉर्डन, बास्केट बॉलचा महानायक[१]

तुलनेने कमी जोखीम आणि उच्च परतावा देणाऱ्या गुंतवणुकीच्या पद्धती कोणत्या हे आम्ही या पुस्तकातून सांगण्याचा प्रयत्न केला आहे, तसेच तुमची जीवनध्येये आणि आर्थिक उद्दिष्टे साध्य करण्यासाठी कुठल्या सापळ्यांमध्ये अडकणे टाळले पाहिजे त्यावरही आम्ही प्रकाशझोत टाकला आहे. तुमच्या गुंतवणूक शैलीची सांगड सर्वांत आधी आर्थिक उद्दिष्टांशी घालणे आवश्यक आहे अन्यथा तुम्ही एकतर विनाकारण जोखीम घ्याल किंवा जोखीम घेऊनही आर्थिक उद्दिष्टे साध्य करण्यात अयशस्वी व्हाल. तुमची गुंतवणूकशैली आणि आर्थिक उद्दिष्टे यांना एकमेकांशी जोडण्याचे काम आर्थिक नियोजन करते.

स्वतःसाठी परिणामकारक आर्थिक योजना कशी बनवावी यावर या प्रकरणात आम्ही भर दिला आहे. योजना तयार करण्याच्या वेळेस भरभक्कम आर्थिक सल्लागार सोबत असणे फायद्याचे ठरत असले (जसे निखिल बॅनर्जींनी तलवार आणि संघवी यांच्यासाठी केले तसे) तरी योग्य ते कौशल्य आणि साधने देऊन तुम्हाला स्वतःलाच स्वतःची योजना बनवण्यासाठी तयार करणे हा आमचा प्रयत्न राहिला आहे. या

1 बिझनेस इनसायडर http://www.businessinsider.in/105-inspirational-quotes-from-some-of-the-worlds-most-successful-people/On- taking-risks/slideshow/51283530.cms.)

आमच्या दृष्टिकोनाची प्रेरणा काही अंशी अश्विन बी. छाब्रिया यांनी लिहिलेल्या 'द एस्पिरॅशनल इन्व्हेस्टर' या पुस्तकातून मिळाली आहे.

आम्ही www.ambit.co/fp/ambitfp.xlsm या संकेतस्थळावर अंबित फायनान्शिअल प्लॅनिंग टूल विनाशुल्क उपलब्ध केले आहे. यामध्ये आपली प्राथमिक माहिती भरायची आहे. त्यात आपल्याला मिळणारी वार्षिक रोख रक्कम (मुख्यत्वेकरून तुमचे उत्पन्न आणि खर्च), देणी (तुम्ही घेतलेली कर्जे), तुमची मालमत्ता (त्यामध्ये तुमचे घर, शेअर्स, म्यूच्युअल फंड पोर्टफोलिओ आणि अन्य काही गुंतवणूक केलेली असल्यास ती) महत्त्वाचे म्हणजे तुमची ध्येये (त्यामध्ये तुमची आर्थिक ध्येये येतील तसेच वैयक्तिक ध्येयेही येतील.) यांचा समावेश असेल. या साधनाचा हेतू असा की तुमची उद्दिष्टे पूर्ण करण्यास तुमचे भांडवल सदैव पुरे पडले पाहिजे यासाठी तुमच्या पोर्टफोलिओने अथवा ॲसेट्सनी किती दराने परतावा मिळवला पाहिजे ते शोधून काढणे. आता आपण या तिन्ही घटकांकडे एकामागोमाग एक पाहू आणि उदाहरणादाखल विवाहित, तीस वर्षीय आणि दोन मुलांचा पिता असलेल्या कुमारसाठी आर्थिक आराखडा बनवू. वर सांगितलेले अंबित फायनान्शिअल प्लॅनिंग टूल वापरून हे विश्लेषण केले आहे परंतु तुम्हाला जर हवे असले तर तुम्ही एक्सेल शीटवरदेखील स्वतःचे स्वतः बनवू शकता.

सारणी 79 : कुमार यांची जीवशास्त्रीय माहिती

	वय	**वर्ष**
सध्याचे वय	30	2017
निवृत्तीचे वय	60	2047
अपेक्षित जीवनमान	85	2072

स्रोत : अंबित फायनान्शिअल प्लॅनिंग टूल

निवृत्तीचे अपेक्षित वय आणि जीवनाची दीर्घता यांच्या मदतीने हे साधन कुमारकडे उर्वरित आयुष्यामध्ये रोख रक्कम कशी येईल याचा अंदाज बांधते. सहसा निवृत्तीला आपले उत्पन्न थांबत असले तरी खर्च मात्र मरेपर्यंत चालूच असतात.

पहिली पायरी– तुमच्याकडे काय रक्कम आहे ते लिहिणे :

हे साधन आपल्याकडे येणाऱ्या वार्षिक पैशांविषयी काही मूलभूत माहिती विचारते. सर्वप्रथम त्यात वर्षाला मिळवलेल्या उत्पन्नाचा विचार होतो. या ठिकाणी करपश्चात उत्पन्न सांगायला हवे. ते करपूर्व अथवा कंपनीला किती द्यावे लागते ते असे धरू नये. तसेच तुमच्या उत्पन्नातील वेगवेगळ्या घटकांची अपेक्षित वाढ किती आहे ही

महत्त्वाची माहितीही द्यावी. त्यामुळे त्या व्यक्तीची भविष्यातील उत्पन्न कमावण्याची क्षमता किती आहे ते लक्षात येते.

कुमार यांचे उत्पन्न करपश्चात 36 लाख वार्षिक आहे. त्या उत्पन्नाशी निगडित रोख रक्कम पुढीलप्रमाणे त्यांना मिळते :

सारणी 80 : कुमार यांचे रोख रकमेचे तपशील

उत्पन्न रूपयांत	मासिक	वार्षिक	उत्पन्न थांबते	अपेक्षित वाढ
पगार+ बोनस (करपूर्व)	300000	3600000	2047	8%
भाडे	लागू नाही	लागू नाही	लागू नाही	
व्यवसायाचे उत्पन्न	लागू नाही	लागू नाही	लागू नाही	
अन्य उत्पन्न	15000	180000	2050	5%

स्रोत : अंबित फायनान्शिअल प्लॅनिंग टूल

त्यानंतर हे साधन खर्चाविषयी माहिती विचारते. आधी उल्लेख केल्यानुसार जरी आपले प्राथमिक उत्पन्न (पगार) सहसा निवृत्तीनंतर थांबते तरी खर्च मात्र चालूच राहातात. त्यामुळे त्यांची यादी विचारपूर्वक बनवली पाहिजे आणि खर्चाच्या प्रत्येक श्रेणीत महागाईमुळे किती वाढ अपेक्षित आहे तेही विचारात घेतले पाहिजे. प्रकरण 1 मध्ये चर्चा केल्यानुसार भविष्यकालीन रोख रकमेचा प्रवाह किती राहील ते ठरवणारा महागाई हा महत्वाचा घटक ठरतो .

श्री. कुमार यांच्यासाठी त्याचा सध्याचा मासिक खर्च 1.82 लाख रूपये आहे. (त्यात त्याचा रोजचा खर्च, घर आणि गाडी यांच्या कर्जाचे हप्ते हेही आहेत.)

सारणी 81 : श्री. कुमार यांचा मासिक खर्च (कर्जाचे मासिक हप्ते वगळता)

खर्च (रूपयांत)	मासिक	वार्षिक	खर्च संपतात	अपेक्षित महागाई
नियमित मासिक खर्च	40000	480000	2072	10%
पाणी, वीज आदी सुविधा	8000	96000	2072	5%
वाणसामान	25000	300000	2072	8%
मासिक करमणूक	25000	300000	2072	12%
वैद्यकीय खर्च	3000	36000	2072	8%
घरगुती मदतनीस खर्च	8000	96000	2072	5%

स्रोत : अंबित फायनान्शिअल प्लॅनिंग टूल

अंदाजित रोख रकमेचा प्रवाह आणि अपेक्षित महागाईचा दर यांच्या आधारावर मग हे साधन भावी रोख रक्कम प्रवाह आणि तो संपण्याची तारीख मोजते. एवढे झाल्यानंतर आर्थिक नियोजनाचा पहिला भाग पूर्ण होतो.

सारणी 82 : कुमार यांचे मासिक हप्त्याचे तपशील

मासिक हप्ते (रूपयांत)	मासिक	वार्षिक	हप्ते संपतात
गृह कर्ज	60000	720000	2035
चारचाकी वाहन कर्ज	13000	156000	2023
शैक्षणिक कर्ज	0	0	
अन्य मासिक हप्ते	0	0	

स्रोत : अंबित फायनान्शिअल प्लॅनिंग टूल

येणाऱ्या रकमेचे तपशील आणि महागाईचा अपेक्षित दर यांना आधारभूत मानून या साधनाने भावी काळामध्ये किती रक्कम येईल आणि किती काळपर्यंत येईल ती शेवटची तारीख दिली. यामुळे आर्थिक नियोजनाचा पहिला भाग स्पष्ट झाला.

दुसरी पायरी : तुमचा सध्याचा पोर्टफोलिओ आणि मालमत्ता यांची माहिती घेणे

त्यानंतर हे साधन तुम्हाला तुमची मालमत्ता किंवा विद्यमान पोर्टफोलिओ काय आहे ते विचारते. या ठिकाणी नोंद घ्यावी की हे मॉडेल या मालमत्तेची वर्गवारी वैयक्तिक, मार्केटसंबंधित आणि महत्त्वाकांक्षी अशा प्रकारे त्या त्या मालमत्तेच्या प्रकारावरून करते. वैयक्तिक मालमत्ता म्हणजे अशी मालमत्ता जी स्वतःच्या उपभोगासाठी असते आणि ती त्या व्यक्तीला विकायची नसते किंवा तिचा व्यापार करायचा नसतो. कुमारच्या बाबतीत त्याचे राहते घर आणि त्याच्या पत्नीजवळचे सोने या त्या गोष्टी आहेत ज्या विकायच्या नाहीत. तर बाजारपेठी मालमत्ता म्हणजे अशा गुंतवणुकी ज्या नेहमीची बाजारातील जोखीम पत्करतात. उदा : शेअर्स, बाँड्स आणि म्यूच्युअल फंड. महत्त्वाकांक्षी मालमत्ता ही अशी मालमत्ता असते जिच्यात खूपच अधिक जोखीम असते. उदा : खाजगी इक्विटी फंड, उच्च परतावा देणारे कर्जरोखे इ. कुमार यांच्यासाठी त्यांच्या ॲसेट्सची वर्गवारीअनुसार विभागणी खालील प्रमाणे आहे :

सारणी 83 : कुमार यांचा गुंतवणूक पोर्टफोलिओ

विद्यमान पोर्टफोलिओ			
मालमत्ता (रूपयांत मूल्य)	**मालमत्तेचा प्रकार**	**बाजारभाव**	**एकूण मालमत्तेचे%**
घर	वैयक्तिक	20000000	83.30%
इक्विटी शेअर्स	मार्केट	1500000	6.30%
म्युच्युअल फंड	मार्केट	800000	3.30%
सोने	वैयक्तिक	1700000	7.10%
एकूण		**24000000**	**100%**

स्रोत : अंबित फायनान्शियल प्लॅनिंग टूल

तिसरी पायरी : तुमची ध्येये काय आहेत ती लिहून काढणे

या सर्व नियोजनाच्या केंद्रस्थानी तुमची ध्येये आहेत कारण शेवटी ही सगळी ध्येये साध्य करण्यासाठीच तर तुम्ही हा सगळा खटाटोप करत आहात. ही तुमची ध्येये केवळ एकदाच पूर्ण करायची असोत (म्हणजे मुलांचे उच्च शिक्षण, त्यांचे विवाह) किंवा ती वारंवार साध्य करण्याचीही असोत. (म्हणजे गाडी विकत घेणे, परदेश प्रवास करणे.)

हे मॉडेल तुमच्या मालमत्तेप्रमाणेच ध्येयांचीही वर्गवारी करते : सुरक्षितता, स्थैर्य आणि महत्त्वाकांक्षा.

सुरक्षितता : या ध्येयांशी तडजोड तुम्हाला कधीच आवडणार नाही. ही ध्येये जीवनामध्ये साध्य केलीच पाहिजेत अशी आहेत (उदाहरणार्थ, मुलांचे उच्च शिक्षण)

स्थैर्य : तुम्ही रोजचे जीवन कसे जगता त्या मार्गाशी ही ध्येये जोडलेली असतात आणि त्यामुळे विशिष्ट जीवनशैली किंवा आरामाची पातळी तुम्ही साध्य करू शकता (उदाहरणार्थ, गाडी विकत घेणे, सुट्टीवर जाणे).

महत्त्वाकांक्षा : ही ध्येये साध्य करण्याची तुमची इच्छा असते परंतु ती तुम्ही साध्य केली नाहीत तर त्यामुळे तुमच्या जीवनशैलीवर फारसा फरक पडणार नसतो. उदाहरणार्थ, सुट्टीसाठी बंगला विकत घेणे. पैसा कमी असेल तर या ध्येयांच्या बाबतीत हात आखडता घेऊ शकता.

सारणी 84 : कुमार यांच्या ध्येयांची तीन वर्गांत विभागणी.

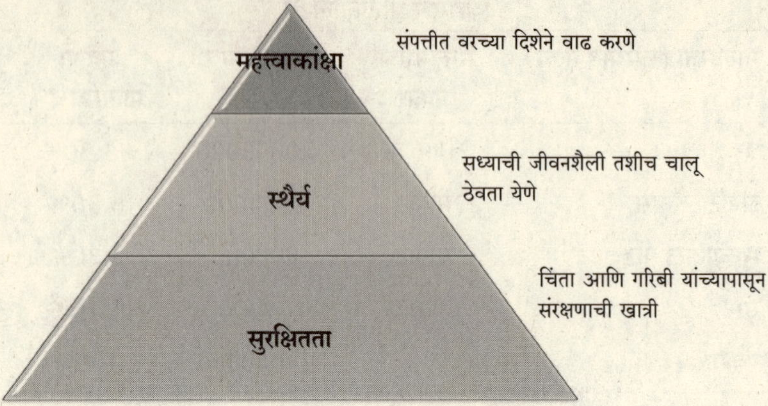

स्रोत: अंबित कॅपिटल.

या ठिकाणच्या रचनेवर अश्विन बी. छाब्रिया यांच्या 'द एस्पायरॅशनल इन्व्हेस्टर : इन्व्हेस्टिंग इन द पर्स्यूट ऑफ द वेल्थ अँड हॅपिनेस' (2015) या पुस्तकाचा प्रभाव पडला आहे.

आपल्याला परताव्याचा दर काय हवा आहे हे ध्येयांच्या वर्गवारीवर अवलंबून नसले तरी त्यांच्या पूर्तीसाठी लागणारा परताव्याचा दर वाजवीहून जास्त आक्रमक वाटला तर कुठले ध्येय आपण बदलू शकतो ते आपल्याला त्यावरून कळते. उदाहरणार्थ, मागील प्रकरणांमध्ये आपण पाहिले की तलवार यांच्यासाठी सर्व ध्येये साध्य करण्याकरता 21 टक्के इतका मोठा परतावा लागणार होता. त्यामुळे तलवारांनी पिरॅमिडच्या वरच्या टोकाची (महत्त्वाकांक्षेची म्हणजे हॉलिडे होम विकत घेणे, परदेश प्रवासाला वारंवार जाणे) इत्यादी ध्येयांमध्ये बदल केला.

सारणी 85 : कुमार यांची ध्येये आणि या ध्येयांकडून मिळणारे पूरक उत्पन्न

उद्दिष्ट (एकदाच पूर्ण करावी लागणारी)	निकडीची तीव्रता	प्रकार	पूर्ण करणे वर्ष	सध्याची किंमत	काळ (वर्षे)	महागाई	भावी किंमत (रुपयांत)	उद्दिष्ट–पूर्तीचे कर्ज (भावी किंमतीचे %)	भावी किंमत (रुपयांत) (कर्ज रक्कम वगळता)	कर्ज रक्कम
दुसरे घर खरेदी करणे	प्रेरणा	स्थावर मालमत्ता	2030	30000000	13	4%	49952205	50%	27519974[1]	24976103
पहिल्या अपत्याचे उच्च शिक्षण	सुरक्षितता	खर्च	2035	5000000	18	8%	19980097	नाही	19980097	नाही
दुसऱ्या अपत्याचे उच्च शिक्षण	सुरक्षितता	खर्च	2038	5000000	21	8%	25169169	नाही	25169169	नाही
पहिल्या अपत्याचे लग्न	स्थैर्य	खर्च	2038	6000000	21	8%	30203002	नाही	30203002	नाही
दुसऱ्या अपत्याचे लग्न	स्थैर्य	खर्च	2041	6000000	24	8%	38047084	नाही	38047084	नाही

स्रोत : अंबित फायनान्शिअल प्लॅनिंग टूल.

1 या ठिकाणी आपण कर्जाचा काळ 20 वर्षे आणि व्याजदर 8 वर्षाला असा धरला आहे.)

उद्दिष्ट (दर वर्षी पूर्ण करावे लागणारे)	निकडीची तीव्रता	सध्याची किंमत	प्रारंभ वर्ष	अंतिम वर्ष	महागाई
परदेश प्रवास	स्थैर्य	500000	2017	2050	4%

स्रोत : अंबित फायनान्शिअल प्लॅनिंग टूल.

उद्दिष्ट				वारंवारता		
(वारंवारता तुलनेने कमी)	निकडीची तीव्रता	सध्याची किंमत	प्रारंभ वर्ष	किती वर्षांनी	अंतिम वर्ष	महागाई
वाहन खरेदी	स्थैर्य	1500000	2025	4	2065	4%

स्रोत : अंबित फायनान्शिअल प्लॅनिंग टूल.

ध्येयांसोबतच या साधनात एक रिक्त जागा (प्लेस होल्डर) देखील ठेवली आहे कारण त्यात पुढील काळात अचानकपणे काही पैसे आले किंवा गेले तर त्याची नोंद करणे शक्य होईल. उदाहरणार्थ, कुमार 2030 साली नवीन घर विकत घेणार आहे त्याचे भाड्याचे भावी उत्पन्न या मॉडेलमध्ये दाखवता येईल.

उद्दिष्टपूर्तिपासून उत्पन्न	उत्पन्न	प्रारंभ वर्ष	अंतिम वर्ष	वाढ
दुसऱ्या घरापासून मिळणारे भाडे	600000	2030	2050	5%

स्रोत : अंबित फायनान्शिअल प्लॅनिंग टूल.

आउटपुट

कुमारने सांगितलेल्या माहितीअनुसार अंबित फायनान्शिअल प्लॅनिंग टूलने भावी काळात त्याच्याकडे येणाऱ्या सर्व रकमांची मोजणी केली. त्यानंतर त्याच्या ध्येयांच्या पूर्तीसाठी पुरेसे भांडवल असावे यासाठी त्याला गुंतवणुकीवर किती परतावा हवा आहे तेही मोजले. या बाबतीत कुमारला करपश्चात 13.3 टक्के परतावा मिळवण्याची गरज होती. असा परताव्याचा दर मिळवण्याचा भरवशाचा मार्ग कुमारसारख्या

माणसाला मिळवायचा झाला तर त्यास 25 टक्के रक्कम ईटीएफमध्ये, 20 टक्के रक्कम कॉफी कॅन पोर्टफोलिओमध्ये, 20 टक्के रक्कम 'चांगल्या आणि स्वच्छ' पोर्टफोलिओमध्ये आणि 35 टक्के रक्कम उच्च दर्जाच्या अल्पकालीन डेट म्यूच्युअल फंडामध्ये ठेवणे गरजेचे होते.

सारणी 86 : कुमार यांची निव्वळ संपत्ती

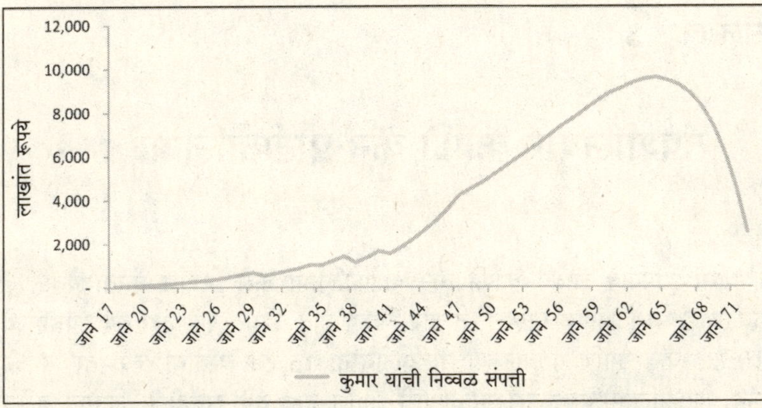

स्रोत अंबित फायनान्शिअल प्लॅनिंग टूल.

सरतेशेवटी एक गोष्ट लक्षात ठेवावी की आर्थिक नियोजन हा सतत बदलता अभ्यास आहे आणि अधूनमधून तो केला पाहिजे तसेच जेव्हा तुमच्याकडे येणाऱ्या रकमेत, मालमत्तेत अथवा ध्येयांमध्ये मोठा बदल संभवतो तेव्हाही तो केला पाहिजे. या साधनापासून मिळालेले निष्कर्षच तुमचा भावी पोर्टफोलिओ कसा असेल ते ठरवतील. त्यायोगे तुम्हाला तुमची ध्येये साध्य करता येतील. जीवनामध्ये शाश्वती कसलीच नसते परंतु सुनियोजित आणि दक्षपणे व्यवस्थापित आर्थिक पोर्टफोलिओ असेल तर तुम्ही आणि तुमचे कुटुंब बहुतेक ध्येये साध्य करू शकाल याची शक्यता वाढते.

संलग्नक १

तपशीलवार कॉफी कॅन पोर्टफोलिओ

दोन साधे निकष लावून कॉफी कॅन पोर्टफोलिओ कसे निर्माण करता येतात हे प्रकरण 2 मध्ये आपण पाहिले. ते दोन निकष होते : सातत्याने दहा वर्षे उपन्नामध्ये 10 टक्के वाढ आणि गुंतवलेल्या भांडवलावरती 15 टक्के परतावा. त्यानंतर 'कॉफी कॅन पोर्टफोलिओ'मध्ये पैसे गुंतवण्याचे आणि दहा वर्षे हातही न लावता तसेच ठेवण्याचे फायदे आम्ही अधोरेखित केले. आता आपण खऱ्याखुऱ्या 'कॉफी कॅन पोर्टफोलिओ'चे उदाहरण पाहू या.

आपली पहिली सारणी वित्तीय वर्ष 1991-2000 या दहा वर्षांसाठी आहे. आम्ही यामध्ये 100 कोटींपेक्षा अधिक मार्केट कॅपिटलायझेशनयुक्त अशा नोंदणीकृत स्टॉक्सची दुनिया विचारात घेतली आणि या दोन निकषांना कुठल्या कंपन्या उतरत आहेत ते पाहिले.

अ) बिगर आर्थिक सेवा कंपन्यांसाठी १० दहा टक्के उत्पन्नात वाढ आणि लावलेल्या भांडवलावरील परतावा वर्षाला १५%.

ब) किंवा आर्थिक सेवा कंपन्यांसाठी भांडवलावरील परतावा १५ टक्के आणि 'दिलेल्या कर्जांच्या वही'ची वाढ १५ टक्के वर्षाला.

वित्तीय वर्ष 1991-2000 या दहा वर्षांमध्ये आम्हाला या निकषावर उतरणाऱ्या पाच कंपन्या दिसल्या. त्या होत्या एनआयआयटी, सिप्ला, हीरो मोटोकॉर्प, स्वराज इंजिन्स आणि एचडीएफसी. हा पाच कंपन्यांचा संच आमचा 'कॉफी कॅन पोर्टफोलिओ 2000' बनला. मग 1 जुलै 2000 रोजी या कंपन्यांच्या समान शेअर्समध्ये आम्ही पैसे गुंतवले. त्यानंतर आम्ही या सीसीपी 2000 च्या शेअरच्या किमतींची कामगिरी पुढील दहा वर्षांसाठी काय होती ते पाहिले. (म्हणजे 1 जुलै, 2000 ते 30 जून

2010) त्याच प्रकारे, वित्तीय वर्ष 1992-2001 या दहा वर्षांनी आम्हाला कॉफी कॅन पोर्टफोलिओ 2001 (सीसीपी 2001) याची माहिती दिली. त्यानंतर आम्ही 1 जुलै 2001 ते 30 जून, 2011 या दहा वर्षातील पोर्टफोलिओच्या किमतीची कामगिरी पाहिली.

या संलग्नकामध्ये आम्ही 2000 ते 2017 या काळातील सर्व कॉफी कॅन पोर्टफोलिओंचे तपशील नोंदवले आहेत. तसेच प्रत्येक शेअरच्या किमतीची कामगिरीदेखील तपशीलवार दिली आहे. प्रत्येक कालमर्यादा दहा वर्षांची आहे त्यामुळे आपल्याकडे पूर्ण झालेले 8 कॉफी कॅन पोर्टफोलिओ आहेत : वित्तीय वर्ष 1991-2000 (सीसीपी 2000), वित्तीय वर्ष 92-01 (सीसीपी 2001), वित्तीय वर्ष 93-02 (सीसीपी 2002), वित्तीय वर्ष 94-03 (सीसीपी 2003), वित्तीय वर्ष 95-04 (सीसीपी 2004), वित्तीय वर्ष 96-05(सीसीपी 2005), वित्तीय वर्ष 97-06 (सीसीपी 2006), वित्तीय वर्ष 98-07 (सीसीपी 2007) असे ते आठ पोर्टफोलिओ पूर्णकालीन आहेत.

तथापि, वित्तीय वर्ष 1999 ते 2008 या काळातील आर्थिक माहितीवर आधारित कॉफी कॅन पोर्टफोलिओ तयार केला त्याची दहा वर्षांची किमतीची कामगिरी 30 जून 2018 रोजी कळेल. त्याच प्रकारे कॉफी कॅन पोर्टफोलिओ 2009 हा वित्तीय वर्ष 2000 ते 2009 या काळातील माहिती घेतो, त्याची दहा वर्षांची शेअरच्या किमतींची कामगिरी 30 जून 2019 ला कळेल. अशा प्रकारे पुढची पुढची माहिती कळत जाईल. असे तयार झालेले आपल्याकडे नऊ कॉफी कॅन पोर्टफोलिओ आहेत ते अपूर्ण आहेत कारण त्यांची दहा वर्षे अजून संपलेली नाहीत. या अपूर्ण कॉफी कॅन पोर्टफोलिओंसाठी आम्ही 30 जून 2017 ही 'कट-ऑफ तारीख' ठरवली आहे. आणि त्या तारखेअनुसार आम्ही त्यांची कामगिरी पाहणार आहोत. आम्ही दहावा अपूर्ण कॉफी कॅन पोर्टफोलिओ (सीसीपी 2017) हाही दाखवला आहे. हा पोर्टफोलिओ 1 जुलै 2017 रोजी अस्तित्वात आला त्यामुळे त्याची कामगिरी कळण्यासाठी कमी कालावधी मिळाला आहे.

कुठल्याही कॉफी कॅन पोर्टफोलिओची कामगिरी मोजण्यासाठी आम्ही शेअर धारकांना मिळालेला एकूण परतावा हा निकष धरला. पोर्टफोलिओतील शेअरच्या किमतीत एकंदरीत बाजारात मिळालेला परतावा त्यात बघितला नाही. शेअरधारकांना मिळालेला एकूण परतावा बघता प्रत्येक शेअरमधून मिळालेला लाभांश त्याच दिवशी त्याच कंपनीच्या शेअर्समध्ये घातला असे गृहीत धरले आहे. त्याच प्रकारे बेंचमार्क परतावा म्हणजेच बीएसई सेन्सेक्स हा निकष वापरून यातील प्रत्येक पोलिओची भरीव कामगिरी तपासली आहे, त्यातही बीएससी सेन्सेक्समध्ये शेअरधारकांना मिळालेला एकूण परतावा धरला आहे. एकूण इंडस्ट्रीला मिळालेला परतावा त्यात धरलेला नाही.

त्यांचा निष्कर्ष एका वाक्यात सांगता येतो : या 17 सीसीपींनी (त्यापैकी आठांची कामगिरी पूर्ण झाली आहे तर नऊंची कामगिरी अर्धवट झाली आहे.) भारतातील बेंचमार्क लार्ज कॅप इंडेक्सहून म्हणजेच सेन्सेक्सहून अधिक कामगिरी केली आहे. खरे सांगायचे तर सारणी 87मध्ये दाखवल्यानुसार पूर्ण झालेल्या सीसीपींनी सेन्सेक्सपेक्षा सदैव 5 टक्क्यांनी वार्षिक अधिक कामगिरी केली आहे. बेंचमार्कहून केलेल्या जास्तीच्या कामगिरीला 'अल्फा' असे म्हणतात.

या शोधांचा निष्कर्ष किती भक्कम आहे ते पाहण्यासाठी आम्ही सीसीपीच्या उपसंचाचीही म्हणजेच त्याच्या लार्ज कॅप आवृत्तीची तपासणी केली. लार्ज कॅप आवृत्तीत भारतातील टॉप 100 शेअर्स होते ज्यांचे मार्केट कॅपिटलायझेशन पोर्टफोलिओ तयार करण्याच्या दिवशी सर्वांत जास्त होते. म्हणजे हा उपसंचदेखील सर्व सतरा उदाहरणांत सेन्सेक्सला मात देण्यात यशस्वी ठरला.

आम्ही सारणी 88 आणि 89 यामध्ये यातील प्रत्येक आवृत्तीचे निकाल थोडक्यात मांडले आहेत आणि त्यामागोमाग प्रत्येक पोर्टफोलिओचे तपशीलवार विवरण दिले आहे.

पैसे गुंतवण्यासाठी 'कॉफी कॅन पद्धत' वापरण्याचा विचार करत असाल तर खालील परिच्छेद लक्षपूर्वक वाचला पाहिजे. एकूण पोर्टफोलिओ पाहता यातील सतराही आवृत्त्यांनी जोरदार कामगिरी केलेली असली तरी सीसीपीमधील प्रत्येक स्टॉकने उत्तम कामगिरी केलेली नाही. एकूण गोष्टींचा आढावा घेता या सतरा आवृत्त्यांमधील सरासरी कॉफी कॅन पोर्टफोलिओमध्ये एकूण बारा कंपन्या होत्या. या बारा कंपन्यांपैकी दोन ते तीन कंपन्यांनी दहा वर्षांच्या काळात अत्यंत उत्कृष्ट कामगिरी केली, (प्रत्येक पोर्टफोलिओचा तपशीलवार आढावा घेताना आम्ही असे शेअर्स अधोरेखित केले आहेत) आणि दोन ते तीन कंपन्यांनी याच काळात कमी किंवा ऋण परतावा दिला. उर्वरित कंपन्यांनी ढोबळ मानाने बाजाराएवढा परतावा दिला. पोर्टफोलिओमागची हीच संकल्पना आहे. तथापि, एकूण पाहता प्रत्येक कॉफी कॅन पोर्टफोलिओने एकूण बाजारापेक्षा अधिक चांगली कामगिरी केली त्यामागची कारणे पुढीलप्रमाणे आहेत :

१) जसजसा गुंतवण्याचा कालावधी वाढतो तसतशी सकारात्मक परतावा मिळण्याची शक्यता वाढते. वार्षिक सेन्सेक्स परतावा १६ टक्के आणि स्टँडर्ड डेव्हिएशन २९ टक्के असे मागील तीस वर्षांत झालेले आहे. त्यामुळे पहिल्या वर्षाच्या आवाक्यात सकारात्मक परतावा निर्माण करण्याची शक्यता ७० टक्के तर तर दहा वर्षांच्या काळामध्ये हीच शक्यता १०० टक्के होते.

सारणी 87 : भारतामध्ये इक्विटीमधील गुंतवणुकीतून लाभ होण्याची शक्यता ही इक्विटी आपल्याजवळ जास्त काळ ठेवली, तर खूपच अधिक वाढते. (या ठिकाणच्या चार्टमध्ये मार्च 1987 ते मार्च 2017 या 30 वर्षांच्या काळात सेन्सेक्सने केवढा परतावा दिला ते दर्शवले आहे.)

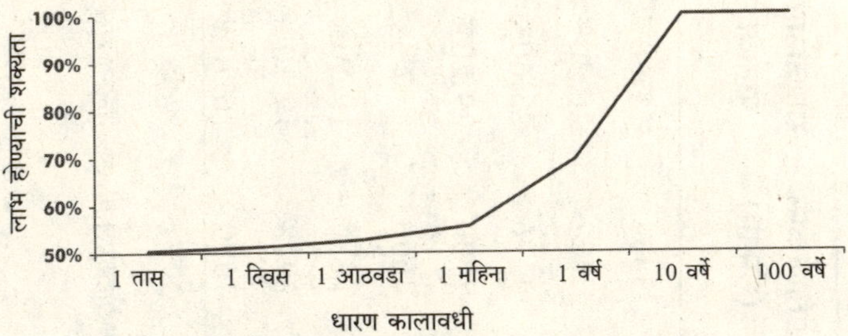

स्रोत : ब्लुमबर्ग, अंबित कॅपिटल.
टीप : मायकेल मोबुसा यांनी अमेरिकन संदर्भात याच प्रकारचे काम केले आहे. त्यातून प्रेरणा घेऊन हा चार्ट बनवला आहे.

२) दीर्घ काळामध्ये या पोर्टफोलिओमध्ये जिंकणाऱ्या शेअर्सचे वर्चस्व होते तर हरणारे शेअर्स कमी कमी होत शेवटी प्रभावहीन होत होते. अशा प्रकारे जेत्यांचे सकारात्मक योगदान हे पराभूतांच्या नकारात्मक योगदानापेक्षा वरचढ ठरते आणि पोर्टफोलिओची चक्रवाढीने वाढ होते.

३) गुंतवून ठेवून शेअर्स दीर्घ काळ ठेवून देणे हाच मन विचलित करणाऱ्या 'सल्ल्यां'चा निःपात करण्याचा सर्वांत प्रभावी मार्ग आहे. तुम्ही आत येण्याचा अथवा बाहेर जाण्याचा वेळ साधण्याचा प्रयत्न करता तेव्हा तुम्हाला या सल्लारूपी आवाजांचा धोका संभवतो, तेव्हा गुंतवणुकीच्या निर्णयामागे मूलभूत तत्त्वे नसतात.

४) सतत सौदे न केल्यामुळे सौद्यांचा खर्च कमी होतो. त्यामुळे दीर्घ काळात पोर्टफोलिओची एकूण कामगिरी वाढते. उदाहरणार्थ, एक काल्पनिक पोर्टफोलिओ १ जुलै रोजी सुरू झाला आणि त्यात ५०% वार्षिक बदल होत राहिले तर दहा वर्षांच्या काळात जवळ जवळ १.२% चक्रवाढीने नुकसान होते.

सारणी 88 : कॉफी कॅन पोर्टफोलिओच्या पूर्ण झालेल्या आठ आवर्तनाचे निकाल (म्हणजे हे पोर्टफोलिओ त्यांचा निश्चित केलेला दहा वर्षांचा काळ चालू होते).

किक ऑफ वर्ष	सर्व कॅप्सचा (आरंभ)	सर्व कॅप्सची (समाप्ती)	सीएजीआर परतावा	सेन्सेक्स तुलनेत भरीव कामगिरी	लार्जकॅप्स (आरंभ)	लार्जकॅप्स (समाप्ती)	सीएजीआर परतावा	सेन्सेक्सच्या तुलनेत भरीव कामगिरी
2000	500	3831	22.60%	6.60%	400	3338	23.60%	7.60%
2001	600	9802	32.20%	11.70%	300	3622	28.30%	7.80%
2002	800	7631	25.30%	5.10%	500	4176	23.60%	3.50%
2003	900	10117	27.40%	7.20%	600	7790	29.20%	9%
2004	1000	16880	32.70%	12.90%	500	3660	22%	2.30%
2005	900	6659	22.20%	6%	500	2976	19.50%	3.40%
2006	1000	6376	20.40%	9%	600	2918	17.10%	5.70%
2007	1500	9030	19.70%	10.40%	1000	4690	16.70%	7.40%

स्रोत : ब्लुमबर्ग, कॅपिटलाईन,अंबित कॅपिटल.

टीप : त्या वर्षाच्या सीसीपीत समाविष्ट शेअर्समध्ये रुपये शंभर असे समान प्रमाणात भांडवल घातले गेले. प्रत्येक पोर्टफोलिओ एक जुलैला सुरू झाला आणि त्यानंतर दहा वर्षांनी संपला.

सारणी 89 : कॉफी कॅन पोर्टफोलिओच्या नऊ अपूर्ण आवर्तनांचे निकाल (म्हणजे या आवर्तनांनी अजून त्यांचा दहा वर्षांचा काळ पुरा केला नाही).

किक ऑफ वर्ष	सर्व कॅप्सचा (आरंभ)	सर्व कॅप्सची (समाप्ती)	सीएजीआर परतावा	सेन्सेक्स तुलनेत भरीव कामगिरी	लार्जकॅप्स (आरंभ)	लार्जकॅप्स (समाप्ती)	सीएजीआर परतावा	सेन्सेक्सच्या तुलनेत भरीव कामगिरी
2008	1100	6471	21.80%	10%	800	3808	18.90%	7.10%
2009	1100	5657	22.70%	11.20%	900	3264	17.50%	6%
2010	700	2621	20.80%	10.70%	300	1041	19.40%	9.30%
2011	1400	3105	14.20%	3.90%	400	1037	17.20%	6.90%
2012	2200	6650	24.80%	10.90%	500	1165	18.40%	4.60%
2013	1800	5709	33.50%	19.70%	600	1438	24.40%	10.70%
2014	1700	3424	26.30%	18.10%	700	1322	23.60%	15.40%
2015	2000	2772	17.70%	11.20%	1200	1504	11.90%	5.40%
2016	1700	2009	18.10%	2.80%	800	981	22.60%	7.30%

स्रोत : ब्लुमबर्ग, कॅपिटलाईन, अंबित कॅपिटल.

टीप : त्या वर्षाच्या सीसीपीत समाविष्ट शेअर्समध्ये रुपये शंभरच्या समान प्रमाणात भांडवल घातले गेले. प्रत्येक पोर्टफोलिओ एक जुलैला सुरू झाला आणि त्यानंतर दहा वर्षांनी संपला. 2008 सालापासून सुरू झालेल्या पोर्टफोलिओंचा चक्रवाढीचा परतावा 30 जून 2017 पर्यंत मोजण्यात आला आहे.

पूर्ण पोर्टफोलिओ (कालावधी पहिला) : 2000–10 (सेन्सेक्सच्या तुलनेने 6.6 टक्के अल्फा आणि निखळ परतावा 22.6 टक्के.)

सर्व कॅप पोर्टफोलिओ स्टॉक : एनआयआयटी, सिप्ला, हीरो मोटोकॉर्प, स्वराज इंजिन्स आणि एचडीएफसी.

लार्ज कॅप पोर्टफोलिओ स्टॉक्स : एन आयआयटी, सिप्ला, हीरो मोटोकॉर्प आणि एचडीएफसी.

पहिल्या आवृत्तीमध्ये सीसीपीच्या दोन्ही आवृत्त्यांनी बेंचमार्कहून अधिक उत्तम कामगिरी केली. सर्व कॅप सीसीपीने 22.6 टक्के परतावा दिला (सेन्सेक्सहून 6.6 टक्के अल्फा) तर लार्ज कॅप पोर्टफोलिओने 23.6 टक्के परतावा दिला (सेन्सेक्सच्या 7.6 टक्के अधिक). सगळ्यात जास्त खाली जो स्टॉक आला त्याच्या किमतीत कळसापासून तळ गाठणारा बदल घडला. पण तोही या दोन्ही पोर्टफोलिओंकडे पाहता या काळामध्ये सेन्सेक्समध्ये खाली आलेल्या स्टॉक्सच्या एकूण संख्येपेक्षा कमीच होता.

सारणी 90 : पहिल्या आवृत्तीचा सारांश

2000–10*	सर्व कॅप्स सीसीपी	लार्जकॅप्स सीसीपी	सेन्सेक्स
सीएजीआर परतावा	22.60%	23.60%	16%
मॅक्झिमम ड्रॉ डाऊन**	–41.90%	–39.30%	–60.30%
एक्सेस रिटर्न्स***	0.35	0.4	0.13

स्रोत : ब्लुमबर्ग, अंबित कॅपिटल.

*नोंद : *पोर्टफोलिओ 1 जुलै 2000 रोजी सुरू झाला.*

**** जास्तीचा परतावा हा मोजताना जोखीमरहित परताव्याच्या किती टक्के मिळाला असा मोजला आहे. (जोखीमरहित परतावा 8 आठ टक्के गृहीत धरला होता) आणि त्यास निव्वळ जास्तीत जास्त घसरणीने भागले होते. जास्तीतजास्त घसरण याची व्याख्या करताना अत्युच्च कळसावरून सर्वांत खालच्या दरीतल्या बिंदूपर्यंत किती खाली गेला ते मोजले होते.*

*** जास्तीत जास्त घसरणीचा काळ जानेवारी 2008 ते ऑक्टोबर 2008 हा सर्व कॅप्सच्या सीसीपींसाठी होता. तर जानेवारी 2008 ते नोव्हेंबर, 2008 असा लार्ज कॅपसाठी होता तर जानेवारी 8 ते मार्च 9 असा सेन्सेक्ससाठी होता.*

कॉफी कॅन पोर्टफोलिओच्या पहिल्या आवृत्तीच्या पाच शेअर्समध्ये एक आयटी कंपनी, एक फार्मा कंपनी, एक बिगर बँकिंग कर्ज देती कंपनी आणि दोन ऑटोमोबाइल/ आणि सहायक क्षेत्रातील कंपन्या होत्या. त्यांची नावे होती एनआयआयटी, सिप्ला, हीरो मोटोकॉर्प, एचडीएफसी लिमिटेड आणि स्वराज इंजिन्स. या पोर्टफोलिओमधील उत्तम काम करणारा शेअर होता हीरो मोटोकॉर्प. त्याने दहा पट चांगली कामगिरी केली. दहा वर्षांमध्ये त्याच्या शेअरची किंमत दहा पट वाढली तर एनआयटीचा स्टॉक याच काळात कोलमडला. परंतु तसे होऊनही सीसीपीने सेन्सेक्सपेक्षा आरामात चांगली कामगिरी केली. (खालची सारणी बघा.)

सारणी 91 : सीसीपी 2000ची कामगिरी

शेअरचे नाव	एकूण शेअरधारक परतावा (टीएसआर*) सीएजीआर	पीएटी सीएजीआर FY2000–10	पोर्टफोलिओच्या मूल्यात प्रारंभीचे योगदान	पोर्टफोलिओच्या मूल्यात अंतिमतः योगदान
			07/01/2000	30/06/2010
एनआयआयटी	–12.50%	–11%	20%	1%
सिपला	18.20%	23.30%	20%	14%
एचडीएफसी लि.	29.10%	23.20%	20%	33%
हिरो मोटोकार्प	31.10%	27.80%	20%	39%
स्वराज इंजिन्स	17.30%	7%	20%	13%
एकूण पोर्टफोलिओ	22.60%		100%	100%
सेन्सेक्स टीसीआर*	16%			

स्रोत : ब्लुमबर्ग, अंबित कॅपिटल.

नोंद : सुरुवातीची किंमत ही प्रत्येक स्टॉकमध्ये शंभर रुपये घालून केली आणि त्या स्टॉकची शेवटची किंमत ही त्या कालावधीच्या शेवटी काय होती ती धरली. अशा प्रकारे या काळासाठी पोर्टफोलिओची किंमत रुपये पाचशेवरून 3831 एवढी अंतिमतः झाली.

**शेअरधारकांचा एकूण परतावा आणि सेन्सेक्सचा एकूण परतावा यात मिळालेल्या लाभांशाची पुनर्गुंतवणूकही धरली आहे.*

सारणी 92 : सीसीपी 2000 मध्ये हीरो आणि एचडीएफसी प्रचंड वाढले तर एनआयआयटी मात्र कोलमडला.

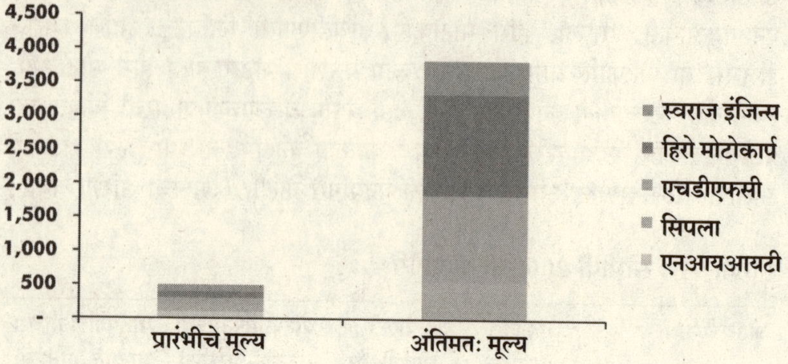

स्रोत : ब्लुमबर्ग, अंबित कॅपिटल.

नोंद : सुरुवातीची किंमत ही प्रत्येक स्टॉकमध्ये शंभर रुपये घालून केली. आणि त्या स्टॉकची शेवटची किंमत ही त्या कालावधीच्या शेवटी काय होती ती धरली. अशा प्रकारे या काळासाठी पोर्टफोलिओची किंमत रुपये पाचशेवरून 3831 एवढी अंतिमतः झाली. शेअरधारकांचा एकूण परतावा आणि सेन्सेक्सचा एकूण परतावा यात मिळालेल्या लाभांशाची पुनर्गुंतवणूकही धरली आहे.

कालावधी पूर्ण झालेला पोर्टफोलिओ (कालखंड 2) : 2001–11 (सेन्सेक्सचा तुलनेने 11.7 टक्के अल्फा आणि निव्वळ परतावा वर्षाला 32.02).

सर्व कॅप पोर्टफोलिओ स्टॉक्स– सिप्ला, हीरो मोटो कार्प, अपोलो हॉस्पिटल्स, रुफिट इंडस्ट्रीज, एचडीएफसी आणि एलआयसी हाउसिंग फायनान्स.

लार्ज कॅप पोर्टफोलिओ स्टॉक्स– सिप्ला, हीरो मोटो कार्प आणि एचडीएफसी.

तिच्या दोन्ही आवृत्त्यांनी दुसऱ्या कालखंडात चांगली कामगिरी केली आणि सेन्सेक्सला मात दिली. सर्व कॅप आणि लार्ज कॅप सीसीपींनी 11.7 टक्के आणि 7.8 टक्के अनुक्रमे असा लक्षवेधी परतावा दिला. सेन्सेक्सच्या सर्वाधिक घसरणीच्या तुलनेत पोर्टफोलिओ चांगल्या प्रकारे स्थिर होता आणि त्याने जास्तीचा परतावा 0.61 ते 0.59 पट दिला. (पाहा सारणी 93).

सारणी 93 : दुसऱ्या आवृत्तीचा सारांश

2001–11*	सर्व कॅप्स सीसीपी	लार्जकॅप्स सीसीपी	सेन्सेक्स
सीएजीआर परतावा	32.20%	28.30%	20.50%
मॅक्झिमम ड्रॉडाऊन**	–39.80%	–34.70%	–60.30%
जास्तीचा परतावा***	0.61	0.59	0.21

स्रोत : ब्लुमबर्ग, अंबित कॅपिटल.

*नोंद : * पोर्टफोलिओ 1 जुलै 2001 रोजी सुरू झाला.*

**** जास्तीचा परतावा मोजताना जोखीमरहित परताव्याच्या किती टक्के मिळाला असा मोजला आहे. (जोखीमरहित परतावा 8 आठ टक्के गृहीत धरला होता) आणि त्यास निव्वळ जास्तीतजास्त घसरणीने भागले होते. जास्तीतजास्त घसरण याची व्याख्या करताना अत्युच्च कळसावरून सर्वांत खालच्या दरीतल्या बिंदूपर्यंत किती खाली गेला ते मोजले होते.*

*** जास्तीत जास्त घसरणीचा काळ जानेवारी 8 ते नोव्हेंबर 2008 हा सर्व कॅप्सच्या सीसीपींसाठी होता. तर एप्रिल 2008 ते नोव्हेंबर 2008 असा लार्ज कॅपसाठी होता तर जानेवारी 8 ते मार्च 9 असा सेन्सेक्ससाठी होता.*

दुसऱ्या आवर्तनात कॉफी कॅन पोर्टफोलिओमध्ये एकूण सहा शेअर होते आणि त्यातले तीन मागच्या वेळचेच होते. (सिप्ला, हीरो आणि एचडीएफसी हे पहिल्या कालखंडातील) आणि तीन नवे शेअर्स होते (अपोलो हॉस्पिटल्स, रुफिट इंडस्ट्रीज आणि एलआयसी हाउसिंग फायनान्स) या काळात पोर्टफोलिओमधला एक स्टॉक रुफिट इंडस्ट्रीज हा शेअर बाजारातून बाहेर पडला. पण तसे असूनही पोर्टफोलिओने कौतुकास्पद काम केले. यातला चमकणारा तारा होता एलआयसी हाउसिंग फायनान्स त्याच्या शेअरची किंमत पस्तीस टक्के वाढली तर सिप्ला थोडा रेंगाळला.

सारणी 94 : सीसीपी 2001ची कामगिरी

शेअरचे नाव	एकूण शेअरधारक परतावा (टीएसआर)* सीएजीआर	पीएटी सीएजीआर FY 2001–11	पोर्टफोलिओच्या मूल्यात प्रारंभीचे योगदान	पोर्टफोलिओ मूल्यात अंतिमतः योगदान
			07–01–2001	30/06/2011
हिरो मोटोकार्प	34.80%	22.80%	17%	20%
सिपला	14.70%	18.60%	17%	4%
एचडीएफसी लि.	28.60%	24.20%	17%	13%
अपोलोहॉस्पिटल्स	30.30%	19.60%	17%	14%
एलआयसी गृहवित्त	47.20%	22.90%	17%	49%
रूफिट इंडस्ट्रीज	–26.70%	बाजारातून बाहेर	17%	0%
एकूण पोर्टफोलिओ	32.20%		100%	100%
सेन्सेक्स टीएसआर*	20.50%			

स्रोत : ब्लुमबर्ग, अंबित कॅपिटल रिसर्च.

नोंद : रुफिट इंडस्ट्रीची आकडेवारी वित्तीय वर्ष 2003 सालापासून उपलब्ध नाही. सुरुवातीची किंमत ही प्रत्येक स्टॉकमध्ये शंभर रुपये घालून केली. आणि त्या स्टॉकची शेवटची किंमत ही त्या कालावधीच्या शेवटी काय होती ती धरली. अशा प्रकारे या काळासाठी पोर्टफोलिओचे मूल्य रुपये सहाशेवरून सुरू होऊन अंतिमतः रुपये 9802 असे झाले.

**शेअरधारकांचा एकूण परतावा आणि सेन्सेक्सचा एकूण परतावा यात मिळालेल्या लाभांशाची पुनर्गुंतवणूकही धरली आहे.*

सारणी 95 : एलआयसी हाउसिंग फायनान्स हा सीसीपी 2001चा चमकता तारा ठरला.

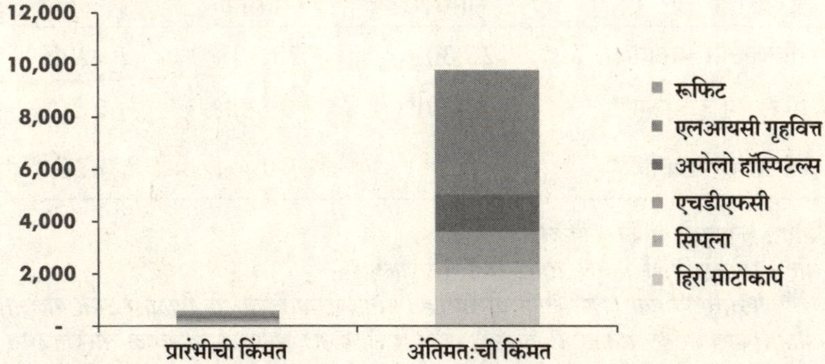

स्रोत : ब्लुमबर्ग, अंबित कॅपिटल.

नोंद : रुफिट इंडस्ट्रीची आकडेवारी वित्तीय वर्ष 2003 सालापासून उपलब्ध नाही. सुरुवातीची किंमत ही प्रत्येक स्टॉकमध्ये शंभर रुपये घालून केली. आणि त्या स्टॉकची शेवटची किंमत ही त्या कालावधीच्या शेवटी काय होती ती धरली. अशा प्रकारे या काळासाठी पोर्टफोलिओचे मूल्य रुपये सहाशेवरून सुरू होऊन अंतिमतः रुपये 9802 असे झाले. शेअरधारकांचा एकूण परतावा आणि सेन्सेक्सचा एकूण परतावा यात मिळालेल्या लाभांशाची पुनर्गुंतवणूकही धरली आहे.

कालावधी पूर्ण झालेला पोर्टफोलिओ (कालावधी 3) : 2002-12 (सेन्सेक्सच्या 5.1 टक्के अल्फा, निव्वळ परतावा वार्षिक 25.3 टक्के)

ऑल कॅप पोर्टफोलिओ शेअर्स : इन्फोसिस, हीरो मोटोकॉर्प, सिप्ला, कंटेनर कॉर्पोरेशन ऑफ इंडिया, गुजरात गॅस, अरबिंदो फार्मा, एचडीएफसी आणि एलआयसी हाउसिंग फायनान्स.

लार्ज कॅप पोर्टफोलिओ शेअर्स : इन्फोसिस, हीरो मोटोकॉर्प, सिप्ला, कंटेनर कॉर्पोरेशन ऑफ इंडिया, एचडीएफसी लि.

या तिसऱ्या आवर्तनात सीसीपी ने 5.1 टक्के अल्फा दिला तर लार्ज कॅप सीसीपीने 3.5 टक्के अल्फा दिला. कॉफी कॅन पोर्टफोलिओच्या दोन्ही आवर्तनांनी अत्यंत घसरणीच्या काळातही चांगली कामगिरी केली. आणि जास्तीचा परतावा 0.38 ते 0.40 पट दिला.

सारणी 96 : तिसऱ्या आवृत्तीचा सारांश

2002–12*	सर्व कॅप्स सीसीपी	लार्जकॅप्स सीसीपी	सेन्सेक्स
सीएजीआर परतावा	25.30%	23.70%	20.20%
मॅक्झिमम ड्रॉडाऊन**	–45.90%	–39.30%	–60.30%
जास्तीचा परतावा***	0.38	0.4	0.20

स्रोत : ब्लुमबर्ग, अंबित कॅपिटल.

*नोंद : *पोर्टफोलिओ 1 जुलै 2002 रोजी सुरू झाला.*

**** जास्तीचा परतावा हा मोजताना जोखीमरहित परताव्याच्या किती टक्के मिळाला असा मोजला आहे. (जोखीमरहित परतावा 8 आठ टक्के गृहीत धरला होता) आणि त्यास निव्वळ जास्तीतजास्त घसरणीने भागले होते. जास्तीतजास्त घसरण याची व्याख्या करताना अत्युच्च कळसावरून सर्वांत खालच्या दरीतल्या बिंदूपर्यंत किती खाली गेला ते मोजले होते.*

*** जास्तीतजास्त घसरणीचा काळ जानेवारी 2008 ते नोव्हेंबर 2008 हा सर्व कॅप्सच्या सीसीपींसाठी होता. तर जानेवारी 2008 ते नोव्हेंबर, 2008 असा लार्ज कॅपसाठी होता तर जानेवारी 2008 ते मार्च 2009 असा सेन्सेक्ससाठी होता.*

तिसऱ्या आवर्तनात कॉफी कॅन पोर्टफोलिओ आकाराने विस्तारला. या आवर्तनात एकूण आठ स्टॉक्स त्यात बसण्यास पात्र झाले. सिप्ला, हीरो मोटोकॉर्प, एचडीएफसी आणि एलआयसी हाउसिंग पुन्हा एकदा घेतले गेले तर बाकीचे चार स्टॉक्स होते इन्फोसिस, कंटेनर कॉर्पोरेशन, गुजरात गॅस आणि अरबिंदो फार्मा. एलआयसी हाउसिंग फायनान्स पुन्हा एकदा विजेता ठरला तर अरबिंदो फार्मा हेलपाटला.

सारणी 97 : सीसीपी 2002ची कामगिरी

शेअरचे नाव	एकूण शेअरधारक परतावा (टीएसआर) सीएजीआर	पीएटी सीएजीआर 2002-12	पोर्टफोलिओच्या मूल्यात प्रारंभीचे योगदान	पोर्टफोलिओ मूल्यात अंतिमतः योगदान
			01-07-2002	30/06/2012
हिरो मोटोकॉर्प	26.20%	17.80%	13%	13%
सिपला	16.40%	18.60%	13%	6%
एचडीएफसी	28.80%	24.20%	13%	16%
अरबिंदो फार्मा	17.80%	11%	13%	7%
एलआयसी गृहवित्त	36.30%	20.10%	13%	29%
इन्फोसिस	21.50%	26.20%	13%	9%
कंटेनर कॉर्पोरेशन	22.10%	13.20%	13%	10%
गुजरात गॅस कंपनी	22.00%	17.90%	13%	10%
एकूण पोर्टफोलिओ	**25.30%**		**100%**	**100%**
सेन्सेक्स टीए टीएसआर*	**20.20%**			

स्रोत : ब्लुमबर्ग, अंबित कॅपिटल.

नोंद : सुरुवातीची किंमत ही प्रत्येक स्टॉकमध्ये शंभर रुपये घालून केली. आणि त्या स्टॉकची शेवटची किंमत ही त्या कालावधीच्या शेवटी काय होती ती धरली. अशा प्रकारे या काळासाठी पोर्टफोलिओचे मूल्य रु. 800पासून सुरू होऊन शेवटी रुपये 7631 असे झाले.

**शेअरधारकांचा एकूण परतावा आणि सेन्सेक्सचा एकूण परतावा यात मिळालेल्या लाभांशाची पुनर्गुंतवणूकही धरली आहे.*

सारणी 98 : पुन्हा एकदा एलआयसी हाउसिंग फायनान्सच पोर्टफोलिओच्या उत्तम कामगिरीस कारणीभूत ठरला.

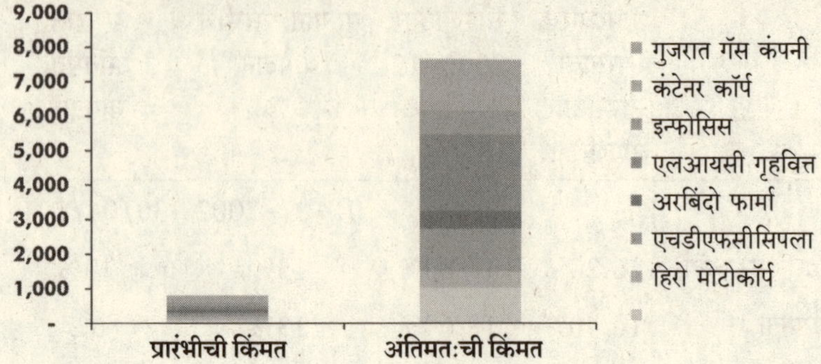

स्रोत : ब्लुमबर्ग, अंबित कॅपिटल.

नोंद : सुरुवातीची किंमत ही प्रत्येक स्टॉकमध्ये शंभर रुपये घालून केली. आणि त्या स्टॉकची शेवटची किंमत ही त्या कालावधीच्या शेवटी काय होती ती धरली. अशा प्रकारे या काळासाठी पोर्टफोलिओचे मूल्य रू 800 पासून सुरू होऊन शेवटी रुपये 7631 असे झाले.

**शेअरधारकांचा एकूण परतावा आणि सेन्सेक्सचा एकूण परतावा यात मिळालेल्या लाभांशाची पुनर्गुंतवणूकही धरली आहे.*

कालावधी पूर्ण झालेला पोर्टफोलिओ (कालावधी 4) 2003–13 (सेन्सेक्सच्या 7.2 टक्के अल्फा आणि 27 .4 टक्के निव्वळ परतावा.)

ऑल कॅप पोर्टफोलिओ शेअर्स : इन्फोसिस, हीरो मोटोकॉर्प, सिप्ला, सन फार्मा, कंटेनर कॉर्पोरेशन ऑफ इंडिया, गुजरात गॅस, अरबिंदो फार्मा, एचडीएफसी आणि एलआयसी हाउसिंग फायनान्स.

लार्ज कॅप पोर्टफोलिओ स्टॉक्स : इन्फोसिस, हीरो मोटोकॉर्प, सिप्ला, सन फार्मा, कंटेनर कॉर्पोरेशन ऑफ इंडिया, सन फार्मा, एचडीएफसी.

चौथ्या आवर्तनात सीसीपीच्या ऑल कॅप आवृत्तीने 7.2 टक्के अल्फा दिला, तर लार्ज कॅप आवृत्तीने 9 नऊ टक्के अल्फा दिला. जास्त घसरणीच्या काळातही या दोन्ही आवृत्त्या स्थिर राहिल्या आणि त्यांनी सेन्सेक्सवर मात करून 0.57 ते 1.48 पट जास्तीचा परतावा दिला.

सारणी 99 : चौथ्या आवृत्तीचा सारांश

2003–13*	सर्व कॅप्स सीसीपी	लार्जकॅप्स सीसीपी	सेन्सेक्स
सीएजीआर परतावा	27.40%	29.20%	20.20%
मॅक्झिमम ड्रॉडाऊन**	–34.00%	–14.40%	–60.30%
जास्तीचा परतावा***	0.57	1.48	0.20

स्रोत : ब्लुमबर्ग, अंबित कॅपिटल.

*नोंद: * पोर्टफोलिओ 1 जुलै 2003 रोजी सुरू झाला.*

**** जास्तीचा परतावा हा मोजताना जोखीमरहित परताव्याच्या किती टक्के मिळाला असा मोजला आहे. (जोखीमरहित परतावा 8 आठ टक्के गृहीत धरला होता) आणि त्यास निव्वळ जास्तीतजास्त घसरणीने भागले होते. जास्तीतजास्त घसरण याची व्याख्या करताना अत्युच्च कळसावरून सर्वांत खालच्या दरीतल्या बिंदूपर्यंत किती खाली गेला ते मोजले होते.*

*** जास्तीतजास्त घसरणीचा काळ जानेवारी 2008 ते नोव्हेंबर 2008 हा सर्व कॅप्सच्या सीसीपींसाठी होता. तर सप्टेंबर 2008 ते नोव्हेंबर 2008 असा लार्ज कॅपसाठी होता तर जानेवारी 8 ते मार्च 9 असा सेन्सेक्ससाठी होता.*

सन फार्मा ही पडलेली एकमेव भर वगळता कॉफी कॅन पोर्टफोलिओ चौथ्या आवर्तनात ही तिसऱ्यासारखाच राहिला. त्याच्या कामगिरीवर सन फार्माच्या चमकदार कामगिरीचा प्रभाव पडला तर गुजरात गॅस मागे रेंगाळला. तथापि, कॉफी कॅन पोर्टफोलिओच्या लार्ज कॅपच्या आवृत्तीने ऑल कॅप आवृत्तीपेक्षा अधिक चांगले काम केले.

सारणी 100 : सीसीपी 2003 ची कामगिरी

शेअरचे नाव	एकूण शेअरधारक परतावा (टीएसआर)* सीएजीआर	पीएटी सीएजीआर 2003–13	पोर्टफोलिओच्या मूल्यात प्रारंभीचे योगदान	पोर्टफोलिओ मूल्यात अंतिमतः योगदान
			07-01-2003	30/6/2013
हिरो मोटोकॉर्प	25.50%	13.80%	11%	10%
सिपला	21.80%	20.10%	11%	7%
एचडीएफसी	29.10%	24.50%	11%	13%
ऑरोबिंदो फार्मा	17.40%	13%	11%	5%
एलआयसी गृहवित्त	29.40%	19.30%	11%	13%
इन्फोसिस	21.60%	25.70%	11%	7%
कंटेनर कॉर्पोरेशन	21.60%	13%	11%	7%
सन फार्मा	42.30%	28.2	11%	34%
गुजरात गॅस कंपनी	17.80%	18%	11%	5%
एकूण पोर्टफोलिओ	27.40%		100%	100%
सेन्सेक्स टीएसआर*	2 0.20%			

स्रोत : ब्लुमबर्ग, अंबित कॅपिटल.

नोंद : सुरुवातीची किंमत ही प्रत्येक स्टॉकमध्ये शंभर रुपये घालून केली. आणि त्या स्टॉकची शेवटची किंमत ही त्या कालावधीच्या शेवटी काय होती ती धरली. अशा प्रकारे या काळासाठी पोर्टफोलिओचे मूल्य सुरुवातीला 900 होते ते वाढून 10117 रुपये असे अंतिमतः झाले.

**शेअरधारकांचा एकूण परतावा आणि सेन्सेक्सचा एकूण परतावा यात मिळालेल्या लाभांशाची पुनर्गुंतवणूकही धरली आहे.*

सारणी 101 : सीसीपी 2003 साठी सन फार्मा हा चमकदार तारा ठरला.

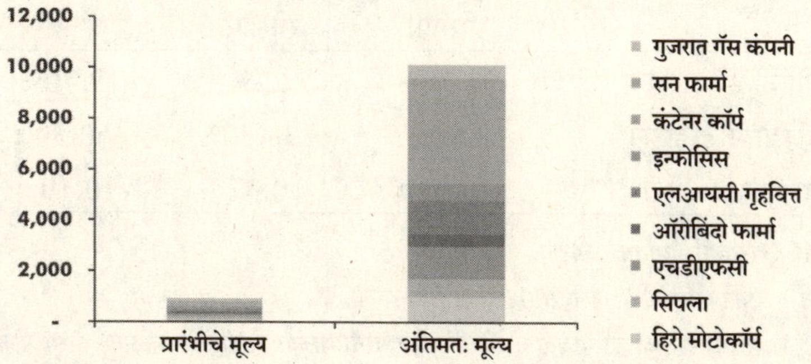

स्रोत : ब्लुमबर्ग, अंबित कॅपिटल.

नोंद : सुरुवातीची किंमत ही प्रत्येक स्टॉकमध्ये शंभर रुपये घालून केली. आणि त्या स्टॉकची शेवटची किंमत ही त्या कालावधीच्या शेवटी काय होती ती धरली. अशा प्रकारे या काळासाठी पोर्टफोलिओचे मूल्य सुरुवातीला 900 होते ते वाढून 10117 रुपये असे अंतिमतः झाले.

**शेअरधारकांचा एकूण परतावा आणि सेन्सेक्सचा एकूण परतावा यात मिळालेल्या लाभांशाची पुनर्गुंतवणूकही धरली आहे.*

कालावधी पूर्ण झालेला पोर्टफोलिओ (कालावधी पाच) : 2004-14 (सेन्सेक्सहून 12.9 टक्के अल्फा, 32.7 वार्षिक निव्वळ परतावा)

ऑल कॅप पोर्टफोलिओ शेअर्स : इन्फोसिस, हीरो मोटोकॉर्प, सिप्ला, कंटेनर कॉर्पोरेशन ऑफ इंडिया, गुजरात गॅस, आलोक इंडस्ट्रीज, मुंजाल शोवा, हवेल्स इंडिया, एचडीएफसी लिमिटेड आणि एलआयसी हाऊसिंग फायनान्स.

लार्ज कॅप पोर्टफोलिओ शेअर्स : इन्फोसिस, हीरो मोटोकॉर्प, सिप्ला, कंटेनर कॉर्पोरेशन ऑफ इंडिया आणि एचडीएफसी.

पाचव्या आवर्तनात आपल्या कॉफी कॅन पोर्टफोलिओने 12.9 टक्के एवढा सेन्सेक्सवर भरघोस अल्फा दिला. पोर्टफोलिओची विभागणी लार्ज कॅप आणि मिड-स्मॉल कॅप यांच्यात सारखीच केली होती. आधीच्या आवर्तनांपेक्षा या आवर्तनात मिड-स्मॉल कॅपनी उत्तम कामगिरी केली आणि त्यामुळे या काळात अधिक अल्फा मिळाला.

सारणी 102 : पाचव्या आवृत्तीचा सारांश

2004–14*	सर्व कॅप्स सीसीपी	लार्जकॅप्स सीसीपी	सेन्सेक्स
सीएजीआर परतावा	32.70%	22%	19.70%
मॅक्झिमम ड्रॉडाऊन**	–64%	–38.30%	–60.30%
जास्तीचा परतावा***	0.39	0.37	0.19

स्रोत : ब्लुमबर्ग, अंबित कॅपिटल.

*नोंद : * पोर्टफोलिओ 1 जुलै 2004 रोजी सुरू झाला.*

**** जास्तीचा परतावा हा मोजताना जोखीमरहित परताव्याच्या किती टक्के मिळाला असा मोजला आहे. (जोखीमरहित परतावा 8 आठ टक्के गृहीत धरला होता) आणि त्यास निव्वळ जास्तीतजास्त घसरणीने भागले होते. जास्तीतजास्त घसरण याची व्याख्या करताना अत्युच्च कळसावरून सर्वांत खालच्या दरीतल्या बिंदूपर्यंत किती खाली गेला ते मोजले होते.*

*** जास्तीतजास्त घसरणीचा काळ जानेवारी 2008 ते डिसेंबर 2008 हा सर्व कॅप्सच्या सीसीपींसाठी होता. तर जानेवारी 2008 ते नोव्हेंबर, 2008 असा लार्ज कॅपसाठी होता तर जानेवारी 8 ते मार्च 9 असा सेन्सेक्ससाठी होता.*

मिड–स्मॉल कॅप शेअर्सनी किमतीबाबत केलेली कामगिरी प्रचंड भिन्न होती. म्हणजे आवर्तनाच्या अखेरीस हावेलच्या शेअरची किंमत 89 पटींनी वाढली तर आलोक इंडस्ट्रीचा स्टॉक खूपच खाली गेला. परिणामी, लार्ज कॅप सीसीपीने चक्रवाढीने 22 टक्के परतावा दिला तरी तो ऑल कॅप सीसीपीच्या 32.7 टक्के परताव्याच्या मागेच राहिला.

सारणी 103 : सीसीपी 2004ची कामगिरी

शेअरचे नाव	एकूण शेअरधारक परतावा (टीएसआर) सीएजीआर	पीएटी सीएजीआर FY 2004–14	पोर्टफोलिओच्या मूल्यात प्रारंभीचे योगदान	पोर्टफोलिओ मूल्यात अंतिमतः योगदान
			07–01–2004	30/06/2014
हिरो मोटोकॉर्प	21.70%	11.20%	10%	4%
सिपला	18.80%	16.70%	10%	3%
एचडीएफसी	27.10%	23.70%	10%	7%

आलोक इंडस्ट्रीज	-8.70%	16.20%	10%	0%
मुंजाल शोवा	20.10%	12.70%	10%	4%
हॅवेल्स इंडिया	58.20%	35.80%	10%	58%
एलआयसी गृहवित्त	31.50%	22.80%	10%	9%
इन्फोसिस	18.30%	23.90%	10%	3%
कंटेनर कॉर्पोरेशन	22.40%	9.90%	10%	4%
गुजरात गॅस कंपनी	28.40%	17%	10%	7%
एकूण पोर्टफोलिओ	32.70%		100%	100%
सेन्सेक्स टीएसआर*	19.70%			

स्रोत : ब्लुमबर्ग, अंबित कॅपिटल.

नोंद : सुरुवातीची किंमत ही प्रत्येक स्टॉकमध्ये शंभर रुपये घालून केली. आणि त्या स्टॉकची शेवटची किंमत ही त्या कालावधीच्या शेवटी काय होती ती धरली. अशा प्रकारे या कालावधीसाठी पोर्टफोलिओचे सुरुवातीचे मूल्य 1000 रुपये होते ते वाढून शेवटी 16880 रुपये झाले.

**शेअरधारकांचा एकूण परतावा आणि सेन्सेक्सचा एकूण परतावा यात मिळालेल्या लाभांशाची पुनर्गुंतवणूकही धरली आहे.*

सारणी 104 : सीसीपी 2004 साठी हॅवेल्स हा चमकता तारा ठरला.

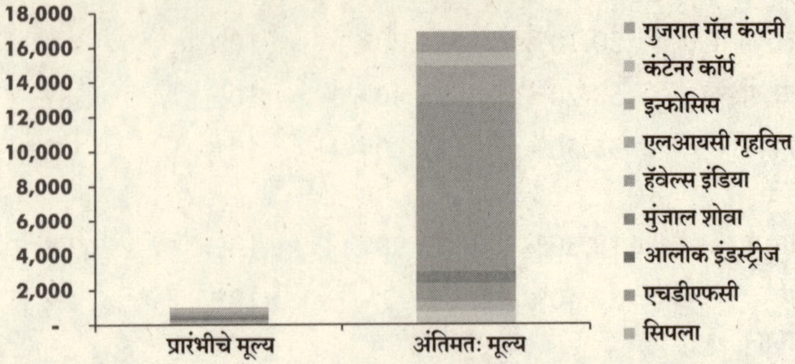

स्रोत : ब्लुमबर्ग, अंबित कॅपिटल.

नोंद : सुरुवातीची किंमत ही प्रत्येक स्टॉकमध्ये शंभर रुपये घालून केली. आणि त्या स्टॉकची शेवटची किंमत ही त्या कालावधीच्या शेवटी काय होती ती धरली. अशा प्रकारे या कालावधीसाठी पोर्टफोलिओचे सुरुवातीचे मूल्य 1000 रुपये होते ते वाढून शेवटी 16880 रुपये झाले. शेअरधारकांचा एकूण परतावा आणि सेन्सेक्सचा एकूण परतावा यात मिळालेल्या लाभांशाची पुनर्गुंतवणूकही धरली आहे.

पूर्ण झालेला कालावधी (कालावधी सहा) : 2005–15 (सेन्सेक्सला सहा टक्के अल्फा आणि निव्वळ परतावा 22.2 टक्के).

ऑल कॅप पोर्टफोलिओ शेअर्स : इन्फोसिस, हीरो मोटोकॉर्प, सिप्ला, कंटेनर कॉर्पोरेशन ऑफ इंडिया, जिओ मॅट्रिक, हावेल्स इंडिया, इंडस स्विफ्ट, मुंजल शोवा आणि एचडीएफसी लिमिटेड.

लार्ज कॅप पोर्टफोलिओ स्टॉक्स : इन्फोसिस, हीरो मोटोकॉर्प, सिप्ला, कंटेनर कॉर्पोरेशन ऑफ इंडिया, एचडीएफसी लिमिटेड.

सहाव्या आवर्तनात आपल्या कॉफी कॅन पोर्टफोलिओने सेन्सेक्सला सहा टक्के अल्फाची मात दिली. लार्ज कॅप आवृत्तीनेही सेन्सेक्सहून 3.4 टक्के अधिक कामगिरी केली. याच काळात ऑल कॅप आवृत्तीने लार्ज कॅप आवृत्तीपेक्षा निव्वळ रूपात अधिक उच्च अल्फा निर्माण केला असला तरी जोखीम जुळवून घेण्याच्या आधारावर लार्ज कॅप आवृत्तीने ऑल कॅप आवृत्तीला मात दिली त्यामागे जास्तीतजास्त जास्त घसरण कमी झाली हे कारण होते. त्यामुळे लार्ज कॅपने 0.32 ते 0.25 पटीने ऑल कॅपपेक्षा अधिक चांगली कामगिरी केली. परंतु दोन्ही आवृत्त्यांनी सेन्सेक्सहून अधिक अधिक चांगली कामगिरी जोखमीशी जुळवून घेत केली.

सारणी 105 : सहाव्या आवृत्तीचा सारांश

2005–15*	सर्व कॅप्स सीसीपी	लार्जकॅप्स सीसीपी	सेन्सेक्स
सीएजीआर परतावा	22.20%	19.50%	16.10%
मॅक्झिमम ड्रॉडाऊन**	–56.30%	–36.20%	–60.30%
जास्तीचा परतावा***	0.25	0.32	0.13

स्रोत : ब्लुमबर्ग, अंबित कॅपिटल.

*नोंद: * पोर्टफोलिओ 1 जुलै 2005 रोजी सुरू झाला.*

**** जास्तीचा परतावा हा मोजताना जोखीमरहित परताव्याच्या किती टक्के मिळाला असा मोजला आहे. (जोखीमरहित परतावा 8 आठ टक्के गृहीत धरला होता) आणि त्यास निव्वळ जास्तीतजास्त घसरणीने भागले होते. जास्तीतजास्त घसरण याची व्याख्या करताना अत्युच्च कळसावरून सर्वांत खालच्या दरीतल्या बिंदूपर्यंत किती खाली गेला ते मोजले होते.*

*** जास्तीतजास्त घसरणीचा काळ जानेवारी 2008 ते नोव्हेंबर 2008 हा सर्व कॅप्सच्या सीसीपींसाठी होता. तर जानेवारी 2008 ते नोव्हेंबर 2008 असा लार्ज कॅपसाठी होता तर जानेवारी 2008 ते मार्च 2009 असा सेन्सेक्ससाठी होता.*

या आवृत्तीतही मिड-स्मॉल कॅप स्टॉक्सच्या किंमतीतील तीव्र चंचलता पाहायला मिळाली. आवृत्तीच्या अखेरीस हावेलच्या स्टॉकची किंमत 28 टक्के वाढली तर इंड-स्विफ्टची किंमत 92 टक्के घसरली.

सारणी 106 : सीसीपी 2005 च्या पोर्टफोलिओची कामगिरी

शेअरचे नाव	एकूण शेअरधारक परतावा (टीएसआर) सीएजीआर	पीएटी सीएजीआर FY 2005–15	पोर्टफोलिओच्या मूल्यात प्रारंभीचे योगदान	पोर्टफोलिओ मूल्यात अंतिमतः योगदान
			01-07-2005	30/06/2015
हिरो मोटोकॉर्प	19.70%	11.30%	11%	9%
सिपला	17.90%	11.20%	11%	8%
एचडीएफसी	23.80%	22.70%	11%	13%
मुंजाल शोवा	14.50%	25.40%	11%	6%
हॅवेल्स इंडिया	41.30%	28.90%	11%	48%
जिओमेट्रिक्स	1.80%	7.20%	11%	2%
इन्फोसिस	14.70%	20.60%	11%	6%
कंटेनर कॉर्पोरेशन	19.80%	9.40%	11%	9%
इंड स्विफ्ट	–22.10%	#NUM	11%	0%
एकूण पोर्टफोलिओ	**22.20%**		**100%**	**100%**
सेन्सेक्स टीएसआर*	**16.10%**			

स्रोत : ब्लुमबर्ग, अंबित कॅपिटल.

नोंद : सुरुवातीची किंमत ही प्रत्येक स्टॉकमध्ये शंभर रुपये घालून केली. आणि त्या स्टॉकची शेवटची किंमत ही त्या कालावधीच्या शेवटी काय होती ती धरली. अशा प्रकारे या काळासाठी पोर्टफोलिओचे मूल्य वाढून सुरुवातीला 900 रुपये होते ते शेवटी 6659 रुपये झाले.

** शेअरधारकांचा एकूण परतावा (टीएसआर) आणि सेन्सेक्सचा एकूण परतावा यात मिळालेल्या लाभांशाची पुनर्गुंतवणूकही धरली आहे.*

एनयूएम – मोजता येत नाही कारण पोर्टफोलिओचा धारणकाळ संपताना परतावा उणे रकमेत झाला.

सारणी 107 : 2005 सालीदेखील हावेल्स, इंडिया हा सीसीपी 2005 साली सर्वोत्तम चमकणारा शेअर होता.

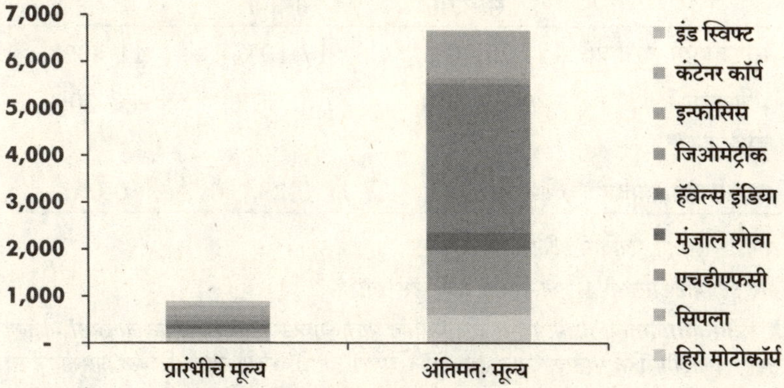

स्रोत : ब्लुमबर्ग, अंबित कॅपिटल.

नोंद : सुरुवातीची किंमत ही प्रत्येक स्टॉकमध्ये शंभर रुपये घालून केली. आणि त्या स्टॉकची शेवटची किंमत ही त्या कालावधीच्या शेवटी काय होती ती धरली. अशा प्रकारे या काळासाठी पोर्टफोलिओचे मूल्य वाढून सुरुवातीला 900 रुपये होते ते शेवटी 6659 रुपये झाले. शेअरधारकांचा एकूण परतावा (टीएसआर) आणि सेन्सेक्सचा एकूण परतावा यात मिळालेल्या लाभांशाची पुनर्गुंतवणूकही धरली आहे.

कालावधी पूर्ण झालेला पोर्टफोलिओ (कालावधी : 7) : 2006–16 (सेन्सेक्सच्या 9 टक्के अल्फा आणि निखळ परतावा वार्षिक 20.4 टक्के).

ऑल कॅप पोर्टफोलिओ शेअर्स : इन्फोसिस, हीरो मोटोकॉर्प, सिप्ला, कंटेनर कॉर्पोरेशन ऑफ इंडिया, जिओ मॅट्रिक, हावेल्स इंडिया, सुप्रजित इंजिनिअरिंग, मुंजल शोवा, एचडीएफसी लिमिटेड आणि एचडीएफसी बँक.

लार्ज कॅप पोर्टफोलिओ स्टॉक्स : इन्फोसिस, हीरो मोटोकॉर्प, सिप्ला, कंटेनर कॉर्पोरेशन ऑफ इंडिया, एचडीएफसी लिमिटेड, एचडीएफसी बँक.

आपल्या कॉफी कॅन पोर्टफोलिओच्या सातव्या आवर्तनात आपण सेन्सेक्सवर 9 टक्के अल्फाने मात केली. लार्ज कॅप आवृत्ती हिनेदेखील सेन्सेक्सला 5.7 टक्के अल्फाने मात दिली. जोखमीशी जुळवून घेण्याच्या आधारावरदेखील दोन्ही आवृत्त्यांनी सेन्सेक्सला 0.23 ते 0.24 पट वाढीव परताव्याने मात दिली तर सेन्सेक्स 0.06 पट वाढला.

सारणी 108 : सातव्या आवर्तनाचा सारांश

2006–16*	सर्व कॅप्स सीसीपी	लार्जकॅप्स सीसीपी	सेन्सेक्स
सीएजीआर परतावा	20.40%	17.10%	11.40%
मॅक्झिमम ड्रॉडाऊन**	–52.30%	–40.50%	–60.30%
जास्तीचा परतावा* **	0.24	0.23	0.06

स्रोत : ब्लुमबर्ग, अंबित कॅपिटल.

*नोंद : * पोर्टफोलिओ 1 जुलै 2006 रोजी सुरू झाला.*

**** जास्तीचा परतावा हा मोजताना जोखीमरहित परताव्याच्या किती टक्के मिळाला असा मोजला आहे. (जोखीमरहित परतावा आठ टक्के गृहीत धरला होता) आणि त्यास निव्वळ जास्तीतजास्त घसरणीने भागले होते. जास्तीतजास्त घसरण याची व्याख्या करताना अत्युच्च कळसावरून सर्वांत खालच्या दरीतल्या बिंदूपर्यंत किती खाली गेला ते मोजले होते.*

*** जास्तीतजास्त घसरणीचा काळ जानेवारी 2008 ते नोव्हेंबर 2009 हा सर्व कॅप्सच्या सीसीपींसाठी होता. तर जानेवारी 8 ते नोव्हेंबर 2008 असा लार्ज कॅपसाठी होता तर जानेवारी 8 ते मार्च 9 असा सेन्सेक्ससाठी होता.*

या काळात मिड–स्मॉल कॅपनी पुन्हा उत्तम कामगिरी केली. हावेल्स आणि सुप्रजित इंजिनिअरिंग यांच्या शेअर्सच्या किमती 11 आणि 7 पट अनुक्रमे वाढल्या.

सारणी 109 : सीसीपी 2006 च्या पोर्टफोलिओची कामगिरी.

शेअरचे नाव	एकूण शेअरधारक परतावा (टीएसआर) सीएजीआर	पीएटी सीएजीआर FY 2006–16	पोर्टफोलिओच्या मूल्यात प्रारंभीचे योगदान	पोर्टफोलिओ मूल्यात अंतिमतः योगदान
			07-01-2006	30/06/2016
हिरो मोटोकॉर्प	18.60%	12.40%	10%	9%
सिपला	9.50%	8.40%	10%	4%
एचडीएफसी	20%	22.40%	10%	10%
मुंजाल शोवा	15.70%	11.70%	10%	7%
हॅवेल्स इंडिया	30.60%	35.30%	10%	23%

जिओमेट्रिक्स	11.40%	15.10%	10%	5%
इन्फोसिस	13.70%	18.50%	10%	6%
कंटेनर कॉर्पोरेशन	13.10%	6.30%	10%	5%
सुप्रजित इंजिनियरिंग	29.10%	30.10%	10%	20%
एचडीएफसी बँक	23.00%	30.70%	10%	12%
एकूण पोर्टफोलिओ	**20.40%**		**100%**	**100%**
सेन्सेक्स टीएसआर	**11.40%**			

स्रोत : ब्लुमबर्ग, अंबित कॅपिटल.

नोंद : सुरुवातीची किंमत ही प्रत्येक स्टॉकमध्ये शंभर रुपये घालून केली. आणि त्या स्टॉकची शेवटची किंमत ही त्या कालावधीच्या शेवटी काय होती ती धरली. अशा प्रकारे या काळासाठी पोर्टफोलिओचे मूल्य वाढून सुरुवातीला 1000 रुपये होते ते शेवटी 6376 रुपये झाले.

** शेअरधारकांचा एकूण परतावा (टीएसआर) आणि सेन्सेक्सचा एकूण परतावा यात मिळालेल्या लाभांशाची पुनर्गुंतवणूकही धरली आहे.*

सारणी 110 : सीसीपी 2006मध्ये मिड कॅपनी त्यांची भरीव कामगिरी सुरूच ठेवली.

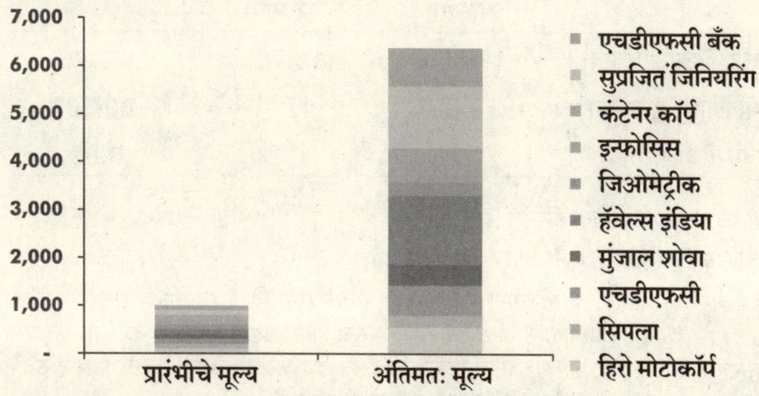

स्रोत : ब्लुमबर्ग, अंबित कॅपिटल रिसर्च.

नोंद : सुरुवातीची किंमत ही प्रत्येक स्टॉकमध्ये शंभर रुपये घालून केली. आणि त्या स्टॉकची शेवटची किंमत ही त्या कालावधीच्या शेवटी काय होती ती धरली. अशा प्रकारे या काळासाठी पोर्टफोलिओचे मूल्य वाढून सुरुवातीला 1000 रुपये होते ते शेवटी 6376 रुपये झाले.

** शेअरधारकांचा एकूण परतावा (टीएसआर) आणि सेन्सेक्सचा एकूण परतावा यात मिळालेल्या लाभांशाची पुनर्गुंतवणूकही धरली आहे.*

कालावधी पूर्ण झालेला पोर्टफोलिओ (कालावधी : 8) : 2007–17 (सेन्सेक्सच्या 10.4 टक्के अल्फा आणि निखळ परतावा वार्षिक 19.7 टक्के)

ऑल कॅप पोर्टफोलिओ शेअर्स : इन्फ़ोसिस, विप्रो, टेक महिंद्रा, हिंदाल्को, हीरो मोटोकॉर्प, सिप्ला, कंटेनर कॉर्पोरेशन ऑफ इंडिया, एशियन पेंट्स, जिओ मॅट्रिक, हावेल्स इंडिया, आफ्टेक, सुप्रजित इंजिनिअरिंग, मुंजाल शोवा, एचडीएफसी लिमिटेड आणि एचडीएफसी बँक.

लार्ज कॅप पोर्टफोलिओ स्टॉक्स : इन्फोसिस, विप्रो, टेक महिंद्रा, हिंदाल्को, एशियन पेंट्स, हीरो मोटोकॉर्प, सिप्ला, कंटेनर कॉर्पोरेशन ऑफ इंडिया, एचडीएफसी लिमिटेड, एचडीएफसी बँक.

आठव्या आवर्तनात आपल्या कॉफी कॅन पोर्टफोलिओने त्याची सेन्सेक्सविरुद्धची कामगिरी निखळ आणि जोखीम जुळवणीच्या पायावर– दोन्हींकडे जास्तच केली. लार्ज कॅप सीसीपीने जोखीम जुळवणीच्या आधारावर ऑल कॅप सीसीपीशी बरोबरी केली. (0.21 पट दोन्ही पोर्टफोलिओंसाठी)

सारणी 111 : आठव्या आवर्तनाचा सारांश

2007–17*	सर्व कॅप्स सीसीपी	लार्जकॅप्स सीसीपी	सेन्सेक्स
सीएजीआर परतावा	19.70%	16.70%	9.30%
मॅक्झिमम ड्रॉडाऊन**	–54.30%	–42.10%	–60.30%
जास्तीचा परतावा***	0.21	0.21	0.02

स्रोत : ब्लुमबर्ग, अंबित कॅपिटल.

नोंद : पोर्टफोलिओ 1 जुलै 2007 पासून सुरू झाला.

**** जास्तीचा परतावा हा मोजताना जोखीमरहित परताव्याच्या किती टक्के मिळाला असा मोजला आहे. (जोखीमरहित परतावा 8 आठ टक्के गृहीत धरला होता) आणि त्यास निव्वळ जास्तीतजास्त घसरणीने भागले होते. जास्तीतजास्त घसरण याची व्याख्या करताना अत्युच्च कळसावरून सर्वांत खालच्या दरीतल्या बिंदूपर्यंत किती खाली गेला ते मोजले होते.*

*** जास्तीतजास्त घसरणीचा काळ जानेवारी 2008 ते मार्च 2009 हा सर्व कॅप्सच्या सीसीपींसाठी होता. तर जानेवारी 2008 ते मार्च 2009 असा लार्ज कॅपसाठी होता तर जानेवारी 8 ते मार्च 9 असा सेन्सेक्ससाठी होता.*

या आवर्तनात एशियन पेंट्सने लार्ज कॅप्सची आघाडी सांभाळली आणि चमकदार कामगिरी केली. त्याच्या शेअर्सची किंमत 15 पट वाढली. मिडकॅपमध्ये तीव्र चंचलता दिसून आली. सुप्रजित इंजिनिअरिंग जवळजवळ 25 टक्क्यांनी वाढला तर आफ्टेकची किंमत 97 टक्क्यांनी घटून मे 2015मध्ये तो डब्यात गेला.

सारणी 112 : सीसीपी 2007 च्या पोर्टफोलिओची कामगिरी.

शेअरचे नाव	एकूण शेअरधारक परतावा (टीएसआर)* सीएजीआर	पीएटी सीएजीआर FY 2007-17	पोर्टफोलिओच्या मूल्यात प्रारंभीचे योगदान	पोर्टफोलिओ मूल्यात अंतिमतः योगदान
			01-07-2007	30/06/2017
हिरो मोटोकॉर्प	22.10%	15.40%	7%	8%
सिपला	11%	4.20%	7%	3%
एचडीएफसी	16.20%	20.30%	7%	5%
मुंजाल शोवा	18.90%	8.10%	7%	6%
हॅवेल्स इंडिया	26.60%	17.10%	7%	12%
जिओमेट्रिक्स	9.40%	माहिती उपलब्ध नाही	7%	3%
इन्फोसिस	8.90%	14.00%	2%	3%
कंटेनर कॉर्पोरेशन	7.80%	2%	7%	2%
सुप्रजित इंजिनियरिंग	37.80%	26.70%	7%	27%
एचडीएफसी बँक	22.70%	29.50%	7%	9%
विप्रो	7.80%	11.20%	7%	2%
टेक महिंद्र	1.80%	36.90%	7%	1%
हिन्दाल्को	3.80%	-3.10%	7%	2%
एशियन पेंट्स	31.30%	21.30%	7%	17%

आफ्तेक	−29.70%	माहिती उपलब्ध नाही	7%	0%
एकूण पोर्टफोलिओ	19.70%		100%	100%
सेन्सेक्स टीएसआर*	9.30%			

स्रोत : ब्लुमबर्ग, अंबित कॅपिटल.

नोंद : सुरुवातीची किंमत ही प्रत्येक स्टॉकमध्ये शंभर रुपये घालून केली. आणि त्या स्टॉकची शेवटची किंमत ही त्या कालावधीच्या शेवटी काय होती ती धरली. अशा प्रकारे या काळासाठी पोर्टफोलिओचे मूल्य वाढून सुरुवातीला 1500 रुपये होते ते शेवटी 9030 रुपये झाले.

**शेअरधारकांचा एकूण परतावा (टीएसआर) आणि सेन्सेक्सचा एकूण परतावा यात मिळालेल्या लाभांशाची पुनर्गुंतवणूकही धरली आहे. डीएनए : डेटा (माहिती) उपलब्ध नाही.*

सारणी 113 : सीसीपी 2007चे सुप्रजित इंजिनिअरिंग आणि एशियन पेंट्स हे चमकते तारे होते.

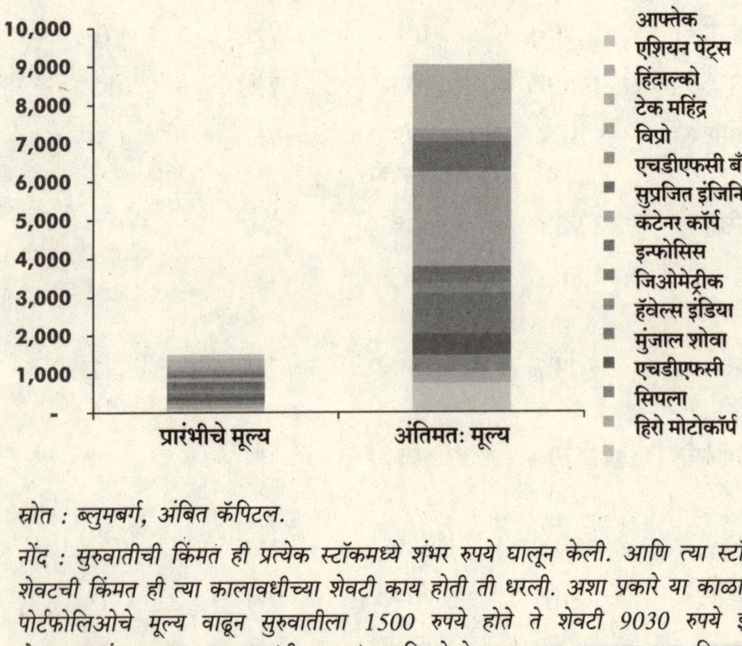

स्रोत : ब्लुमबर्ग, अंबित कॅपिटल.

नोंद : सुरुवातीची किंमत ही प्रत्येक स्टॉकमध्ये शंभर रुपये घालून केली. आणि त्या स्टॉकची शेवटची किंमत ही त्या कालावधीच्या शेवटी काय होती ती धरली. अशा प्रकारे या काळासाठी पोर्टफोलिओचे मूल्य वाढून सुरुवातीला 1500 रुपये होते ते शेवटी 9030 रुपये झाले. शेअरधारकांचा एकूण परतावा (टीएसआर) आणि सेन्सेक्सचा एकूण परतावा यात मिळालेल्या लाभांशाची पुनर्गुंतवणूकही धरली आहे.

अपूर्ण कालावधीचा पोर्टफोलिओ (कालवधीळ 9) : 2008 ते आत्तापर्यंत (सेन्सेक्सच्या 10 टक्के अल्फा आणि निखळ परतावा 21.8 टक्के).

ऑल कॅप पोर्टफोलिओ शेअर्स : इन्फोसिस, विप्रो, टेक महिंद्रा, सिप्ला, ऑटोमोटिव्ह एक्सल्स, एशियन पेंट्स, जिओ मॅट्रिक, हावेल्स इंडिया, एचडीएफसी लिमिटेड आणि एचडीएफसी बँक आणि पंजाब नॅशनल बँक.

लार्ज कॅप पोर्टफोलिओ स्टॉक्स : इन्फोसिस, विप्रो, टेक महिंद्रा, एशियन पेंट्स, सिप्ला, एचडीएफसी लिमिटेड, एचडीएफसी बँक, पंजाब नॅशनल बँक.

सीसीपीच्या नवव्या आवर्तनाने जुलै 2008 मध्ये प्रारंभ केला आणि आत्तापर्यंत त्याने सेन्सेक्सला 10 टक्के अल्फाने मात दिली आहे. लार्ज कॅप आवृत्तीनेही सेन्सेक्सला 7.1 टक्के अल्फाने मात दिली. घसरण कमी झाल्याने लार्ज कॅप आवृत्तीने जोखीम जुळवलेला परतावा 0.25 पट दिला. हाच परतावा ऑल कॅप आवृत्तीसाठी 0.26 पट तर सेन्सेक्ससाठी 0.01 पट होता.

सारणी 114 : नवव्या आवर्तनाचा सारांश

2008–17*	**सर्व कॅप्स सीसीपी**	**लार्जकॅप्स सीसीपी**	**सेन्सेक्स**
सीएजीआर परतावा	21.80%	18.90%	11.80%
मॅक्झिमम ड्रॉडाऊन**	–52.60%	–43.40%	–47.10%
जास्तीचा परतावा***	0.26	0.25	0.08

स्रोत : ब्लुमबर्ग, अंबित कॅपिटल.

नोंद : पोर्टफोलिओ 1 जुलै, 2008 पासून सुरू झाला.

**** जास्तीचा परतावा हा मोजताना जोखीमरहित परताव्याच्या किती टक्के मिळाला असा मोजला आहे. (जोखीमरहित परतावा 8 आठ टक्के गृहीत धरला होता) आणि त्यास निव्वळ जास्तीतजास्त घसरणीने भागले होते. जास्तीतजास्त घसरण याची व्याख्या करताना अत्युच्च कळसावरून सर्वांत खालच्या दरीतल्या बिंदूपर्यंत किती खाली गेला ते मोजले होते.*

*** जास्तीतजास्त घसरणीचा काळ ऑगस्ट 2008 ते मार्च 2009 हा सर्व कॅप्सच्या सीसीपींसाठी होता. तर ऑगस्ट 2008 ते मार्च 2009 असा लार्ज कॅपसाठी होता तर जानेवारी 8 ते मार्च 9 असा सेन्सेक्ससाठी होता.*

लार्ज कॅप आणि मिड कॅप्स अशा दोन्हींनी या आवर्तनात उत्तम कामगिरी केली. एशियन पेंट्स आणि एचडीएफसी बँक यांच्या शेअर्सच्या किमती अनुक्रमे 31 टक्के आणि 28 टक्के वार्षिक आधारावर वाढल्या. तर हावेल्स इंडियाने आपली तगडी धाव 36 टक्के वार्षिक परताव्यावर चालूच ठेवली.

सारणी 115 : सीसीपी 2008 च्या पोर्टफोलिओची कामगिरी

शेअरचे नाव	एकूण शेअरधारक परतावा (टीएसआर)* सीएजीआर	पीएटी सीएजीआर FY 2008–17	पोर्टफोलिओच्या मूल्यात प्रारंभीचे योगदान	पोर्टफोलिओ मूल्यात अंतिमतः योगदान
			07-01-2008	30/6/2017
सिपला	12.30%	4.10%	9%	4%
एचडीएफसी	19.30%	16.90%	9%	8%
हॅवेल्स इंडिया	35.70%	13.20%	9%	24%
जिओमेट्रिक्स	24.20%	माहिती उपलब्ध नाही	9%	11%
इन्फोसिस	11.20%	13.30%	9%	4%
पंजाब नॅशनल बँक	9.90%	–13.20%	9%	4%
ऑटोमोटिव्ह एक्सल्स	16.50%	–1.50%	9%	6%
एचडीएफसी बँक	27.90%	28.50%	9%	14%
विप्रो	11.30%	11.10%	9%	4%
टेक महिंद्र	10.20%	26.90%	9%	4%
एशियन पेंट्स	30.80%	18.90%	9%	17%
एकूण पोर्टफोलिओ	**21.80%**		**100%**	**100%**
सेन्सेक्स टीएसआर*	**11.80%**			

स्रोत : ब्लुमबर्ग, अंबित कॅपिटल.

नोंद : सुरुवातीची किंमत ही प्रत्येक स्टॉकमध्ये शंभर रुपये घालून केली. आणि त्या स्टॉकची शेवटची किंमत ही त्या कालावधीच्या शेवटी काय होती ती धरली. अशा प्रकारे या काळासाठी पोर्टफोलिओचे मूल्य वाढून सुरुवातीला 1100 रुपये होते ते शेवटी 6471 रुपये झाले.

** शेअरधारकांचा एकूण परतावा (टीएसआर) आणि सेन्सेक्सचा एकूण परतावा यात मिळालेल्या लाभांशाची पुनर्गुंतवणूकही धरली आहे.*

डीएनए : डेटा (माहिती) उपलब्ध नाही.

सारणी 116 : सीसीपी 2008मध्ये लार्ज कॅप आणि मिड कॅपनी उत्तम कामगिरी केली.

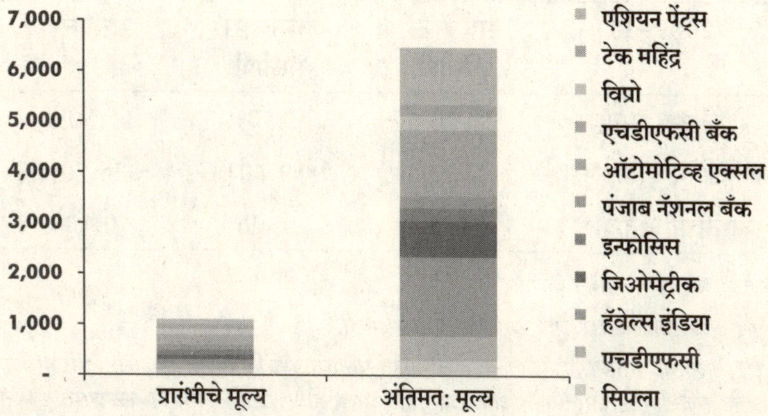

स्रोत : ब्लुमबर्ग, अंबित कॅपिटल.

नोंद : सुरुवातीची किंमत ही प्रत्येक स्टॉकमध्ये शंभर रुपये घालून केली. आणि त्या स्टॉकची शेवटची किंमत ही त्या कालावधीच्या शेवटी काय होती ती धरली. अशा प्रकारे या काळासाठी पोर्टफोलिओचे मूल्य वाढून सुरुवातीला 1100 रुपये होते ते शेवटी 6471 रुपये झाले. शेअरधारकांचा एकूण परतावा (टीएसआर) आणि सेन्सेक्सचा एकूण परतावा यात मिळालेल्या लाभांशाची पुनर्गुंतवणूकही धरली आहे.

अपूर्ण कालावधीचा पोर्टफोलिओ (कालवधी 10) : 2009 ते आत्तापर्यंत (सेन्सेक्सच्या 11.2 टक्के अल्फा आणि निखळ परतावा 22.7 टक्के).

ऑल कॅप पोर्टफोलिओ शेअर्स : इन्फोसिस, विप्रो, जिंदाल स्टील, ओरॅकल फायनान्शिअल सर्व्हिसेस, टेक महिंद्रा, मदर्सन सुमी, सिप्ला, एशियन पेंट्स, एचडीएफसी लिमिटेड आणि एचडीएफसी बँक आणि पंजाब नॅशनल बँक.

लार्ज कॅप पोर्टफोलिओ स्टॉक्स : इन्फोसिस, विप्रो, जिंदाल स्टील, एशियन पेंट्स, ओरॅकल फायनान्शिअल सर्व्हिसेस, सिप्ला, एचडीएफसी लिमिटेड, एचडीएफसी बँक, पंजाब नॅशनल बँक.

हे आवर्तन 2009 साली सुरू झाले आणि यात ऑल कॅप आणि लार्ज कॅप सीसीपींनी पुन्हा सेन्सेक्सला अनुक्रमे 11.2 टक्के आणि 6 टक्क्यांनी जोरदार मात दिली. जोखीम जुळवणीच्या आधारावरही त्यांनी स्थिर कामगिरी करून 0.49 ते 0.55 पट परतावा दिला.

सारणी 117 : दहाव्या आवर्तनाचा सारांश

2009–17*	सर्व कॅप्स सीसीपी	लार्जकॅप्स सीसीपी	सेन्सेक्स
सीएजीआर परतावा	22.70%	17.50%	11.50%
मॅक्झिमम ड्रॉडाऊन**	–26.50%	–19.40%	–26.70%
जास्तीचा परतावा***	0.55	0.49	0.13

स्रोत : ब्लुमबर्ग, अंबित कॅपिटल.

*नोंद : *पोर्टफोलिओ 1 जुलै 2009पासून सुरू झाला.*

**** जास्तीचा परतावा हा मोजताना जोखीमरहित परताव्याच्या किती टक्के मिळाला असा मोजला आहे. (जोखीमरहित परतावा 8 आठ टक्के गृहीत धरला होता) आणि त्यास निव्वळ जास्तीतजास्त घसरणीने भागले होते. जास्तीतजास्त घसरण याची व्याख्या करताना अत्युच्च कळसावरून सर्वांत खालच्या दरीतल्या बिंदूपर्यंत किती खाली गेला ते मोजले होते.*

*** जास्तीतजास्त घसरणीचा काळ ऑगस्ट 2015 ते फेब्रुवारी 2016 हा सर्व कॅप्सच्या सीसीपींसाठी होता. तर जानेवारी 11 ते नोव्हेंबर 2008 असा लार्ज कॅपसाठी होता तर नोव्हेंबर 2010 ते डिसेंबर 2011 असा सेन्सेक्ससाठी होता.*

या आवर्तनात मदर्सन सुमी या कंपनीने चमकदार कामगिरी केली आणि तिच्या शेअर्सची किंमत 22 पट वाढली.

सारणी 118 : सीसीपी 2009 च्या पोर्टफोलिओची कामगिरी

शेअरचे नाव	एकूण शेअरधारक परतावा (टीएसआर)* सीएजीआर	पीएटी सीएजीआर FY 2009–17	पोर्टफोलिओच्या मूल्यात प्रारंभीचे योगदान	पोर्टफोलिओ मूल्यात अंतिमतः योगदान
			01–07–2009	30/06/2017
सिपला	11.40%	3.40%	9%	4%
एचडीएफसी लि.	18.30%	21.60%	9%	7%
जिंदाल स्टील	–13.90%	#NUM	9%	1%
मदर्सन सुमी	47%	31.30%	9%	38%
ओरॅकल फायनान्स सर्व्हिसेस	18%	6.10%	9%	7%
इन्फोसिस	11.80%	11.50%	9%	4%
पंजाब नॅशनल बँक	1.90%	–18.60%	9%	2%
एचडीएफसी बँक	24.70%	27%	9%	10%
विप्रो	13.90%	10.20%	9%	5%
टेक महिंद्र	10.20%	13.60%	9%	4%
एशियन पेंट्स	33.50%	21.90%	9%	18%
एकूण पोर्टफोलिओ	22.70%		100%	100%
सेन्सेक्स टीएसआर*	11.50%			

स्रोत : ब्लुमबर्ग, अंबित कॅपिटल.

नोंद : सुरुवातीची किंमत ही प्रत्येक स्टॉकमध्ये शंभर रुपये घालून केली. आणि त्या स्टॉकची शेवटची किंमत ही त्या कालावधीच्या शेवटी काय होती ती धरली. अशा प्रकारे या काळासाठी पोर्टफोलिओचे मूल्य वाढून सुरुवातीला 1100 रुपये होते ते शेवटी 5657 रुपये झाले.

**शेअरधारकांचा एकूण परतावा (टीएसआर) आणि सेन्सेक्सचा एकूण परतावा यात मिळालेल्या लाभांशाची पुनर्गुंतवणूकही धरली आहे. एनयूएम – मोजता येत नाही कारण पोर्टफोलिओचा धारणकाळ संपताना परतावा उणे रकमेत झाला. डीएनए : डेटा (माहिती) उपलब्ध नाही.*

सारणी 119 : या आवर्तनात मदर्सन सुमी या कंपनीने चमकदार कामगिरी केली आणि तिच्या शेअर्सची किंमत 22 पट वाढली.

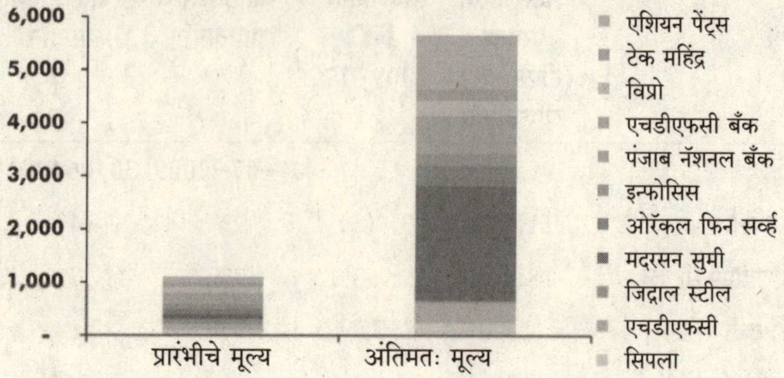

स्रोत : ब्लुमबर्ग, अंबित कॅपिटल.

नोंद : सुरुवातीची किंमत ही प्रत्येक स्टॉकमध्ये शंभर रुपये घालून केली. आणि त्या स्टॉकची शेवटची किंमत ही त्या कालावधीच्या शेवटी काय होती ती धरली. अशा प्रकारे या काळासाठी पोर्टफोलिओचे मूल्य वाढून सुरुवातीला 1100 रुपये होते ते शेवटी 5657 रुपये झाले. शेअरधारकांचा एकूण परतावा (टीएसआर) आणि सेन्सेक्सचा एकूण परतावा यात मिळालेल्या लाभांशाची पुनर्गुंतवणूकही धरली आहे.

अपूर्ण कालावधीचा पोर्टफोलिओ (कालवधी 11) : 2010 ते आत्तापर्यंत (सेन्सेक्सच्या 10.7 टक्के अल्फा आणि निखळ परतावा 20.8 टक्के).

ऑल कॅप पोर्टफोलिओ शेअर्स : मदर्सन सुमी, एशियन पेंट्स, अमर रेमेडीज, ट्युलिप टेलिकॉम, एचडीएफसी बँक, दिवाण हाउसिंग फायनान्स आणि पंजाब नॅशनल बँक.

लार्ज कॅप पोर्टफोलिओ स्टॉक्स : एशियन पेंट्स, एचडीएफसी बँक, पंजाब नॅशनल बँक.

या आवर्तनात आपल्या कॉफी कॅन पोर्टफोलिओने सेन्सेक्सला 10.7 टक्के अल्फाची मात दिली. लार्ज कॅप आवृत्तीने सेन्सेक्सवर 9.3 टक्के अल्फाची मात दिली.

सारणी 120 : अकराव्या आवर्तनाचा सारांश

2010–17*	सर्व कॅप्स सीसीपी	लार्जकॅप्स सीसीपी	सेन्सेक्स
सीएजीआर परतावा	20.80%	19.50%	10.10%
मॅक्झिमम ड्रॉडाऊन**	−33.00%	−24.30%	−26.70%
जास्तीचा परतावा***	0.39	0.47	0.08

स्रोत : ब्लुमबर्ग, अंबित कॅपिटल.

नोंद : पोर्टफोलिओ 1 जुलै, 2010पासून सुरू झाला.

**** जास्तीचा परतावा हा मोजताना जोखीमरहित परताव्याच्या किती टक्के मिळाला असा मोजला आहे. (जोखीमरहित परतावा 8 आठ टक्के गृहीत धरला होता) आणि त्यास निव्वळ जास्तीतजास्त घसरणीने भागले होते. जास्तीतजास्त घसरण याची व्याख्या करताना अत्युच्च कळसावरून सर्वांत खालच्या दरीतल्या बिंदूपर्यंत किती खाली गेला ते मोजले होते.*

*** ऑल कॅप सीसीपीसाठी जास्तीतजास्त घसरण ऑगस्ट 2015 ते फेब्रुवारी 2016 पर्यंत आणि लार्ज कॅप सीसीपीसाठी जास्तीतजास्त घसरण मे 2013 ते सप्टेंबर 2013 पर्यंत झाली, तर सेन्सेक्ससाठी ती नोव्हेंबर 2010 ते डिसेंबर 2011 अशी झाली.*

या आवर्तनाच्या कामगिरीत मदर्सन सुमी आणि एशियन पेंट्स आघाडीवर होते. या काळात अमर रेमिडीज आणि ट्युलिप टेलिकॉम या दोन कंपन्यांतील सौद्यांवर बंदी आलेली असली तरी पोर्टफोलिओने चक्रवाढीने 20.8 टक्के परतावा देऊन चमकदार यश मिळवले.

सारणी 121 : सीसीपी 2010 च्या पोर्टफोलिओची कामगिरी

शेअरचे नाव	**एकूण शेअरधारक परतावा (टीएसआर)* सीएजीआर**	**पीएटी सीएजीआर FY 2010–17**	**पोर्टफोलिओच्या मूल्यात प्रारंभीचे योगदान**	**पोर्टफोलिओ मूल्यात अंतिमतः योगदान**
			01–07–2010	30/06/2017
दिवान हाऊसिंग फायनान्स	23.80%	50.70%	14%	17%
मदर्सन सुमी	41.50%	30.40%	14%	43%
पंजाब नॅशनल बँक	–3.60%	–23.40%	14%	3%
एचडीएफसी बँक	24.20%	26.10%	14%	17%
एशियन पेंट्स	26.10%	12.80%	14%	19%
अमर रेमिडीज	–29.90%	माहिती उपलब्ध नाही	14%	0%
ट्युलिप टेलिकॉम	–48.90%	माहिती उपलब्ध नाही	14%	0%
एकूण पोर्टफोलिओ	20.80%		100%	100%
सेन्सेक्स टीएसआर	10.10%			

स्रोत : ब्लुमबर्ग, अंबित कॅपिटल.

नोंद : सुरुवातीची किंमत ही प्रत्येक स्टॉकमध्ये शंभर रुपये घालून केली. आणि त्या स्टॉकची शेवटची किंमत ही त्या कालावधीच्या शेवटी काय होती ती धरली. अशा प्रकारे या काळासाठी पोर्टफोलिओचे मूल्य वाढून सुरुवातीला 700 रुपये होते ते शेवटी 2630 रुपये झाले.

** शेअरधारकांचा एकूण परतावा (टीएसआर) आणि सेन्सेक्सचा एकूण परतावा यात मिळालेल्या लाभांशाची पुनर्गुंतवणूकही धरली आहे. डीएनए : डेटा (माहिती) उपलब्ध नाही.*

सारणी 122 : सीसीपी 2010 मध्येही मदर्सन सुमीने जोरदार कामगिरी केली.

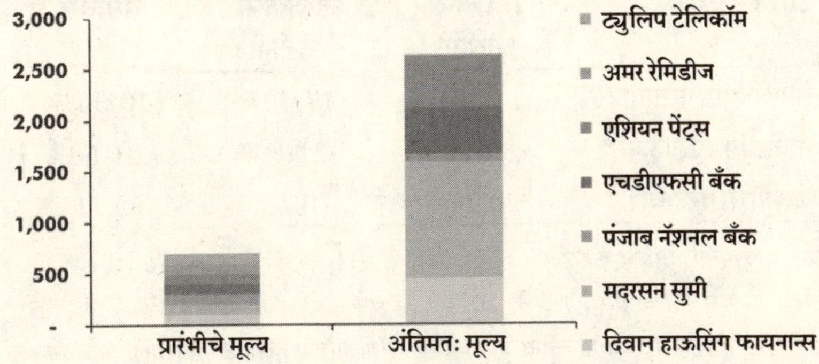

स्रोत : ब्लुमबर्ग, अंबित कॅपिटल.

नोंद : सुरुवातीची किंमत ही प्रत्येक स्टॉकमध्ये शंभर रुपये घालून केली. आणि त्या स्टॉकची शेवटची किंमत ही त्या कालावधीच्या शेवटी काय होती ती धरली. अशा प्रकारे या काळासाठी पोर्टफोलिओचे मूल्य वाढून सुरुवातीला 700 रुपये होते ते शेवटी 2630 रुपये झाले. शेअरधारकांचा एकूण परतावा (टीएसआर) आणि सेन्सेक्सचा एकूण परतावा यात मिळालेल्या लाभांशाची पुनर्गुंतवणूकही धरली आहे.

अपूर्ण कालावधीचा पोर्टफोलिओ (कालवधी 12) : 2011ते ते आत्तापर्यंत (सेन्सेक्सच्या 3.9 टक्के अल्फा आणि निखळ परतावा 14.2 टक्के).

ऑल कॅप पोर्टफोलिओ शेअर्स : आयटीसी, एशियन पेंट्स, मदर्सन सुमी, इप्का, ट्युलिप टेलिकॉम, झायलॉग सिस्टिम्स, प्रतिभा इंडस्ट्रीज, युनिटी इन्फ्रा, अमर रेमिडीज, सेट्को ऑटोमोटिव्ह्ज, एचडीएफसी बँक, दिवाण हाउसिंग फायनान्स, सिटी युनियन बँक आणि पंजाब नॅशनल बँक.

लार्ज कॅप पोर्टफोलिओ स्टॉक्स : आयटीसी, एशियन पेंट्स, एचडीएफसी बँक, पंजाब नॅशनल बँक.

सर्व कॉफी कॅन पोर्टफोलिओंमध्ये या आवर्तनाने निखळ परताव्याच्या दृष्टीने सर्वांत कमी परतावा दिला. लार्ज कॅप आवृत्तीने या आवर्तनात ऑल कॅप आवृत्ती आणि सेन्सेक्स यांना निव्वळ तसेच जोखीम जुळवण्याच्या आधारावर मात दिली.

सारणी 123 : बाराव्या आवर्तनाचा सारांश

2011–17*	सर्व कॅप्स सीसीपी	लार्जकॅप्स सीसीपी	सेन्सेक्स
सीएजीआर परतावा	14.20%	17.20%	10.30%
मॅक्झिमम ड्रॉडाऊन**	–30.20%	–21.80%	–21.60%
जास्तीचा परतावा***	0.21	0.42	0.11

स्रोत : ब्लुमबर्ग, अंबित कॅपिटल.

नोंद : पोर्टफोलिओचा प्रारंभ 1 जुलै, 2011 रोजी झाला.

**** जास्तीचा परतावा हा मोजताना जोखीमरहित परताव्याच्या किती टक्के मिळाला असा मोजला आहे. (जोखीमरहित परतावा 8 आठ टक्के गृहीत धरला होता) आणि त्यास निव्वळ जास्तीतजास्त घसरणीने भागले होते. जास्तीतजास्त घसरण याची व्याख्या करताना अत्युच्च कळसावरून सर्वांत खालच्या दरीतल्या बिंदूपर्यंत किती खाली गेला ते मोजले होते.*

*** ऑल कॅप सीसीपीसाठी जास्तीतजास्त घसरण ऑगस्ट 2015 ते फेब्रुवारी 2016 पर्यंत आणि लार्ज कॅप सीसीपीसाठी जास्तीतजास्त घसरण मे 2013 ते ऑगस्ट 2013 पर्यंत झाली, तर सेन्सेक्ससाठी ती जानेवारी 2015 ते फेब्रुवारी 2016 अशी झाली.*

मिड कॅप आणि स्मॉल कॅप शेअर्सच्या किमतीमध्ये या आवर्तनात तीव्र चढउतार झाले. मदर्सन सुमीचा शेअर या काळात सात पटींनी वाढला तर झायलोग सिस्टिम्सच्या शेअरने आपले 98 टक्के मूल्य गमावले.

सारणी 124 : सीसीपी 2011 पोर्टफोलिओची कामगिरी

शेअरचे नाव	एकूण शेअरधारक परतावा (टीएसआर)* सीएजीआर	पीएटी सीएजीआर FY 2011–17	पोर्टफोलिओच्या मूल्यात प्रारंभीचे योगदान	पोर्टफोलिओ मूल्यात अंतिमतः योगदान
			01-07-2011	30/06/2017
दिवान हाऊसिंग फायनान्स	28.80%	42.90%	7%	15%
मदर्सन सुमी	39.70%	25.90%	7%	24%
सिटी युनियन बँक	30.70%	25.90%	7%	16%

प्रतिभा इंडस्ट्रीज	−25.70%	#NUM	7%	1%
आयटीसी	17.90%	12.70%	7%	9%
इपका लॅबोरेटरीज	6.90%	−4.90%	7%	5%
पंजाब नॅशनल बँक	−5.80%	−28.40%	7%	2%
सेटको ऑटोमोटिव्ह	11.50%	#NUM	7%	6%
युनिटी ईन्फ्रास्ट्रक्चर	−30.70%	#NUM	7%	0%
झायलॉग सिस्टिम्स	−47.70%	−52.50%	7%	0%
एचडीएफसी बँक	23.00%	25%	7%	11%
एशियन पेंट्स	23.30%	14.90%	7%	11%
अमर रेमिडीज	−36.90%	माहिती उपलब्ध नाही	7%	0%
ट्युलिप टेलिकॉम	−53.50%	माहिती उपलब्ध नाही	7%	0%
एकूण पोर्टफोलिओ	**14.20%**		**100%**	**100%**
सेन्सेक्स टीएसआर	**10.30%**			

स्रोत : ब्लुमबर्ग, अंबित कॅपिटल.

नोंद : सुरुवातीची किंमत ही प्रत्येक स्टॉकमध्ये शंभर रुपये घालून केली. आणि त्या स्टॉकची शेवटची किंमत ही त्या कालावधीच्या शेवटी काय होती ती धरली. अशा प्रकारे या काळासाठी पोर्टफोलिओचे मूल्य वाढून सुरुवातीला 1400 रुपये होते ते शेवटी 3112 रुपये झाले.

** शेअरधारकांचा एकूण परतावा (टीएसआर) आणि सेन्सेक्सचा एकूण परतावा यात मिळालेल्या लाभांशाची पुनर्गुंतवणूकही धरली आहे. एनयूएम – मोजता येत नाही कारण पोर्टफोलिओचा धारण काळ संपताना परतावा उणे रकमेत झाला. डीएनए : डेटा (माहिती) उपलब्ध नाही.*

सारणी 125 : सीसीपी 2011मध्ये मिड-स्मॉल कॅपच्या किमतीत तीव्र चढउतार पाहायला मिळाला.

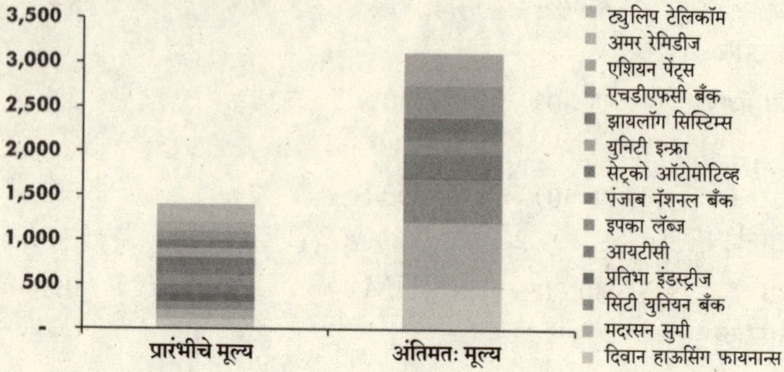

स्रोत : ब्लुमबर्ग, अंबित कॅपिटल रिसर्च.

नोंद : सुरुवातीची किंमत ही प्रत्येक स्टॉकमध्ये शंभर रुपये घालून केली. आणि त्या स्टॉकची शेवटची किंमत ही त्या कालावधीच्या शेवटी काय होती ती धरली. अशा प्रकारे या काळासाठी पोर्टफोलिओचे मूल्य वाढून सुरुवातीला 1400 रुपये होते ते शेवटी 3112 रुपये झाले. शेअरधारकांचा एकूण परतावा (टीएसआर) आणि सेन्सेक्सचा एकूण परतावा यात मिळालेल्या लाभांशाची पुनर्गुंतवणूकही धरली आहे.

अपूर्ण कालावधीचा पोर्टफोलिओ (कालवधी 13) : 2012 ते आत्तापर्यंत (सेन्सेक्सच्या 10.9 टक्के अल्फा आणि निखळ परतावा 24.8 टक्के).

ऑल कॅप पोर्टफोलिओ शेअर्स : आयटीसी, एशियन पेंट्स, मारिको, ऑप्टो सर्क्युट्स, इप्का लॅब्ज्स, बर्जर पेंट्स, पेज इंडस्ट्रीज, बालकृष्ण इंडस्ट्रीज, ग्रिंडवेल नॉर्टन, झायलॉग सिस्टिम्स, टेक्प्रो सिस्टिम्स, प्रतिभा इंडस्ट्रीज, अस्ट्राल पॉलिटेक्निक, युनिटी इन्फ्रा, अमर रेमेडीज, सेट्को ऑटोमोटिव्ह्ज, एचडीएफसी बँक, ॲक्सिस बँक, दिवाण हाउसिंग फायनान्स, अलाहाबाद बँक, सिटी युनियन बँक आणि पंजाब नॅशनल बँक.

लार्ज कॅप पोर्टफोलिओ स्टॉक्स : आयटीसी, एशियन पेंट्स, एचडीएफसी बँक, ॲक्सिस बँक, पंजाब नॅशनल बँक.

या ठिकाणी ऑल कॅप आवृत्ती पुनश्च पुढे आली आणि तिने सेन्सेक्सला 4.6 टक्क्यांनी मात दिली.

सारणी 126 : तेराव्या आवर्तनाचा सारांश

2012–17*	सर्व कॅप्स सीसीपी	लार्जकॅप्स सीसीपी	सेन्सेक्स
सीएजीआर परतावा	24.80%	18.40%	13.09%
मॅक्झिमम ड्रॉडाऊन**	–23.30%	–28.80%	–21.60%
जास्तीचा परतावा***	0.72	0.36	0.27

स्रोत : ब्लुमबर्ग, अंबित कॅपिटल.

नोंद : पोर्टफोलिओचा प्रारंभ 1 जुलै, 2012 रोजी झाला.

**** जास्तीचा परतावा हा मोजताना जोखीमरहित परताव्याच्या किती टक्के मिळाला असा मोजला आहे. (जोखीमरहित परतावा 8 आठ टक्के गृहीत धरला होता) आणि त्यास निव्वळ जास्तीतजास्त घसरणीने भागले होते. जास्तीतजास्त घसरण याची व्याख्या करताना अत्युच्च कळसावरून सर्वांत खालच्या दरीतल्या बिंदूपर्यंत किती खाली गेला ते मोजले होते.*

*** ऑल कॅप सीसीपीसाठी जास्ती तजास्त घसरण एप्रिल 2015 ते फेब्रुवारी 2016 आणि लार्ज कॅप सीसीपीसाठी जास्तीतजास्त घसरण मे 2013 ते सप्टेंबर 2013पर्यंत झाली, तर सेन्सेक्ससाठी ती जानेवारी 2015 ते फेब्रुवारी 2016 अशी झाली.*

22 कंपन्यांनी या आवर्तनात हजेरी लावली, घटक कंपन्यांची संख्या बघता हा सगळ्यात मोठा कॉफी कॅन पोर्टफोलिओ होता. अस्त्रल पॉलिटेक्निक यांनी या आवर्तनात चांगली कामगिरी केली. त्याच्या शेअरचे मूल्य सोळा पट वाढले, तर दुसरीकडे झायलॉग सिस्टिम्स आणि टेक प्रो सिस्टिम्स यांच्या किमतीत अनुक्रमे 99 आणि 98 टक्के घट होऊन ते जवळजवळ नामशेषच झाले.

सारणी 127 : सीसीपी 2012 पोर्टफोलिओची कामगिरी

शेअरचे नाव	एकूण शेअरधारक परतावा (टीएसआर)* सीएजीआर	पीएटी सीएजीआर FY 2012–17	पोर्टफोलिओच्या मूल्यात प्रारंभीचे योगदान	पोर्टफोलिओ मूल्यात अंतिमतः योगदान
			01–07–2012	30/06/2017
दिवान हाऊसिंग फायनान्स	43.3%	54%	5%	9%
अलाहाबाद बँक	–13.00%	#NUM	5%	1%
अस्त्राल पॉली	73.00%	29.60%	5%	23%

बालकृष्ण इंडस्ट्रीज	46.70%	21.70%	5%	10%
बर्जर पेंट्स	39.20%	21.30%	5%	8%
मारिको	30.00%	20.90%	5%	6%
ओप्टो सर्किट्स	-43.30%	#NUM	5%	0%
पेज इंडस्ट्रीज	43.50%	24.20%	5%	9%
ग्रिंडवेल नॉर्टन	28.40%	3.00%	5%	5%
टेक्प्रो सिस्टिम्स	-54.60%	माहिती उपलब्ध नाही	5%	0%
एक्सिस बँक	21.60%	-1.30%	5%	4%
सिटी युनियन बँक	33.40%	43%	5%	6%
प्रतिभा इंडस्ट्रीज	-28%	#NUM	5%	0%
आयटीसी	15.50%	10.50%	5%	3%
इपका लॅबोरेटरीज	6.90%	-6.80%	5%	2%
पंजाब नॅशनल बँक	-1.70%	-34.30%	5%	1%
सेटको ऑटोमोटिव्ह	7.30%	#NUM	5%	2%
युनिटी ईन्फ्रास्ट्रक्चर	-31.30%	#NUM	5%	0%
झायलॉग सिस्टिम्स	-58.10%	-61.80%	5%	0%
एचडीएफसी बँक	25.00%	23.80%	5%	5%
एशियन पेंट्स	24.30%	14.40%	5%	4%
अमर रेमिडीज	-46.00%	माहिती उपलब्ध नाही	5%	0%
एकूण पोर्टफोलिओ	24.80%		100%	100%
सेन्सेक्स टीएसआर*	13.80%			

स्रोत : ब्लुमबर्ग, अंबित कॅपिटल.

नोंद : सुरुवातीची किंमत ही प्रत्येक स्टॉकमध्ये शंभर रुपये घालून केली. आणि त्या स्टॉकची शेवटची किंमत ही त्या कालावधीच्या शेवटी काय होती ती धरली. अशा प्रकारे या काळासाठी पोर्टफोलिओचे मूल्य वाढून सुरुवातीला 2200 रुपये होते ते शेवटी 6650 रुपये झाले.

** शेअरधारकांचा एकूण परतावा (टीएसआर) आणि सेन्सेक्सचा एकूण परतावा यात मिळालेल्या लाभांशाची पुनर्गुंतवणूकही धरली आहे. एनयूएम – मोजता येत नाही कारण पोर्टफोलिओचा धारण काळ संपताना परतावा उणे रकमेत झाला. डीएनए : डेटा (माहिती) उपलब्ध नाही.*

सारणी 128 : सीसीपी 2012मध्ये अस्त्राल पॉलिटेक्निकने अन्य स्टॉक्सहून अधिक चांगली कामगिरी केली.

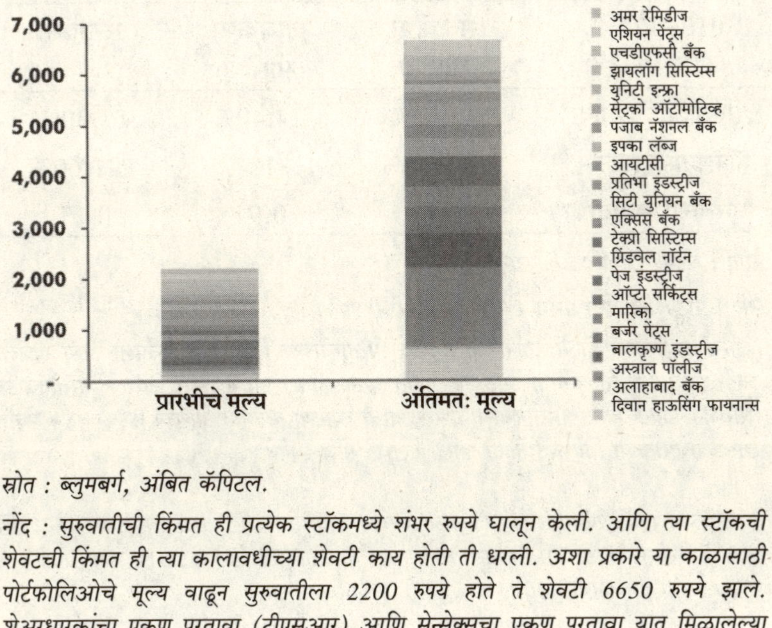

स्रोत : ब्लुमबर्ग, अंबित कॅपिटल.

नोंद : सुरुवातीची किंमत ही प्रत्येक स्टॉकमध्ये शंभर रुपये घालून केली. आणि त्या स्टॉकची शेवटची किंमत ही त्या कालावधीच्या शेवटी काय होती ती धरली. अशा प्रकारे या काळासाठी पोर्टफोलिओचे मूल्य वाढून सुरुवातीला 2200 रुपये होते ते शेवटी 6650 रुपये झाले. शेअरधारकांचा एकूण परतावा (टीएसआर) आणि सेन्सेक्सचा एकूण परतावा यात मिळालेल्या लाभांशाची पुनर्गुंतवणूकही धरली आहे.

अपूर्ण कालावधीचा पोर्टफोलिओ (कालवधी 14) : 2013 ते आत्तापर्यंत (सेन्सेक्सच्या 19.7 टक्के अल्फा आणि निखळ परतावा 33.5 टक्के).

ऑल कॅप पोर्टफोलिओ शेअर्स : आयटीसी, एचसीएल टेक्नॉलॉजीज, एशियन पेंट्स, मारिको, इप्का लॅब्ज्स, बर्जर पेंट्स, पेज इंडस्ट्रीज, बालकृष्ण इंडस्ट्रीज, सोलार इंडस्ट्रीज, प्रतिभा इंडस्ट्रीज, अस्ट्राल पॉलिटेक्निक, युनिटी इन्फ्रा, सरला परफॉर्मन्स फायबर्स, एचडीएफसी बँक, ॲक्सिस बँक, इंडियन बँक, दिवाण हाउसिंग फायनान्स, सिटी युनियन बँक

लार्ज कॅप पोर्टफोलिओ स्टॉक्स : आयटीसी, एचसीएल टेक, एशियन पेंट्स, मारिको, एचडीएफसी बँक, ॲक्सिस बँक

या आवर्तनाने आत्तापर्यंत सर्वांत उत्तम म्हणजेच वार्षिक चक्रवाढीने 33.5 टक्के परतावा दिला. सेन्सेक्सचा वार्षिक चक्रवाढीचा परतावा याच काळात 13.7 टक्के होता तर लार्ज कॅप पोर्टफोलिओ ने हा वार्षिक चक्रवाढीचा परतावा 24.4 टक्के दिला.

सारणी 129 : चौदाव्या आवर्तनाचा सारांश

2 013–17*	**सर्व कॅप्स सीसीपी**	**लार्जकॅप्स सीसीपी**	**सेन्सेक्स**
सीएजीआर परतावा	33.50%	24.40%	13.80%
मॅक्झिमम ड्रॉडाऊन**	–21.40%	–18%	–21.60%
जास्तीचा परतावा***	1.19	0.91	0.27

स्रोत : ब्लुमबर्ग, अंबित कॅपिटल.

नोंद : पोर्टफोलिओचा प्रारंभ 1 जुलै 2013 रोजी झाला.

**जास्तीचा परतावा हा मोजताना जोखीमरहित परताव्याच्या किती टक्के मिळाला असा मोजला आहे. (जोखीमरहित परतावा आठ टक्के गृहीत धरला होता) आणि त्यास निव्वळ जास्तीतजास्त घसरणीने भागले होते. जास्तीतजास्त घसरण याची व्याख्या करताना अत्युच्च कळसावरून सर्वांत खालच्या दरीतल्या बिंदूपर्यंत किती खाली गेला ते मोजले होते.*

*** ऑल कॅप सीसीपीसाठी जास्तीतजास्त घसरण ऑगस्ट 2015 ते फेब्रुवारी, 2016 आणि लार्ज कॅप सीसीपीसाठी जास्तीतजास्त घसरण सप्टेंबर 2016 ते डिसेंबर 2016 पर्यंत झाली, तर सेन्सेक्ससाठी ती जानेवारी 2015 ते फेब्रुवारी 2016 अशी झाली.*

मिड कॅप स्टॉक्सनी या आवर्तनात नेतृत्व केले कारण 2013 साली जूनमध्ये हा पोर्टफोलिओ सुरू झाल्यापासून त्यांच्यातील काहींच्या किमती जवळजवळ 4 ते 8 पट वाढल्या. त्यात अस्त्राल पॉलिटेक्निक, सोलार इंडस्ट्रीज, बालकृष्ण इंडस्ट्रीज आणि पेज इंडस्ट्रीज हे शेअर होते.

सारणी 130 : सीसीपी 2013 पोर्टफोलिओची कामगिरी

शेअरचे नाव	एकूण शेअरधारक परतावा (टीएसआर)* सीएजीआर	पीएटी सीएजीआर FY 2013-17	पोर्टफोलिओच्या मूल्यात प्रारंभीचे योगदान	पोर्टफोलिओ मूल्यात अंतिमतः योगदान
			07-01-2013	30/06/2017
दिवान हाऊसिंग फायनान्स	56.40%	57.80%	6%	10%
एचसीएल टेक्नॉलॉजीज	25.10%	20.80%	6%	4%
अस्त्राल पॉली	57%	24.30%	6%	11%
बालकृष्ण इंडस्ट्रीज	69%	19.60%	6%	14%
बर्जर पेंट्स	32.40%	21.30%	6%	5%
मारिको	35.30%	19.20%	6%	6%
इंडियन बँक	27.20%	-2.50%	6%	5%
पेज इंडस्ट्रीज	43.30%	24%	6%	7%
एक्सिस बँक	18.90%	-6.80%	6%	4%
सिटी युनियन बँक	35.30%	36.70%	6%	6%
प्रतिभा इंडस्ट्रीज	-24.90%	#NUM	6%	1%
आयटीसी	12.60%	7.80%	6%	3%
इपका लॅबोरेटरीज	-6.80%	-11.90%	6%	1%
सरला परफॉर्मन्स	36.10%	10.20%	6%	6%
सोलार इंडस्ट्रीज	45.60%	12.40%	6%	8%

युनिटी इन्फ्रास्ट्रक्चर	−28.90%	#NUM	6%	0%
एचडीएफसी बँक	26.30%	22.10%	6%	4%
एशियन पेंट्स	24.80%	14.90%	6%	4%
एकूण पोर्टफोलिओ	33.50%		100%	100%
सेन्सेक्स टीएसआर*	13.7%			

स्रोत : ब्लुमबर्ग, अंबित कॅपिटल.

नोंद : सुरुवातीची किंमत ही प्रत्येक स्टॉकमध्ये शंभर रुपये घालून केली. आणि त्या स्टॉकची शेवटची किंमत ही त्या कालावधीच्या शेवटी काय होती ती धरली. अशा प्रकारे या काळासाठी पोर्टफोलिओचे मूल्य वाढून सुरुवातीला 1800 रुपये होते ते शेवटी 5709 रुपये झाले.

** शेअरधारकांचा एकूण परतावा (टीएसआर) आणि सेन्सेक्सचा एकूण परतावा यांत मिळालेल्या लाभांशाची पुनर्गुंतवणूकही धरली आहे. एनयूएम – मोजता येत नाही कारण पोर्टफोलिओचा धारण काळ संपताना परतावा उणे रकमेत झाला.*

सारणी 131 : सीसीपी 2013मध्ये मिडकॅपनी आघाडी घेतली आणि पोर्टफोलिओच्या किमतीत भरपूर वाढ घडवून आणली.

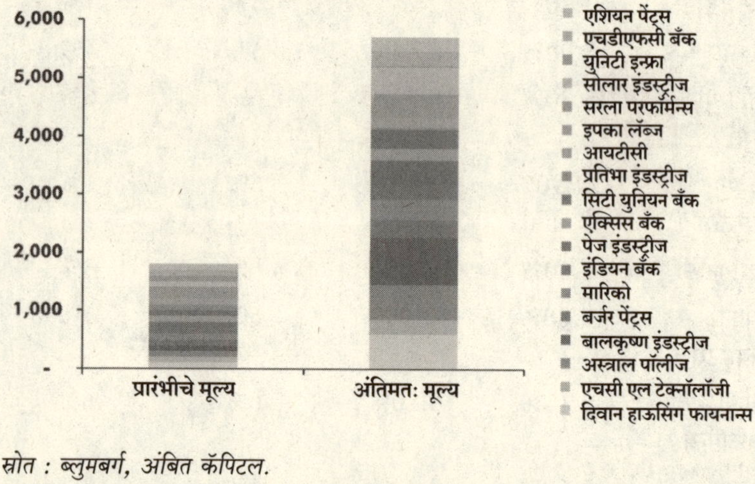

स्रोत : ब्लुमबर्ग, अंबित कॅपिटल.

नोंद : सुरुवातीची किंमत ही प्रत्येक स्टॉकमध्ये शंभर रुपये घालून केली. आणि त्या स्टॉकची शेवटची किंमत ही त्या कालावधीच्या शेवटी काय होती ती धरली. अशा प्रकारे या काळासाठी

पोर्टफोलिओचे मूल्य वाढून सुरुवातीला 1800 रुपये होते ते शेवटी 5709 रुपये झाले. शेअरधारकांचा एकूण परतावा (टीएसआर) आणि सेन्सेक्सचा एकूण परतावा यांत मिळालेल्या लाभांशाची पुनर्गुंतवणूकही धरली आहे.

अपूर्ण कालावधीचा पोर्टफोलिओ (कालवधी 15) : 2014 ते आत्तापर्यंत (सेन्सेक्सच्या 18.3 टक्के अल्फा आणि निखळ परतावा 26.4 टक्के).

ऑल कॅप पोर्टफोलिओ शेअर्स : आयटीसी, एशियन पेंट्स, गोदरेज कन्झ्युमर्स, मारिको, इप्का लॅब्ज्स, बर्जर पेंट्स, पेज इंडस्ट्रीज, बालकृष्ण इंडस्ट्रीज, इक्लर्क्स सर्व्हिसेस, मयुर युनिकोटर्स, व्ही गार्ड इंडस्ट्रीज, एचसीएल टेक, एचडीएफसी बँक, ॲक्सिस बँक, सिटी युनियन बँक, गृह फायनान्स.

लार्ज कॅप पोर्टफोलिओ स्टॉक्स : आयटीसी, एचसीएल टेक, एशियन पेंट्स, गोदरेज कंझ्युमर्स, मारिको, एचडीएफसी बँक, ॲक्सिस बँक.

खालील सारणीत दिलेल्या परताव्यावरून 1 जुलै 2014 पासूनच्या पोर्टफोलिओची कामगिरी समजते. या कॉफी कॅन पोर्टफोलिओने या काळात सेन्सेक्सपेक्षा 18.3 टक्के एवढी भरघोस कामगिरी केली.

सारणी 132 : पंधराव्या आवर्तनाचा सारांश

2014–17*	**सर्व कॅप्स सीसीपी**	**लार्जकॅप्स सीसीपी**	**सेन्सेक्स**
सीएजीआर परतावा	26.29%	23.60%	8.16%
मॅक्झिमम ड्रॉडाऊन**	−15.95%	−17.69	−21.56%
जास्तीचा परतावा	1.15	0.88	0.01

स्रोत : ब्लुमबर्ग, अंबित कॅपिटल.

*नोंद : *पोर्टफोलिओचा प्रारंभ 1 जुलै 2014 रोजी झाला. जास्तीचा परतावा हा मोजताना जोखीमरहित परताव्याच्या किती टक्के मिळाला असा मोजला आहे. (जोखीमरहित परतावा आठ टक्के गृहीत धरला होता) आणि त्यास निव्वळ जास्तीतजास्त घसरणीने भागले होते. जास्तीतजास्त घसरण याची व्याख्या करताना अत्युच्च कळसावरून सर्वांत खालच्या दरीतल्या बिंदूपर्यंत किती खाली गेला ते मोजले होते.*

*** ऑल कॅप सीसीपी आणि लार्ज कॅप सीसीपीसाठी जास्तीतजास्त घसरण सप्टेंबर, 2016 ते डिसेंबर 2016 पर्यंत झाली, तर सेन्सेक्ससाठी ती जानेवारी, 2015 ते फेब्रुवारी 2016 अशी झाली.*

व्ही गार्डने वार्षिक चक्रवाढीचा परतावा 61 टक्के मिळवून या काळातील भरघोस कामगिरीचे नेतृत्व केले.

सारणी 133 : सीसीपी 2014 पोर्टफोलिओची कामगिरी

शेअरचे नाव	एकूण शेअरधारक परतावा (टीएसआर)* सीएजीआर	पीएटी सीएजीआर FY 2014–17	पोर्टफोलिओच्या मूल्यात प्रारंभीचे योगदान	पोर्टफोलिओ मूल्यात अंतिमतः योगदान
			01-07-2014	30/06/2017
अस्त्राल पॉली	24.10%	22.40%	6%	6%
इक्लर्क्स सर्व्हिसेस	16.70%	11.50%	6%	5%
गोदरेज कंझ्युमर्स	34.50%	19.70%	6%	7%
गृह फायनान्स	32%	18.80%	6%	7%
व्ही गार्ड इंडस्ट्रीज	61.30%	29.30%	6%	12%
मयूर युनिकोटर्स	-1.10%	11.60%	6%	3%
एचसीएल टेक्नॉलॉजी	7%	10.60%	6%	4%
बालकृष्ण इंडस्ट्रीज	32%	14.70%	6%	7%
बर्जर पेंट्स	33.60%	23.80%	6%	7%
मारिको	37.70%	18%	6%	8%
पेज इंडस्ट्रीज	33.70%	20.10%	6%	7%
एक्सिस बँक	11.10%	-14.40%	6%	4%
सिटी युनियन बँक	34.20%	26.60%	6%	7%
आयटीसी	16.50%	5%	6%	5%
इपका लॅबोरेटरीज	-17.10%	-25.90%	6%	2%

एचडीएफसी बँक	27.10%	20.40%	6%	6%
एशियन पेंट्स	24.70%	16.70%	6%	6%
एकूण पोर्टफोलिओ	**26.30%**		**100%**	**100%**
सेन्सेक्स टीएसआर*	8.20%			

स्रोत : ब्लुमबर्ग, अंबित कॅपिटल रिसर्च

नोंद : सुरुवातीची किंमत ही प्रत्येक स्टॉकमध्ये शंभर रुपये घालून केली. आणि त्या स्टॉकची शेवटची किंमत ही त्या कालावधीच्या शेवटी काय होती ती धरली. अशा प्रकारे या काळासाठी पोर्टफोलिओचे मूल्य वाढून सुरुवातीला 1600 रुपये होते ते शेवटी 3233 रुपये झाले.

** शेअरधारकांचा एकूण परतावा (टीएसआर) आणि सेन्सेक्सचा एकूण परतावा यात मिळालेल्या लाभांशाची पुनर्गुंतवणूकही धरली आहे.*

सारणी 134: सीसीपी 2014 मध्ये व्ही गार्ड इंडस्ट्रीजनी सर्वोत्तम कामगिरी केली.

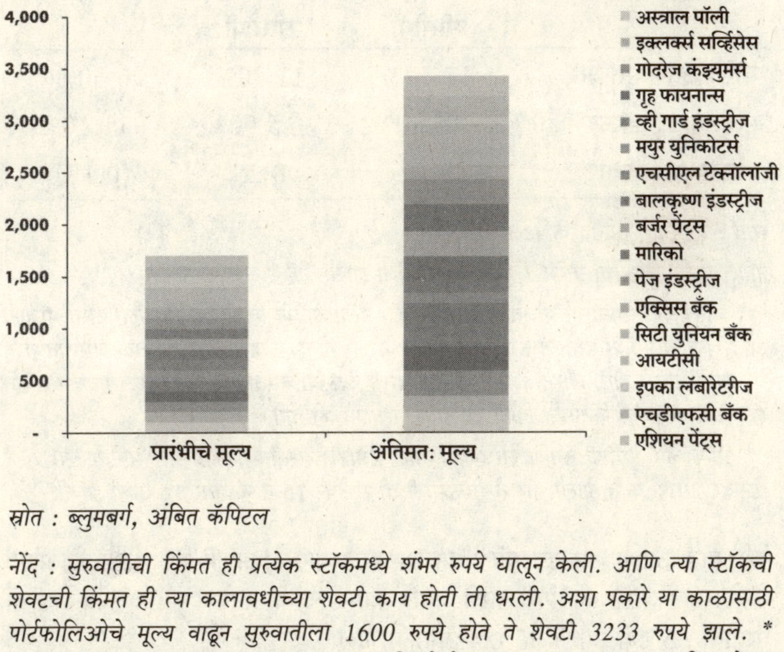

स्रोत : ब्लुमबर्ग, अंबित कॅपिटल

*नोंद : सुरुवातीची किंमत ही प्रत्येक स्टॉकमध्ये शंभर रुपये घालून केली. आणि त्या स्टॉकची शेवटची किंमत ही त्या कालावधीच्या शेवटी काय होती ती धरली. अशा प्रकारे या काळासाठी पोर्टफोलिओचे मूल्य वाढून सुरुवातीला 1600 रुपये होते ते शेवटी 3233 रुपये झाले. * शेअरधारकांचा एकूण परतावा (टीएसआर) आणि सेन्सेक्सचा एकूण परतावा यात मिळालेल्या लाभांशाची पुनर्गुंतवणूकही धरली आहे.*

अपूर्ण कालावधीचा पोर्टफोलिओ (कालावधी 16) : 2015 ते आत्तापर्यंत (सेन्सेक्सच्या 11.2 टक्के अल्फा आणि निखळ परतावा 17.7 टक्के).

ऑल कॅप पोर्टफोलिओ शेअर्स : आयटीसी, लुपिन, एशियन पेंट्स, काडिला, ब्रिटानिया, जीएसके कन्झ्युमर्स, कोलगेट, अमरा राजा, मारिको, बर्जर पेंट्स, पेज इंडस्ट्रीज, बालकृष्ण इंडस्ट्रीज, इक्लर्क्स सर्व्हिसेस, अस्त्राल, व्ही गार्ड इंडस्ट्रीज, सेरा सॅनिटरी वेअर, एचसीएल टेक, एचडीएफसी बँक, ॲक्सिस बँक, एल आयसी हाउसिंग फायनान्स, गृह फायनान्स.

लार्ज कॅप पोर्टफोलिओ स्टॉक्स : आयटीसी, एचसीएल टेक, लुपिन, काडिला, ब्रिटानिया, एशियन पेंट्स, जीएसके कंझ्युमर्स, मारिको, कोलगेट, एचडीएफसी बँक, ॲक्सिस बँक, एल आयसी हाऊसिंग फायनान्स.

या कॉफी कॅन पोर्टफोलिओने सेन्सेक्सवर 11.2 टक्के मार्जिनने भरघोस मात दिली.

सारणी 135 : सोळाव्या आवर्तनाचा सारांश

2015–17*	**सर्व कॅप्स सीसीपी**	**लार्जकॅप्स सीसीपी**	**सेन्सेक्स**
सीएजीआर परतावा	17.70%	11.90%	6.50%
मॅक्झिमम ड्रॉडाऊन**	–16.50%	–15.90%	–11.10%
जास्तीचा परतावा***	0.59	0.25	(0.13)

स्रोत : ब्लुमबर्ग, अंबित कॅपिटल.

नोंद : पोर्टफोलिओचा प्रारंभ 1 जुलै 2015 रोजी झाला.

**** जास्तीचा परतावा हा मोजताना जोखीमरहित परताव्याच्या किती टक्के मिळाला असा मोजला आहे. (जोखीमरहित परतावा आठ टक्के गृहीत धरला होता) आणि त्यास निव्वळ जास्तीतजास्त घसरणीने भागले होते. जास्तीतजास्त घसरण याची व्याख्या करताना अत्युच्च कळसावरून सर्वांत खालच्या दरीतल्या बिंदूपर्यंत किती खाली गेला ते मोजले होते.*

*** ऑल कॅप सीसीपी आणि लार्ज कॅप सीसीपीसाठी जास्तीतजास्त घसरण सप्टेंबर 2016 ते डिसेंबर 2016 पर्यंत झाली, तर सेन्सेक्ससाठी ती सप्टेंबर 16 ते नोव्हेंबर 16 अशी झाली.*

व्ही गार्ड आणि अस्त्राल पॉली यांच्या पाठिंब्यामुळे ऑल कॅप पोर्टफोलिओला सेन्सेक्सहून जास्त कामगिरी करणे जमले कारण त्यांनी अनुक्रमे वार्षिक चक्रवाढीचा परतावा 65 टक्के आणि 33 टक्के अनुक्रमे दिला.

सारणी 136 : सीसीपी 2015 पोर्टफोलिओची कामगिरी

शेअरचे नाव	एकूण शेअरधारक परतावा (टीएसआर)* सीएजीआर	पीएटी सीएजीआर FY 2015−17	पोर्टफोलिओच्या मूल्यात प्रारंभीचे योगदान	पोर्टफोलिओ मूल्यात अंतिमतः योगदान
			01-07-2015	30/06/2017
इक्लर्क्स सर्व्हिसेस	8.70%	24.10%	5%	4%
अस्त्राल पॉली	32.90%	38%	5%	6%
गृह फायनान्स	31.60%	20.60%	5%	6%
व्ही गार्ड इंडस्ट्रीज	64.80%	46.40%	5%	10%
एलआयसी गृहवित्त	29.40%	17.90%	5%	6%
एचसीएल टेक्नॉलॉजी	−2.40%	8.60%	5%	3%
बर्जर पेंट्स	32.30%	33.70%	5%	6%
मारिको	20.20%	18%	5%	5%
पेज इंडस्ट्रीज	6.10%	16.50%	5%	4%
एक्सिस बँक	−4.60%	−27.10%	5%	3%
अमरा राजा बॅटरीज	−2%	7.90%	5%	3%
ब्रिटानिया इंडस्ट्रीज	16.90%	13.30%	5%	5%
कॅडिला हेल्थकेअर	21.30%	13.80%	5%	5%

ग्लॅक्सो स्मिथ कंझ्यु. हेल्थकेअर	-6.10%	6.10%	5%	3%
कोलगेट पामोलिव्ह	-5.10%	1.60%	5%	4%
लुपिन	-24.50%	3.20%	5%	2%
सेरा सॅनिटरी वेअर	20.50%	19.90%	5%	5%
आयटीसी	26.80%	3.20%	5%	6%
एचडीएफसी बँक	25.50%	19.40%	5%	6%
एशियन पेंट्स	21.40%	17.90%	5%	5%
एकूण पोर्टफोलिओ	17.70%		100%	100%
सेन्सेक्स टीएसआर*	6.50%			

स्रोत : ब्लुमबर्ग, अंबित कॅपिटल.

नोंद : सुरुवातीची किंमत ही प्रत्येक स्टॉकमध्ये शंभर रुपये घालून केली. आणि त्या स्टॉकची शेवटची किंमत ही त्या कालावधीच्या शेवटी काय होती ती धरली. अशा प्रकारे या काळासाठी पोर्टफोलिओचे मूल्य वाढून सुरुवातीला 2000 रुपये होते ते शेवटी 2772 रुपये झाले.

** शेअरधारकांचा एकूण परतावा (टीएसआर) आणि सेन्सेक्सचा एकूण परतावा यात मिळालेल्या लाभांशाची पुनर्गुंतवणूकही धरली आहे.*

सारणी 137 : सीसीपी 2015मध्ये व्हीगार्ड हा सर्वोत्तम कामगिरी करणारा शेअर ठरला.

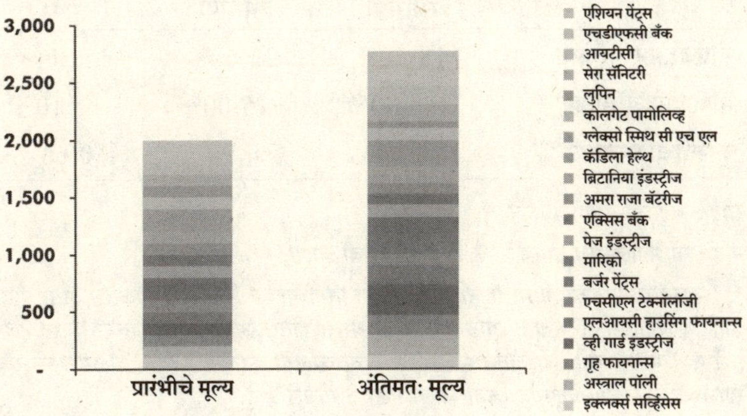

स्रोत : ब्लुमबर्ग, अंबित कॅपिटल

नोंद : सुरुवातीची किंमत ही प्रत्येक स्टॉकमध्ये शंभर रुपये घालून केली. आणि त्या स्टॉकची शेवटची किंमत ही त्या कालावधीच्या शेवटी काय होती ती धरली. अशा प्रकारे या काळासाठी पोर्टफोलिओचे मूल्य वाढून सुरुवातीला 2000 रुपये होते ते शेवटी 2772 रुपये झाले. शेअरधारकांचा एकूण परतावा (टीएसआर) आणि सेन्सेक्सचा एकूण परतावा यात मिळालेल्या लाभांशाची पुनर्गुंतवणूकही धरली आहे.

अपूर्ण कालावधीचा पोर्टफोलिओ (कालवधी 17) : 2016 ते आत्तापर्यंत (सेन्सेक्सच्या 2.8 टक्के अल्फा आणि निखळ परतावा 18.1 टक्के).

ऑल कॅप पोर्टफोलिओ शेअर्स : लुपिन, एशियन पेंट्स, काडिला, ब्रिटानिया, अमरा राजा, पेज इंडस्ट्रीज, इक्लवर्क्स सर्व्हिसेस, अस्त्राल, सेरा सॅनिटरी वेअर, एचसीएल टेक, एचडीएफसी बँक, ॲक्सिस बँक, एल आयसी हाउसिंग फायनान्स, गृह फायनान्स, रिलॅक्सो फुटवेअर, रेप्को होम फायनान्स, डॉ. लाल पॅथलॅब्ज

लार्ज कॅप पोर्टफोलिओ स्टॉक्स : एचसीएल टेक, लुपिन, काडिला, ब्रिटानिया, एशियन पेंट्स, एचडीएफसी बँक, ॲक्सिस बँक, एल आयसी हाउसिंग फायनान्स.

2016 साली सुरू झालेल्या सीसीपीने केवळ एकच वर्ष पूर्ण केले असले तरी या काळात ऑल कॅप आणि लार्ज कॅप सीसीपींनी सेन्सेक्सहून 2.8 टक्के आणि 7.3 टक्के अनुक्रमे आघाडी घेतली.

सारणी 138 : सतराव्या आवर्तनाचा सारांश

2016–17*	सर्व कॅप्स सीसीपी	लार्जकॅप्स सीसीपी	सेन्सेक्स
सीएजीआर परतावा	18.20%	22.60%	15.30%
मॅक्झिमम ड्रॉडाऊन**	–15.80%	–15.00%	–11.10%
जास्तीचा परतावा* **	0.64	0.98	0.66

स्रोत : ब्लुमबर्ग, अंबित कॅपिटल.

नोंद : पोर्टफोलिओचा प्रारंभ 1 जुलै, 2016 रोजी झाला.

***** *जास्तीचा परतावा हा मोजताना जोखीमरहित परताव्याच्या किती टक्के मिळाला असा मोजला आहे. (जोखीमरहित परतावा आठ टक्के गृहीत धरला होता) आणि त्यास निव्वळ जास्तीतजास्त घसरणीने भागले होते. जास्तीतजास्त घसरण याची व्याख्या करताना अत्युच्च कळसावरून सर्वांत खालच्या दरीतल्या बिंदूपर्यंत किती खाली गेला ते मोजले होते.*

*** ऑल कॅप सीसीपी आणि लार्ज कॅप सीसीपीसाठी जास्तीतजास्त घसरण सप्टेंबर 2016 ते डिसेंबर 2016पर्यंत झाली, तर सेन्सेक्ससाठी ती सप्टेंबर 16 ते नोव्हेंबर 16 अशी झाली.*

एचडीएफसी बँक, गृह फायनान्स, एलआयसी हाउसिंग फायनान्स, अस्त्राल पॉली आणि कॅडिला हेल्थकेअर हे काळातले तिच्या कामगिरी करणारे स्टॉक्स होते. त्यांनी एका वर्षात 42 टक्के, 59 टक्के, 50 टक्के, 42 टक्के आणि 61 टक्के अनुक्रमे परतावा दिला तर लुपिनचे मूल्य 32 टक्क्यांनी घटले.

सारणी 139 : सीसीपी 2016 पोर्टफोलिओची कामगिरी

शेअरचे नाव	एकूण शेअरधारक परतावा (टीएसआर)* सीएजीआर	पीएटी सीएजीआर FY2016–17	पोर्टफोलिओच्या मूल्यात प्रारंभीचे योगदान	पोर्टफोलिओ मूल्यात अंतिमतः योगदान
			07–01–2016	30/06/2017
इक्लर्क्स सर्व्हिसेस	–7.80%	–2.50%	6%	5%
अस्त्राल पॉली	41.80%	43.30%	6%	7%
गृह फायनान्स	58.60%	21.80%	6%	8%

एलआयसी गृहवित्त	50.40%	16.50%	6%	7%
एचसीएल टेक्नॉलॉजी	19.80%	17.60%	6%	6%
रिलॅक्सो फुटवेअर	−3%	2.20%	6%	5%
रेपको होम फायनान्स	7.30%	21.80%	6%	5%
पेज इंडस्ट्रीज	19.90%	15%	6%	6%
एक्सिस बँक	−3.80%	−52.70%	6%	5%
अमरा राजा बॅटरीज	−2.50%	−2.70%	6%	5%
ब्रिटानिया इंडस्ट्रीज	32.30%	7.30%	6%	7%
कॅडिला हेल्थकेअर	61.10%	−23.10%	6%	8%
लुपिन	−31.50%	13.10%	6%	3%
सेरा सॅनिटरी वेअर	20.60%	16.60%	6%	6%
एचडीएफसी बँक	41.60%	19.20%	6%	7%
एशियन पेंट्स	11%	11.10%	6%	6%
डॉ. लाल पॅथलॅब्ज	−7.30%	16.50%	6%	5%
एकूण पोर्टफोलिओ	**18.10%**		**100%**	**100%**
सेन्सेक्स टीएसआर	**15.30%**			

स्रोत : ब्लुमबर्ग, अंबित कॅपिटल.

नोंद : सुरुवातीची किंमत ही प्रत्येक स्टॉकमध्ये शंभर रुपये घालून केली. आणि त्या स्टॉकची शेवटची किंमत ही त्या कालावधीच्या शेवटी काय होती ती धरली. अशा प्रकारे या काळासाठी पोर्टफोलिओचे मूल्य वाढून सुरुवातीला 1700 रुपये होते ते शेवटी 2009 रुपये झाले.

** शेअरधारकांचा एकूण परतावा (टीएसआर) आणि सेन्सेक्सचा एकूण परतावा यात मिळालेल्या लाभांशाची पुनर्गुंतवणूकही धरली आहे.*

सारणी 140 : सीसीपी 2016चे उत्कृष्ट कामगिरी करणारे होते गृह फायनान्स, एलआयसी हाउसिंग फायनान्स, अस्त्राल पॉली, कॅडिला हेअल्थकेअर आणि एचडीएफसी बँक.

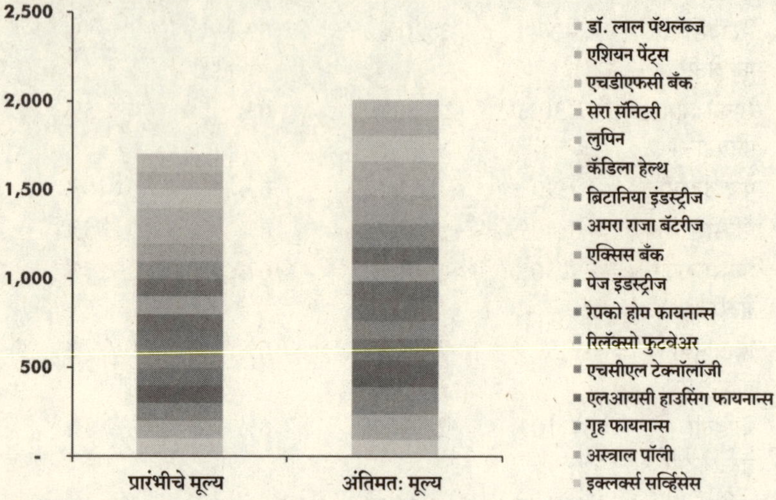

स्रोत : ब्लुमबर्ग, अंबित कॅपिटल रिसर्च.

नोंद : सुरुवातीची किंमत ही प्रत्येक स्टॉकमध्ये शंभर रुपये घालून केली. आणि त्या स्टॉकची शेवटची किंमत ही त्या कालावधीच्या शेवटी काय होती ती धरली. अशा प्रकारे या काळासाठी पोर्टफोलिओचे मूल्य वाढून सुरुवातीला 1700 रुपये होते ते शेवटी 2009 रुपये झाले. शेअरधारकांचा एकूण परतावा (टीएसआर) आणि सेन्सेक्सचा एकूण परतावा यात मिळालेल्या लाभांशाची पुनर्गुंतवणूकही धरली आहे.

अपूर्ण कालावधीचा पोर्टफोलिओ (कालवधी 18) : 2017 ते आत्तापर्यंत.

ऑल कॅप पोर्टफोलिओ शेअर्स : लुपिन, एशियन पेंट्स, अमरा राजा, पेज इंडस्ट्रीज, अस्त्राल, एचसीएल टेक, एचडीएफसी बँक, एल आयसी हाउसिंग फायनान्स, गृह फायनान्स, रेप्को होम फायनान्स, डॉ. लाल पॅथलॅब्ज, मुथुट कॅपिटल सर्व्हिसेस

लार्ज कॅप पोर्टफोलिओ स्टॉक्स : एचसीएल टेक, लुपिन, एचडीएफसी बँक, एल आयसी हाऊसिंग फायनान्स

एकूण 12 कंपन्या अठराव्या कॉफी कॅन पोर्टफोलिओमध्ये होत्या. त्यापैकी एक बँक (एचडीएफसी बँक) होती तर चार बिगर बँकिंग अर्थसंस्था होत्या. खालील सारणीत सीसीपीच्या 2017च्या आवर्तनातील सर्व कंपन्यांची यादी दिलेली आहे.

सारणी 141 : सीसीपी 2017च्या पोर्टफोलिओची रचना

कंपनीचे नाव	गुंतवलेली रक्कम रूपयांत	मार्केट कॅप (कोटीत रूपये)	मार्केट कॅप (बिलियन)
एचडीएफसी बँक	100	455427	71160
एचसीएल टेक्नॉलॉजी	100	121180	18934
लुपिन	100	44633	6974
एलआयसी गृह वित्त	100	33505	5235
पेज इंडस्ट्रीज	100	19581	3059
गृह फायनान्स	100	18486	2888
अमरा राजा बॅटरीज	100	13355	2087
अबॉट इंडिया	100	9054	1415
अस्त्राल पॉली	100	8204	1282
डॉ. लाल पॅथलॅब	100	6682	1044
रेपको होम फायनान्स	100	4064	635
मुथुट कॅपिटल सर्व्हिसेस	100	729	114

स्रोत : ब्लुमबर्ग, अंबित कॅपिटल मार्केट कॅपिटलायझेशनची आकडेवारी 30 ऑगस्ट 2017 अनुसार आहे.

संलग्नक २

एखाद्या कंपनीचा पी/ई रेशो किती उंच जाऊ शकतो?

बहुतांश गुंतवणूकदार आणि अर्थविश्लेषक कंपन्यांचे मूल्यमापन करताना 'शॉर्ट कट्स'चा अवलंब करतात. या शॉर्ट कट्सपैकी काहींमध्ये कंपनीचा तीन/पाच/दहा वर्षांतील ऐतिहासिक सरासरी पी/ ई रेशो[1] किंवा पी/बी रेशोंची[2] गुणोत्तरे असतात आणि त्या मार्गे ते कंपनीच्या निखळ मूल्याकडे पोहोचतात. किंवा मग ते पीईजी रेशोही वापरतात (म्हणजे एखाद्या शेअरच्या पी/ई रेशोला त्याच्या उत्पन्नात होणाऱ्या अपेक्षित वाढीने भागायचे.) या रेशोमुळे त्याच श्रेणीतील अन्य शेअर्सहून हा शेअर जास्त किमतीला आहे की कमी किमतीला आहे हे समजते. या सर्व पद्धती एक तर भूतकाळातील कामगिरीवर अथवा त्याच क्षेत्रातील अन्य कंपन्यांच्या कामगिरीवर अवलंबून आहेत पण मग अशी तुलना भविष्य काळाच्या दृष्टीने समर्थनीय म्हणता येईल का?

या ठिकाणी आम्ही एक साधे उदाहरण सादर करीत आहोत, ज्यायोगे आपल्याला कळेल की शेअर्सधारकांना चांगले भाव मिळवून देण्यासाठी हे पी/ ई आणि पीईजी रेशो जे चित्र समोर उभे करतात त्याहून प्रत्यक्ष चित्र किती विचित्र आणि फसवे असू शकते. आपण 'क्ष' आणि 'य' अशा दोन काल्पनिक कंपन्यांचे उदाहरण घेऊ. खाली दाखवलेल्या सारणीअनुसार या दोन्ही कंपन्यांनी पहिल्या वर्षी 10 लाख उत्पन्न मिळवले. पुढील पाच वर्षांसाठी अपेक्षित अशी त्या दोन्हींच्या

1 पी/ई रेशो एखाद्या कंपनीच्या स्टॉकचा बाजारभाव आणि त्या कंपनीचे उत्पन्न यांच्यातील गुणोत्तर शोधतो. त्यानंतर या रेशोची तुलना अन्य कंपन्यांच्या पी/ई रेशोशी केली जाते.

2 पी/बी रेशो म्हणजे प्राईस टू बुक रेशो. हा रेशो मोजण्यासाठी अमुक दिवशी बाजार बंद होताना एखाद्या शेअरचा बाजारभाव जो होता त्यास मागच्या तिमाहीतल्या त्याच्या हिशोब वहीतील भावाने भागले जाते.

उत्पन्नातील वाढ 5 टक्के आहे आणि नफ्याचे मार्जिनही 10 टक्के आहे. तथापि, सारणीत दाखवल्यानुसार कंपनी 'क्ष'ला दरवर्षी त्यांच्या उत्पन्नाच्या 50 टक्के रक्कम कंपनीतच पुन्हा गुंतवावी लागते. तसे केल्यानेच त्यांच्या महसुलात आणि मिळकतीत 5 टक्के वाढ ते राखू शकतात. तर कंपनी 'य'ला तीच पातळी राखण्यासाठी आपल्या उत्पन्नातील 25 टक्के रक्कम गुंतवावी लागते. अशा प्रकारे, पहिल्या वर्षी कंपनी 'क्ष'कडे मुक्त रोख रक्कम रु. 50000 असेल तर कंपनी 'य'कडे हीच मुक्त रोख रक्कम 75000 रुपये असेल. या दोन्ही बाबतींत उत्पन्न आणि महसूल यांच्या आकड्यांप्रमाणेच या मुक्त रोख रकमाही वर्षाला 5 टक्क्यांनी वाढतात. अशा वेळी प्रत्येक कंपनीचे मूल्य काढताना आपण या मुक्त रोख रकमेकडे किंवा मिळकतीकडे पाहणार की नाही?

सारणी 142 : सारखीच मिळकत असलेल्या परंतु रोख रक्कम वेगवेगळी निर्माण करणाऱ्या दोन कंपन्यांची तुलना.

कंपनी क्ष रूपयांत	वर्ष 1	वर्ष 2	वर्ष 3	वर्ष 4	वर्ष 5
महसूल	1000000	1050000	1102500	1157625	1215506
मिळकत	100000	105000	110250	115763	121551
गुंतवणूक	−50000	−52500	−55125	−57881	−60775
मुक्त रोकड प्रवाह*	50000	52500	55125	57881	60775
कंपनी रूपयांमध्ये					
महसूल	1000000	1050000	1102500	1157625	1215506
मिळकत	100000	105000	110250	115763	121551
गुंतवणूक	−25000	−26250	−27563	−28941	−30388
मुक्त रोकड प्रवाह*	75000	78750	82688	86822	91163

स्रोत : टीम कॉलर, रीचर्ड डॉब्ज आणि बिल ह्युएट यांनी लिहिलेल्या 'व्हॅल्यू : द फोर कॉर्नरस्टोन्स ऑफ कार्पोरेट फायनान्स' या 2010 सालच्या पुस्तकाचा आधार घेऊन अंबित कॅपिटलने ही सारणी बनवली आहे. (वरील पुस्तकाचे प्रकाशक मेकेंझी आणि कंपनी).

** मुक्त रोख रक्कम ही 'मिळकत वजा व्यवसायातील पुनर्गुंतवणूक' ही वजाबाकी करून मिळते.*

मिळकतीबाबतीतली लक्षवेधी गोष्ट म्हणजे व्यवस्थापन टीमच्या लहरीअनुसार मिळकतीचे आकडे कमी-जास्त केले जाऊ शकतात हे तर आहेच; परंतु ते केवळ हा व्यवसाय दरवर्षी किती नफा कमवू शकतो एवढीच माहिती देतात परंतु

हा व्यवसाय चालू ठेवण्यासाठी ही मिळकत व्यवसायात पुनश्च किती घालावी लागते त्याबद्दल काहीच सांगत नाहीत. त्या उलट रोख रकमेचे आकडे आपल्याला सांगतात की प्रत्यक्षामध्ये शेअर्सधारकांसाठी किती नफा शिल्लक राहतो.

मुक्त रकमेचे हे आकडे एका साध्या डीसीएफ मॉडेलमध्ये घालून आणि पाच टक्के वाढीचा दर (कायमचा) गृहीत धरून आपण भांडवलाचा खर्च 15 टक्के डिस्काउंट केला तर कंपनी 'क्ष' चे मूल्य पाच लाख तर कंपनी 'य' चे मूल्य साडेसात लाख ठरते. यामागचे उघड उत्तर असे आहे ही कंपनी 'य' ला कमी पुनर्गुंतवणूक लागते पण तिची मिळकत तर समानच आहे त्यामुळे ती अधिक मुक्त रोख रक्कम निर्माण करते. आता मूल्यमापनाच्या पारंपरिक पद्धती या उदाहरणामध्ये काय दृश्य दाखवतील ते पाहू.

दोन्ही कंपन्यांचे सौदे योग्य भावाला होत आहेत असे समजू, कंपनी 'क्ष'चा पीई 5 असेल तर कंपनी 'य' चा पीई 7.5 असेल.[1]

तसेच कंपनी 'क्ष'चा पीईजी रेशो 1 असेल तर कंपनी 'य'चा पीईजी रेशो 1.5 असेल.[2] बहुतेक गुंतवणूकदार या दोन्ही कंपन्यांकडे पाहून निष्कर्ष काढतील की कंपनी 'क्ष' ही कंपनी 'य'हून अधिक चांगले मूल्य राखून आहे कारण आपण एकाच मिळकतीसाठी आणि मिळकतीतील वाढीसाठीदेखील कमी पी/ई आणि कमी पीईजी रेशो पाहत आहोत. आता हा अंदाज धोकादायक नाही कारण दोन्ही कंपन्यांचा सध्याचा भाव योग्य आहे परंतु जेव्हा आपण किमती बदलतो तेव्हा प्रश्न निर्माण होतो. उदाहरणार्थ, कंपनी 'क्ष'मध्ये 6 लाख रुपयांचे सौदे होत असतील आणि कंपनी 'य'चे सौदे 6 लाख 50 हजारांना होत असतील तर कंपनी 'क्ष'चा पी/ई रेशो 6 होतो आणि कंपनी 'य'चा 6.5 होतो. या दोन्ही कंपन्यांचे पीईजी रेशो 1.2 आणि 1.3 असे अनुक्रमे असतील. या अशा परिस्थितीत, पी/ई रेशो आणि पीईजी रेशो यांच्या आधारावर निष्कर्ष काढायचा झाल्यास कंपनी 'क्ष' ही कंपनी 'य'हून अधिक चांगली कंपनी ठरली तरी प्रत्यक्षात हा निष्कर्ष चुकीचा असेल.

वाढ आणि मिळकत यांच्या बाबतीत समान पातळी असली तरी कंपनी 'य'चे मूल्य अधिक आहे कारण तिचा भांडवलावरील मार्जिनल परतावा अधिक आहे. वरील उदाहरणात स्पष्ट दिसून येते की कंपनी 'य'ला रु. 5 हजारांचे वाढीव उत्पन्न दुसऱ्या वर्षाला निर्माण करणे शक्य झाले आहे. कारण तिच्याकडे जास्तीचे 25000

---

1 पी/ई रेशो मोजताना डीसीएफवर आधारित योग्य भावास वर्ष पहिल्याच्या मिळकतीने भागले जाते. उदाहरणार्थ, कंपनी 'क्ष' चा पहिल्या वर्षीचा पी/ई रेशो ५ लाख/ १ लाख म्हणजे ५ असतो तर हाच कंपनी 'य' साठी ७.५ लाख/१ लाख म्हणजे ७.५ असतो.

2 पीईजी रेशो काढण्यासाठी पी/ईला मिळकतीतील वाढीच्या दराने भागले जाते. उदाहरणार्थ, कंपनी 'य'चा पीईजी रेशो ५/५ म्हणजे १ आहे तर कंपनी 'य'चा पीईजी रेशो आहे ७.५/५ बरोबर १.५

रुपये वेगळे आहेत जे तिला मूळ व्यवसायात पुनर्गुंतवणूक करावे लागते नाहीत. तर कंपनी 'क्ष'ला दोन्ही कंपन्यांची समान वाढ व्हावी यासाठी सगळेच्या सगळे 50 हजार रुपये पुनर्गुंतवणूक करावे लागतात. याचा अर्थ असा की कंपनी 'य'च्या भांडवलावरील मार्जिनल परतावा 20 टक्के आहे तर त्याउलट कंपनी 'क्ष'चा मार्जिनल परतावा 10च टक्के आहे. हा एकदा शोध लागला की पारंपरिक गणितात केवळ परतावा हाच निकष मूल्य ठरवण्याकरता वापरला जातो त्यातील दोष कळतात.

त्याशिवाय व्हॅल्युएशन मेथोडॉलॉजी पद्धतीत एखाद्या व्यवसायाची रोख रक्कम निर्मिती करून ती वापरण्याची आवश्यकता शोधताना पीईजी रेशो अथवा पी/ ई रेशो मल्टिपल वापरण्यात आणखी एक दोष असा आहे की या पद्धती कुठल्याही फ्रँचाईज किती काळ टिकल्या ते लक्षात घेत नाहीत. उदाहरणार्थ, आपण गृहीत धरू की वर धरलेल्या उदाहरणात पुढील पाच वर्षांसाठी गुंतवणुकीची गरज आणि रोख रकमेची निर्मिती समानच आहे. तथापि, दोन्ही कंपन्यांच्या स्पर्धात्मक टिकाऊपणात फरक आहे. 'क्ष' कंपनी तिचा स्पर्धात्मक लाभ दहा वर्षे राखून ठेवू शकते तर 'य' कंपनी तिचा स्पर्धात्मक लाभ वीस वर्षे राखून ठेवू शकते. त्यामुळे जरी या बाबतीत, दोन्ही कंपन्यांचे आर्थिक गणित पुढील पाच वर्षे समान असले तरीदेखील कंपनी 'य' हिचा पी/ई मल्टिपल कंपनी 'क्ष'पेक्षा नक्कीच जास्त असायला पाहिजे.

मग एखाद्या महान कंपनीची रास्त किंमत किती मजबूत असली पाहिजे? या ठिकाणी आपण गृहीत धरू की कॉफी कॅन सिद्धान्ताने एबीसी ही कंपनी निवडली आहे आणि तिच्याकडून पुढील आर्थिक कामगिरी अपेक्षित आहे :

- पुढील वीस वर्षांसाठी लावलेल्या भांडवलावरील परतावा टिकवून ठेवणे. (2017-2037)
- लाभांश देण्याचा रेशो 30% कायम राखणे, म्हणजेच उरलेले 70 टक्के उत्पन्न व्यवसायामध्ये पुन्हा घालणे आणि या वाढीव भांडवलावर वेगळा असा 35% परतावा मिळवणे.

आपण असेही गृहीत धरू की मीन रिव्हर्जन हा लोकप्रिय सिद्धान्त त्या कंपनीच्या पी/ ई मल्टिपलला आणखी वीस वर्षांनी लागेल. (मीन रिव्हर्जन हा एक आर्थिक सिद्धान्त असून त्यानुसार ॲसेट्सच्या किमती आणि ऐतिहासिक परतावा त्यांच्या दीर्घकालीन मध्यम किंवा सरासरी पातळीवर येतात) यामुळे 2017 साली एबीसी या कंपनीचे सौदे बाजाराच्या सरासरी पी/ ई मल्टिपलच्या 20 वीस पटींनी होतील. परंतु तेव्हासारखी आणखी 20 वर्षांनी म्हणजे 2037 सालीदेखील पुढील वीस वर्षांच्या वाढीची शक्यता नजरेस पडली नाही तर हे शक्य आहे.

आता सर्वांत मोठा प्रश्न असा की 2016 सालच्या कुठल्या पी/ ई मल्टिपलला ही कंपनी बाजारातील सरासरी परतावा पुढील वीस वर्षे देईल? पुढील मुद्द्यांवरून या प्रश्नाचे उत्तर मिळेल :

- बीएसई सेन्सेक्सने मागील पंचवीस वर्षे चक्रवाढीचा परतावा 11.1 टक्के दिला आहे. त्यामुळे आपण गृहीत धरू की चक्रवाढीचा 11 टक्के पुढील वीस वर्षे ही राहील.
- जर वरील कंपनीचा पी/ ई मल्टिपल 2017 मध्ये 210 पट असेल (होय, तुम्ही योग्य वाचले आहे, 210 पट.) मग ही कंपनी 11 टक्के चक्रवाढीचा वार्षिक परतावा पुढील वीस वर्षे देईल. या ठिकाणी तिच्या पी/ ईमध्ये एका संथ गतीने पुढील वीस वर्षांमध्ये म्हणजे 2037 पर्यंत घट होईल असे गृहीत धरले आहे.
- अधिक वास्तववादीपणे बघायचे तर एबीसी ही कंपनी पी/ ईच्या 50 पटींनी गुंतवणुकीसाठी 2017 साली उपलब्ध आहे, तसे असेल तर ती पुढील वीस वर्षे शेअरच्या किमतीमध्ये चक्रवाढीने 19.5 टक्के परतावा पुढील वीस वर्षे देईल मग जरी कंपनीचा 2017 सालचा पी/ ई पन्नास पटींनी कमी होऊन 2037 मध्ये वीस पटींवर आला तरी फरक पडत नाही.

या अभ्यासाचा निष्कर्ष खालील सारणीत दाखवला आहे. यातील कंपनी गुंतवलेल्या भांडवलावरील परतावा सातत्याने 35 टक्के असा पुढील वीस वर्षे देईल असे गृहीत धरले आहे आणि ती आपल्या वापरातील रोख रकमेपैकी 70 टक्के पुन्हा व्यवसायात घालेल. अशा कंपनीचा पीई मल्टिपल आज 50 पट असला आणि पुढील वीस वर्षांत हळूहळू घसरत वीस पट झाला म्हणजेच बाजारच्या सरासरी पीईएवढा झाला तरी शेअर्स आज विकत घेणारे गुंतवणूकदार 19.5% असा चक्रवाढीचा निकोप परतावा पुढील वीस वर्षे नक्कीच मिळवतील.

सारणी 143 : उच्च पी/ईवर आपण बाजारात प्रवेश केला तरीही आपली प्राथमिक तत्त्वे व्यवस्थित असल्यास निकोप परतावा देतात.

वर्ष	मिळकत	इपीएस वाढ	लावलेले भांडवल	आरओसीई	मिळकतीची पुनर्गुंतवणूक	पी/ई	20 वर्षे गुंतवणुकीची सीएजीआर
0	100		286	35%	70%	50	
1	125	24.50%	356	35%	70%	49	
2	155	24.50%	443	35%	70%	47	
3	193	24.50%	551	35%	70%	46	
4	240	24.50%	686	35%	70%	44	
17	4148	24.50%	11853	35%	70%	25	
18	5165	24.50%	14756	35%	70%	23	
19	6430	24.50%	18372	35%	70%	22	
20	8005	24.50%	22873	35%	70%	20	19.50%

स्रोत : ब्लुमबर्ग, अंबित कॅपिटल रिसर्च.

टीप : काहीही बदल न करता सारणी जशीच्या तशी घेतली आहे.

संलग्नक ३

बाजारभाव उच्च पातळीवर पोहोचलेले असतात तेव्हा गुंतवणूकदारांनी कॉफी कॅन स्टॉक्स विकावेत का?

कॉफी कॅन पोर्टफोलिओ विकत घेणे आणि तो स्वतःजवळच राखणे यास भारतात काही अर्थ आहे का याविषयीच्या एकूण पाच परिस्थिती आपण अजमावून पाहू. प्रत्येक परिस्थितीचे वर्णन आणि निष्कर्ष खाली दिले आहेत.

परिस्थिती 1 **:** निफ्टी पी/ई मल्टिपलच्या वीस पट झाली तेव्हा आपण शेअर्स विकले आणि सरकारी बाँड्समध्ये घातले. मग आपण पुनर्गुंतवणुकीचा निर्णय घेण्यासाठी एक वर्ष थांबलो. मल्टिपल 20 पटींहून खाली गेला तरच हा निर्णय घेता येईल. मग आपण हा पुनर्गुंतवणुकीचा निर्णय घेण्यासाठी एक वर्ष वाट पाहू (आणि मल्टिपल वीस पटींहून खाली गेले तर आपण नव्या कॉफी कॅन स्टॉकमध्ये त्या वेळेस पैसे घालू.) त्यामुळे उदाहरणार्थ, निफ्टी ऑक्टोबर 2007 मध्ये वीस पटींहून अधिक वाढला तर आपण संपूर्ण पोर्टफोलिओ विकून टाकू. त्यानंतर ऑक्टोबर, 2008पर्यंत वाट बघू आणि सीसीपी 2008 तेव्हा विकत घेऊ.

खाली दर्शवल्यानुसार परिस्थिती 1 अनुसार धोरण आखल्यास दिसून येते की दोन तीन पोर्टफोलिओंनी किरकोळ चांगली कामगिरी केलेली असली तरी एकाही पोर्टफोलिओने विकत घेऊन जवळ ठेवून दिलेल्या पोर्टफोलिओंहून अधिक चांगली कामगिरी केलेली नाही.

सारणी 144 : निफ्टी पी/ ई वीस पटीहून अधिक वर असते तरीही 'ती विकत घेऊन ठेवून दिलेल्या' पोर्टफोलिओहून अधिक चांगली कामगिरी करत नाही तेव्हा कॉफी कॅन पोर्टफोलिओ विकला.

एकूण परतावा (सीएजीआर)**							
	सीसीपीचे निखळ परतावे			सीसीपीमधील अल्फा		निफ्टी पी/इ 20x हून कमी असताना विकत घेणे	
वर्ष	सीसीपी	सेन्सेक्स	बीएस ई 200	विरुद्ध सेन्सेक्स	विरुद्ध बीएसई 200	दृश्य पहिले	फरक
2000	22.60%	16%	17.50%	6.60%	5.10%	23.50%	0.90%
2001	32.20%	20.50%	22.40%	11.70%	9.80%	28.30%	-3.90%
2003	27.40%	20.20%	19.80%	7.20%	7.70%	23%	-4.50%
2004	32.60%	19.90%	19.30%	12.70%	13.40%	30.80%	-1.80%
2005	22.10%	16.10%	15.90%	6%	6.20%	23.30%	1.20%
2006	20.40%	11.40%	12.30%	9%	8.10%	18.80%	-1.50%
2007	19.20%	9.40%	10.30%	9.80%	9%	16.50%	-2.70%
2008	21.30%	11.50%	12.60%	9.90%	8.80%	13.40%	-8%
2009	23%	11.80%	13%	11.30%	10%	14.10%	-9%
2010	20.80%	10.10%	10.90%	10.70%	10%	13.20%	-7.70%
2011	14.10%	10.50%	12%	3.70%	2.10%	11.50%	-2.60%
2012	23.40%	14.20%	16.10%	9.30%	7.30%	148.90%	-4.50%
2013	33.30%	14.40%	17.60%	18.90%	15.70%	26%	-7.30%
2014	21.10%	5.50%	9.10%	15.60%	12.10%	9.90%	-11.30%
2015	18.90%	11.60%	14.80%	7.20%	4.10%	5.50%	-13.30%
2016	17.30%	18.80%	19.90%	-1.50%	-2.60%	3.80%	-13.50%

स्रोत : ब्लुमबर्ग, अंबित कॅपिटल.

नोंद : आपण खरेदी-विक्रीवर ब्रोकरेज 50 बीपीएस (बेस पॉइंट्स) धरले आहे, या किंमती 30 मे, 2017 पर्यंतच्या आहेत.

***एकूण परताव्यात मिळालेला आणि पुनर्गुंतवणूक केलेला लाभांश हा सीसीपी आणि इंडेक्स – दोन्हींसाठी – आहे.*

परिस्थिती 2 : जेव्हा निफ्टी ट्रेलिंग पी/ई मल्टिपल वीस पटींहून अधिक होते तेव्हा आपण विकतो आणि सरकारी बॉँड्समध्ये पैसे घालतो. आपण हे मल्टिपल 14 टक्क्यांच्या खाली जाण्याची वाट पाहतो आणि त्यानंतर नव्या सीसीपीत पैसे घालतो. (सर्व नव्या स्टॉकमध्ये समान पैसे घालतो.) उदाहरणार्थ, जेव्हा जुलै 2009 साली निफ्टी ट्रेलिंग परताव्याच्या वीस पटींनी वाढली तेव्हा आपण संपूर्ण पोर्टफोलिओ विकला आणि सरकारी बॉँड्स घेतले. त्यानंतर आपण डिसेंबर 2011 पर्यंत वाट पाहिली आणि सीसीपी (वित्तीय वर्ष 2011) तेव्हा विकत घेतले.

या स्थितीत पूर्णावधीतील सीसीपी पोर्टफोलिओंनी (म्हणजे 2006 सालच्या आधी पैसे गुंतवलेल्या सीसीपींनी) जास्तीची कामगिरी फार काही दाखवली नाही आणि अपूर्ण सीसीपींनी 'विकत घ्या आणि ठेवून द्या' या सीसीपी धोरणाहून बरीच कमी कामगिरी दाखवली.

सारणी 145 : उच्च मल्टिपल्सना विकणे आणि कमी मल्टिपल्सना विकत घेणे यामुळे बहुतेक बाबतीत 'विकत घ्या आणि ठेवून द्या' या धोरणाहून कमीच परतावा मिळालेला दिसतो.

एकूण परतावा (सीएजीआर)							
	सीसीपीचे निखळ परतावे			सीसीपीमधील अल्फा		निफ्टी पी/इ 14x हून कमी असताना विकत घेणे	
वर्ष	सीसीपी	सेन्सेक्स	बीएस ई 200	विरुद्ध सेन्सेक्स	विरुद्ध बीएसई 200	दृश्य दुसरे	फरक
2000	22.60%	16%	17.50%	6.60%	5.10%	23.50%	0.90%
2001	32.20%	20.50%	22.40%	11.70%	9.80%	29.20%	-3.10%
2002	25.40%	20.30%	20.50%	5.10%	4.90%	30.20%	4.80%
2003	27.40%	20.20%	19.80%	7.20%	7.70%	27.50%	0.00%
2004	32.60%	19.90%	19.30%	12.70%	13.40%	34.40%	1.70%
2005	22.10%	16.10%	15.90%	6%	6.20%	25%	2.90%
2006	20.40%	11.40%	12.30%	9%	8.10%	20.80%	0.40%

2007	19.20%	9.40%	10.30%	9.80%	9%	18.40%	-0.80%
2008	21.30%	11.50%	12.60%	9.90%	8.80%	15.50%	-5.90%
2009	23%	11.80%	13%	11.30%	10%	16.40%	-6.60%
2010	20.80%	10.10%	10.90%	10.70%	10%	15.90%	-5%
2011	14.10%	10.50%	12%	3.70%	2.10%	11.90%	-2.20%
2012	23.40%	14.20%	16.10%	9.30%	*7.3%	19.50%	-3.90%
2013	33.30%	14.40%	17.60%	18.90%	* 15.7%	26.80%	-6.50%
2014	21.10%	5.50%	9.10%	15.60%	12.10%	10.90%	-10.20%
2015	18.90%	11.60%	14.80%	7.20%	4.10%	7.10%	-11.70%
2016	17.30%	18.80%	19.90%	-1.50%	-2.60%	3.80%	

स्रोत : ब्लुमबर्ग, अंबित कॅपिटल.

नोंद: आपण खरेदी-विक्रीवर ब्रोकरेज 50 बीपीएस (बेस पॉइंट्स) धरले आहे.

या किंमती 30 मे 2017पर्यंतच्या आहेत.

***एकूण परताव्यात मिळालेला आणि पुनर्गुंतवणूक केलेला लाभांश हा सीसीपी आणि इंडेक्स - दोन्हींसाठी - आहे.*

'विकत घ्या आणि ठेवून द्या' या धोरणाचा भरभक्कमपणा अनुभवण्यासाठी आपण आणखी तीन स्थिती काय आहेत त्याही पाहून घेऊ.

1. **स्थिती 3 अ :** किमती उच्च असताना विकण्याऐवजी आपण तेच शेअर्स ठेवून दिले आणि निफ्टी ट्रेलिंग पी/ई १४ पटींहून खाली आल्यावर जुन्या सीसीपीतून बाहेर पडून त्याच क्षणी नवीन सीसीपीत शिरलो. तसेच सर्व नव्या सीसीपी स्टॉक्समध्ये पैसे समान गुंतवले.
2. **स्थिती 3 ब :** या स्थितीत किमती उच्च असताना विकण्याऐवजी निफ्टी ट्रेलिंग पी/ई चौदा पटींहून खाली आल्यावर आपण अधिक शेअर्स विकत घेतले. त्यानंतर असे जेव्हा जेव्हा घडले तेव्हा आपण गुंतवणूक दुप्पट केली आणि सर्व सीसीपी स्टॉक्समध्ये समानच रक्कम घातली.
3. **स्थिती 3 क :** मागील स्थितीअनुसार किंमती उच्च असताना विकण्याऐवजी निफ्टी ट्रेलिंग पी /ई चौदा पटींहून खाली गेल्यावर आपण अधिक शेअर्स विकत घेतले. तथापि, सीसीपीतील जास्त कामगिरी करणाऱ्या स्टॉक्सच्या चक्रवाढीच्या फायद्यांची जाणीव असल्याने नवे पैसे सर्व स्टॉक्समध्ये सारखेच

वाटून चांगल्या स्टॉक्सवर अन्याय न करता एकूण गुंतवणूक रक्कम दुप्पट केली तरी ही रक्कम स्टॉक्सच्या सध्याच्या महत्त्वानुसार गुंतवली.

उद्बोधक बाब म्हणजे या सगळ्या स्थितींतही 'विकत घ्या आणि ठेवून द्या' या धोरणाइतकी अधिक कामगिरी अन्य कुणीही केलेली नाही असे दिसून येते.

वरील शोधांना अर्थ तेव्हाच प्राप्त होतो जेव्हा आपल्या लक्षात येते की ज्या कंपन्या सीसीपीत सामील होण्याइतकी गुणवत्ता राखून असतात त्यांना स्पर्धकांहून अधिक स्पर्धात्मक लाभ मिळालेला असतो आणि साहजिकच तो त्यांच्या शेअर्सच्या किमतींत दिसून येतो. अशा प्रकारे, बाजाराची वेळ साधण्याचा प्रयत्न करणे आणि बाजाराच्या पातळीवरील मूल्यांकने मार्गदर्शक म्हणून खास करून विक्रीचा निर्णय घेताना वापरणे हे आपल्या उद्देशाच्या विपरित होऊ शकते. कारण भरभक्कम पाया आणि उत्कृष्ट परतावा दर असलेल्या कंपन्या नेहमीच महाग आहेत असे आपल्याला वाटू शकते.

संलग्नक ४

शेअर बाजारात तंग परिस्थिती असताना कॉफी कॅन पोर्टफोलिओ त्यावर मात कशी देऊ शकतात?

''जेव्हा लाट ओसरते तेव्हाच लाइफ जॅकेट न घालता कोण पोहतो आहे याचा आपल्याला छडा लागतो.'' वॉरन बफेंनी दिलेले हे उदाहरण शेअर्समधील गुंतवणुकीबाबत तंतोतंत लागू पडते. जेव्हा एकूणच शेअर बाजार तेजीत असतो तेव्हा बहुतेक शेअर्स त्यांची मूळ गुणवत्ता काहीही असली तरी चांगलीच कामगिरी करत असतात. तथापि जेव्हा हा उत्साहाचा भर ओसरतो तेव्हा कमी गुणवत्तेचे शेअर्स खूप जास्त खाली कोसळतात, त्यामुळे भांडवलाची मोठ्या प्रमाणावर हानी होते कारण आपण ज्या कंपन्यांत पैसे गुंतवले आहेत त्यांचा मूळ दर्जा चांगला नाही हे गुंतवणूकदारांना माहीतच नसते.

खाली दर्शवलेल्या सारणीअनुसार बाजारात तंग परिस्थिती उद्भवते (खालच्या सारणीत वर्तुळात दाखवलेली आहे.) तेव्हा कॉफी कॅन पोर्टफोलिओच्या कामगिरीचा बाण सातत्याने पुढील निष्कर्ष दाखवतो.

- एकूण शेअर बाजारापेक्षा सीसीपीमधील स्टॉक्सची घसरण कमी होते.
- बाजार कोसळल्यानंतर एकूण बाजारापेक्षा या स्टॉक्सचे भाव लगेच सावरतात आणि मजबूतही होतात.

सारणी 146 : कॉफी कॅन पोर्टफोलिओ (सीसीपी) विरुद्ध सेन्सेक्स (एकूण शेअर्सधारक परतावा (टोटल शेअरहोल्डर्स रिटर्न्स) वापरून मिळवलेला एका वर्षाचा शेअर्स जवळ ठेवण्याचा काळ).

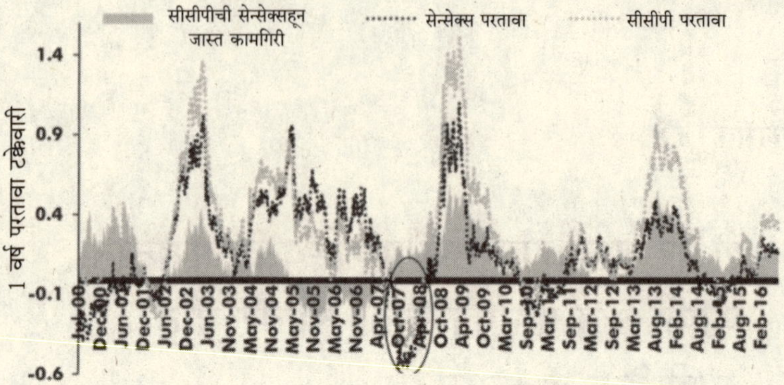

स्रोत : ब्लुमबर्ग, अंबित कॅपिटल. सीसीपी परतावा हा त्या काळातील सर्व चालू सीसीपींचा सरासरी परतावा आहे.

एकंदरीत पाहता बाजाराहून कॉफी कॅन पोर्टफोलिओची कामगिरी एक वर्षाहून जास्त काळ कमी राहिली तो काळ होता मे 2005 ते ऑगस्ट 2007. या काळात पायाभूत सुविधा, स्थावर मालमत्ता आणि सुविधा अशा सारख्या विविध चक्रात्मक क्षेत्रांत तर्कास न पटणारा उत्साह निर्माण झाला होता. तथापि, एकूण बाजारात उत्साहाचे वातावरण भरलेले असतानाही सीसीपीने कमी कामगिरी केलेली असली तरी हे लक्षात घेतले पाहिजे की तिने त्या काळात 20 टक्के ते 25 टक्के असा निकोप परतावा दिलेला होता.

शेअर्सच्या किमतींच्या वार्षिक परताव्यांच्या हिस्टोग्रामच्या आधारे सीसीपींची लचविकता समजून घेणे. (एखाद्या गटाचे सातत्याने कामकाज दाखवायचे असते तेव्हा हिस्टोग्राम वापरणे सोयीचे ठरते.)

सर्वप्रथम आपण मागील 25 वित्तीय वर्षांचे सेन्सेक्सचे वार्षिक परतावे हिस्टोग्रामवर मांडून प्रारंभ करू. (पाहा सारणी 147) हिस्टोग्राममध्ये दर्शविल्यानुसार पंचवीस वर्षांपैकी 10 वर्षे म्हणजे 40 टक्के उदाहरणांत आपल्याला सेन्सेक्सकडून नकारात्मक परतावा मिळालेला आहे. तर उर्वरित 15 वर्षांत म्हणजे 60 टक्के उदाहरणांत सकारात्मक परतावा मिळालेला दिसून येतो.

सारणी 147 : सेन्सेक्सच्या वार्षिक परताव्याचा हिस्टोग्राम– 60 टक्के उदाहरणांत सकारात्मक परतावा.

नकारात्मक परतावे				सकारात्मक परतावे			
					FY 98		
					FY 05		
					FY 07		FY 94
			FY 97		FY 08		FY 00
		FY 95	FY 99		FY 11		FY 04
FY 93		FY 03	FY 02	FY 96	FY 14		FY 06
FY 09	FY 01	FY 12	FY 16	FY 13	FY 17	FY 15	FY 10
च्यापेक्षा कमी–30%	–20% ते –30%	–10% ते –20%	0% ते –10%	0% ते +10%	+10% ते +20%	+20% ते +30%	+30% च्यापेक्षा जास्त

स्रोत : ब्लुमबर्ग, अंबित कॅपिटल. विचारात घेतलेला कालावधी वित्तीय वर्ष 1993 ते 2017 असा आहे.

त्यानंतर आपण आपल्या कॉफी कॅन पोर्टफोलिओत सहभाग घेणाऱ्या काही स्टॉक्सचा या पंचवीस वर्षांचा हिस्टोग्राम काढू. या विशिष्ट स्टॉक्सच्या हिस्टोग्राममध्ये जिथे स्टॉकची हालचाल सेन्सेक्सच्या विरुद्ध दिशेने झाली आहे त्या वर्षांचे रकाने आपण पेन्सिलने रंगवले आहेत. म्हणजे ज्या वर्षी सेन्सेक्सने नकारात्मक परतावा दिला तरी आपल्या स्टॉकने सकारात्मकच परतावा दिला अशी वर्षे आणि त्याच्या उलट म्हणजे सेन्सेक्सचा सकारात्मक तर आपल्या स्टॉकचा नकारात्मक अशी वर्षे असतील तर त्या रकान्यांना पेन्सिलने रंगवले आहे.

या विशिष्ट स्टॉक्सच्या हिस्टोग्रामवरून दोन महत्त्वाचे निष्कर्ष निघतात. (सारणी 148 ते 155) :

- **निष्कर्ष क्र. 1 :** सीसीपीतील विशिष्ट स्टॉकचे बहुतेक हिस्टोग्राम्स उजवीकडे कलले आहेत. म्हणजे 60 टक्के उदाहरणांत सेन्सेक्सने सकारात्मक परतावा दिला आहे तर सीसीपी कंपन्यांसाठी तीच संख्या 80 ते 90 टक्के आहे.
- **निष्कर्ष क्र. 2 :** बऱ्याच वर्षांत स्टॉकने सकारात्मक परतावा दिलेला असला तरी मागील पंचवीस वर्षांपैकी दहा वर्षांत सेन्सेक्सने नकारात्मक परतावा दिलेला आहे. अशा उदाहरणांची संख्या ही 3 ते 6च्या दरम्यान कुठे तरी आहे. ती खाली हिस्टोग्राममध्ये दाखवली आहे.

सारणी 148 : मारिकोचा वार्षिक शेअर किमतीवरील परताव्याचा हिस्टोग्राम

नकारात्मक परतावे				सकारात्मक परतावे			
							FY 99
						FY 11	FY 04
					FY 02	FY 12	FY 05
					FY 03	FY 13	FY 06
				FY 98	FY 07	FY 16	FY 10
FY 00		FY 09	FY 01	FY 14	FY 08	FY 17	FY 15
च्यापेक्षा कमी −30%	**−20% ते −30%**	**−10% ते −20%**	**0% ते −10%**	**0% ते +10%**	**+10% ते +20%**	**+20% ते +30%**	**च्या पेक्षा जास्त +30%**

स्रोत : ब्लुमबर्ग, अंबित कॅपिटल. विचारात घेतलेला कालावधी वित्तीय वर्ष 1993 ते 2017 असा आहे.

पेन्सिलीने रंगवलेले *रकाने : सेन्सेक्सने* **नकारात्मक** *परतावा देऊनही या स्टॉकने* **सकारात्मक** *परतावा दिला आहे.*

कडा **ठळक** *केलेले रकाने : सेन्सेक्सने* **सकारात्मक** *परतावा देऊनही स्टॉकने* **नकारात्मक** *परतावा दिला आहे.*

सारणी 149 : बर्जर पेंटचा वार्षिक शेअर किंमतीवरील परताव्याचा हिस्टोग्राम.

नकारात्मक परतावे				सकारात्मक परतावे			
							FY 94
							FY 95
							FY 98
							FY 99
							FY 00
							FY 04
							FY 05
							FY 06
							FY 10
							FY 11
FY 93			FY 03		FY 12		FY 13
FY96		FY 01	FY 08		FY 14		FY 15
FY07		FY 02	FY 09	FY 97	FY 16		FY 17
च्यापेक्षा कमी– 30%	**–20% ते –30%**	**–10% ते –20%**	**0% ते –10%**	**0% ते +10%**	**+10% ते +20%**	**+20% ते +30%**	**च्या पेक्षा जास्त +30%**

स्रोत : ब्लुमबर्ग, अंबित कॅपिटल.

विचारात घेतलेला कालावधी वित्तीय वर्ष 1993 ते 2017 असा आहे.

पेन्सिलीने रंगवलेले *रकाने : सेन्सेक्सने* **नकारात्मक** *परतावा देऊनही या स्टॉकने* **सकारात्मक** *परतावा दिला आहे.*

कडा **ठळक** *केलेले रकाने : सेन्सेक्सने* **सकारात्मक** *परतावा देऊनही स्टॉकने* **नकारात्मक** *परतावा दिला आहे.*

सारणी 150 : एशियन पेंट्सचा वार्षिक शेअर किंमतीवरील परताव्याचा हिस्टोग्राम.

नकारात्मक परतावे				सकारात्मक परतावे			
							FY 94
							FY 00
							FY 02
							FY 04
					FY 95		FY 06
					FY 96	FY 05	FY 08
				FY93	FY 98	FY 11	FY 10
		FY97		FY 03	FY 07	FY 12	FY 13
FY 09		FY99	FY 01	FY 16	FY 14	FY 17	FY 15
च्यापेक्षा कमी −30%	**−20% ते −30%**	**−10% ते −20%**	**0% ते −10%**	**0% ते +10%**	**+10% ते +20%**	**+20% ते +30%**	**च्या पेक्षा जास्त +30%**

स्रोत : ब्लुमबर्ग , अंबित कॅपिटल. विचारात घेतलेला कालावधी वित्तीय वर्ष 1993 ते 2017 असा आहे.

पेन्सिलीने *रंगवलेले रकाने : सेन्सेक्सने* ***नकारात्मक*** *परतावा देऊनही या स्टॉकने सकारात्मक परतावा दिला आहे.*

कडा ठळक केलेले रकाने : सेन्सेक्सने ***सकारात्मक*** *परतावा देऊनही स्टॉकने* ***नकारात्मक*** *परतावा दिला आहे.*

सारणी 151 : ब्रिटानियाचा वार्षिक शेअर किमतीवरील परताव्याचा हिस्टोग्राम.

नकारात्मक परतावे				सकारात्मक परतावे			
							FY 94
							FY 94
							FY 98
							FY 99
							FY 05
	FY 95				FY 97		FY 06
	FY 96				FY 01	FY 04	FY 12
FY 93	FY 02			FY 08	FY 10	FY 16	FY 14
FY 00	FY 07	FY 13	FY 03	FY 09	FY 11	FY 17	FY 15
च्यापेक्षा कमी −30%	−20% ते −30%	−10% ते −20%	0% ते – 10%	0% ते +10%	+10% ते +20%	+20% ते +30%	**च्या पेक्षा जास्त** +30%

स्रोत : ब्लुमबर्ग, अंबित कॅपिटल. विचारात घेतलेला कालावधी वित्तीय वर्ष 1993 ते 2017 असा आहे.

***पेन्सिलीने रंगवलेले** रकाने : सेन्सेक्सने **नकारात्मक** परतावा देऊनही या स्टॉकने **सकारात्मक** परतावा दिला आहे.*

*कडा **ठळक** केलेले रकाने : सेन्सेक्सने सकारात्मक परतावा देऊनही स्टॉकने नकारात्मक परतावा दिला आहे.*

सारणी 152 : अमरा राजाचा वार्षिक शेअर–किंमतीवरील परताव्याचा हिस्टोग्राम.

नकारात्मक परतावे				सकारात्मक परतावे			
							FY 95
							FY 98
							FY 99
							FY 05
							FY 06
							FY 07
							FY 08
FY 93							FY 10
FY 00							FY 12
FY 01				FY 02	FY 94		FY 13
FY 03				FY 16	FY 04		FY 14
FY 09	FY 96		FY 97	FY 17	FY 11		FY15
च्यापेक्षा कमी −30%	−20% ते −30%	−10% ते −20%	0% ते −10%	0% ते +10%	+10% ते +20%	+20% ते +30%	च्या पेक्षा जास्त +30%

स्रोत : ब्लुमबर्ग, अंबित कॅपिटल. विचारात घेतलेला कालावधी वित्तीय वर्ष 1993 ते 2017 असा आहे.

***पेन्सिलीने रंगवलेले** रकाने : सेन्सेक्सने **नकारात्मक** परतावा देऊनही या स्टॉकने **सकारात्मक** परतावा दिला आहे.*

*कडा **ठळक** केलेले रकाने : सेन्सेक्सने **सकारात्मक** परतावा देऊनही स्टॉकने **नकारात्मक** परतावा दिला आहे.*

सारणी 153 : रिलॅक्सोचा वार्षिक शेअर–किंमतीवरील परताव्याचा हिस्टोग्राम.

नकारात्मक परतावे				सकारात्मक परतावे			
							FY 04
							FY 10
						FY 05	FY 13
						FY 06	FY 14
FY 02				FY 03		FY 08	FY 14
FY 09			FY 07	FY 12	FY 16	FY 11	FY 17
च्यापेक्षा कमी −30%	**−20% ते −30%**	**−10% ते −20%**	**0% ते −10%**	**0% ते +10%**	**+10% ते +20%**	**+20% ते +30%**	**च्या पेक्षा जास्त +30%**

स्रोत : ब्लुमबर्ग, अंबित कॅपिटल. विचारात घेतलेला कालावधी वित्तीय वर्ष 1993 ते 2017 असा आहे.

***पेन्सिलीने रंगवलेले** रकाने : सेन्सेक्सने **नकारात्मक** परतावा देऊनही या स्टॉकने **सकारात्मक** परतावा दिला आहे.*

*कडा **ठळक** केलेले रकाने : सेन्सेक्सने **सकारात्मक** परतावा देऊनही स्टॉकने **नकारात्मक** परतावा दिला आहे.*

सारणी 154 : एचडीएफसी बँकेचा वार्षिक शेअर किंमतीवरील परताव्याचा हिस्टोग्राम

नकारात्मक परतावे				सकारात्मक परतावे			
							FY 97
							FY 98
							FY 00
							FY 04
							FY 05
							FY 06
							FY 08
						FY 07	FY 10
			FY 99	FY 02	FY 12	FY 11	FY 15
	FY 09	FY 01	FY 03	FY 16	FY 14	FY 13	FY17
च्यापेक्षा कमी −30%	**−20% ते −30%**	**−10% ते −20%**	**0% ते −10%**	**0% ते +10%**	**+10% ते +20%**	**+20% ते +30%**	**च्या पेक्षा जास्त +30%**

स्रोत : ब्लुमबर्ग, अंबित कॅपिटल.

विचारात घेतलेला कालावधी वित्तीय वर्ष 1993 ते 2017 असा आहे.

***पेन्सिलीने रंगवलेले** रकाने : सेन्सेक्सने **नकारात्मक** परतावा देऊनही या स्टॉकने **सकारात्मक** परतावा दिला आहे.*

*कडा **ठळक** केलेले रकाने : सेन्सेक्सने **सकारात्मक** परतावा देऊनही स्टॉकने **नकारात्मक** परतावा दिला आहे.*

सारणी 155 : गृह फायनान्सचा वार्षिक शेअर किमतीवरील परताव्याचा हिस्टोग्राम.

नकारात्मक परतावे				सकारात्मक परतावे			
							FY 02
							FY 04
							FY 05
							FY 06
							FY 07
							FY 10
							FY 11
							FY 12
		FY 94					FY 13
		FY 97	FY 95				FY 14
FY 96		FY 99	FY 03		FY 01		FY 15
FY 09	FY 98	FY 00	FY 16		FY08		FY 17
च्यापेक्षा कमी −30%	−20% ते −30%	−10% ते −20%	0% ते −10%	0% ते +10%	+10% ते +20%	+20% ते +30%	**च्या पेक्षा जास्त +30%**

स्रोत : ब्लुमबर्ग, अंबित कॅपिटल. विचारात घेतलेला कालावधी वित्तीय वर्ष 1993 ते 2017 असा आहे.

पेन्सिलीने रंगवलेले रकाने : सेन्सेक्सने नकारात्मक परतावा देऊनही या स्टॉकने सकारात्मक परतावा दिला आहे.

*कडा **ठळक** केलेले रकाने : सेन्सेक्सने **सकारात्मक** परतावा देऊनही स्टॉकने **नकारात्मक** परतावा दिला आहे.*

तर मग बाजारात चिंताजनक परिस्थिती असतानाही कॉफी कॅन सिद्धान्त एकूण बाजाराहून अधिक चांगली कामगिरी कशी करतो?

प्रकरण 2मध्ये अधोरेखित केल्यानुसार कॉफी कॅन सिद्धान्त अशाच कंपन्या शोधतो ज्या महसुलात आणि गुंतवलेल्या भांडवलाच्या परताव्यावर निकोप आणि सातत्यपूर्ण वाढ दीर्घ काळ देऊ शकतात. याचा अर्थ असा की अधिक व्यापक स्तरावरील बाजारपेठेचे वातावरण अथवा स्पर्धात्मकता या गोष्टी सीसीपी कंपनीसाठी कठीण होतात तेव्हाही ती कंपनी निकोपपणे महसूलवाढ आणि भांडवलावरील परताव्यात वाढ या दोन्ही गोष्टी देऊ शकते. या त्यांच्या गुणांमुळेच शेअर बाजारात दीर्घ काळ तंगी आली असली तरी या कंपन्या बरेचदा सकारात्मक परतावे देऊ शकतात. खालीलपैकी एका घटकामुळे ते शक्य होते.

- **शेअर बाजारातील तंगीच्या काळात पी/ई खालावतो तेव्हा या कंपन्यांच्या महसुलात वाढ झाल्याने त्याची झळ पोहोचत नाही :** जेव्हा बाजारातील स्टॉक्समुळे मिळणाऱ्या परताव्यात घट संभवते आणि शेअर्सच्या किमती त्या तुलनेने जास्त असतात तेव्हा बाजारात पडझडीचा काळ येतो. सीसीपी कंपन्या बाह्य तंग वातावरणातही निकोप वाढ देऊ शकतात त्यामुळे तंग शेअर बाजाराचा पी/ई मल्टिपल खालावू लागला असला तरी सीसीपी कंपनीने त्याच काळात परताव्यात वाढ दिलेली असते त्यामुळे तिला तंग बाजारपेठेची झळ पोहोचत नाही. परिणामतः अशा कंपनीच्या शेअरचा भाव एकंदरीत बाजारात तंग वातावरण असतानाही सकारात्मक परतावा देतो. खाली दिलेल्या सारणीत एशियन पेंट्स, अमरा राजा आणि आयटीसी अशा कंपन्यांची उदाहरणे घेतली आहेत.

सारणी 156 : सीसीपी स्टॉक्सच्या महसुलाची उदाहरणे– एंकदरीत बाजारपेठेत तंग वातावरण असतानाही त्यांनी पी/ई घसरणीची झळ पोहोचू दिली नाही. (यात 12 महिन्यांचे इपीएस आणि पी/ई मल्टिपलचे ट्रेलिंग वापरले आहे.)

	एशियन पेंट्स FY 03	**आयटीसी FY 12**	**एशियन पेंट्स FY 16**	**अमरा राजा FY 16**
प्रारंभीची इपीएस	1.1	4.1	14.8	24.1
शेवटची इपीएस	1.4	5.2	18.5	28.7
प्रारंभीचे शेअर मूल्य	21.9	121.4	811.3	833.1
शेवटचे शेअर मूल्य	22	151.3	868.4	877.6
प्रारंभीची पी/ई	19.9	29.6	54.9	34.6
शेवटची पी/ई	15.7	29.1	46.8	30.6
इपीएसमधील वाढ	27%	27%	25%	19%
पी/ई दरबदल	–21%	–2%	–15%	–12%
शेअरमूल्यातील वाढ	1%	25%	7%	5%
सेन्सेक्स इपीएस वाढ	13%	6%	–10%	–10%
सेन्सेक्स पी/ई दरबदल	–22%	–16%	1%	1%
सेन्सेक्स मूल्यात वाढ	–12%	–10%	–9%	–9%

स्रोत : ब्लुमबर्ग , अंबित कॅपिटल, एस इक्विटी.

**संख्येसमोरील ऋण चिन्ह हे पी/ई घसरल्याचे दर्शवते.*

- **वाढत्या प्रमाणात दीर्घ कालीन परतावा मिळतो आहे हे बाजार लक्षात घेतो म्हणूनच या कंपन्यांचा पी/ई खाली जात नाही.** बाह्य बाजारपेठेचा मूलभूत पाया दुर्बळ झालेला असूनही सीसीपी स्टॉक्स सातत्याने महसूल आणि मिळकतीत वाढ दर्शवतात त्यामुळे सीसीपी कंपन्यांच्या पी/ई मल्टिपल्समध्ये हा मुद्दा लक्षात घेतला जातो की त्या भविष्यातही दीर्घ काळ वाढीचे सातत्य कायम ठेवू शकतील. उदाहरणार्थ, वित्तीय वर्ष 12 मध्ये एशियन पेंट्सच्या शेअरच्या भावात 28 टक्के वाढ दाखवण्यात आली तर सेन्सेक्समध्ये 10 टक्के घट झाली. याच काळात सेन्सेक्सचा परतावा 6 टक्क्यांनी वाढला आणि त्याचा ट्रेलिंग पी/ई मल्टिपल 16 टक्क्यांनी घसरला. तथापि, वित्तीय वर्ष 2012 मध्ये संपूर्ण बाजाराच्या पी/ ई मल्टिपलमध्ये घसरण झालेली असली तरी एशियन पेंट्सच्या पी/ई मल्टिपलमध्ये 10 टक्क्यांनी वाढ झाली आणि त्याचा इपीएस (अर्निंग पर शेअर) 17 टक्क्यांनी वाढला.

संलग्नक ५

गुंतवणुकीचा परतावा निश्चित करण्यासाठी गुंतवणुकीस सुरुवात करण्याच्या काळातील मूल्यांकनाची (स्टार्टिंग पिरिअड व्हॅल्युएशनची) भूमिका

आमच्या विश्लेषणानुसार दिसून आले की लोकांची समजूत काहीही असली तरी मध्यम/ दीर्घ कालावधी लक्षात घेता प्रारंभीच्या काळातील मूल्यांकनाची भूमिका काहीच असत नाही. खाली दाखवलेल्या सारण्यांनुसार पाहिले तर बीएसई 200 या स्टॉक्सच्या अंतर्गत सुरुवातीच्या काळातील (म्हणजे आपण गुंतवायला सुरुवात केली त्या काळातील) मूल्यांकन आणि नंतरचा दीर्घकालीन परतावा यांच्यात फारसा काही संबंध दिसून आला नाही मग त्या शेअरबाजारात तेव्हा कुठलाही टप्पा चालू असो.

स्थिती 1 (शेअर बाजारातील बचावात्मक टप्पा) : या पहिल्या स्थितीत वित्तीय वर्ष 2012-17 असा पाच वर्षांचा काळ घेतला आहे आणि वित्तीय वर्ष 2014-17 असा तीन वर्षांचा काळ घेतला आहे. या काळात उच्च दर्जाचे स्टॉक कमी किमतीस प्रचारात होते. यात स्पष्टच दिसून येते की इंडेक्समधील घटकांचे परताव्याचे चित्र आणि प्रारंभीच्या किमतींचे मल्टिपल्स यांच्यात काहीच भरीव संबंध दिसून येत नाही.

सारणी 157 : प्रारंभीचा पी /ई मल्टिपल आणि तीन वर्षांचा परतावा यांच्यात काहीच संबंध दिसून येत नाही.

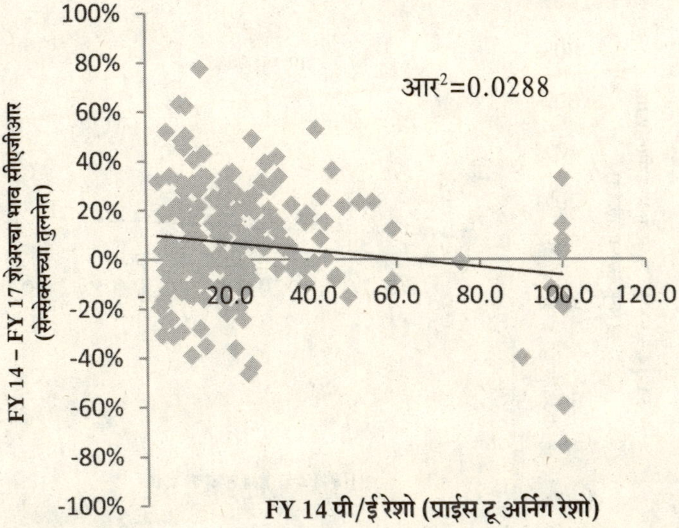

स्रोत : अंबित कॅपिटल.

नोंद : सेन्सेक्सच्या तुलनेने स्टॉकने किती परतावा दिला तो परतावा या इथे घेतला आहे. ट्रेलिंग पी/ई हा 100 वर ठेवला आहे.

सारणी 158: प्रारंभीचा पी/बी मल्टिपल आणि तीन वर्षांचा परतावा यांच्यात काहीच संबंध दिसून येत नाही.

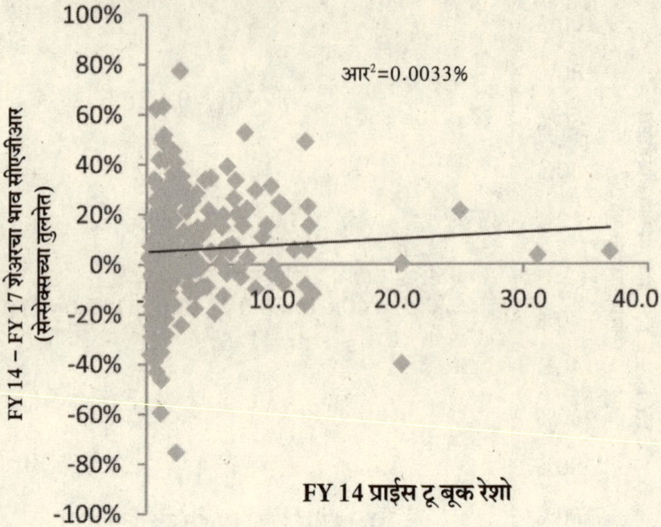

स्रोत : अंबित कॅपिटल.

नोंद : सेन्सेक्सच्या तुलनेने स्टॉकने किती परतावा दिला तो परतावा या इथे घेतला आहे.

सारणी 159 : प्रारंभीचा पी/ई मल्टिपल आणि पाच वर्षांचा परतावा यांच्यात काहीच संबंध दिसून येत नाही.

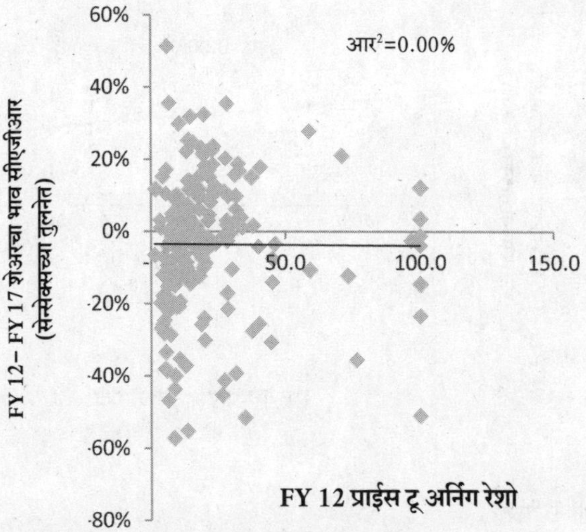

स्रोत : अंबित कॅपिटल.

नोंद : सेन्सेक्सच्या तुलनेने स्टॉकने किती परतावा दिला तो परतावा या इथे घेतला आहे. ट्रेलिंग पी/ई हा 100 वर ठेवला आहे.

सारणी 160 : प्रारंभीचा पी /बी मल्टिपल आणि पाच वर्षांचा परतावा यांच्यात काहीच संबंध दिसून येत नाही.

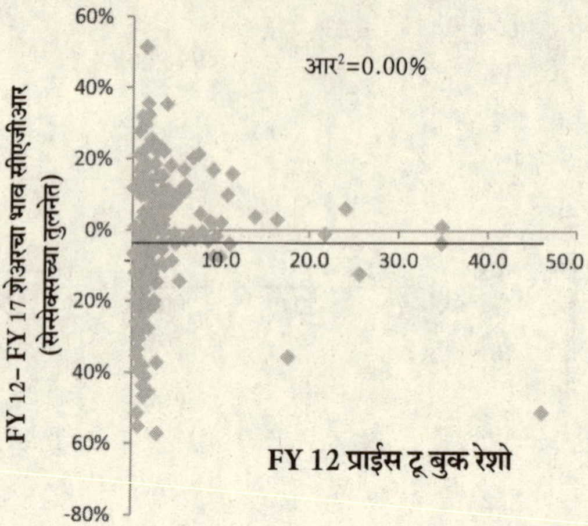

स्रोत : अंबित कॅपिटल.

नोंद : सेन्सेक्सच्या तुलनेने स्टॉकने किती परतावा दिला तो परतावा या इथे घेतला आहे.

स्थिती 2 (शेअर बाजाराचा तेजीचा टप्पा) : परताव्याच्या चित्रावर अधोरेखित कालखंडाचा काही परिणाम झालेला नाही याची खात्री करून घेण्यासाठी दुसऱ्या टप्प्यात आपण तेजीचे वित्तीय वर्ष 2003-06 आणि वित्तीय वर्ष 2003-08 या काळाचा विचार करू. आधीच्या स्थितीऐवजी या स्थितीत अत्यंत जोरदार अशी एकूण बाजारातली उलाढाल चालू होती आणि तरीदेखील या स्थितीतही प्रारंभीच्या काळातील मल्टिपल्स आणि नंतरचा परतावा यांच्यात स्पष्ट संबंध दिसून येत नाही.

सारणी 161 : प्रारंभीचा पी /ई मल्टिपल आणि तीन वर्षांचा परतावा यांच्यात काहीच संबंध दिसून येत नाही.

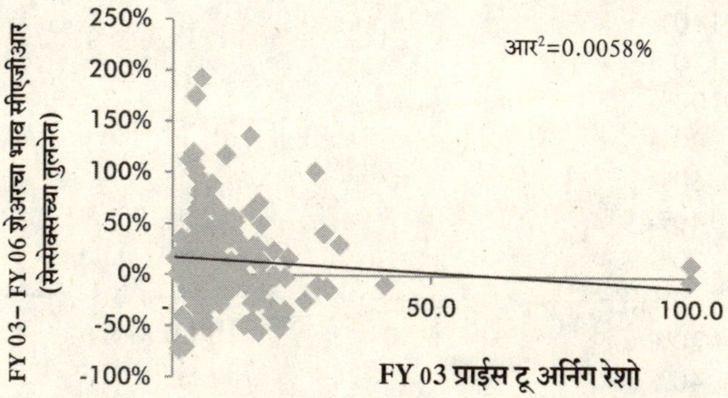

स्रोत : अंबित कॅपिटल.

नोंद : सेन्सेक्सच्या तुलनेने स्टॉकने किती परतावा दिला तो परतावा या इथे घेतला आहे. ट्रेलिंग पी/ई हा 100 वर ठेवला आहे.

सारणी 162 : प्रारंभीचा पी /बी मल्टिपल आणि तीन वर्षांचा परतावा यांच्यात काहीच संबंध दिसून येत नाही.

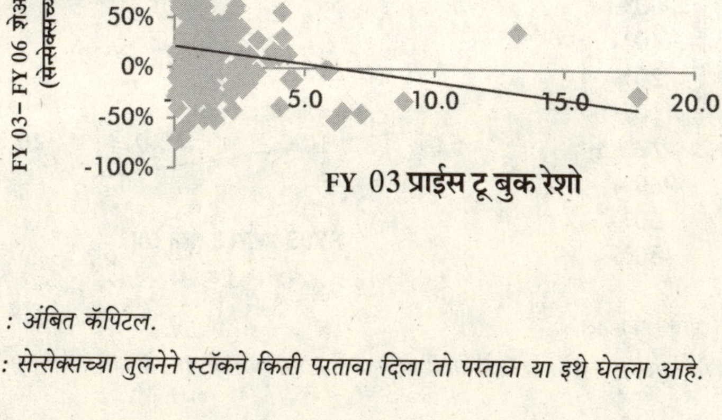

स्रोत : अंबित कॅपिटल.

नोंद : सेन्सेक्सच्या तुलनेने स्टॉकने किती परतावा दिला तो परतावा या इथे घेतला आहे.

सारणी 163 : प्रारंभीचा पी /ई मल्टिपल आणि पाच वर्षांचा परतावा यांच्यात काहीच संबंध दिसून येत नाही.

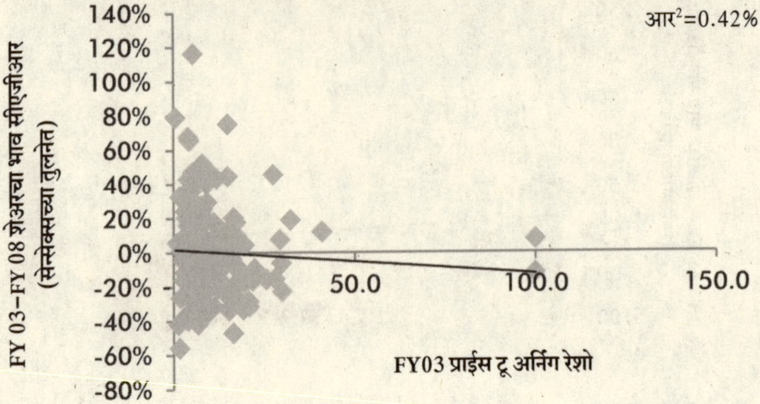

स्रोत : अंबित कॅपिटल.

नोंद : सेन्सेक्सच्या तुलनेने स्टॉकने किती परतावा दिला तो परतावा या इथे घेतला आहे. ट्रेलिंग पी/ई हा 100 वर थांबवून ठेवला आहे.

सारणी 164 : प्रारंभीचा पी /बी मल्टिपल आणि पाच वर्षांचा परतावा यांच्यात काहीच संबंध दिसून येत नाही.

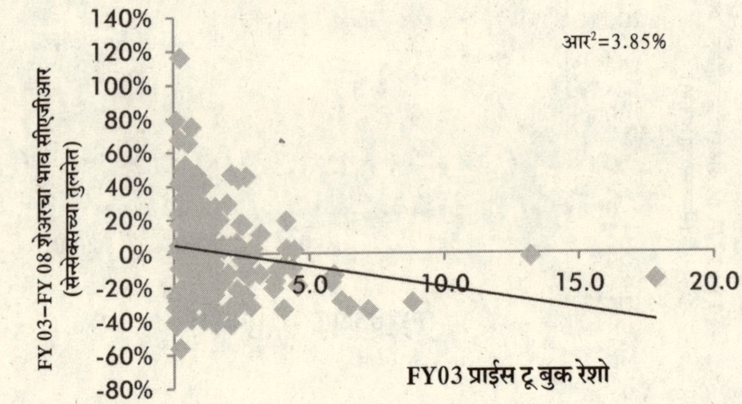

स्रोत : अंबित कॅपिटल.

नोंद : सेन्सेक्सच्या तुलनेने स्टॉकने किती परतावा दिला तो परतावा या इथे घेतला आहे.

स्थिती 3 (दोन चक्रांच्या स्थित्यंतराचा टप्पा) : सगळ्यात शेवटी म्हणजे आम्ही दहा वर्षांच्या मोठ्या कालावधीतील परतावा तपासून पाहिला (वित्तीय वर्ष 2007 ते 17) तेव्हा मिळवलेले निष्कर्ष हे त्याहून कमी काळातील निष्कर्षांशी साधर्म्य दाखवणारे होते. म्हणजे, पी/ई अथवा पी/बी रेशोअनुसार जे स्टॉक्स स्वस्त दिसतात ते विकत घेतल्यामुळे दीर्घावधीत अधिक उच्च परतावा मिळतो असा काही संबंध दिसून आला नाही.

सारणी 165 : प्रारंभीचा पी /ई मल्टिपल आणि दहा वर्षांचा परतावा यांच्यात अत्यंत किरकोळ संबंध दिसून आला.

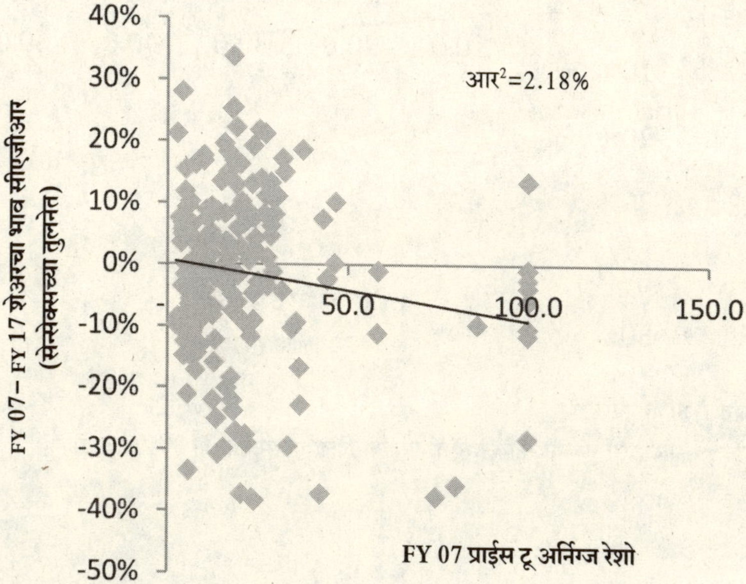

स्रोत : अंबित कॅपिटल.

नोंद : सेन्सेक्सच्या तुलनेने स्टॉकने किती परतावा दिला तो परतावा या इथे घेतला आहे. ट्रेलिंग पी/ई हा 100 वर ठेवला आहे.

सारणी 166 : प्रारंभीचा पी /बी मल्टिपल आणि दहा वर्षांचा परतावा यांच्यात अत्यंत किरकोळ संबंध दिसून आला.

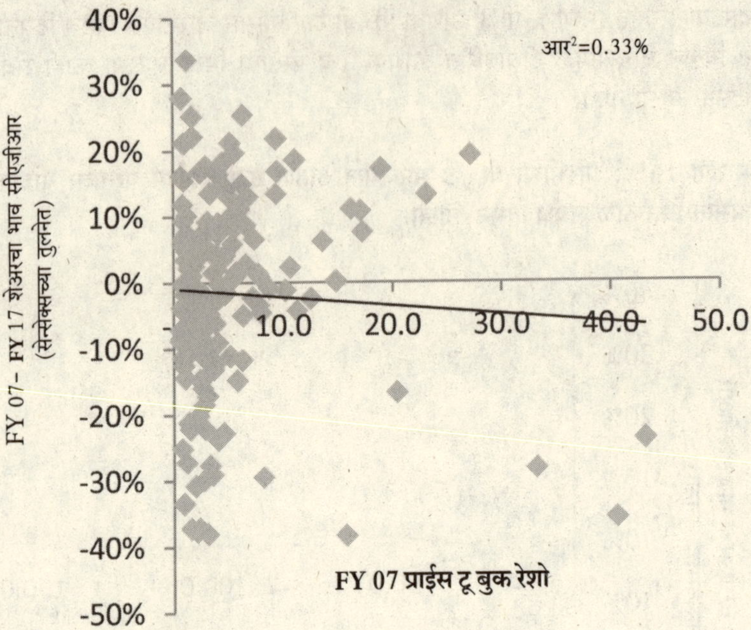

स्रोत : अंबित कॅपिटल

नोंद : सेन्सेक्सच्या तुलनेने स्टॉकने किती परतावा दिला तो परतावा या इथे घेतला आहे.

अनुवादकाचा परिचय

१९८१ साली डहाणूकर कॉलेजमधून पदवी प्राप्त केल्यानंतर सविता दामले यांनी स्टेट बँकेत नोकरी केली. त्यांना लहानपणापासूनच कविता, लेखन, वाचन यांची अत्यंत आवड होती, त्यामुळे नोकरी, संसार, मुलं इत्यादी आघाड्या सांभाळत असताना एकीकडे त्यांचं कविता आणि लेखन चालूच होतं. सरतेशेवटी त्यांनी २०१३मध्ये नोकरी सोडून पूर्णपणे लेखनास वाहून घेतलं.

आतापर्यंत त्यांचे एकूण दोन कवितासंग्रह, सहा स्वतंत्र पुस्तकं आणि सव्वीस अनुवाद प्रकाशित झाले आहेत. आणखी चार अनुवाद प्रकाशनाच्या वाटेवर आहेत. ही सर्व पुस्तकं त्यांनी अनेक मान्यवर प्रकाशनांसाठी लिहिली आहेत. त्यांना २०१३ सालचा आपटे वाचन मंदिर, इचलकरंजी यांचा आणि २०१८ सालचा ठाणे ग्रंथसंग्रहालयाचा उत्कृष्ट अनुवादाबद्दलचा राज्यस्तरीय पुरस्कार प्राप्त झाला आहे. कवितेसाठी २००० सालचा विशाखा मासिकाचा द्वितीय पुरस्कारही प्राप्त झाला आहे.

त्याशिवाय अंतर्नाद, अनुभव, अभूतपूर्व इत्यादी मासिकांतून आणि लोकसत्ता, सकाळ, महाराष्ट्र टाइम्स या वृत्तपत्रांतून त्यांनी लेखन केलं आहे.

गुलजारजींच्या 'फॅमिली ट्रीफ'या लेखाचा सविताजींनी केलेला अनुवाद इयत्ता दहावीच्या मराठी पुस्तकाच्या पाठ्यक्रमात समाविष्ट करण्यात आला आहे. तसंच एफवाय बीए मराठी पाठ्यक्रमात, 'नापास मुलांची गोष्ट' हे पुस्तक अभ्यासासाठी आहे; त्या पुस्तकातही त्यांचे दोन लेख आहेत.

मंजुल पब्लिशिंग हाउससाठी त्यांनी प्रस्तुत पुस्तकाव्यतिरिक्त; *गांधी : ॲन इलस्ट्रेटेड बायोग्राफी* आणि *इन्कार्नेशन्स* या जगप्रसिद्ध पुस्तकांचा ओघवता अनुवाद केला आहे.